സുഖ അനുഭവ ഉൽപാദനപരത

സുഖ അനുഭവ ഉൽപാദനപരത

നിങ്ങൾക്ക് ഏറ്റവും പ്രധാനമായ കാര്യങ്ങളിൽ കൂടുതൽ നേട്ടങ്ങൾ എങ്ങനെ നേടാം

അലി അബ്ദാൽ

വിവർത്തനം : കിരൺ സദാനന്ദൻ

MANJUL

മഞ്ജുൾ പബ്ലിഷിങ് ഹൗസ്

First published in India by

MANJUL

Manjul Publishing House

Corporate and Editorial Office

• 2nd Floor, Usha Preet Complex, 42 Malviya Nagar,
Bhopal 462 003 – India

Sales and Marketing Office

• C-16, Sector 3, Noida, Uttar Pradesh 201301 – India
Website: www.manjulindia.com

Distribution Centres

Ahmedabad, Bengaluru, Chennai, Kochi, Kolkata,
Hyderabad, Mumbai, New Delhi, Pune

Malayalam translation of *Feel Good Productivity* by Ali Abdaal

First published as Feel-Good Productivity in 2023
by Cornerstone Press, an imprint of Cornerstone.

Cornerstone is part of the Penguin Random House group of companies.

This edition first published in 2025

ISBN 978-93-7317-525-6

Translation by Kiran Sadanandan

Printed and bound in India by Repro India Limited

മിമിക്കും നാനിക്കും –
നിങ്ങളുടെ എല്ലാ സ്നേഹത്തിനും,
പിന്തുണയ്ക്കും, ത്യാഗങ്ങൾക്കും.

ഉള്ളടക്കം

ആമുഖം

'ക്രിസ്തുമസ് ആശംസകൾ, അലി. ആരെയും കൊല്ലാതിരിക്കാൻ ശ്രമിക്കുക.'

ഇങ്ങനെ പറഞ്ഞിട്ട് സാവധാനം എന്റെ മേധാവി ഫോൺ കട്ട് ചെയ്തു, രോഗികളുടെ ഒരു വാർഡ് മുഴുവനും തനിച്ച് കൈകാര്യം ചെയ്യുന്നതിനായി എന്നെ വിട്ടയച്ചു. ഞാൻ അടുത്തിടെ പഠിച്ചിറങ്ങിയ ഒരു ജൂനിയർ ഡോക്ടറാണ്. ഒരു തുടക്കക്കാരൻ എന്ന നിലയിൽ, മൂന്നാഴ്ച മുമ്പ് ഞാൻ ഒരു വീഴ്ച വരുത്തി : അവധിക്ക് അപേക്ഷിക്കാനുള്ള ഒരു ഫാറം പൂരിപ്പിച്ചു കൊടുക്കാൻ മറന്നു പോയി. അതിനാൽ ഇപ്പോൾ ഞാനിവിടെ, ക്രിസ്തുമസ് ദിനത്തിൽ, ഒരു ആശുപത്രി വാർഡിൽ ഒറ്റയ്ക്ക് ജോലി ചെയ്യുന്നു.

കാര്യങ്ങൾ മോശമായാണ് തുടങ്ങിയത്. ഉടൻ തന്നെ കൂടുതൽ വഷളാവുകയും ചെയ്തു. ഞാൻ ആശുപത്രിയിൽ എത്തിയപ്പോൾ, രോഗികളുടെ ചരിത്രങ്ങൾ, പരിശോധനാ ഫലങ്ങൾ, ഗർഭസംബന്ധ സ്കാൻ അഭ്യർത്ഥനകൾ എന്നിവയുടെ ഒരു കുമ്പാരം എന്നെ എതിരേറ്റു. ഇവയൊക്കെ ഞങ്ങളുടെ ഓൺ-കോൾ വികിരണ ചികിത്സാ വിദഗദ്ധനേക്കാൾ, പരിചയസമ്പന്നനായ ഒരു പുരാവസ്തു ഗവേഷകനാണ് കൂടുതൽ പ്രയോജനം ചെയ്യുക. നിമിഷങ്ങൾക്കുള്ളിൽ, അന്നത്തെ ആദ്യത്തെ അത്യാഹിത വിഭാഗ രോഗിയെ ഞാൻ അഭിമുഖീകരിച്ചു : കഠിനമായ ഹൃദയസ്തംഭനം മൂലം തളർന്നുപോയ അൻപതുകളിലുള്ള ഒരാൾ. പിന്നെ, ഒരു രോഗിക്ക് നിർബന്ധിത വയർ ഒഴിപ്പിക്കൽ (നിങ്ങൾക്ക് അറിയാമെങ്കിൽ മനസ്സിലാകും അതെങ്ങനെയാണെന്ന്) ആവശ്യമാണെന്ന് നഴ്സുമാരിൽ ഒരാൾ എന്നെ അറിയിച്ചു.

രാവിലെ 10:30-ന് ഞാൻ വാർഡിലെല്ലാം ഒന്നു കണ്ണോടിച്ചു. നഴ്സ് ജാനിസ് അല്പം പരിഭ്രാന്തിയോടെ ഇടനാഴി A-യിലൂടെ അങ്ങോട്ടും ഇങ്ങോട്ടും കുതിച്ചുകൊണ്ടിരുന്നു, അവളുടെ കൈകൾ ഐവി ഡ്രിപ്പുകളും മരുന്ന് ചാർട്ടുകളും കൊണ്ട് നിറഞ്ഞിരുന്നു. B ഇടനാഴിയിൽ, ഒരു വൃദ്ധനായ ശാഠ്യക്കാരൻ രോഗി തന്റെ കാണാതെ പോയ പല്ലുകൾക്കായി ഉറക്കെ നിലവിളിക്കുന്നുണ്ടായിരുന്നു. അത്യാഹിത വിഭാഗത്തിൽ നിന്ന് ചാടിയ, കുടിച്ചു ബോധം കെട്ട ഒരാൾ C ഇടനാഴിയിൽ 'ഒലിവ്! ഒലിവ്!'

എന്ന് ഉച്ചത്തിൽ വിളിച്ചു കൊണ്ട് അലഞ്ഞുതിരിയുന്നുണ്ടായിരുന്നു. (ഒലിവ് ആരാണെന്ന് എനിക്ക് ഇന്നുവരെ പിടികിട്ടിയിട്ടില്ല.) ഓരോ നിമിഷത്തിലും ആരെങ്കിലുമൊക്കെ ഒരു പുതിയ ആവശ്യം ഉന്നയിച്ചു കൊണ്ടിരുന്നു : 'ഡോ. അലി, നിങ്ങൾക്ക് മിസിസ് ജോൺസന്റെ പനി എങ്ങനെയുണ്ടെന്ന് പരിശോധിക്കാമോ?' 'ഡോ. അലി, നിങ്ങൾക്ക് മിസ്റ്റർ സിംഗിന്റെ വർദ്ധിച്ച പൊട്ടാസ്യത്തിന്റെ കാര്യത്തിൽ എന്തെങ്കിലും ചെയ്യാമോ?'

താമസിയാതെ ഞാൻ പരിഭ്രാന്തനാകാൻ തുടങ്ങുന്നതായി എനിക്ക് കാണാൻ കഴിഞ്ഞു. ഇങ്ങനെയെന്തെങ്കിലും കൈകാര്യം ചെയ്യുന്നതിന് വൈദ്യശാസ്ത്ര വിദ്യാലയം എന്നെ സജ്ജനാക്കിയിരുന്നില്ല. അതുവരെ, ഞാൻ വളരെ ഭേദപ്പെട്ട ഒരു വിദ്യാർത്ഥിയായിരുന്നു. യാത്ര കഠിനമാകുമ്പോഴെല്ലാം, എന്റെ ഉപായം ലളിതമായിരുന്നു : കൂടുതൽ കഠിനാധ്വാനം ചെയ്യുക. ഈ ഒരു ഉപായമാണ് ഏഴ് വർഷം മുമ്പ് എന്നെ വൈദ്യശാസ്ത്ര വിദ്യാലയത്തിൽ എത്തിച്ചത്. ഇത് സർവ്വകലാശാല ആനുകാലികങ്ങളിൽ ഒരു പിടി ലേഖനങ്ങൾ പ്രസിദ്ധീകരിക്കാൻ എന്നെ അനുവദിച്ചു. ഞാൻ പഠിക്കുന്ന സമയത്ത് ഒരു കച്ചവടം തുടങ്ങാൻ പോലും ഇത് എനിക്ക് സഹായകമായി. എനിക്ക് അറിയാവുന്ന ഉൽപാദനക്ഷമമായ ഏക സമ്പ്രദായം അച്ചടക്കമായിരുന്നു. അത് പ്രാവർത്തികവുമായിരുന്നു.

ഇപ്പോൾ അത് പ്രവർത്തിക്കുന്നില്ല എന്നതൊഴിച്ചാൽ. ഒരു ഡോക്ടറിന്റെ ജോലി തുടങ്ങി ഏതാനും മാസങ്ങൾ കഴിഞ്ഞപ്പോൾ ഞാൻ മുങ്ങിമരിക്കുന്നതുപോലെ എനിക്ക് തോന്നി. രാത്രി ഏറെ വൈകി ജോലി ചെയ്തിട്ടും എനിക്ക് ഞാൻ കാണേണ്ടത്ര രോഗികളെ കാണാനോ ആവശ്യമായ പേപ്പർ ജോലികൾ പൂർത്തിയാക്കാനോ കഴിഞ്ഞില്ല. എന്റെ മാനസികാവസ്ഥയും സങ്കടകരമായിരുന്നു; ഒരു ഡോക്ടറാകാനുള്ള എന്റെ മെഡിക്കൽ പരിശീലനം ഞാൻ ആസ്വദിച്ചിരുന്നു, പക്ഷേ യഥാർത്ഥ ജോലി തീർത്തും നിരാശാജനകമാണെന്ന് ഞാൻ കണ്ടെത്തി, ആരുടെയെങ്കിലും മരണത്തിന് കാരണമാകുന്ന ഒരു തെറ്റ് ഞാൻ ചെയ്തേക്കുമെന്ന് നിരന്തരം ആകുലപ്പെട്ടു. എന്റെ ഉറക്കം നഷ്ടപ്പെട്ടു, സൗഹൃദങ്ങൾ മങ്ങി, എന്റെ കുടുംബവുമായുള്ള സമ്പർക്കം കുറഞ്ഞു. ഞാൻ കഠിനാധ്വാനം ചെയ്യുന്നത് മാത്രം തുടർന്നുകൊണ്ടിരുന്നു.

കൂടാതെ ഇപ്പോൾ ഇങ്ങനെയും. ക്രിസ്തുമസ് ദിനം, ഒരു ആശുപത്രി വാർഡിൽ ഒറ്റയ്ക്ക്, എന്റെ ജോലി ശരിയായി നിർവ്വഹിക്കാൻ കഴിയാതെ.

പരവതാനി വിരിച്ച തറയിലേക്ക് മെഡിക്കൽ ഉപകരണങ്ങളുടെ ഒരു താലം, സിറിഞ്ചുകൾ പറത്തിക്കൊണ്ട് ഞാൻ താഴെയിട്ടപ്പോൾ കാര്യങ്ങളുടെ പോക്ക് പന്തിയല്ലെന്ന സ്ഥിതിയെത്തി. എന്റെ നനഞ്ഞ കുപ്പായത്തിലേക്ക് ഞാൻ നിരാശയോടെ നോക്കവേ, പ്രശ്നപരിഹാരം കാണേണ്ടതുണ്ടെന്ന് ഞാൻ തിരിച്ചറിഞ്ഞു – അല്ലെങ്കിൽ ഒരു ശസ്ത്രക്രിയാ വിദഗ്ദ്ധനാകാനുള്ള എന്റെ സ്വപ്നം കൈ വിട്ടു പോകും.

അന്ന് രാത്രി, ഞാൻ സ്റ്റെതസ്കോപ്പ് മാറ്റിവെച്ച്, ഒരു പലഹാരവും കൈയിലെടുത്ത് ലാപ്ടോപ്പ് തുറന്നു. ഒരിക്കൽ ഞാൻ വളരെ ഉൽപാദനക്ഷമതയുള്ളവനായിരുന്നു, ഞാൻ ചിന്തിച്ചു. എനിക്കെന്താണ് സംഭവിച്ചത്? വൈദ്യശാസ്ത്ര വിദ്യാലയത്തിലെ എന്റെ ആദ്യ വർഷത്തിൽ, ഞാൻ ഉൽപാദനക്ഷമതയുടെ രഹസ്യങ്ങളിൽ അതീവതൽപ്പരനായി. മികച്ച പ്രകടനത്തിലേക്കുള്ള വഴികൾ വാഗ്ദാനം ചെയ്യുന്ന നൂറുകണക്കിന് ലേഖനങ്ങൾ, ബ്ലോഗ് എഴുത്തുകൾ, വീഡിയോകൾ എന്നിവയിൽ നിന്ന് കുറിപ്പുകൾ തയ്യാറാക്കിക്കൊണ്ട് ഞാൻ പല രാത്രികൾ ഉണർന്നിരുന്നു. എല്ലാ ഗുരുക്കന്മാരും കഠിനാധ്വാനത്തിന്റെ പ്രാധാന്യം ഊന്നിപ്പറഞ്ഞു. മുഹമ്മദ് അലിയുടെ ഒരു ഉദ്ധരണി പലപ്പോഴും ഉയർന്നു വന്നു : 'പരിശീലനത്തിന്റെ ഓരോ നിമിഷവും ഞാൻ വെറുത്തു, പക്ഷേ ഞാൻ പറഞ്ഞു, "വിട്ടുകൊടുക്കരുത്. ഇപ്പോൾ കഷ്ടപ്പെടുക, എന്നിട്ട് നിങ്ങളുടെ ശിഷ്ടകാലം മുഴുവൻ ഒരു വിജയി ആയി ജീവിക്കുക." '

ക്രിസ്തുമസ് ദിനം പോരാട്ടത്തിന്റെ നാളായി മാറിയപ്പോൾ, ഞാൻ എന്റെ പഴയ കുറിപ്പുകൾ ശ്രദ്ധാപൂർവ്വം വായിച്ചുകൊണ്ട് ഉണർന്നിരുന്നു, അവിടെയാണോ എനിക്ക് തെറ്റ് സംഭവിച്ചതെന്നറിയാൻ. ഞാൻ എന്റെ പഴയ *തൊഴിൽ ധാർമ്മികത* വീണ്ടെടുത്താൽ മതിയാകുമോ? എന്നാൽ, കൂടുതൽ കാര്യങ്ങൾ ചെയ്യണമെന്ന ദൃഢനിശ്ചയം ചെയ്ത് അടുത്ത ദിവസം ഞാൻ ജോലിയിൽ തിരികെയെത്തിയിട്ടും ഒരു വ്യത്യാസവും ഉണ്ടായില്ല. അർദ്ധരാത്രി വരെ ഞാൻ വാർഡിൽ ചിലവഴിച്ചിട്ടും – എന്റെ ശൌചാലയ ഇടവേളകളിൽ ഞാൻ മുഹമ്മദ് അലിയുടെ വരികൾ എന്നോട് തന്നെ ഉരുവിട്ടിട്ട് പോലും – എനിക്ക് എന്റെ പേപ്പർ ജോലികളിൽ എന്തെങ്കിലും വേഗത കൈവരിക്കാൻ കഴിഞ്ഞില്ല. എന്നിൽ നിന്ന് രോഗികൾക്ക് കിട്ടിയത് ക്ഷീണിച്ചതും പ്രവർത്തനക്ഷമമല്ലാത്തതുമായ ഒരു അലിയുടെ പതിപ്പായിരുന്നു. അപ്പോഴും ക്രിസ്തുമസ് ആഘോഷത്തിന്റെ പ്രകടമായ അഭാവം എന്നിൽ തെളിഞ്ഞു കാണുന്നുണ്ടായിരുന്നു.

എന്റെ ഇതുവരെയുള്ളതിൽ വെച്ച് ഏറ്റവും കഠിനമായ ദിവസത്തിന്റെ അന്ത്യത്തിൽ, ഞാൻ പൂർണ്ണമായും മുങ്ങിത്താഴ്ന്നതായി അനുഭവപ്പെട്ടു. പിന്നീട് എവിടുന്നെന്നില്ലാതെ, എന്റെ പഴയ അദ്ധ്യാപകനായ ഡോ. ബാർക്ലേയുടെ ജ്ഞാനവചനങ്ങളിൽ ചിലത് ഞാൻ ഓർത്തു. 'ചികിത്സ ഫലിക്കുന്നില്ലെങ്കിൽ, രോഗനിർണ്ണയത്തെ സംശയിക്കുക.'

സാവധാനം, എന്നാൽ പിന്നീട് എല്ലാം ഒറ്റയടിക്ക്, ഞാൻ ആഗിരണം ചെയ്ത എല്ലാ ഉൽപാദനക്ഷമത ഉപദേശങ്ങളെയും ഞാൻ സംശയിക്കാൻ തുടങ്ങി. വിജയിക്കുന്നതിന് യഥാർത്ഥത്തിൽ കഷ്ട പ്പാടുകൾ ആവശ്യമാണോ? ശരിക്കും എന്താണ് 'വിജയം'? കഷ്ടപ്പാടുകൾ സുസ്ഥിരം പോലുമാണോ? കാര്യങ്ങൾ ചെയ്ത തീർക്കുന്നതിന് സംഭ്രമം തോന്നൽ ഗുണകരമാകുമെന്ന ചിന്ത യുക്തി സഹജമാണോ

എന്തെങ്കിലും നേടാനായി ഞാൻ എന്റെ ആരോഗ്യവും സന്തോഷവും പകരം വെയ്ക്കേണ്ടതുണ്ടോ?

എനിക്ക് ഏതാനും മാസങ്ങൾ വേണ്ടിവരും. എന്നാൽ, ഞാൻ ഒരു വെളിപാടിലേക്കുള്ള വഴിയിലായിരുന്നു : വിജയത്തെക്കുറിച്ച് ഞാൻ കേട്ടതെല്ലാം തെറ്റാണെന്ന്. ഒരു നല്ല ഡോക്ടറാകുക എന്ന വഴിയിൽ എനിക്ക് മുന്നേറാൻ കഴിഞ്ഞില്ല. കൂടുതൽ കഠിനാധ്വാനം ചെയ്യുന്നത് എനിക്ക് സന്തോഷം നൽകാൻ പോകുന്നില്ല. എന്നാൽ സഫലീകരണത്തിന് മറ്റൊരു വഴി ഉണ്ടായിരുന്നു : നിരന്തരമായ വ്യാകുലതയോ ഉറക്കമില്ലാത്ത രാത്രികളോ ഉത്കണ്ഠാകരമായ അളവിൽ ലഹരിക്കു മേലുള്ള ആശ്രയമോ ഉൾപ്പെടാത്ത ഒന്ന്.

എല്ലാ ഉത്തരങ്ങളും എന്റെ പക്കൽ ഉണ്ടായിരുന്നില്ല, ഒരു തരത്തിലും. എന്നാൽ ആദ്യമായി, ഒരു ബദൽ സമീപനത്തിന്റെ തുടക്കം കുറിക്കാൻ എനിക്ക് കഴിഞ്ഞു. ക്ഷീണിപ്പിക്കുന്ന കഠിനാധ്വാനത്തെ ആശ്രയിക്കാത്ത, എന്നാൽ എങ്ങനെയാണ് കഠിനാധ്വാനം മികച്ചതായി അനുഭവപ്പെടുന്നതെന്ന് മനസ്സിലാക്കുന്ന ഒരു സമീപനം. ആദ്യം എന്റെ സൗഖ്യത്തിൽ ശ്രദ്ധ കേന്ദ്രീകരിച്ച്, രണ്ടാമത് ആ സൗഖ്യം ഉപയോഗിച്ച് എന്റെ ശ്രദ്ധയും പ്രചോദനവും നയിക്കുന്ന ഒരു സമീപനം. *സുഖ-അനുഭവമായ ഉൽപാദനപരത* എന്നു ഞാൻ വിളിച്ചു പോരുന്ന ഒരു സമീപനം.

സുഖ-അനുഭവമായ ഉൽപാദനപരതയുടെ അതിശയകരമായ രഹസ്യങ്ങൾ

മെഡിക്കൽ കോളേജിൽ പഠിക്കുമ്പോൾ, ഉൽപാദനക്ഷമതയോടുള്ള എന്റെ അഭിനിവേശം ഒരു മനഃശാസ്ത്ര ബിരുദം നേടുന്നതിന് ഒരു അധിക

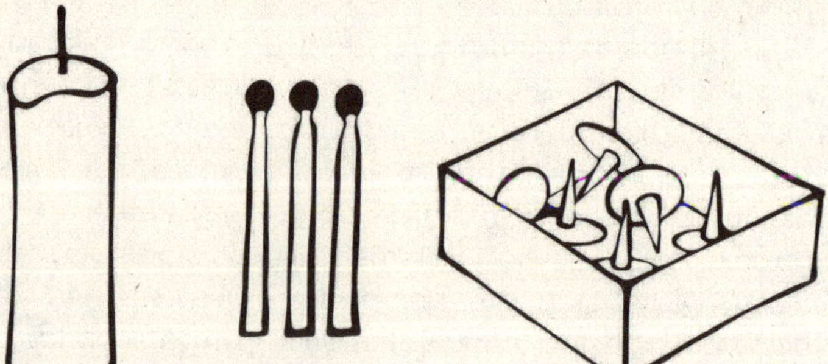

വർഷം ചെലവഴിക്കാൻ എന്നെ പ്രേരിപ്പിച്ചു. സുഖ-അനുഭവ ഉൽപാദന

പരതയുടെ വിവിധ ഭാഗങ്ങൾ ചേർത്തു വെക്കാൻ തുടങ്ങവേ, ഞാൻ പരീക്ഷിച്ച ഒരു പഠനം ഞാൻ ഓർത്തു – ഒരു മെഴുകുതിരി, ഒരു കൂട്ടം തീപ്പെട്ടിക്കൊള്ളികൾ, ഒരു പെട്ടി മൊട്ടുസൂചി എന്നിവ ഉൾപ്പെടുന്ന ഒന്ന്.

ഈ മൂന്നു വസ്തുക്കളും മുന്നിലുള്ള നിങ്ങളെ സങ്കൽപ്പിക്കുക. മെഴുകുതിരി കത്തിക്കുമ്പോൾ മെഴുക് താഴെയുള്ള മേശയിലേക്ക് വീഴാത്ത വിധത്തിൽ മെഴുകുതിരിയെ ഭിത്തിയിലുള്ള പലകയിൽ ഘടിപ്പിക്കുക എന്നതാണ് നിങ്ങളുടെ ചുമതല. നിങ്ങൾ ഈ കാര്യങ്ങളെക്കുറിച്ച് വിഷമിച്ചു ചിന്തിച്ച്, വസ്തുക്കൾ കൈയ്യിലെടുത്ത് തിരിച്ചും മറിച്ചും നോക്കുന്നു. പരിഹാരം നിങ്ങൾക്ക് ആലോചിക്കാമോ?

ഈ പ്രശ്നത്തെ നേരിടുമ്പോൾ, മിക്ക ആളുകളും മെഴുകുതിരി, തീപ്പെട്ടിക്കൊള്ളികൾ, മൊട്ടുസൂചി എന്നിവ മാത്രമേ പരിഗണിക്കൂ. എന്നാൽ ഏറെ നൂതനമായ ചിന്താശേഷി ഉള്ളവർ മൊട്ടുസൂചി കൂടിന്റെ സാധ്യതകൾ തിരിച്ചറിയുന്നു. മൊട്ടുസൂചി കൂടിനെ കേവലം ഒരു കൂടായി മാത്രം കാണാതെ, ഒരു മെഴുകുതിരി വാഹകമായി കാണുന്നതാണ് ഈ വിഷമപ്രശ്നത്തിനുള്ള ഏറ്റവും മികച്ച പരിഹാരം.

ഇതാണ് 'മെഴുകുതിരി പ്രശ്നം', സർഗ്ഗാത്മക ചിന്തയുടെ ഒരു അത്യുത്തമമായ പരീക്ഷണം. കാൾ ഡങ്കർ ആദ്യമായി വികസിപ്പിച്ച, മരണാനന്തരം 1945-ൽ പ്രസിദ്ധീകരിച്ച ഇത്, ഗ്രഹണപാടവത്തിലുള്ള വഴക്കം മുതൽ സമ്മർദ്ദം മൂലമുള്ള മനഃശാസ്ത്രപരമായ തിക്തഫലം വരെ എല്ലാം പരിശോധിക്കുന്ന എണ്ണമറ്റ പഠനങ്ങളിൽ ഉപയോഗിച്ചു. 1970-കളുടെ അവസാനത്തിൽ, വൈകാരികസ്ഥിതി ആളുകളുടെ സർഗ്ഗാത്മകതയെ എങ്ങനെ ബാധിക്കുന്നു എന്ന് പഠിക്കുന്ന പ്രബലമായ ഒരു പരീക്ഷണത്തിന്റെ അടിസ്ഥാനമായി മനഃശാസ്ത്രജ്ഞയായ ആലീസ് ഐസെൻ ഇത് ഉപയോഗിച്ചു.

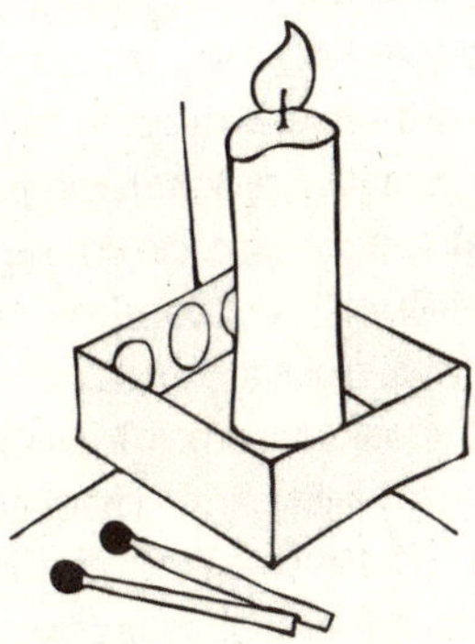

തന്റെ സന്നദ്ധപ്രവർത്തകരെ രണ്ട് സംഘങ്ങളായി തിരിച്ചു കൊണ്ടാണ് ഐസെൻ തുടങ്ങിയത്. മെഴുകുതിരി പ്രശ്നത്തെ നേരിടുന്നതിന് മുമ്പ് ഒരു സംഘത്തിന് ഒരു ചെറിയ സമ്മാനം നൽകി – ഒരു

കൂട് മിഠായി. അങ്ങനെയൊരു പ്രോത്സാഹനമില്ലാതെയാണ് മറ്റേ സംഘം പണി തുടങ്ങിയത്. മധുരം ലഭിച്ചവർ പ്രശ്നപരിഹാരത്തിന് പരിശ്രമിക്കുമ്പോൾ അവർക്ക് കൂടുതൽ സകാരാത്മകമായ മാനസികാവസ്ഥ ഉണ്ടെന്നതാണ് സിദ്ധാന്തം. ഐസെൻ രസകരമായ ഒരുകാര്യം കണ്ടെത്തി : സമ്മാനം ലഭിച്ചവരുടെ മാനസികാവസ്ഥ മെഴുകുതിരി പ്രശ്നം പരിഹരിക്കുന്നതിൽ മറ്റുള്ളവരിൽ നിന്നും കുറച്ചുകൂടെ കാര്യമായി തന്നെ വിജയം കണ്ടു.

എന്റെ മനഃശാസ്ത്ര ബിരുദകാലത്ത് ഐസന്റെ പരീക്ഷണത്തെക്കുറിച്ച് ഞാൻ ആദ്യമായി വായിച്ചപ്പോൾ, എനിക്ക് അത് രസകരമായാണ് തോന്നിയതെങ്കിലും വിപ്ലവാത്മകമായി അനുഭവപ്പെട്ടില്ല. വ്യക്തിപരമായി, ഒരു മെഴുകുതിരി ഒരു ഭിത്തിയിൽ പിടിപ്പിക്കാനുള്ള അമിതമായ ആഗ്രഹം എനിക്ക് ഒരിക്കലും ഉണ്ടായിട്ടില്ല. എന്നാൽ ഒരു ജൂനിയർഡോക്ടറായതിനുശേഷം അതിലേക്ക്തിരിഞ്ഞുനോക്കുമ്പോൾ, ഐസന്റെ ഉൾക്കാഴ്ച വളരെ അഗാധമാണെന്ന് ഞാൻ മനസ്സിലാക്കി. സൌഖ്യം തോന്നുന്നത് സുഖം അനുഭവിക്കുന്നതോടു കൂടി അവസാനിക്കുന്നില്ലെന്ന് അത് ചൂണ്ടിക്കാണിച്ചു. അത് യഥാർത്ഥത്തിൽ നമ്മുടെ ചിന്താരീതികളെയും പെരുമാറ്റരീതികളെയും മാറ്റുന്നു.

സകാരാത്മകമായ വികാരങ്ങൾ നമ്മുടെ പല ഗ്രാഹക പ്രക്രിയകളെയും എങ്ങനെ ബാധിക്കുന്നുവെന്ന് പര്യവേക്ഷണം ചെയ്യുന്ന ഗവേഷണ തരംഗത്തിന്റെ മൂലക്കല്ലായി ഈ പഠനം മാറിയെന്ന് ഞാൻ ഇപ്പോൾ മനസ്സിലാക്കുന്നു. നമ്മൾ സകാരാത്മകമായ വൈകാരിക സ്ഥിതിയിൽ ആയിരിക്കുമ്പോൾ, നമ്മൾ വിശാല പരിധിയിലുള്ള കർമ്മങ്ങളെ പരിഗണിക്കുകയും, പുതിയ അനുഭവങ്ങൾക്കായി കൂടുതൽ സുതാര്യരായിരിക്കുകയും, നമുക്ക് ലഭിക്കുന്ന വിവരങ്ങൾ മികച്ച രീതിയിൽ സമന്വയിപ്പിക്കുകയും ചെയ്യുന്നുവെന്ന് ഇത് തെളിയിച്ചു. മറ്റൊരു വിധത്തിൽ പറഞ്ഞാൽ, നല്ല അനുഭവം നമ്മുടെ സർഗ്ഗാത്മകതയെയും ഉൽപാദനക്ഷമതയെയും വർദ്ധിപ്പിക്കുന്നു.

ഇത് എങ്ങനെ കൃത്യമായി പ്രവർത്തിക്കുന്നുവെന്ന് പര്യവേക്ഷണം ചെയ്ത ആദ്യത്തെ ആളുകളിൽ ഒരാൾ ബാർബറ ഫ്രെഡ്രിക്സൺ ആയിരുന്നു. ചാപ്പൽ ഹില്ലിലെ നോർത്ത് കരോലിന സർവ്വകലാശാലയിലെ പ്രൊഫസറായ ഫ്രെഡ്രിക്സൺ, സകാരാത്മക മനഃശാസ്ത്രത്തിലെ മുൻനിര വ്യക്തികളിൽഒരാളാണ്,സന്തോഷംമനസ്സിലാക്കുന്നതിലുംപ്രോത്സാഹിപ്പിക്കുന്നതിലും ശ്രദ്ധ കേന്ദ്രീകരിക്കുന്ന താരതമ്യേന പുതുതായ ഒരു മനഃശാസ്ത്ര ശാഖയാണ് ഇത്. 1990-കളുടെ അവസാനം, സകാരാത്മക വികാരങ്ങളുടെ 'വിശാലമാക്കൽ-പടുത്തുയർത്തൽ' (broaden-and-build) സിദ്ധാന്തം ഫ്രെഡ്രിക്സൺ മുന്നോട്ടു വെച്ചു.

വിശാലമാക്കൽ-പടുത്തുയർത്തൽ സിദ്ധാന്തമനുസരിച്ച്, സകാരാത്മക വികാരങ്ങൾ നമ്മുടെ അവബോധത്തെ 'വിശാലമാക്കുകയും' നമ്മുടെ വൈജ്ഞാനികവും സാമൂഹികവുമായ ഉറവിടങ്ങളെ 'പടുക്കുകയും'

ചെയ്യുന്നു. സകാരാത്മക വികാരങ്ങളുടെ പെട്ടെന്നു കാണാവുന്ന ഫലത്തെയാണ് *വിശാലമാക്കുക* എന്നതുകൊണ്ട് സൂചിപ്പിക്കുന്നത് : നമുക്ക് സുഖം തോന്നുമ്പോൾ, നമ്മുടെ മനസ്സ് തുറക്കുന്നു, നമ്മൾ കൂടുതൽ വിവരങ്ങൾ ശേഖരിക്കുന്നു, നമുക്ക് ചുറ്റുമുള്ള കൂടുതൽ സാധ്യതകൾ കാണുന്നു. മെഴുകുതിരി പ്രശ്നം പരിഗണിച്ചു നോക്കുക : അതിൽ പങ്കെടുത്തവർ നല്ല ഒരു വൈകാരിക അവസ്ഥയിലായിരുന്നപ്പോൾ, വിശാലമായ വീക്ഷണപരിധിയോടെ പരിഹാര സാദ്ധ്യതകൾ കാണാൻ പ്രാപ്തരായിരുന്നു.

പടുക്കുക എന്നത് സകാരാത്മക വികാരങ്ങളുടെ ദീർഘകാല ഫലങ്ങളെ സൂചിപ്പിക്കുന്നു. നാം സകാരാത്മക വികാരങ്ങൾ അനുഭവിക്കുമ്പോൾ, ഭാവിയിൽ നമ്മെ സഹായിക്കാൻ കഴിയുന്ന മാനസികവും വൈകാരികവുമായ വിഭവങ്ങളുടെ ഒരു ശേഖരണി നമ്മൾ നിർമ്മിക്കുന്നു – പ്രതിരോധശേഷി, സർഗ്ഗാത്മകത, പ്രശ്നപരിഹാര കഴിവുകൾ, സാമൂഹിക ബന്ധങ്ങൾ, ശാരീരിക ആരോഗ്യം തുടങ്ങിയ വിഭവങ്ങൾ. കാലക്രമേണ, ഈ രണ്ട് പ്രക്രിയകളും പരസ്പരം ശക്തിപ്പെടുത്തുകയും സകാരാത്മകത, വളർച്ച, വിജയം എന്നിവയാൽ മുകളിലേക്ക് ഒരു സർപ്പിളം സൃഷ്ടിക്കുകയും ചെയ്യുന്നു.

സകാരാത്മക വികാരങ്ങൾ മനുഷ്യന്റെ അഭിവൃദ്ധിയാകുന്ന യന്ത്രത്തെ നയിക്കുന്ന ഇന്ധനമാണ്.

സകാരാത്മക വികാരങ്ങൾക്ക് നമ്മുടെ ജീവിതത്തിലുള്ള പങ്ക് മനസ്സിലാക്കുന്നതിന് തികച്ചും ഒരു പുതിയ മാർഗ്ഗം ഈ സിദ്ധാന്തം നിർദ്ദേശിക്കുന്നു. അവ അനന്തരഫലങ്ങളില്ലാതെ വന്നുപോകുന്ന കേവലം വികാരങ്ങൾ അല്ല. അവ നമ്മുടെ വൈജ്ഞാനിക പ്രവർത്തനത്തിനും സാമൂഹിക ബന്ധങ്ങൾക്കും നമ്മുടെ മൊത്തത്തിലുള്ള ക്ഷേമത്തിനും അവിഭാജ്യമാണ്. സകാരാത്മക വികാരങ്ങൾ മനുഷ്യന്റെ അഭിവൃദ്ധിയുടെ യന്ത്രത്തെ നയിക്കുന്ന ഇന്ധനമാണ്.

എന്തുകൊണ്ടാണ് സുഖ-അനുഭവ ഉൽപാദനപരത പ്രവർത്തിക്കുന്നത്

വിശാലമാക്കുകയും-പടുക്കുകയും ചെയ്യുന്നതിനെക്കുറിച്ച് ഞാൻ ആദ്യം പഠിക്കാൻ തുടങ്ങിയപ്പോൾ, എന്റെ ജീവിതത്തെക്കുറിച്ചുള്ള വ്യത്യസ്തമായ ചിന്താരീതിയുടെ ഒരു കാഴ്ച എനിക്ക് ലഭിച്ചു. കഠിനപ്രയത്നം ചെയ്ത് തള്ളിക്കയറിയാൽ ഞാൻ ആഗ്രഹിച്ച കാര്യങ്ങൾ നേടിയെടുക്കാൻ കഴിയുമെന്ന് വർഷങ്ങളോളം ഞാൻ കരുതിയിരുന്നു. ഞാൻ ഒരു

നല്ല ഡോക്ടറാകാൻ ആഗ്രഹിക്കുന്നുണ്ടെങ്കിൽ, എന്റെ മുന്നോട്ടുള്ള ജീവിതം നിർവ്വചിക്കപ്പെടുക ചോര നീരാക്കി, വിശ്രമമില്ലാതെയുള്ള അദ്ധ്വാനത്താലാണ്.

ഇപ്പോൾ, എനിക്ക് മറ്റൊരു വഴി കാണാൻ കഴിഞ്ഞു. ഫ്രെഡ്രിക്സന്റെ സിദ്ധാന്തം സൂചിപ്പിക്കുന്നത് സകാരാത്മക വികാരങ്ങൾ നമ്മുടെ തലച്ചോറിന്റെ പ്രവർത്തന രീതിയെ മാറ്റുന്നു എന്നാണ്. ഘട്ടം ഒന്ന് സംതൃപ്തമായിരിക്കുക എന്നതാണ്. ഘട്ടം രണ്ട് നമുക്ക് പ്രധാനപ്പെട്ടവ കൂടുതൽ ചെയ്യുക എന്നതാണ്.

പക്ഷെ എന്തുകൊണ്ട്? ഞാൻ അതിശയിച്ചു. ഞാൻ കൂടുതൽ വായിക്കുംതോറും വിശദീകരണങ്ങൾ വ്യത്യസ്തമാണെന്ന് ഞാൻ മനസ്സിലാക്കി – ചില സന്ദർഭങ്ങളിൽ അവ്യക്തവും. എന്നാൽ ശാസ്ത്രജ്ഞർ ഏതാനും ചില ഉത്തരങ്ങളിൽ ശ്രദ്ധ കേന്ദ്രീകരിക്കാൻ തുടങ്ങിയിട്ടുണ്ട്.

ഒന്നാമതായി, **സൌഖ്യം തോന്നുമ്പോൾ നമ്മുടെ ഊർജ്ജം വർദ്ധിക്കുന്നു.** നമ്മളിൽ ഭൂരിഭാഗം പേർക്കും ശാരീരികമോ ജൈവികമോ അല്ലാത്ത ഒരു ഊർജ്ജം അനുഭവപ്പെട്ടിട്ടുണ്ട്, അത് പഞ്ചസാരയിൽ നിന്നോ അന്നജത്തിൽ നിന്നോ വരുന്നതല്ല, മറിച്ച് പ്രചോദനം, ശ്രദ്ധ, ആവേശം എന്നിവയുടെ ഒരു മിശ്രിതത്തിൽ നിന്നാണ്. നിങ്ങൾ പ്രത്യേക ശ്രദ്ധയോടെ ഒരു കർത്തവ്യത്തിൽ മുഴുകുമ്പോഴോ അല്ലെങ്കിൽ പ്രചോദനം നൽകുന്ന ആളുകളാൽ ചുറ്റപ്പെടുമ്പോഴോ നിങ്ങൾക്ക് അനുഭവപ്പെടുന്ന ഊർജ്ജമാണിത്. ഈ ഊർജ്ജത്തിന് പല പേരുകളുണ്ട്. മനഃശാസ്ത്രജ്ഞർ ഇതിനെ 'വൈകാരിക', 'ആത്മീയ', 'മാനസിക' അല്ലെങ്കിൽ 'പ്രചോദക' ഊർജ്ജം എന്ന് നാമകരണം ചെയ്തിരിക്കുന്നു; നാഡീവിഭാഗ ശാസ്ത്രജ്ഞർ ഇതിനെ 'ആവേശം', 'സജീവത്വം' അല്ലെങ്കിൽ 'ഊർജ്ജസ്വലമായ ഉത്തേജനം' എന്നും. എന്നാൽ ഇതിന് എന്ത് പേരിടണം എന്നതിൽ ഗവേഷകർക്ക് യോജിക്കാൻ കഴിയുന്നില്ലെങ്കിലും, ഇത് നമ്മെക്കൊണ്ട് ശ്രദ്ധ കേന്ദ്രീകരിപ്പിക്കുകയും നമ്മുടെ ലക്ഷ്യങ്ങൾ പിന്തുടരാൻ പ്രചോദിപ്പിക്കുകയും ഉത്തേജിപ്പിക്കുകയും ചെയ്യുന്നുവെന്ന് അവർ സമ്മതിക്കുന്നു.

അപ്പോൾ ഈ നിഗൂഢ ഊർജ്ജത്തിന്റെ ഉറവിടം എന്താണ്? ഹ്രസ്വ ഉത്തരം : *സുഖം അനുഭവിക്കൽ.* സകാരാത്മക വികാരങ്ങൾ നാല് ഹോർമോണുകളുമായി ബന്ധപ്പെട്ടിരിക്കുന്നു – എൻഡോർഫിനുകൾ, സെറോടോണിൻ, ഡോപാമൈൻ, ഓക്സിടോസിൻ – ഇവയെ പലപ്പോഴും 'സുഖ-അനുഭവ ഹോർമോണുകൾ' എന്ന് നാമകരണം ചെയ്യപ്പെട്ടിരിക്കുന്നു. അവയെല്ലാം കൂടുതൽ കാര്യങ്ങൾ നിർവ്വഹിക്കാൻ നമ്മെ അനുവദിക്കുന്നു. ശാരീരികമായ പ്രവർത്തനങ്ങളിലോ സമ്മർദ്ദത്തിലോ വേദനയിലോ പലപ്പോഴും എൻഡോർഫിനുകൾ ഉൽപാദിപ്പിക്കപ്പെടുകയും, സന്തോഷിപ്പിക്കുന്നതും അസ്വസ്ഥതയെ കുറയ്ക്കുന്നതുമായ അനുഭവങ്ങൾ ഉണ്ടാക്കുകയും ചെയ്യുന്നു – മാത്രമല്ല ഇതിന്റെ ഉയർന്ന അളവുകൾ സാധാരണയായി വർദ്ധിച്ച ഊർജ്ജവും പ്രചോദനവുമായി ബന്ധപ്പെട്ടി

രിക്കുന്നു. സെറോടോണിൻ മാനസികാവസ്ഥ, ഉറക്കം, വിശപ്പ്, സൌഖ്യത്തിന്റെ ആകമാനമായ വികാരങ്ങൾ എന്നിവയുമായി ബന്ധപ്പെട്ടിരിക്കുന്നു; അത് നമ്മുടെ സംതൃപ്താവസ്ഥയുടെ അടിസ്ഥാനമുറപ്പിക്കുകയും ജോലികൾ കാര്യക്ഷമമായി നേരിടാനുള്ള ഊർജ്ജം നൽകുകയും ചെയ്യുന്നു. ഡോപാമൈൻ, അല്ലെങ്കിൽ 'പ്രതിഫല' ഹോർമോൺ, പ്രചോദനവും ആനന്ദവുമായി ബന്ധപ്പെട്ടിരിക്കുന്നു, അതിന്റെ ഉൽപാദനം കൂടുതൽ നേരം ശ്രദ്ധ കേന്ദ്രീകരിക്കാൻ തക്കവിധം നമ്മെ അനുവദിക്കുന്ന ഒരു സംതൃപ്തി നൽകുന്നു. 'സ്നേഹ' ഹോർമോൺ എന്നറിയപ്പെടുന്ന ഓക്സിടോസിൻ, സാമൂഹിക ഐക്യപ്പെടൽ, വിശ്വാസവും ബന്ധവും കെട്ടിപ്പടുക്കൽ എന്നിവയുമായി ചേർന്നു നിൽക്കുന്നു, ഇത് മറ്റുള്ളവരുമായി യോജിച്ചു പോകാനുള്ള നമ്മുടെ കഴിവ് വർദ്ധിപ്പിക്കുകയും, നമ്മുടെ വൈകാരികസ്ഥിതി ഉത്തേജിപ്പിക്കുകയും, അതുവഴി നമ്മുടെ ഉൽപാദനക്ഷമതയെ സ്വാധീനിക്കുകയും ചെയ്യുന്നു.

ഇതെല്ലാം അർത്ഥമാക്കുന്നത് ഈ സുഖാനുഭവ ഹോർമോണുകൾ ഒരു സന്മാർഗ്ഗ ചക്രത്തിന്റെ ആരംഭ ബിന്ദുവാണെന്നാണ്. നമുക്ക് സൌഖ്യം അനുഭവപ്പെടുമ്പോൾ, നാം ഊർജ്ജം ഉൽപാദിപ്പിക്കുന്നു, ഇത് നമ്മുടെ ഉൽപാദനക്ഷമത വർദ്ധിപ്പിക്കുന്നു. ഈ ഉൽപാദനക്ഷമത, നേട്ടങ്ങളെക്കുറിച്ചുള്ള അനുഭവബോദ്ധ്യങ്ങളിലേക്ക് നയിക്കുന്നു, അത് നമ്മിൽ ആകമാനം വീണ്ടും സുഖാനുഭൂതി ഉണ്ടാക്കുന്നു.

രണ്ടാമതായി, **സുഖം തോന്നുന്നത് നമ്മുടെ സമ്മർദ്ദം കുറയ്ക്കും** എന്നുള്ളതാണ്. വിശാലമാക്കൽ-പടുത്തുയർത്തൽ സിദ്ധാന്തത്തിന് പുറമേ, 'തിരിച്ചെടുക്കപ്പെടൽ സിദ്ധാന്തം' (അൺഡൂയിംഗ് ഹൈപ്പോതെസിസ്) എന്ന് മനഃശാസ്ത്രജ്ഞർ വിളിക്കുന്ന മറ്റൊന്നും ബാർബറ

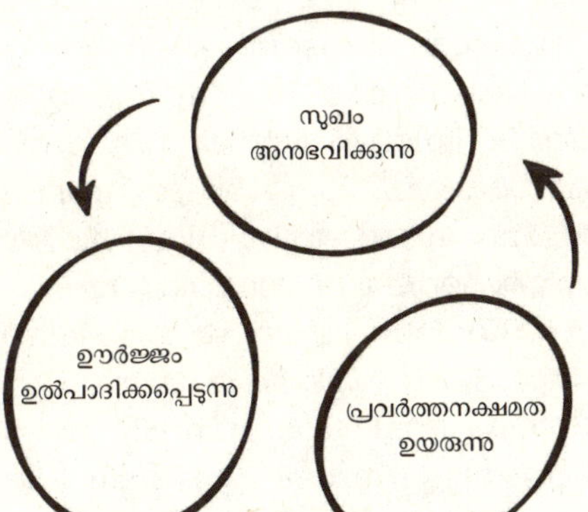

ഫ്രെഡ്രിക്സൺ വികസിപ്പിച്ചെടുത്തു. നിഷേധാത്മക വികാരങ്ങൾ അഡ്രിനാലിൻ, കോർട്ടിസോൾ തുടങ്ങിയ സമ്മർദ്ദ ഹോർമോണുകളുടെ

പ്രകാശനത്തിന് കാരണമാകുമെന്ന് കാണിക്കുന്ന പതിറ്റാണ്ടുകളായി നടക്കുന്ന ഗവേഷണങ്ങളിൽ ഫ്രെഡ്രിക്സണും അവരുടെ സഹപ്രവർത്തകരും തത്പരരായി. ഇത് ഹ്രസ്വകാലത്തേക്ക് ഒരു പ്രശ്നമല്ല; അപകടത്തിൽ നിന്ന് രക്ഷപ്പെടാൻ നമ്മെ പ്രേരിപ്പിക്കുന്ന സംവിധാനമാണിത്. എന്നാൽ ഈ നിഷേധാത്മക സംവേദനങ്ങൾ നാം കൂടെക്കൂടെ അനുഭവിക്കുകയാണെങ്കിൽ, നാം ഉത്കണ്ഠയിൽ അകപ്പെടുകയും നമ്മുടെ ശാരീരിക ആരോഗ്യം തകരാറിലാകുകയും ചെയ്യും. ഈ ഹോർമോണുകളുടെ തുടർച്ചയായ ഉത്തേജനം, ഹൃദ്രോഗവും ഉയർന്ന രക്തസമ്മർദ്ദവും വളരുന്നതിനുള്ള സാധ്യത വർദ്ധിപ്പിക്കും. അത് നന്നല്ല.

ഫ്രെഡ്രിക്സൺ മറുവശത്തെക്കുറിച്ച് ആശ്ചര്യപ്പെട്ടു : നിഷേധാത്മക വികാരങ്ങൾക്ക് ഈ ദോഷകരമായ ശാരീരിക ഫലങ്ങൾ ഉണ്ടെങ്കിൽ, ഒരുപക്ഷേ സകാരാത്മക വികാരങ്ങൾക്ക് അവയെ പിന്നോട്ട് തിരിച്ചു കൊണ്ടുവരാനായേക്കും. സൌഖ്യം അനുഭവിക്കുന്നത് നാഡീവ്യവസ്ഥയെ 'പുനഃസജ്ജമാക്കുകയും' ശരീരത്തെ കൂടുതൽ ശാന്തമായ അവസ്ഥയിലാക്കുകയും ചെയ്യേക്കുമോ?

ഇത് പരിശോധിക്കാൻ, ഫ്രെഡ്രിക്സൺ സാമാന്യം നിർദ്ദയമായ ഒരു പഠനവുമായി മുന്നോട്ടുവന്നു. ഗവേഷകർ ഒരു കൂട്ടം ആളുകളോട്, ഒരു പൊതു പ്രസംഗത്തിന് തയ്യാറാകാൻ ഒരു നിമിഷം സമയമുണ്ടെന്നും അത് അവരുടെ സമപ്രായക്കാർ ചിത്രീകരിക്കുകയും വിലയിരുത്തുകയും ചെയ്യുമെന്നും പറഞ്ഞു. പൊതുവേദിയിൽ സംസാരിക്കാനുള്ള ഭയം പ്രായോഗികമായി സാർവ്വത്രികമാണെന്ന് അറിയാവുന്ന ഫ്രെഡ്രിക്സൺ, ഇത് അവരുടെ ഉത്കണ്ഠയുടെയും സമ്മർദ്ദത്തിന്റെയും അളവ് ഉയർത്തുമെന്ന് അനുമാനിച്ചു. അതുതന്നെ സംഭവിച്ചു; ആളുകൾ കൂടുതൽ ഉത്കണ്ഠ അനുഭവപ്പെടുന്നതായി അറിയിച്ചു, കൂടാതെ ഹൃദയമിടിപ്പിലും രക്തസമ്മർദ്ദത്തിലും വർദ്ധനവ് അനുഭവപ്പെട്ടു. അടുത്തതായി, ഗവേഷകർ പങ്കെടുക്കുന്നവരെ ക്രമരഹിതമായി നാല് സിനിമകളിൽ ഒന്ന് കാണാൻ നിയോഗിച്ചു : രണ്ട് സിനിമകൾ നേരിയ സകാരാത്മക വികാരങ്ങൾ ഉണർത്തുന്നവ, മൂന്നാമത്തേത് നിഷ്പക്ഷമായത്, നാലാമത്തേത് ദുഃഖമയമായത്. അതിനുശേഷം, സമ്മർദ്ദത്തിൽ നിന്ന് 'തിരിയെ വരാൻ' പങ്കെടുത്തവർ എത്ര സമയമെടുത്തുവെന്ന് അവർ അളന്നു.

അവരുടെ കണ്ടെത്തലുകൾ കൗതുകകരമായിരുന്നു. സകാരാത്മക-വികാര സിനിമകൾ കണ്ട ആളുകൾ, അവരുടെ ഹൃദയമിടിപ്പിന്റെയും രക്തസമ്മർദ്ദത്തിന്റെയും അടിസ്ഥാന നിലയിലേക്ക് മടങ്ങാൻ വളരെ കുറച്ച് സമയമേ എടുത്തിട്ടുള്ളൂ. സങ്കടം-ഉണർത്തുന്ന ചിത്രം കണ്ടവരാണ് അടിസ്ഥാന നിലയിലേക്ക് മടങ്ങിവരാൻ ഏറ്റവും കൂടുതൽ സമയമെടുത്തത്.

ഇതാണ് 'തിരിച്ചെടുക്കപ്പെടൽ സിദ്ധാന്തം' : സകാരാത്മക വികാരങ്ങൾക്ക് സമ്മർദ്ദത്തിന്റെയും മറ്റ് നിഷേധാത്മക വികാരങ്ങളുടെയും ഫലങ്ങളെ 'പൂർവ്വാവസ്ഥയിലാക്കാൻ' (നശിപ്പിക്കാൻ) കഴിയും. സമ്മർദ്ദ/

പിരിമുറുക്കമാണ് പ്രശ്നമെങ്കിൽ, സൌഖ്യം അനുഭവിക്കുകയായിരിക്കും പരിഹാരം.

എന്നാൽ സുഖാനുഭവ ഉൽപാദനപരതയുടെ അന്തിമവും ഒരുപക്ഷേ ഏറ്റവും പരിവർത്തനപരവുമായ ഫലം, ഏതെങ്കിലും ഒരു ജോലിയ്ക്കോ പദ്ധതിക്കോ അതീതമാണ്. കാരണം മൂന്നാമതായി, **സുഖം നിങ്ങളുടെ ജീവിതത്തെ സമ്പന്നമാക്കുന്നു** എന്നതാണ്. 2005-ൽ, മനഃശാസ്ത്രജ്ഞരുടെ ഒരു സംഘം സന്തോഷവും വിജയവും തമ്മിലുള്ള സങ്കീർണ്ണമായ ബന്ധത്തെക്കുറിച്ച് അവർക്ക് കണ്ടെത്താൻ കഴിയുന്ന എല്ലാ പഠനങ്ങളും വായിച്ചു. 275,000-ലധികം വ്യക്തികളിൽ നിന്നുള്ള വിവരങ്ങൾ ഉൾപ്പെട്ട 225 പ്രസിദ്ധീകൃത പ്രബന്ധങ്ങൾ അവർ പരിശോധിച്ചു. അവരുടെ ചോദ്യം : നമ്മൾ പലപ്പോഴും പറയാറുള്ളത് പോലെ വിജയം നമ്മെ സന്തോഷിപ്പിക്കുമോ – അതോ അത് മറിച്ചായിരിക്കുമോ?

നാം സന്തോഷത്തിനെ തെറ്റായി മനസ്സിലാക്കുന്നു എന്നതിന് ശക്തമായ തെളിവുകൾ ഈ പഠനം നിരത്തി. സകാരാത്മക വികാരങ്ങൾ പതിവായി അനുഭവിക്കുന്ന വ്യക്തികൾ കൂടുതൽ സൗഹാർദ്ദപരതയും ശുഭാപ്തിവിശ്വാസവും സർഗ്ഗാത്മകതയും ഉള്ളവർ മാത്രമല്ല. അവർ കൂടുതൽ നേട്ടങ്ങൾ കൊയ്യുന്നുമുണ്ട്. ഈ ആളുകൾ അവരുടെ ചുറ്റുപാടും ഒരു സാംക്രമികമായ ഊർജ്ജം കൊണ്ടുവരുകയും തത്ഫലമായി ഊഷ്മളായ ബന്ധങ്ങൾ ആസ്വദിക്കാനും, ഉയർന്ന ശമ്പളം നേടാനും, അവരുടെ

സൌഖ്യം അനുഭവിക്കുക

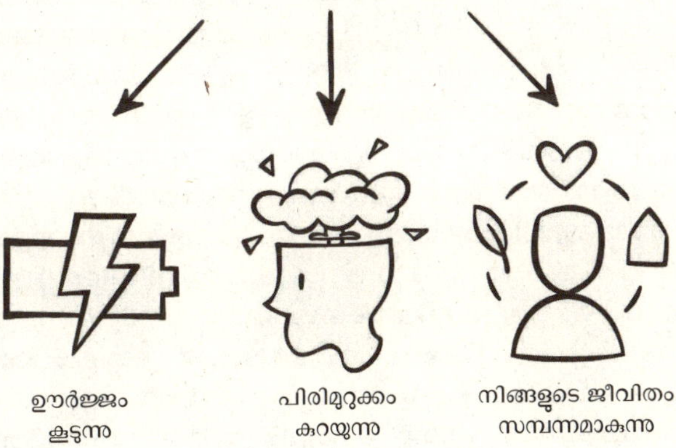

തൊഴിൽപരമായ ജീവിതത്തിൽ ശരിക്കും തിളങ്ങാനും കൂടുതൽ സാധ്യതയുള്ളവരാണെന്നു തെളിയിക്കുകയും ചെയ്തിട്ടുണ്ട്. ജോലി സ്ഥലത്ത് സകാരാത്മക വികാരങ്ങൾ വളർത്തിയെടുക്കുന്നവർ മികച്ച പ്രശ്നപരിഹാരം നടത്തുന്നവർ, ആസൂത്രകർ, സർഗ്ഗാത്മക ചിന്തകർ, പ്രതിരോധശേഷിയുള്ള സമർത്ഥൻമാർ എന്നിങ്ങനെ രൂപാന്തരപ്പെടുന്നു. അവർ പിരിമുറുക്കം കുറവുള്ളവരും മേലുദ്യോഗസ്ഥരുടെ ഉയർന്ന

വിലയിരുത്തലുകൾ ആകർഷിക്കുന്നവരും അവരുടെ സ്ഥാപനങ്ങളോട് കൂടുതൽ വിശ്വസ്തത കാണിക്കുന്നവരുമാണ്.

വിജയം സുഖാനുഭവത്തിലേക്ക് നയിക്കുന്നില്ല.
സുഖാനുഭവം വിജയത്തിലേക്ക് നയിക്കുന്നു.

ലളിതമായി പറഞ്ഞാൽ: വിജയം സൌഖ്യാനുഭവത്തിലേക്ക് നയിക്കില്ല. സൌഖ്യാനുഭവം വിജയത്തിലേക്ക് നയിക്കുന്നു.

ഈ പുസ്തകം എങ്ങനെ ഉപയോഗിക്കാം

ഒരു ഡോക്ടർ എന്ന നിലയിലുള്ള ആദ്യത്തെ വേദനാജനകമായ വർഷത്തിൽ, ഈ കണ്ടെത്തലുകളിൽ ഭൂരിഭാഗവും എനിക്കന്യമായിരുന്നു. ഞാൻ രാവും പകലും പണിയെടുക്കുകയും രോഗികളെ സന്ദർശിക്കുന്നതിനിടയിലുള്ള ക്ഷണികമായ ഇടവേളകളിലേയ്ക്ക് എന്റെ ഉൽപാദനക്ഷമതാ ഗവേഷണത്തെ തള്ളിക്കയറ്റാൻ ശ്രമിക്കുകയും ചെയ്തു.

എന്നാൽ ഞാൻ കണ്ടെത്തിയ അടിസ്ഥാന ഉൾക്കാഴ്ചകൾ പോലും, എന്റെ ജോലിയുമായുള്ള ബന്ധത്തിൽ നാടകീയമായ മാറ്റം വരുത്തുവാൻ പര്യാപ്തമായിരുന്നു. അച്ചടക്കത്തോടുള്ള എന്റെ ആസക്തികൾ ഉപേക്ഷിച്ച് ജോലി സുഖകരമാക്കുന്നതിൽ ശ്രദ്ധ കേന്ദ്രീകരിക്കാൻ തുടങ്ങിയപ്പോൾ, എന്റെ ഭീതിപ്രദമായ പണിയെടുപ്പ് എളുപ്പമാകാൻ തുടങ്ങി. താമസിയാതെ എന്റെ മാനസികാവസ്ഥയും മെച്ചപ്പെടാൻ തുടങ്ങി. സുഖ-അനുഭവ ഉൽപാദനപരത കണ്ടെത്തി ഏതാനും മാസങ്ങൾക്ക് ശേഷം പ്രായമായ ഒരു രോഗിയുമായുണ്ടായ ഒരു കൂടിക്കാഴ്ച ഞാൻ ഓർക്കുന്നു. 'ഡോക്ടർക്കറിയാമോ,' ആ സ്ത്രീ പറഞ്ഞു, 'ഇവിടെ സദാ പുഞ്ചിരിക്കുന്ന ആദ്യത്തെ ഒരു വ്യക്തി നിങ്ങളാണ്.'

ഈ പുതിയ കാഴ്ചപ്പാടുകൾ ഒരു ഡോക്ടറെന്ന നിലയിലുള്ള എന്റെ സമീപനത്തെ മാത്രമല്ല മാറ്റിയത്. അവ എന്റെ ജീവിതത്തിന്റെ ദിശയെ മൊത്തത്തിൽ മാറ്റിമറിക്കുന്നു. വർഷങ്ങൾക്ക് ശേഷം ആദ്യമായി, ജോലിയുടെ പരിധിക്കപ്പുറമുള്ള സാധ്യതകൾ ഞാൻ കാണാൻ തുടങ്ങി : എന്റെ സൗഹൃദങ്ങൾ, എന്റെ കുടുംബം, ഞാൻ മാറ്റിനിർത്തിയ മറ്റ് അഭിനിവേശങ്ങൾ. താമസിയാതെ എന്റെ കണ്ടെത്തൽ പങ്കിടാൻ ഞാൻ ആഗ്രഹിക്കുന്നതായി കാണപ്പെട്ടു. കുറച്ച് വർഷങ്ങളായി, ഞാൻ ഒരു യൂട്യൂബ് ചാനൽ നടത്തുന്നുണ്ടായിരുന്നു, അതിൽ ഞാൻ പഠന നുറുങ്ങുകളും സാങ്കേതിക അവലോകനങ്ങളും പ്രകാശനം ചെയ്യുകയായിരുന്നു. ഇപ്പോൾ, മനഃശാസ്ത്രത്തിൽ നിന്നും നാഡീശാസ്ത്രത്തിൽ നിന്നും ഞാൻ പഠിച്ച പ്രായോഗികമായ ഉൾക്കാഴ്ചകൾ പങ്കിടാൻ തുടങ്ങി, ഒപ്പം ഞാൻ

പഠിച്ചത് മുഴുവനും, പ്രവർത്തിക്കുമെന്ന് ഞാൻ കരുതിയ തന്ത്രങ്ങളും എന്നെത്തന്നെ ഒരു ഗിനി പന്നിയെന്നോണം ഉപയോഗിച്ച് പരീക്ഷിച്ചു നോക്കി.

വിജയത്തെ കഷ്ടപ്പാടുകളുമായി ബന്ധിപ്പിക്കേണ്ടതില്ല എന്ന എന്റെ വിപ്ലവകരമായ ധാരണ പ്രാവർത്തികമാകാൻ തുടങ്ങിയതോടെ, എന്റെ പ്രേക്ഷകരിൽ നിന്ന് എനിക്ക് കൂടുതൽ കൂടുതൽ ഇമെയിലുകൾ ലഭിക്കാൻ തുടങ്ങി. ഹൈസ്കൂൾ വിദ്യാർത്ഥികൾ അവരുടെ പരീക്ഷകളിൽ ഉന്നതമായി വിജയിച്ചു, കച്ചവട ഉടമകൾ അവരുടെ വരുമാനം ഇരട്ടിയാക്കി, മാതാപിതാക്കൾക്ക് ജോലിയും കുടുംബജീവിതവും നല്ല രീതിയിൽ സന്തുലിതമാക്കാൻ കഴിഞ്ഞു, എല്ലാം ഞാൻ പങ്കുവെക്കുന്ന തന്ത്രങ്ങൾ പ്രയോഗിച്ചുകൊണ്ട്. കോർപ്പറേറ്റ് ജീവിതത്തിന്റെ ഞെരുക്കത്തിൽ നിന്ന് ക്ഷീണിച്ച പരിചയസമ്പന്നരായ ഉദ്യോഗസ്ഥർ പോലും പുത്തൻ ഊർജ്ജവും, പ്രചോദനവും, പുതിയ ദിശയും കണ്ടെത്തുകയായിരുന്നു.

ഞാനും അങ്ങനെതന്നെ. ഞാൻ കൂടുതൽ വായിക്കുംതോറും എന്റെ തത്ത്വചിന്ത കൂടുതൽ വികസിച്ചു. തത്ഫലമായി, ഞാൻ പഠിച്ച അതേ തത്ത്വങ്ങളും തന്ത്രങ്ങളും പിന്തുടർന്ന്, പുതിയ എന്തിലെങ്കിലും ഏർപ്പെട്ട് വൈദ്യശാസ്ത്രത്തിൽ നിന്ന് ഒരു ഇടവേള എടുക്കാൻ ആഗ്രഹിക്കുന്നുവെന്ന് ഞാൻ മനസ്സിലാക്കി.

അപ്പോഴാണ് ഈ പുസ്തകം എഴുതണമെന്ന് ഞാൻ തിരിച്ചറിഞ്ഞത്. ഏത് വിധേനയും കൂടുതൽ കാര്യങ്ങൾ ചെയ്യാൻ നിങ്ങളെ സഹായിക്കുന്ന മറ്റൊരു ഉൽപാദനക്ഷമത സമ്പ്രദായമല്ല ഈ പേജുകളിൽ അടങ്ങിയിരിക്കുന്നത്. ഇത്, നിങ്ങൾക്ക് പ്രാധാന്യമുള്ള കാര്യങ്ങൾ കൂടുതൽ ചെയ്യുന്നതിനെക്കുറിച്ചാണ്. എന്താണ് നിങ്ങളെ ശരിക്കും പ്രചോദിപ്പിക്കുന്നതെന്നും, നിങ്ങൾ എന്താണ് ഇഷ്ടപ്പെടുന്നതെന്നും, നിങ്ങളെക്കുറിച്ചുതന്നെ കൂടുതലറിയുവാനും ഇത് നിങ്ങളെ സഹായിക്കുന്നു.

എന്റെ രീതിയ്ക്ക് മൂന്ന് ഭാഗങ്ങളുണ്ട്, അവയിൽ ഓരോന്നും സുഖാനുഭവ ഉൽപാദനപരതയുടെ വ്യത്യസ്ത വശങ്ങൾ കൈകാര്യം ചെയ്യുന്നു. സുഖാനുഭവ ഉൽപാദനപരത എന്ന ശാസ്ത്രം ഉപയോഗിച്ച് എങ്ങനെ സ്വയം ഊർജ്ജസ്വലമാകാമെന്ന് ഭാഗം 1 വിശദീകരിക്കുന്നു. ഇത് സകാരാത്മക വികാരങ്ങളുടെ അടിസ്ഥാനമായ മൂന്ന് 'ഉത്തേജകങ്ങളെ' അവതരിപ്പിക്കുന്നു – കളി, അധികാരം, ആളുകൾ – കൂടാതെ നിങ്ങളുടെ ദൈനംദിന ജീവിതത്തിലേക്ക് അവയെ എങ്ങനെ സമന്വയിപ്പിക്കാമെന്ന് വിശദീകരിക്കുന്നു.

അടുത്തതായി, ഭാഗം 2 സുഖാനുഭവ ഉൽപാദനക്ഷമത എങ്ങനെ നീട്ടിക്കൊണ്ടുപോകൽ മറികടക്കാൻ നമ്മെ സഹായിക്കുമെന്ന് പ്രതിപാദിക്കുന്നു. നമുക്ക് മോശപ്പെട്ട അനുഭവം ഉളവാക്കുന്ന മൂന്ന് 'തടയണകൾ' – അനിശ്ചിതത്വം, ഭയം, ജഡത്വം – ഇവയെക്കുറിച്ചും ഇവയെ എങ്ങനെ മറികടക്കാമെന്നും നിങ്ങൾ പഠിക്കും. നിങ്ങൾ ഈ തടയണകൾ നീക്കം ചെയ്യുമ്പോൾ, നിങ്ങൾ നീട്ടിക്കൊണ്ടുപോകൽ

മറികടക്കുക മാത്രമല്ല – നിങ്ങൾക്ക് കുറേക്കൂടി സൌഖ്യം അനുഭവപ്പെടുകയും ചെയ്യും.

അവസാനം, ഭാഗം 3-ൽ, സുഖ-അനുഭവ ഉൽപാദനപരത നമ്മെ എങ്ങനെ ദീർഘകാലം പോഷിപ്പിച്ച് നിലനിറുത്തുമെന്ന് നമ്മൾ പര്യവേക്ഷണം ചെയ്യും. മൂന്ന് വ്യത്യസ്ത തരം അപചയങ്ങളിലേയ്ക്ക് ആഴത്തിൽ ഊളിയിട്ട നാം പഠിക്കും – അമിത ആയാസ അപചയം, ശോഷണ അപചയം, പൊരുത്തപ്പെടാത്ത അപചയം. ദിവസങ്ങളും ആഴ്ചകളും മാത്രമല്ല, മാസങ്ങളും വർഷങ്ങളും നമ്മെ സന്തോഷകരമാക്കാൻ – പരിപാലിക്കുക, ഉന്മേഷം വീണ്ടെടുക്കുക, പൊരുത്തപ്പെടുക – എന്നീ മൂന്ന് ലളിതമായ 'പോഷിപ്പിക്കൽ' എങ്ങനെ പ്രയോജനപ്പെടുത്താമെന്ന് ഞാൻ വിശദീകരിക്കും.

ഓരോ അധ്യായത്തിലും അതിനനുയോജ്യമായ പ്രായോഗിക ലഘു അറിവുകൾ അടങ്ങിയിരിക്കുന്നു. എന്നാൽ ഈ പുസ്തകത്തിലൂടെ ഞാൻ ലക്ഷ്യമിടുന്നത് നിങ്ങൾ ചെയ്യേണ്ടുന്നതായ കുറേ കാര്യങ്ങളുടെ പട്ടിക വാഗ്ദാനം ചെയ്യുകയല്ല. ഇത് നിങ്ങൾക്ക് ഒരു തത്വചിന്ത വാഗ്ദാനം ചെയ്യുന്നു: നിങ്ങളുടെ സ്വന്തം ജീവിതത്തിൽ നിങ്ങളുടെ സ്വന്തം രീതിയിൽ പ്രയോഗിക്കാൻ കഴിയുന്ന ഉൽപാദനക്ഷമതയെക്കുറിച്ചുള്ള ഒരു പുതിയ ചിന്താരീതി. നിങ്ങൾ ഈ പുസ്തകത്തെ ഒരു സാധാരണക്കാരുടെ 'ഉൽപാദനക്ഷമത ശാസ്ത്രജ്ഞൻ' ആയി പരിഗണിക്കണമെന്നാണ് എന്റെ ആഗ്രഹം : പ്രാവർത്തികമായ ഏതാനും രീതികൾ കണ്ടെത്തുക, അല്ലാത്തവയെ ഉപേക്ഷിക്കുക, നിങ്ങൾക്ക് സൌഖ്യം അനുഭവിക്കാനും കൂടുതൽ നേട്ടങ്ങൾ കൈവരിക്കാനും സഹായിക്കുന്നത് എന്താണെന്ന് മനസ്സിലാക്കാൻ ബുദ്ധിപൂർവ്വം പ്രവർത്തിക്കുക. അതുകൊണ്ടു തന്നെ ഓരോ അധ്യായത്തിലും ഉൽപാദനക്ഷമത പുനർവിചിന്തനം ചെയ്യാൻ നിങ്ങൾക്ക് ഉപയോഗിക്കാവുന്ന ലളിതവും ശാസ്ത്ര-പിന്തുണയുള്ളതുമായ മൂന്ന് ആശയങ്ങൾ മാത്രമല്ല – നിങ്ങളുടെ സ്വന്തം ജീവിതത്തിൽ നടപ്പിലാക്കാൻ കഴിയുന്ന ആറ് 'പരീക്ഷണങ്ങളും' അടങ്ങിയിരിക്കുന്നു. ഒരു പരീക്ഷണം നിങ്ങൾക്ക് പ്രാവർത്തികമാണെങ്കിൽ, കൊള്ളാം – അല്ലെങ്കിൽ, അതും ഒരു സഹായകരമായ ഉൾക്കാഴ്ചയാണ്. എന്നിരുന്നാലും, പുസ്തകത്തിന്റെ അവസാനം, നിങ്ങളുടെ സ്വന്തം ജോലിയിലും ബന്ധങ്ങളിലും ജീവിതത്തിലും സുഖ-അനുഭവ ഉൽപാദനപരത പ്രയോഗിക്കാനുള്ള ഒരു പണിയായുധപ്പെട്ടി നിങ്ങൾക്ക് ലഭിച്ചിരിക്കേണ്ടതാണ്.

എന്നെ സംബന്ധിച്ചിടത്തോളം ഇത് പ്രാവർത്തികമാണ്, നിങ്ങൾക്കും അങ്ങനെതന്നെയാവണമെന്ന് മാത്രമാണ് എന്റെ ഒരേയൊരു പ്രതീക്ഷ. കാരണം സുഖ-അനുഭവ ഉൽപാദനപരത എന്ന ശാസ്ത്രത്തിൽ മുഴുകി ഞാൻ പഠിച്ച ഒരു കാര്യം, അത് എല്ലാ മേഖലയിലും ബാധകമാണെന്നുള്ളതാണ്. ഇത് കഷ്ടപ്പെടുത്തുന്ന ജോലികളെ ആകർഷകമായ വെല്ലുവിളികളാക്കി മാറ്റുന്നു. ഇത് സമപ്രായക്കാരുമായുള്ള ബന്ധത്തെ ആഴത്തിലേക്ക് നയിക്കുന്നു. എല്ലാ ദിവസവും

നിങ്ങൾ ചെയ്യുന്ന കാര്യങ്ങളിലേക്ക് ഇത് അർത്ഥവത്തായ ഇടപെടലുകൾ കൊണ്ടുവരുന്നു.

നിങ്ങൾക്ക് നല്ല അനുഭവം തോന്നുന്നതിന് എന്താണ് വേണ്ടതെന്ന് മനസ്സിലാക്കുകയും അത് പ്രാവർത്തികമാക്കുകയും ചെയ്യുന്നതിലൂടെ, നിങ്ങൾ കേവലം നിങ്ങളുടെ ജോലിയെ രൂപാന്തരപ്പെടുത്തുകയല്ല. നിങ്ങൾ നിങ്ങളുടെ ജീവിതത്തെ രൂപാന്തരപ്പെടുത്തുകയാണ്.

സുഖ-അനുഭവ ഉൽപാദനപരത ഒരു ലളിതമായ രീതിയാണ്. എന്നാൽ അത് എല്ലാം മാറ്റുന്നു. നിങ്ങൾ എപ്പോഴെങ്കിലും വെള്ളത്തിനടിയിലാണെന്ന് അനുഭവപ്പെട്ടിട്ടുണ്ടെങ്കിൽ, പൊങ്ങിക്കിടക്കുന്നതിൽ മാത്രം നിങ്ങൾ ഒതുങ്ങേണ്ടതില്ലെന്ന് ഇത് സൂചിപ്പിക്കുന്നു. നിങ്ങൾക്ക് നീന്തൽ പഠിക്കാൻ സാധിക്കും.

എന്നാൽ വരൂ നമുക്ക് ഊളിയിടാം.

ഭാഗം 1

ഉത്തേജിപ്പിക്കുക

അദ്ധ്യായം 1

കളി

എല്ലാംകൊണ്ടും തികഞ്ഞതായി പ്രൊഫസർ റിച്ചാർഡ് ഫെയ്ൻമാന്റെ ഔദ്യോഗിക ജീവിതം കടലാസിൽ കാണപ്പെട്ടു. കേവലം ഇരുപത്തിയേഴ് വയസ്സുള്ള അദ്ദേഹം, തന്റെ തലമുറയിലെ ഏറ്റവും മികച്ച ഭൗതികശാസ്ത്രജ്ഞരിൽ ഒരാളായി ഇതിനകം വാഴ്ത്തപ്പെട്ടിരുന്നു – ആണവോർജ്ജത്തിന്റെ സാധ്യതകൾ എങ്ങനെ പ്രയോജനപ്പെടുത്താമെന്ന് ചിന്തിക്കാൻ ഏറ്റവും യോഗ്യനായ മനുഷ്യൻ. ഇപ്പോൾ, അദ്ദേഹം ഉൾനാടൻ ന്യൂയോർക്കിലെ കോർണൽ സർവ്വകലാശാലയിലെ ഏറ്റവും പ്രായം കുറഞ്ഞ പ്രൊഫസർമാരിൽ ഒരാളായി നിയമിക്കപ്പെട്ടു.

അവിടെ ഒരു പ്രശ്നം മാത്രമേ ഉണ്ടായിരുന്നുള്ളൂ. അദ്ദേഹത്തിന് ഭൗതികശാസ്ത്രം മടുത്തു.

1940-കളുടെ മധ്യത്തിലാണ് പ്രശ്നം ആരംഭിച്ചത്. ഓരോ തവണയും ആലോചിക്കാൻ ഇരിക്കുമ്പോൾ അദ്ദേഹം തളർന്നു പോകും. അമേരിക്കയിൽ രണ്ടാം ലോകമഹായുദ്ധം അവസാനിക്കുന്നതിന് മാസങ്ങൾക്ക് മുമ്പ്, 1945 ജൂണിൽ ഫെയ്ൻമാന്റെ ഭാര്യ ആർലിൻ ക്ഷയരോഗം ബാധിച്ച് മരിച്ചതോടെയാണ് ഇത് ആരംഭിച്ചത്. അവളുടെ മരണശേഷം, യുവ പ്രൊഫസറുടെ ജീവിതത്തിന്റെ താളം തെറ്റി. ഒരു ഗവേഷണ വിദ്യാർത്ഥിയെന്ന നിലയിൽ അദ്ദേഹത്തെ വളരെയധികം ഉത്സാഹവാനാക്കിയ ആശയങ്ങൾ ഇപ്പോൾ നിഷ്പ്രഭവും മടുപ്പിക്കുന്നതുമായി തോന്നി. അദ്ദേഹം പഠിപ്പിക്കുന്നതിൽ മിടുക്കനായിരുന്നു, എന്നാൽ അതൊരു മുഷിപ്പും ബുദ്ധിമുട്ടായും തോന്നി. 'ഞാൻ സ്വയം അപചയിക്കുകയായിരുന്നു,' അദ്ദേഹം പിന്നീട് അനുസ്മരിച്ചു.

'ഞാൻ കൂടെക്കൂടെ ലൈബ്രറിയിൽ പോയി *അറേബ്യൻ നൈറ്റ്സ്* വായിക്കുമായിരുന്നു,' അദ്ദേഹം എഴുതി. 'എന്നാൽ ഗവേഷണം നടത്തേണ്ട സമയമാകുമ്പോൾ എനിക്ക് പ്രവർത്തിക്കാൻ കഴിഞ്ഞില്ല. എനിക്ക് താൽപ്പര്യമില്ലായിരുന്നു.'

ഒന്നും ചെയ്യാതിരിക്കുക വളരെ എളുപ്പമായിരുന്നു, അദ്ദേഹം കണ്ടെത്തി. ബിരുദ വിദ്യാർത്ഥികളെ പഠിപ്പിക്കുന്നതും ലൈബ്രറിയിൽ

ഇരുന്നു വായിക്കുന്നതും കാമ്പസിൽ കറങ്ങുന്നതും അദ്ദേഹത്തിന് ഇപ്പോഴും ഇഷ്ടമായിരുന്നു. അദ്ദേഹത്തിന് ജോലി മാത്രം ഇഷ്ടമല്ല. അത്രതന്നെ. 1940-കളുടെ അവസാനം, ഫെയ്ൻമാൻ ഒരു പുതിയ വ്യക്തിത്വം ഉൾക്കൊണ്ടിരുന്നു : ഭൗതികശാസ്ത്രമൊന്നും ചെയ്യാത്ത ഒരു ഭൗതികശാസ്ത്ര അധ്യാപകൻ.

ഒരു ദിവസം, എല്ലാം മാറി. പ്രശ്നങ്ങൾ ആരംഭിച്ച് ഏതാനും വർഷങ്ങൾക്കുശേഷം, ഫെയ്ൻമാൻ സർവ്വകലാശാല ഭക്ഷണശാലയിൽ ഒരു കൂട്ടം വിദ്യാർത്ഥികൾക്ക് എതിരെ ഒറ്റയ്ക്ക് ഇരിക്കുകയായിരുന്നു. അവരിലൊരാൾ ആവർത്തിച്ച് ഒരു പാത്രം വായുവിലേക്ക് എറിയുന്നുണ്ടായിരുന്നു. ഫെയ്ൻമാൻ വിചിത്രമായ ഒന്ന് ശ്രദ്ധിച്ചു. പാത്രം വായുവിലൂടെ സഞ്ചരിക്കുമ്പോൾ, അത് ഇളകി. എന്നാൽ പാത്രത്തിൽ ആലേഖനം ചെയ്തിരിക്കുന്ന കോർണൽ ചിഹ്നം പാത്രത്തിനെക്കാൾ വേഗത്തിൽ ഇളകുന്നതായി തോന്നി.

കൗതുകകരം തന്നെ, ഫെയ്ൻമാൻ ചിന്തിച്ചു. പക്ഷെ നോബൽ സമ്മാനത്തിന് യോഗ്യമായ അത്ര ഇല്ല. അണുവിസ്ഫോടന കോഡ് പരിഹരിക്കാൻ സഹായിച്ച മനുഷ്യനായിരുന്ന അദ്ദേഹം; വായുവിലൂടെയുള്ള പാത്രങ്ങളുടെ സ്വഭാവസവിശേഷതകൾ സിദ്ധാന്തീകരിക്കലായിരുന്നില്ല അദ്ദേഹത്തിന്റെ ബാദ്ധ്യത. എന്നാൽ ഈ കൗതുക നിമിഷം ഒരു ചെറിയ വെളിപാടിന് കാരണമായി. തന്നെ തന്റെ വിഷയത്തിലേക്ക് ആദ്യം ആകർഷിച്ചത് എന്തായിരുന്നുവെന്ന് അദ്ദേഹം പരിചിന്തനം തുടങ്ങി. 'ഞാൻ ഭൗതികശാസ്ത്രം ചെയ്യുന്നത് ആസ്വദിക്കാറുണ്ടായിരുന്നു,' അദ്ദേഹം പിന്നീട് ഓർത്തെടുത്തു.

'എന്തുകൊണ്ടാണ് ഞാൻ അത് ആസ്വദിച്ചത്? ഞാൻ അതുമായി കളിക്കുന്നുണ്ടായിരുന്നു. എനിക്ക് ചെയ്യണമെന്ന് തോന്നിയതൊക്കെയും ചെയ്യാറുണ്ടായിരുന്നു – അത് ആണവ ഭൗതിക ശാസ്ത്രത്തിന്റെ വികസനത്തിന് പ്രധാനമാണോ ഇല്ലയോ എന്നതുമായി ബന്ധപ്പെട്ടായിരുന്നില്ല, മറിച്ച് അത് എനിക്ക് കളിക്കാൻ രസകരവും വിനോദകരവുമായിരുന്നോ എന്നതുമായി ബന്ധപ്പെട്ടായിരുന്നു.'

ഭക്ഷണശാലയിൽ നിന്ന് പുറത്തുവന്നതിന് ശേഷം, കൗമാരപ്രായത്തിൽ താൻ ലോകത്തെ കണ്ടതെങ്ങനെയെന്ന് ഫെയ്ൻമാൻ സ്വയം ഓർമ്മിച്ചു. അദ്ദേഹം ഹൈസ്കൂളിൽ പഠിക്കുമ്പോൾ, അദ്ദേഹത്തെ ഏറ്റവും ആകർഷിച്ച ലോകത്തിലെ കാര്യങ്ങൾ മറ്റുള്ളവർക്ക് വിരസമായി തോന്നിയിരുന്നു. ടാപ്പിൽ നിന്ന് വീഴുന്ന വെള്ളം അകലം കൂടുംതോറും നേർത്തു വരുന്നതായി അദ്ദേഹം കാണുകയും, ആ വക്രതയെ നിർണ്ണയിച്ചത് എന്താണെന്ന് കണ്ടെത്താൻ കഴിയുമോ എന്ന് അദ്ദേഹം ആശ്ചര്യപ്പെടുകയും ചെയ്യും. 'എനിക്ക് അത് ചെയ്യേണ്ടതില്ലായിരുന്നു; അത് ശാസ്ത്രത്തിന്റെ ഭാവിക്ക് പ്രധാനമല്ല; ആരോ അത് ഇതിനകം ചെയ്തിരുന്നു,' അദ്ദേഹം പറഞ്ഞു. 'അത് ഒരു വ്യത്യാസവും ഉണ്ടാക്കിയില്ല : എന്റെ വിനോദത്തിനായി ഞാൻ കാര്യങ്ങൾ കണ്ടുപിടിക്കുകയും അവകൊണ്ട് കളിക്കുകയും ചെയ്യുന്നു.'

ആ ലോകവീക്ഷണത്തിലേക്ക് മടങ്ങുന്നതാണോ ഭൗതികശാസ്ത്രത്തിൽ വീണ്ടും സന്തോഷം കണ്ടെത്തുന്നതിനുള്ള താക്കോൽ? അദ്ദേഹം അതിശയിച്ചു. ഭൗതികശാസ്ത്രത്തിനെ സമീപിക്കുന്നത് ഒരു ജോലിയായിട്ടല്ല, മറിച്ച് വിനോദത്തിനായുള്ള ഒരു കളിയായിട്ടാണെങ്കിലോ? 'എനിക്ക് ഈ പുതിയ മനോഭാവം ലഭിച്ചു,' അദ്ദേഹം തീരുമാനിച്ചു. 'ആഹ്ലാദത്തിനായി *അറേബ്യൻ നൈറ്റ്സ്* വായിക്കുന്നതുപോലെ, എനിക്ക് ഇഷ്ടമുള്ളപ്പോൾ ഞാൻ ഭൗതികശാസ്ത്രവുമായി കളിക്കാൻ പോകുന്നു, അതിന്റെ പ്രാധാന്യം സംബന്ധിച്ച് യാതൊരു ആശങ്കയുമില്ലാതെ.'

ആ ചലിക്കുന്ന പാത്രത്തിൽ നിന്നാണ് ഇത് ആരംഭിച്ചത്. തുടർന്നുള്ള ആഴ്ചകളിൽ, പാത്രം വായുവിലൂടെ എങ്ങനെ നീങ്ങുന്നുവെന്ന് വിശദീകരിക്കുന്ന സമവാക്യങ്ങൾ രൂപപ്പെടുത്താൻ ശ്രമിച്ചുകൊണ്ട് ഫെയ്ൻമാൻ ആഴ്ചകളോളം ചിലവഴിച്ചു. അദ്ദേഹത്തിന്റെ അമ്പരന്ന സഹപ്രവർത്തകർ "എന്തിനാണ്" എന്ന് ചോദിച്ചു. 'ഒരു പ്രാധാന്യവുമില്ല,' ഫെയ്ൻമാൻ അവരോട് ആഹ്ലാദത്തോടെ പറഞ്ഞു. 'ഞാനത് ഒരു രസത്തിന് വേണ്ടി ചെയ്യുന്നു.'

എന്നാൽ ഫെയ്ൻമാൻ എത്രത്തോളം ആടിയുലയുന്ന പാത്രത്തിൽ വ്യാപൃതനായോ അത്രയധികം അത് കൂടുതൽ ആകർഷകമായിത്തീർന്നു. ഒരു കറങ്ങുന്ന പാത്രത്തിന്റെ ചലനം അണുവിലെ കണങ്ങളുടെ ഒരു ചലനം പോലെയാണോ എന്ന് അദ്ദേഹം ഉടൻ ചിന്തിച്ചു. അല്ലെങ്കിൽ ക്വാണ്ടം ചലനാത്മക വൈദ്യുതി എന്ന വിഷയത്തിന്റെ പ്രവർത്തനങ്ങളായിരിക്കാം. 'എനിക്ക് അത് മനസ്സിലാകുന്നതിനു മുമ്പ് (അത് വളരെ ചെറിയ സമയമായിരുന്നു), ഞാൻ "കളിക്കുകയായിരുന്നു" – സത്യത്തിൽ ജോലി തന്നെ – ഞാൻ വളരെയധികം സ്നേഹിച്ച അതേ പഴയ പ്രശ്നവുമായി.' എന്നാൽ, ഇത്തവണ, ഭൗതികശാസ്ത്രത്തിന്റെ 'ജോലി' അദ്ദേഹത്തെ തളർത്തിയില്ല.

പാത്രം ചലിക്കുന്നതിലുള്ള പ്രൊഫസർ ഫെയ്ൻമാന്റെ താൽപ്പര്യം ഒടുവിൽ അദ്ദേഹത്തിന് ഭൗതികശാസ്ത്രത്തിനുള്ള നൊബേൽ സമ്മാനം നേടിക്കൊടുത്തു. ആ ചലനത്തിനുള്ള അദ്ദേഹത്തിന്റെ സിദ്ധാന്തം ക്വാണ്ടം ചലനാത്മക വൈദ്യുതിക്ക് കൂടുതൽ മാനങ്ങൾ ഉണ്ടാകാൻ സഹായിച്ചു, പ്രകാശവും ചെറുകണങ്ങളും സൂക്ഷ്മതലത്തിൽ എങ്ങനെ പ്രതിപ്രവർത്തിക്കുന്നുവെന്നതിനെ വിവരിക്കുന്ന ഒരു സിദ്ധാന്തം. അവയെ ഭാവനയിൽ ചിത്രീകരിക്കാൻ, അതിവേഗം കറങ്ങുന്ന പാത്രങ്ങളെ സങ്കൽപ്പിക്കുന്നത് സഹായകമാകും, അദ്ദേഹം പറഞ്ഞു.

ഫെയ്ൻമാൻ തനിച്ചായിരുന്നില്ല. എന്റെ അറിവിൽ, കുറഞ്ഞത് ആറ് നൊബേൽ സമ്മാന ജേതാക്കളെങ്കിലും അവരുടെ വിജയത്തിന് കാരണം കളിയാണ് എന്നാരോപിക്കുന്നു. 1950-കളിൽ ഡിഎൻഎയുടെ ഘടന കണ്ടെത്തിയ ജെയിംസ് വാട്സണും ഫ്രാൻസിസ് ക്രിക്കും, 'ഒരു കൂട്ടം തന്മാത്രാ മാതൃകകൾ നിർമ്മിക്കുകയും കളിച്ചു തുടങ്ങുകയും ചെയ്യുന്ന'

എന്നാണ് അവർ ഘടന കണ്ടെത്താൻ ഉപയോഗിച്ച സൃഷ്ടിപരമായ പ്രക്രിയയെ വിവരിച്ചത്. പെൻസിലിൻ എന്ന രോഗാണുനാശകമായ ഔഷധം കണ്ടുപിടിച്ച ശാസ്ത്രജ്ഞനായ അലക്സാണ്ടർ ഫ്ലെമിംഗ് ഒരിക്കൽ തന്റെ ജോലിയെ വിശേഷിപ്പിച്ചത് 'സൂക്ഷ്മജീവികളുമായുള്ള കളി' എന്നാണ്. 2018-ലെ ഭൗതികശാസ്ത്ര നൊബേൽ ജേതാവായ ഡോണ സ്ട്രിക്‌ലാൻഡ് തന്റെ തൊഴിലിനെ വിശേഷിപ്പിച്ചത് 'ഉയർന്ന തീവ്രതയുള്ള ലേസർ ഉപയോഗിച്ച് കളിക്കുക' എന്നാണ്. ഗ്രാഫീൻ കണ്ടുപിടിക്കാൻ സഹായിച്ചതിന് 2010-ലെ ഭൗതികശാസ്ത്രത്തിനുള്ള നോബൽ സമ്മാനം പങ്കിട്ട കോൺസ്റ്റാന്റിൻ നോവോസെലോവ്, വളരെ ലളിതമായി ഇങ്ങനെ അഭിപ്രായപ്പെട്ടു : 'നോബൽ നേടാൻ ശ്രമിച്ചാൽ, നിങ്ങൾക്ക് അത് നേടാൻ സാധിക്കില്ല,' അദ്ദേഹം വെളിപ്പെടുത്തി. 'ഞങ്ങൾ ജോലി ചെയ്തിരുന്ന രീതി ശരിക്കും കളി നിറഞ്ഞതായിരുന്നു.'

ഈ സമീപനത്തെ വളർന്നുവരുന്ന ഗവേഷണ സംഘങ്ങൾ പിന്തുണയ്ക്കുന്നു. കളി യഥാർത്ഥ ഉൽപാദനക്ഷമതയുടെ താക്കോൽ ആണെന്ന് മനഃശാസ്ത്രജ്ഞർ അധികവും വിശ്വസിക്കുന്നു, അതിന് ഒരു കാരണം അത് മാനസികമായ ആശ്വാസം നൽകുന്നു എന്നതാണ്. ഒരു സമീപകാല പഠനം പറഞ്ഞതുപോലെ : 'കളിയുടെ മനഃശാസ്ത്രപരമായ പ്രവർത്തനം, ആസ്വാദ്യകരവും ആശ്വാസകരവുമായ പ്രവർത്തനങ്ങളിൽ പങ്കെടുക്കുന്നതിലൂടെ, ശാരീരികമായും മാനസികമായും ക്ഷീണിതനായ വ്യക്തിയെ പുനഃസ്ഥാപിക്കുക എന്നതാണ്.'

ജീവിതം സമ്മർദ്ദപൂരിതമാണ്.
കളി അതിനെ രസകരമാക്കുന്നു.

കളിയാണ് നമ്മുടെ ആദ്യ ഊർജ്ജദാതാവ്. ജീവിതം സമ്മർദ്ദപൂരിതമാണ്. കളി അതിനെ രസകരമാക്കുന്നു. കളിയുടെ ഉത്സാഹം നമ്മുടെ ജീവിതത്തിലേക്ക് സമന്വയിപ്പിക്കാൻ കഴിയുമെങ്കിൽ, നമുക്ക് സന്തോഷമുണ്ടാകും – കൂടാതെ കൂടുതൽ കാര്യങ്ങൾ ചെയ്യാനും കഴിയും.

ഒരു സാഹസികത സൃഷ്ടിക്കുക

നമ്മുടെ ജീവിതത്തിലേക്ക് കളി കൊണ്ടുവരുന്നത്, ചെയ്യുന്നതിനേക്കാൾ പറയാൻ എളുപ്പമാണ് എന്ന് നിങ്ങൾ അഭിപ്രായപ്പെട്ടേക്കാം. പ്രായപൂർത്തിയായപ്പോൾ, നമ്മിൽ പലരും കളി എളുപ്പത്തിൽ വരുന്നതല്ലെന്നുള്ളതിനെപ്പറ്റി വളരെ ബോധവാന്മാരായി.

നാം കുട്ടികളായിരിക്കുമ്പോൾ, നമ്മുടെ ദിവസങ്ങൾ ഒരു സാഹസികത അനുഭവത്തോടെ നിറഞ്ഞതായിരിക്കും. നമ്മൾ പൂന്തോട്ടത്തിന്റെ ഓരോ ചാണും പര്യവേക്ഷണം ചെയ്യുന്നു, പീടികകൾക്കിടയിലൂടെ നമ്മൾ

ഓട്ടുന്നു, നമ്മൾ മരങ്ങൾ കയറുന്നു, നമ്മൾ ശാഖകളിൽ ഊഞ്ഞാലാട്ടുന്നു. നമ്മൾ ലക്ഷ്യങ്ങൾക്കായി പരിശ്രമിക്കുകയോ നമ്മുടെ യോഗ്യത മെച്ചപ്പെടുത്താൻ ശ്രമിക്കുകയോ ചെയ്യുന്നില്ല. നമ്മൾ നമ്മളുടെ ജിജ്ഞാസ പിന്തുടരുകയും ഫലങ്ങളെക്കുറിച്ച് ആകുലപ്പെടാതെ പ്രവൃത്തികൾ ആസ്വദിക്കുകയും ചെയ്യുന്നു.

എന്നാൽ പ്രായമാകുംതോറും ഈ സാഹസിക മനോഭാവം നമ്മിൽ നിന്ന് പതുക്കെ പിഴുതെറിയപ്പെടുന്നു. നിങ്ങളുടെ മാതാപിതാക്കൾ വളരെ പുരോഗമന ചിന്താഗതിയുള്ളവർ അല്ലെങ്കിൽ, മുതിർന്നവരാകുന്നതിനുള്ള ആദ്യ പ്രധാന ചുവടുവെപ്പ് കളി നിർത്തി ജീവിതത്തെ ഗൗരവമായി എടുക്കാൻ തുടങ്ങുന്നതാണെന്ന് നിങ്ങളെ പഠിപ്പിച്ചിരിക്കാം. ജീവിതം സാഹസികത നിറഞ്ഞിരിക്കുന്നതിൽ നിന്ന് വിരസവും പ്രവചിക്കാവുന്നതുമായ അവസ്ഥയിലേക്ക് പോകുന്നു.

ഇതൊരു തെറ്റായ ധാരണയാണ്. കാരണം, സാഹസികതയാണ് കളിയുടെ ആദ്യ പ്രധാന ചേരുവ – ഒരുപക്ഷേ സന്തോഷത്തിന്റെയും.

ന്യൂയോർക്ക് സർവ്വകലാശാലയിലും മിയാമി സർവ്വകലാശാലയിലും 2020-ൽ നടത്തിയ ഒരു പരീക്ഷണത്തിൽ, സാഹസിക ബോധത്തോടെ ലോകത്തെ സമീപിക്കുന്നതിന്റെ ഫലങ്ങൾ അളക്കാൻ ശാസ്ത്രജ്ഞർ ശ്രമിച്ചു. ഗവേഷകർ 130-ലധികം ആളുകളെ ഉൾപ്പെടുത്തുകയും അവരുടെ ഫോണുകളിലെ ജിപിഎസ് ഉപയോഗിച്ച് അവരുടെ സ്ഥാനം രേഖപ്പെടുത്താനുള്ള സമ്മതം നേടുകയും ചെയ്തു. അടുത്ത കുറച്ച് മാസങ്ങൾ, ഗവേഷകർ പങ്കെടുത്തവരോട് അവരുടെ വികാരങ്ങളെക്കുറിച്ച് ചോദിച്ച് സന്ദേശങ്ങൾ അയച്ചു: അവർക്ക് എത്ര സന്തോഷമോ ആവേശമോ സ്വാസ്ഥ്യമോ തോന്നിയിരുന്നു?

ഫലങ്ങൾ കണ്ണുതുറപ്പിക്കുന്നതായിരുന്നു. ജിപിഎസ് വിവരങ്ങളും സന്ദേശങ്ങളോടുള്ള പ്രതികരണങ്ങളും വരാൻ തുടങ്ങിയപ്പോൾ, കൂടുതൽ സാഹസികമായ അനുഭവങ്ങൾ ഉള്ളവർക്ക് – പുതിയ മേച്ചിൽപ്പുറങ്ങൾ സ്വയം തേടിപോയവർ, അത് ജോലിസ്ഥലത്തേക്ക് പോകാനായി പുതിയ വഴി തിരഞ്ഞെടുത്തതായാലും, അതല്ല പതിവായി കാപ്പി കുടിക്കുന്ന കടയിൽ നിന്നു മാറി വേറൊന്നിലേക്ക് പോയതായാലും – കൂടുതൽ സന്തോഷവും കൂടുതൽ ആവേശവും കൂടുതൽ സ്വാസ്ഥ്യവും അനുഭവപ്പെട്ടതായി തെളിഞ്ഞു. അവരുടെ നിഗമനം : ഒരു സാഹസിക ജീവിതം സകാരാത്മക വികാരങ്ങൾ തുറക്കുന്നതിനുള്ള താക്കോൽ ആണ്.

അതിനാൽ, കളിയുടെ സാധ്യതകൾ പ്രയോജനപ്പെടുത്തുന്നതിനുള്ള ആദ്യ മാർഗ്ഗം നമ്മുടെ ജീവിതത്തിലേക്ക് സാഹസികതയെ സമന്വയിപ്പിക്കുക എന്നതാണ്. പക്ഷെ എങ്ങനെ? ശരിയായ ഉപകരണങ്ങൾ ഉപയോഗിച്ച്, ആ പീടികകൾക്കിടയിലൂടെ പരക്കം പായുമ്പോഴും ആ ശാഖകളിൽ ഊഞ്ഞാലാടുമ്പോഴും ഒരിക്കൽ നാം അനുഭവിച്ച ആവേശത്തെ നമുക്ക് ഇപ്പോഴും കണ്ടെത്താൻ കഴിയും. ആദ്യ ഘട്ടം : നിങ്ങളുടെ കഥാപാത്രം തിരഞ്ഞെടുക്കുക.

പരീക്ഷണം 1 :
നിങ്ങളുടെ കഥാപാത്രം തിരഞ്ഞെടുക്കുക

കുറ്റസമ്മതം : ഞാൻ വേൾഡ് ഓഫ് വാർക്രാഫ്റ്റിന് (WoW) അടിമയായിരുന്നു.

WoW സമൂഹ സമ്പർക്കം കുറഞ്ഞവരെ ലക്ഷ്യം വച്ചുള്ള പ്രസിദ്ധമായ ഒരു ഓൺലൈൻ കഥാപാത്രാധിഷ്ഠിത കളിയാണ്. നിങ്ങളുടെ കഥാപാത്രത്തെ തിരഞ്ഞെടുത്തു കൊണ്ട് നിങ്ങൾ ആരംഭിക്കുന്നു – അത് ഒരു മന്ത്രവാദി, ഒരു യോദ്ധാവ്, ഒരു പ്രഭു അല്ലെങ്കിൽ മറ്റാരെങ്കിലുമോ ആകാം – എന്നിട്ട് അസെറോത്തെന്ന ഭാവനാലോകം പര്യവേക്ഷണം ചെയ്യുക. നിങ്ങൾ മറ്റ് കളിക്കാരുമായി ഒത്തുചേർന്ന് ലോകമെമ്പാടും പറക്കുകയും, ഭൂതങ്ങളെ കൊല്ലുകയും, നിങ്ങളുടെ ആയുധങ്ങൾ നവീകരിക്കുകയും ചെയ്ത് പരമാവധി ആസ്വദിക്കുന്നു.

അമിതാസക്തിയുണ്ടാക്കുന്നു എന്ന നിലയിലും ഇത് പ്രശസ്തമാണ്. എനിക്ക് പതിനാല് വയസ്സുള്ളപ്പോൾ ഞാൻ ഈ ഗെയിം കണ്ടെത്തിയതിന് ശേഷമുള്ള മൂന്ന് വർഷം, ഞാൻ 184 ദിവസത്തിനു തുല്യമായ സമയം കളിച്ചു. അതായത് 4,416 മണിക്കൂർ. ദിവസത്തിൽ മൂന്ന് മണിക്കൂർ, അല്ലെങ്കിൽ ഞാൻ ഉണർന്നിരിക്കുന്ന സമയത്തിന്റെ 25 ശതമാനം. അത് വളരെ കൂടുതൽ ആയിരുന്നു.

എന്തുകൊണ്ടാണ് എന്നിൽ വേൾഡ് ഓഫ് വാർക്രാഫ്റ്റ് ഇത്ര ആസക്തി ഉളവാക്കിയത്? ഒരു പതിനാല് വയസ്സുകാരൻ എന്ന നിലയിൽ, രാക്ഷസന്മാരെ കൊല്ലുകയും വേട്ടയാടുകയും ചെയ്യുന്നതിനേക്കാൾ ആവേശകരമായ മറ്റൊന്നില്ല (യഥാർത്ഥത്തിൽ, പ്രായപൂർത്തിയായ ഒരാളെന്ന നിലയിൽ അത് ഇപ്പോഴും ആകർഷകമാണ്). എന്നാൽ കളിയുടെ ആദ്യ കുറച്ച് മണിക്കൂറുകൾ രസകരമാകുന്നത് എന്തുകൊണ്ടാണെന്ന് ഈ ലളിതമായ വസ്തുത വിശദീകരിക്കുന്നുവെങ്കിൽ, അത് ഒരുപക്ഷേ അടുത്ത ആയിരക്കണക്കിന് മണിക്കൂറുകളെ വിശദീകരിക്കുന്നില്ല. സത്യം പറഞ്ഞാൽ, കുറച്ച് സമയത്തിന് ശേഷം, ഗെയിമിന്റെ പ്രവർത്തനം രസകരമാകുന്നത് നിലയ്ക്കുന്നു. നാട്ടിലെ പയ്യന്റെ ആ പൂച്ചയെ രക്ഷിക്കാനുള്ള ഒരു ദൗത്യത്തിന് അയയ്ക്കപ്പെടുന്നത് നിങ്ങൾക്ക് ആസ്വദിക്കാൻ കഴിയുന്നതിന് ഒരു പരിധിയുണ്ട്.

WoW-ന്റെ അടിസ്ഥാന സംവിധാനങ്ങൾ ആയിരുന്നില്ല അതിനെ ഇത്ര സന്തോഷകരമാക്കിയത് എന്ന് ഞാൻ നിസ്സംശയം കരുതുന്നു; അത് യാഥാർത്ഥ്യത്തിൽ നിന്നും ഒഴിഞ്ഞുമാറാനായി സൃഷ്ടിക്കുന്ന അവസരമായിരുന്നു. WoW ഉജ്ജ്വലമായ ഒരു ബദൽ ലോകം വാഗ്ദാനം ചെയ്യുന്നു, അതിൽ നിങ്ങൾക്ക് ഒരു മാന്ത്രിക മന്ത്രത്തിലൂടെ സോമ്പികളുടെ ഒരു സൈന്യത്തെ കൊല്ലാൻ അല്ലെങ്കിൽ ഒരു മഹാസർപ്പത്തെ മെരുക്കി അതിന്റെ പുറത്ത് പറക്കാൻ കഴിയും. അതിലെല്ലാമുപരി, നിങ്ങൾക്ക്

ഒരു കഥാപാത്രത്തിലേക്ക് പ്രവേശിക്കാനാകുന്ന ലോകമാണിത്. WoW-ൽ, ഞാൻ ഒരിക്കലും അലി അബ്ദാൽ ആയിരുന്നില്ല, കായിക കഴിവുകളൊന്നുമില്ലാത്ത ആത്മവിശ്വാസപ്രശ്നങ്ങളുള്ള അൽപ്പം ഞെരുക്കമുള്ള ആ സ്കൂൾകുട്ടി. ഞാൻ എല്ലായ്പ്പോഴും സെഫറോത്ത് ആയിരുന്നു, ഉയരമുള്ള, സുന്ദരനായ, അമാനുഷികനായ രക്തരക്ഷസ്സ്, പർപ്പിൾ വസ്ത്രങ്ങളും എന്റെ ചൊൽപ്പടിയിലുള്ള ഭൃതങ്ങളുടെ ഒരു സൈന്യവുമൊക്കെയായി.

നമ്മൾ WoW-ലെ ഒരു കഥാപാത്രമായി മാറുകയാണെങ്കിലും കളിസ്ഥലത്ത് സുഹൃത്തുക്കളുമായി ഒരു സാങ്കൽപ്പിക രംഗം അഭിനയിക്കുകയാണെങ്കിലും, വ്യത്യസ്തമായ വേഷങ്ങളോ വ്യക്തിത്വങ്ങളോ സ്വീകരിക്കാൻ കളി നമ്മെ അനുവദിക്കുന്നു. ഈ കഥാപാത്രങ്ങൾ നമ്മുടെ വ്യത്യസ്ത വശങ്ങൾ പ്രകടിപ്പിക്കാനും നമ്മുടെ അനുഭവങ്ങളെ കൂടുതൽ ആസ്വാദ്യകരമായ ഒന്നാക്കി മാറ്റാനും അനുവദിക്കുന്നു. നിങ്ങൾ മറ്റൊരു വ്യക്തിത്വം സ്വീകരിക്കുമ്പോൾ, നിങ്ങൾ സാഹസികത കണ്ടെത്താൻ തുടങ്ങും.

ഇത് കേൾക്കുന്നത് പോലെ അത്ര എളുപ്പമല്ല. നിങ്ങൾ 'കഥാപാത്രം' തിരഞ്ഞെടുത്ത് ഒറ്റരാത്രികൊണ്ട് നിങ്ങളുടെ വ്യക്തിത്വത്തെ പുനർനിർമ്മിക്കും എന്നല്ല (അല്ലെങ്കിൽ നിങ്ങളുടെ സഹപ്രവർത്തകരുടെ മുന്നിൽ ഒരു കുട്ടിച്ചാത്തനായി മാറുമെന്നല്ല). മറിച്ച്, നിങ്ങൾ ആരാണ് എന്നത് ഏറ്റവും കൂടുതൽ പ്രതിധ്വനിപ്പിക്കുന്നത് ഏതുതരം കളിയാണെന്ന് തിരിച്ചറിയുക എന്നതാണ്, അതുവഴി നിങ്ങൾക്ക് യോജിച്ച രീതിയിലുള്ള ഒരു കളിക്കാരനെ (കഥാപാത്രത്തെ) തിരഞ്ഞെടുക്കാൻ കഴിയും.

ഡോ. സ്റ്റുവർട്ട് ബ്രൗൺ തന്റെ ഔദ്യോഗിക ജീവിതത്തിന്റെ ഭൂരിഭാഗവും കളിയുടെ മനഃശാസ്ത്രം പഠിക്കാൻ ചെലവഴിച്ചു. ഒരു മനഃശാസ്ത്രവിദഗ്ധനായ അദ്ദേഹം, രോഗികളിൽ കളിയുടെ പരിവർത്തന ഫലങ്ങൾ കണ്ടതിന് ശേഷം അതിന്റെ നേട്ടങ്ങളെക്കുറിച്ച് ഗവേഷണം ആരംഭിച്ചു. തത്ഫലമായി, അദ്ദേഹം നാഷണൽ ഇൻസ്റ്റിറ്റ്യൂട്ട് ഫോർ പ്ലേ സ്ഥാപിക്കുകയും സാൻ ഡീഗോയിലെ കാലിഫോർണിയ സർവ്വകലാശാലയിൽ മനോരോഗപഠനത്തിന്റെ പ്രായോഗിക അദ്ധ്യാപകനായി മാറുകയും ചെയ്തു. ഈ സമയത്ത്, കലാകാരന്മാർ മുതൽ ലോറി ഡ്രൈവർമാർ മുതൽ നോബൽ സമ്മാന ജേതാക്കൾ വരെ – ജീവിതത്തിന്റെ എല്ലാ തുറകളിൽ നിന്നുമുള്ള 5,000-ത്തിലധികം ആളുകളുമായി, അവരെ സംബന്ധിച്ച് കളി എന്നതുകൊണ്ട് എന്താണ് അർത്ഥമാക്കുന്നതെന്ന് അദ്ദേഹം സംസാരിച്ചു.

ഈ സംഭാഷണങ്ങളിലൂടെ, നമ്മിൽ ഭൂരിഭാഗവും ഒന്നോ രണ്ടോ തിട്ടമായ തരത്തിലുള്ള കഥാപാത്രങ്ങൾ മാത്രം കളിച്ചിട്ടുള്ളവരാണെന്ന് അദ്ദേഹം കണ്ടെത്തി. നമ്മുടെ താൽപര്യത്തോട് ഏറ്റവും അനുയോജ്യമായവ കണ്ടെത്തുന്നതിലൂടെ, നമ്മുടെ സാഹസികതയുടെ ബോധത്തെ

സ്വതന്ത്രമാക്കുന്ന ഒരു 'കളി വ്യക്തിത്വത്തെ' (play personality) ഏറ്റെടുക്കാൻ നമുക്ക് തുടങ്ങാം. ഡോ. ബ്രൗൺ തന്റെ ഗവേഷണത്തിലൂടെ അരിച്ചെടുത്ത എട്ട് 'കളി വ്യക്തിത്വങ്ങൾ' ഇവയാണ്.

8 കളി വ്യക്തിത്വങ്ങൾ

സമാഹർത്താവ്

മത്സരാർത്ഥി

പര്യവേക്ഷകൻ

സൃഷ്ടാവ്

കഥാകാരൻ

കോമാളി

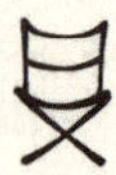
സംവിധായകൻ

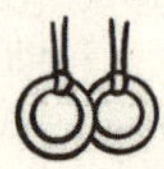
കായികാഭ്യാസി

സമാഹർത്താവ് ശേഖരിക്കാനും സംഘടിപ്പിക്കാനും ഇഷ്ടപ്പെടുന്നു, അപൂർവ്വ സസ്യങ്ങൾക്കായി തിരയുക, അല്ലെങ്കിൽ ചരിത്രരേഖകൾ സൂക്ഷിക്കുന്ന സ്ഥലത്തോ പഴയ വാഹനങ്ങൾ വാങ്ങുകയും വിൽക്കുകയും ചെയ്യുന്നിടത്തോ തിരച്ചിൽ നടത്തുക തുടങ്ങിയ പ്രവർത്തനങ്ങൾ ആസ്വദിക്കുന്നു.

മത്സരാർത്ഥി കളികളും കായിക വിനോദവും ആസ്വദിക്കുന്നു, ഒപ്പം അവരുടെ കഴിവിന്റെ പരമാവധി പരിശ്രമിക്കുന്നതിലും വിജയിക്കുന്നതിലും സന്തോഷിക്കുന്നു.

പര്യവേക്ഷകൻ, മല കയറൽ, റോഡ് സവാരി, മറ്റ് സാഹസികതകൾ എന്നിവയിലൂടെ അവർ ഒരിക്കലും കണ്ടിട്ടില്ലാത്ത പുതിയ സ്ഥലങ്ങളും വിശേഷങ്ങളും കണ്ടെത്താനും അലഞ്ഞുതിരിയാനും ഇഷ്ടപ്പെടുന്നു.

സ്രഷ്ടാവ് സാധനങ്ങൾ നിർമ്മിക്കുന്നതിൽ ആനന്ദം കണ്ടെത്തുന്നു, കൂടാതെ എല്ലാ ദിവസവും മണിക്കൂറുകളോളം പടം വരപ്പ്, ഛായാചിത്രരചന, സംഗീതം നിർമ്മിക്കൽ, തോട്ടം പണികൾ തുടങ്ങിയവയിലും മറ്റും ചെലവഴിക്കാനും കഴിയും.

കഥാകാരന് സജീവമായ ഭാവനയുണ്ട്, മറ്റുള്ളവരെ രസിപ്പിക്കാൻ അവരുടെ ഭാവന ഉപയോഗിക്കുന്നു. അവർ എഴുത്ത്, നൃത്തം, നാടകം, വേഷപ്പകർച്ച എന്നിവ പോലുള്ള പ്രവർത്തനങ്ങളിലേക്ക് ആകർഷിക്കപ്പെടുന്നു.

കോമാളി ആളുകളെ ചിരിപ്പിക്കാൻ ശ്രമിക്കുന്നു, ഏകാഭിനയ പ്രകടനത്തിലൂടെയോ, തത്സമയം നിങ്ങളുമായി സരസ സംഭാഷണം

നടത്തിക്കൊണ്ടോ, അല്ലെങ്കിൽ ചെറിയ പറ്റിക്കലുകളിലൂടെയോ നിങ്ങൾക്ക് പുഞ്ചിരി വരുത്തിയേക്കും.

സംവിധായകൻ ആസൂത്രണം, ക്രമീകരണം, മറ്റ് ആളുകളെ നയിക്കൽ എന്നിവ ഇഷ്ടപ്പെടുന്നു. രംഗകലകൾ സംവിധാനം ചെയ്യുന്നതു മുതൽ ഒരു കമ്പനി നടത്തുന്നതിനും, രാഷ്ട്രീയമോ സാമൂഹികമോ ആയ വിഷയങ്ങളെ പിൻതുണയ്ക്കുന്നതു വരെയുള്ള വ്യത്യസ്ത ധർമ്മങ്ങൾക്കും പ്രവർത്തനങ്ങൾക്കും തികച്ചും അനുയോജ്യരായിരിക്കും.

കായികാഭ്യാസി അഭ്യാസപ്രകടനങ്ങൾ, വ്യായാമമുറകൾ, ഓട്ടം എന്നിവ പോലുള്ള ശാരീരിക പ്രവർത്തനങ്ങളിൽ ഒരു കളി കണ്ടെത്തുന്നു.

ഉല്ലാസകരമായ സാഹസികതയോടെ നിങ്ങളുടെ ജോലിയെയും ജീവിതത്തെയും സമീപിക്കുന്നതിനുള്ള ആദ്യപടി ഇനി പറയുന്നതാണ്. മേൽപ്പറഞ്ഞ കഥാപാത്രങ്ങളിൽ ഏതിനോടാണ് നിങ്ങൾക്ക് കൂടുതൽ ചേർന്നു നിൽക്കാൻ കഴിയുന്നതെന്ന് ചിന്തിക്കുക, എന്നിട്ട് നിങ്ങൾ ആ കഥാപാത്രത്തെപ്പോലെ നിങ്ങളുടെ ജോലിയെ സമീപിക്കാൻ ശ്രമിക്കുക. നിങ്ങളൊരു 'കഥാകാരൻ' ആണെങ്കിൽ, വിരസമായ ഒരു ജോലിയെ (ഒരു ബുദ്ധിമുട്ടുള്ള ജോലിസംബന്ധിയായ ഇമെയിൽ എഴുതൽ) നിങ്ങളുടെ കളിയുടെ ബോധത്തെ ആകർഷിക്കുന്ന ഒന്നാക്കി മാറ്റാനുള്ള വഴികൾ തേടാം (അതൊരു കഥയായി മാറ്റാനുള്ള വഴി കണ്ടെത്താം, ഒരു ആരംഭം, മധ്യം, അവസാനം, പിന്നെ ഒരു അപ്രതീക്ഷിത വഴിത്തിരിവ്). അതല്ല നിങ്ങൾ 'സ്രഷ്ടാവ്' ആണെങ്കിൽ, അത് അർത്ഥമാക്കുന്നത് ആവേശഭരിതമല്ലാത്ത ജോലികൾ (ആ മടുപ്പിക്കുന്ന സ്പ്രെഡ്ഷീറ്റ് പൂരിപ്പിക്കൽ) സ്വയം പ്രകടിപ്പിക്കാനുള്ള അവസരങ്ങളാക്കി മാറ്റാനായേക്കുമെന്നാണ് (അതിനെ കാഴ്ചയിൽ ആകർഷകവും എളുപ്പത്തിൽ മനസ്സിലാക്കാവുന്നതുമായ ഇൻഫോഗ്രാഫിക് ആക്കി മാറ്റുക).

നമ്മുടെ കളിക്കളത്തിലെ വ്യക്തിത്വങ്ങളെ തിരിച്ചറിയുകയും പര്യവേക്ഷണം ചെയ്യുകയും ചെയ്യുന്നത് നമ്മുടെ കുട്ടിക്കാലത്തെ നിർവ്വചിച്ച ചില സാഹസികതകൾ വീണ്ടെടുക്കാൻ നമ്മളെ സഹായിക്കുന്നു – സുഖം തോന്നുക എന്നത് അപൂർവ്വതയല്ല, മറിച്ച് സ്വാഭാവികമായിരുന്ന ഒരു സമയമാണ്. അത് ഇപ്പോഴും നമ്മുടെ ഉള്ളിലുള്ള ഒരു ചേതനയാണ്. സ്റ്റുവർട്ട് ബ്രൗൺ പറഞ്ഞതുപോലെ : 'കളി എന്താണെന്ന് ഓർക്കുകയും അതിനെ നമ്മുടെ ദൈനംദിന ജീവിതത്തിന്റെ ഭാഗമാക്കുകയും ചെയ്യുന്നത് ഒരു സംതൃപ്തനായ മനുഷ്യനാകുന്നതിനുള്ള ഏറ്റവും പ്രധാനപ്പെട്ട ഘടകങ്ങളായിരിക്കും.

പരീക്ഷണം 2 :
നിങ്ങളുടെ ജിജ്ഞാസയെ പുണരുക

'ദിനോസർ' എന്ന പദം യഥാർത്ഥത്തിൽ എന്താണ് അർത്ഥമാക്കുന്നത്?

ഏത് ബീറ്റിൽസ് ഗാനമാണ് യുഎസ് സിംഗിൾസ് പട്ടികയിൽ ഏറ്റവും കൂടുതൽ കാലം നിലനിന്നത്?

അങ്കിൾ സാം ആദ്യമായി താടി വളർത്തിയപ്പോൾ അമേരിക്കയുടെ പ്രസിഡന്റ് ആരായിരുന്നു?

ഇത് കേവലം ഏതെങ്കിലും മദ്യശാലയിലെ വിഷമകരമായ ചോദ്യാവലിയിൽനിന്നുള്ള ചോദ്യങ്ങളല്ല. കാലിഫോർണിയ സർവ്വകലാശാല ഡേവിസ് സെന്റർ ഫോർ ന്യൂറോസയൻസിലെ ഗവേഷകർ, അഗ്രഗാമിയായ ഒരു പരീക്ഷണത്തിൽ ഉപയോഗിച്ച പത്തൊൻപത് പ്രേരണകളിൽ മൂന്നെണ്ണമാണ് അവ. ഇരുപത്തിനാല് സന്നദ്ധസേവകരുള്ള ഒരു സംഘത്തിനോട് ഈ ചോദ്യങ്ങൾ ചോദിച്ചതിന് ശേഷം, ഓരോ ചോദ്യത്തിന്റെയും ഉത്തരങ്ങളെക്കുറിച്ച് അവർ എത്രമാത്രം തൽപ്പരരാണെന്നതിന്റെ തോത്, 'കുറഞ്ഞ കൗതുകം' മുതൽ 'ഉയർന്ന ജിജ്ഞാസ' വരെ, വിലയിരുത്താൻ അവർ ഓരോരുത്തരോടും ആവശ്യപ്പെട്ടു. എന്നിട്ട് അവർ ചോദ്യങ്ങൾ പങ്കെടുത്തവരുടെ മനസ്സിൽ അൽപ്പനേരം തങ്ങിനിൽക്കാൻ അനുവദിച്ചു. ('ഭയാനകമായ പല്ലി', 'ഹേയ് ജൂഡ്', 'എബ്രഹാം ലിങ്കൺ' എന്നിവയാണ് ഉത്തരങ്ങൾ.)

ആളുകളുടെ മനസ്സിൽ ജിജ്ഞാസയുടെ സ്വാധീനം എന്താണെന്ന് അന്വേഷിക്കാൻ ഗവേഷകർ ശ്രമിച്ചു. ആളുകൾക്ക് എന്തിലെങ്കിലും ജിജ്ഞാസയുണ്ടാകുമ്പോൾ, അവർ വിശദാംശങ്ങൾ നന്നായി ഓർമ്മിക്കുമെന്നാണ് ഗവേഷകർ കരുതുന്നത്. അത് ശരിയാണ്. ആളുകൾ വിരസമായ ഒരു വസ്തുതയേക്കാൾ അവർക്ക് രസകരമെന്നു തോന്നിയ ഒരു വസ്തുത ഓർമ്മിക്കാൻ 30 ശതമാനം കൂടുതൽ സാധ്യതയുണ്ടെന്ന് ഈ പഠനം തെളിയിച്ചു.

എന്നാൽ ഈ വസ്തുതകൾ ഓർമ്മിക്കുന്ന ഘട്ടത്തിൽ ആളുകളുടെ തലച്ചോറിൽ എന്താണ് സംഭവിക്കുന്നത് എന്നതാണ് കൂടുതൽ ആശ്ചര്യപ്പെടുത്തുന്നത്. അവരുടെമസ്തിഷ്കസ്കാനിൽ, അവർക്ക്ജിജ്ഞാസയുള്ളഒരു ചോദ്യം ചോദിച്ചപ്പോൾ അവരുടെ നാഡീസംബന്ധമായ പ്രവർത്തനം തികച്ചും വ്യത്യസ്തമായിരുന്നു : അവർക്ക് ഡോപാമൈൻ ഒരു മാത്ര ലഭിച്ചതായികാണപ്പെട്ടു. ഡോപാമൈൻനമ്മുടെസുഖ-അനുഭവഹോർമോണുകളിൽ ഒന്നാണ്, മാത്രമല്ല ഇത് പഠിക്കുന്നതിനും ഓർമ്മകൾ രൂപപ്പെടുന്നതിനും ഉത്തരവാദിത്തമുള്ള തലച്ചോറിന്റെ ഭാഗത്തെ സജീവമാക്കുന്നു. അതിനാൽ പഠനത്തിൽ പങ്കെടുക്കുന്നവരെ സംബന്ധിച്ചിടത്തോളം, അവരുടെ ജിജ്ഞാസയുമായി ഇടപഴകുന്നത് അവർക്ക് നല്ല അനുഭവം നൽകി – തത്ഫലമായി അവർ വിവരങ്ങൾ നിലനിർത്തുന്നതിൽ മികച്ചവരായി.

നിങ്ങളുടെ ജിജ്ഞാസയെ പ്രയോജനപ്പെടുത്തുന്നത് നിങ്ങളുടെ ജീവിതത്തിൽ സാഹസികത കെട്ടിപ്പടുക്കുന്നതിനുള്ള രണ്ടാമത്തെ രീതിയാണ്. ജിജ്ഞാസ നമ്മുടെ ജീവിതത്തെ കൂടുതൽ ആസ്വാദ്യകരമാക്കുക മാത്രമല്ല. കൂടുതൽ സമയം ശ്രദ്ധ കേന്ദ്രീകരിക്കാനും ഇത്

നമ്മെ സഹായിക്കുന്നു. ലിയോനാർഡോ ഡാവിഞ്ചി മുതൽ സ്റ്റീവ് ജോബ്സ് വരെയുള്ള ചരിത്രത്തിലെ ഏറ്റവും മുൻനിര മനസ്സുകളിൽ ചിലരുടെ ജീവചരിത്രങ്ങൾ കഠിനമായി ഗവേഷണം ചെയ്ത ശേഷം, എഴുത്തുകാരൻ വാൾട്ടർ ഐസക്സൺ തന്റെ കണ്ടെത്തലുകൾ ഇങ്ങനെ സംഗ്രഹിച്ചു : 'എല്ലാത്തിലും ജിജ്ഞാസയുണ്ടായിരിക്കുന്നത് നിങ്ങളെ കൂടുതൽ സർഗ്ഗാത്മകമാക്കുക മാത്രമല്ല ചെയ്യുന്നത്. അത് നിങ്ങളുടെ ജീവിതത്തെ സമ്പന്നമാക്കുന്നു'.

ജിജ്ഞാസ നമ്മുടെ ജീവിതത്തെ കൂടുതൽ ആസ്വാദ്യകരമാക്കുക മാത്രമല്ല. കൂടുതൽ സമയം ശ്രദ്ധ കേന്ദ്രീകരിക്കാനും ഇത് നമ്മെ അനുവദിക്കുന്നു.

അപ്പോൾ എങ്ങനെയാണ് നമ്മുടെ ജീവിതത്തിലേക്ക് ഒരു ജിജ്ഞാസാബോധം കൊണ്ടുവരുന്നത്? 'പാർശ്വതല പരീക്ഷണങ്ങൾ' (side quests) എന്ന് ഞാൻ വിളിക്കുന്നവയെ അന്വേഷിക്കുകയാണ് ഒരു രീതി. സെൽഡ, ദി വിച്ചർ, എൽഡൻ റിംഗ് തുടങ്ങിയ വീഡിയോ ഗെയിമുകളിൽ, ഡസൻ കണക്കിന് പാർശ്വതല പരീക്ഷണങ്ങൾ പിന്തുടരാൻ കാത്തിരിക്കുന്നു. ഈ പാർശ്വതല പരീക്ഷണങ്ങൾ ഗെയിമിന്റെ പ്രധാന കഥയെ ബാധിക്കില്ല, എന്നാൽ കളിക്കാരന്റെ ജിജ്ഞാസയാൽ നയിക്കപ്പെടുന്നു : ഞാൻ ഈ ഗുഹയിൽ പ്രവേശിച്ചാൽ, അല്ലെങ്കിൽ ഈ പ്രദേശത്തെ ഏറ്റവും ഉയർന്ന സ്ഥലത്ത് എത്തിയാൽ അല്ലെങ്കിൽ ഈ തടാകത്തിന്റെ അടിത്തട്ടിലേക്ക് നീന്താൻ ശ്രമിച്ചാൽ എന്താണ് സംഭവിക്കുക? ഗെയിമിന്റെ ഏറ്റവും മികച്ച രഹസ്യങ്ങളിൽ പലതും ഗുഹകളിലും വനങ്ങളിലും ഗ്രാമങ്ങളിലും മറഞ്ഞിരുന്നേക്കാം, അടിസ്ഥാന കഥാഗതി പിന്തുടരുന്ന ഒരു കളിക്കാരൻ മറ്റൊരു വിധത്തിലും ഇത് കാണാനിടയില്ല.

പാർശ്വതല പരീക്ഷണങ്ങളുടെ ഒരു പരമ്പര അടങ്ങിയിരിക്കുന്നതായി ഞാൻ പലപ്പോഴും എന്റെ ജീവിതത്തെക്കുറിച്ച് കരുതുന്നു. എല്ലാ ദിവസവും ഞാൻ ജോലിക്ക് ഇരിക്കുമ്പോൾ, ഞാൻ എന്റെ കലണ്ടറും ചെയ്യേണ്ട കാര്യങ്ങളുടെ പട്ടികയും നോക്കി, ഞാൻ സ്വയം ചോദിക്കും : 'ഇന്നത്തെ പാർശ്വതല പരീക്ഷണം എന്തായിരിക്കും?' മുന്നിലുള്ള പ്രകടമായ ജോലികളിൽ നിന്നും, അവ എന്നെ കൊണ്ടുപോകാൻ സാദ്ധ്യതയുള്ള ബദൽ വഴികളിലേക്ക് എന്റെ ചിന്താഗതി മാറ്റാൻ ഈ ചോദ്യം എന്നെ സഹായിക്കുന്നു. എന്റെ ഓഫീസ് വിട്ട് ഒരു പ്രാദേശിക ഭക്ഷണശാലയിൽ കുറച്ച് മണിക്കൂറുകൾ ജോലി ചെയ്യാൻ ഇത് എന്നെ പ്രേരിപ്പിച്ചേക്കാം. അല്ലെങ്കിൽ എന്റെ ജോലിയിലെ പ്രശ്നം പരിഹരിക്കാൻ ഉപയോഗിക്കാവുന്ന പുതിയ സോഫ്റ്റ്‌വെയർ പര്യവേക്ഷണം ചെയ്യാൻ ഇത് എന്നെ പ്രോത്സാഹിപ്പിച്ചേക്കാം.

നിങ്ങളുടെ ദിവസത്തിലേക്ക് ഒരു പാർശ്വതല പരീക്ഷണം

ചേർക്കുന്നതിലൂടെ, ജിജ്ഞാസ, പര്യവേക്ഷണം, കളി എന്നിവയ്ക്ക് നിങ്ങൾ ഇടം സൃഷ്ടിക്കുന്നു – അതിനുപുറമേ, വഴിയിൽ അതിശയകരവും തീർത്തും അപ്രതീക്ഷിതവുമായ എന്തെങ്കിലും കണ്ടെത്താനുമായേക്കും.

വിനോദം കണ്ടെത്തുക

1990-കളുടെ അവസാനത്തിൽ ഒഹായോയിലെ ഒരു ചെറിയ സർവ്വകലാശാലയിൽ നക്ഷത്രങ്ങൾ തിളങ്ങുന്ന ഒരു സായാഹ്നമായിരുന്നു അത്. ഒരു യുവ ബിരുദ ഗവേഷണ സഹായി തന്റെ കൈയ്യിൽ ഒരു എലിയെ പിടിച്ചുകൊണ്ട് പരീക്ഷണശാലയിൽ നിന്നു. രസകരമായ എന്തെങ്കിലും സംഭവിക്കുമെന്ന പ്രതീക്ഷയിൽ അദ്ദേഹം ഉണങ്ങിയ പെയിന്റ് ബ്രഷ് ഉപയോഗിച്ച് എലിയുടെ വെളുത്ത വയറിൽ സൂക്ഷ്മമായി തലോടി.

ആദ്യം, ഒന്നുമുണ്ടായില്ല. എന്നാൽ പെട്ടെന്ന് എലി നിലവിളിച്ചു. വേദനകൊണ്ടല്ലെന്നു മാത്രം; എന്തായിരുന്നെന്നു നോക്കുമ്പോൾ, എലി ചിരിക്കുന്നതായി തോന്നി.

ഈ ശാസ്ത്രജ്ഞർ തമാശയ്ക്ക് എലികളെ ഇക്കിളിപ്പെടുത്തുകയായിരുന്നില്ല. വാസ്തവത്തിൽ, അവർ മനുഷ്യ മസ്തിഷ്കത്തിൽ കളിയുടെ ജൈവിക ഫലങ്ങളെക്കുറിച്ച് അന്വേഷിക്കുകയായിരുന്നു – പ്രമുഖ ശാസ്ത്രജ്ഞനായ ജാക്ക് പാൻക്സെപ്പ് അതിനെ 'ആനന്ദത്തിന്റെ ജീവശാസ്ത്രം' (the biology of joy) എന്ന് വിളിച്ചു. അക്കാലത്ത്, ശാസ്ത്ര സമൂഹത്തിന്റെ പ്രബലമായ വിശ്വാസം മനുഷ്യർ മാത്രമേ വികാരങ്ങൾ അനുഭവിക്കൂ എന്നായിരുന്നു. വികാരങ്ങൾ ഉത്ഭവിക്കുന്നത് തലച്ചോറിന്റെ അതിസങ്കീർണ്ണമായ ഭാഗത്താണ്, അത് നമുക്ക് മാത്രമുള്ള സെറിബ്രൽ കോർട്ടക്സിൽ നിന്നാണ് എന്ന് കരുതപ്പെട്ടു. എന്നാൽ എലികൾക്ക് ചിരിക്കാൻ കഴിയുമെന്ന പാൻക്സെപ്പിന്റെ കണ്ടെത്തൽ ഒരു ബദൽ നിർദ്ദേശിച്ചു : വികാരങ്ങൾ തലച്ചോറിലെ അമിഗ്ഡാല, ഹൈപ്പോതലാമസ് എന്നിവ പോലെയുള്ള വളരെ പ്രാഥമികമായ പ്രദേശങ്ങളിൽ നിന്നായിരിക്കണം. ആനന്ദം ഒരു ആഴത്തിലുള്ള പ്രാകൃതികമായ അനുഭവമാണ് എന്ന് പാൻക്സെപ്പ് കാണിച്ചു തന്നു.

എലികൾ കളിക്കാൻ ഇഷ്ടപ്പെടുന്നുവെന്നതാണ് പാൻക്സെപ്പിന്റെ പ്രധാന കണ്ടെത്തലുകളിൽ ഒന്ന്. തന്റെ പരീക്ഷണത്തിന്റെ ഭൂരിഭാഗവും എലികൾ കളിക്കുമ്പോൾ അവ ഉണ്ടാക്കുന്ന ശബ്ദങ്ങൾ രേഖപ്പെടുത്തുന്നതിനാണ് അദ്ദേഹം ചെലവഴിച്ചത്. ഈ ശബ്ദങ്ങൾ സന്തോഷകരമായിരുന്നു, പിന്നീട് അദ്ദേഹം പറഞ്ഞു : 'അതൊരു കളിസ്ഥലം പോലെ തോന്നി.' കാരണം? കളി ഡോപാമൈൻ പുറപ്പെടുവിക്കുന്നു. അത് എലികൾക്ക് സുഖാനുഭവമുണ്ടാക്കി.

ആ എലികളിൽ നിന്ന് നമുക്ക് ഒന്നോ രണ്ടോ കാര്യങ്ങൾ പഠിക്കാം.

നമ്മൾ ചെയ്യുന്ന കാര്യങ്ങളിൽ സന്തോഷം കണ്ടെത്തണമെങ്കിൽ, അത് തലച്ചോറിന്റെ ഉയർന്നതും സങ്കീർണ്ണവുമായ സെറിബ്രൽ കോർട്ടെക്സുമായി ബന്ധപ്പെട്ട ഭാഗങ്ങളിൽ നിന്ന് മാത്രമായിരിക്കില്ലെന്ന് പാൻക്സെപ്പിന്റെ എലികൾ കാണിച്ചുതന്നു. ഇത് നമ്മുടെ നാഡീവ്യൂഹത്തിന്റെ ഏറെ പുരാതനവും അടിസ്ഥാനപരവുമായ ഭാഗങ്ങളിൽ വരെയുണ്ട് – ആ എലികളിൽ സജീവമായ അതേ സുഖ-അനുഭവ ഹോർമോണുകൾ. നമ്മെ സന്തോഷിപ്പിക്കുകയും വ്യാപൃതരാക്കുകയും ചെയ്യുന്ന ചെറിയ ഡോപാമൈൻ മാത്രകൾ നമുക്കും പുറത്തേക്കു കൊണ്ടുവരാം.

പക്ഷെ എങ്ങനെ? ഡോപാമൈനിനെ എന്താണ് പ്രത്യേകമായി പുറത്തു കൊണ്ടുവരുന്നതെന്നു പഠിക്കുന്നതിലൂടെ ഉത്തരം കണ്ടെത്താനാകും. ഹാർവാർഡ് വൈദ്യശാസ്ത്ര വിദ്യാലയം പ്രസിദ്ധീകരിച്ച ഒരു ലേഖനം പറയുന്നതുപോലെ, 'രതി, പുതിയ സാധനങ്ങൾ വാങ്ങൽ, [കൂടാതെ] അടുപ്പിൽ വേവുന്ന പലഹാരങ്ങളുടെ മണമാസ്വദിക്കൽ' എന്നിവയാൽ ഈ ഹോർമോൺ സജീവമാകുന്നു – മറ്റൊരു വിധത്തിൽ പറഞ്ഞാൽ, നമുക്ക് രസകരമായ പ്രവർത്തനങ്ങളാൽ.

അതിനാൽ കളിയുടെ വിപ്ലവകരമായ ഫലങ്ങൾ പ്രയോജനപ്പെടുത്താൻ നമ്മൾ ആഗ്രഹിക്കുന്നുവെങ്കിൽ, നമ്മൾ പോകുന്നിടത്തെല്ലാം വിനോദം തേടുക എന്നതാണ് നമ്മുടെ രണ്ടാമത്തെ പടി. എഡ്വേഡിയൻ യുഗത്തിലെ ലണ്ടൻ സന്ദർശനത്തിൽ ഒരു ഡിസ്നി വകഭേദം കണ്ടെത്തുന്നതിലൂടെ അത് തുടങ്ങുന്നു.

പരീക്ഷണം 3 :
ആ മാന്ത്രിക പോസ്റ്റ്-ഇറ്റ് കുറിപ്പ്

ഒരു ജൂനിയർ ഡോക്ടറായി ജോലി ചെയ്ത് ക്ഷീണിച്ച ഒരു പ്രത്യേക ഘട്ടത്തിൽ, ഞാനും എന്റെ ഗൃഹപങ്കാളി മോളിയും കുട്ടിക്കാലത്തെ പ്രിയപ്പെട്ട *മേരി പോപ്പിൻസ്* വീണ്ടും കാണാൻ തീരുമാനിച്ചു. അനിമേറ്റഡ് പക്ഷികളുടെ ലോകത്ത് മുഴുകുന്നതും, വളരെ മോശമായ ലണ്ടൻ ഉച്ചാരണങ്ങളും, സ്ത്രീകളുടെ വോട്ടവകാശത്തെക്കുറിച്ചുള്ള ജനപ്രിയ ഗാനങ്ങളും കുറച്ച് ആശ്വാസം നൽകുമെന്ന് ഞങ്ങൾ പ്രതീക്ഷിച്ചു, വെറും രണ്ട് മണിക്കൂർ നേരത്തേക്കാണെങ്കിൽ പോലും.

ആ സമയത്ത്, എന്റെ ബിരുദാനന്തര മെഡിക്കൽ പരീക്ഷകൾക്ക് പഠിക്കുവാനുള്ള പ്രചോദനം കണ്ടെത്താൻ ഞാൻ പാടുപെടുകയായിരുന്നു. എന്റെ ആശുപത്രി ജോലികളും, വരാനിരിക്കുന്ന സമയപരിധികളും, സങ്കീർണ്ണമായ സംഭവങ്ങളും ഒക്കെക്കൂടി ചേരുമ്പോൾ കൈയെത്തി പിടിക്കാനാവാത്തതായി തോന്നി. എന്റെ ജോലി കഴിഞ്ഞ് പാഠപുസ്തകങ്ങൾ വായിക്കാൻ ഇരിക്കുക എന്ന ആശയം പേടിസ്വപ്നമായി തോന്നി.

എന്നാൽ *മേരി പോപ്പിൻസ്* വീണ്ടും കണ്ടപ്പോൾ അപ്രതീക്ഷിത

മായത് സംഭവിച്ചു. ഈ സിനിമ മാന്ത്രിക ശക്തികളുള്ള ഒരു വിചിത്ര സ്വഭാവിയായ ആയയുടെ വെറും നിസ്സാരമായ കഥയായിരുന്നില്ല – അത് ഒരു അഗാധമായ സത്യത്തെ ഉൾക്കൊള്ളുന്നു. ചിത്രത്തിലെ ഏറ്റവും പ്രശസ്തമായ ഗാനങ്ങളിലൊന്നാണ് കുട്ടികൾ വീട്ടുജോലികളെക്കുറിച്ച് പരാതിപ്പെട്ടുമ്പോൾ മേരി അവർക്ക് പാടിക്കൊടുക്കുന്ന 'ഒരു കരണ്ടി പഞ്ചസാര'. കോറസ് അല്ലാതെ എനിക്ക് കുട്ടിക്കാലത്തു നിന്നുള്ള പല വരികളും ഓർമ്മയുണ്ടായിരുന്നില്ല : 'ഒരു കരണ്ടി പഞ്ചസാര മരുന്നിനെ തോൽപ്പിക്കുന്നു... ഏറ്റവും ആഹ്ലാദകരമായ രീതിയിൽ.'

ഏതാണ്ട് ഇരുപതിൽ പരം വർഷങ്ങൾക്കിപ്പുറം പരിചിതവും എന്നാൽ മറന്നതുമായ ഈ രംഗം കാണുമ്പോൾ, ആ ഗാനം എങ്ങനെയാണ് ആരംഭിക്കുന്നതെന്ന് ഞാൻ ശ്രദ്ധിച്ചു.

ചെയ്യേണ്ട എല്ലാ ജോലികളിലും,
രസകരമായ ഒരു ഘടകമുണ്ട്.
നിങ്ങൾ ആ രസം കണ്ടെത്തി ഞൊടിക്കുക!
ഈ ജോലി ഒരു കളിയാണ്.

വാനമ്പാടികളും കുരുവികളും തേനീച്ചകളും ജോലി ചെയ്യുമ്പോൾ പാടിക്കൊണ്ട് അവരുടെ മടുപ്പിക്കുന്ന ജോലികൾ കൂടുതൽ ആസ്വാദ്യകരമാക്കുന്ന വിവിധ രീതികൾ പാട്ടിന്റെ ബാക്കി ഭാഗങ്ങളിൽ വിവരിക്കുന്നു. (കുരുവികൾ പ്രത്യക്ഷത്തിൽ 'ജോലി മുന്നോട്ട് കൊണ്ടുപോകാൻ' വേണ്ടി അവരുടെ 'ആനന്ദരാഗം' പാടുന്നു; പക്ഷിശാസ്ത്രപരമായി കൃത്യമല്ല എന്ന് പിന്നീട് ഞാൻ വിഷമത്തോടെ മനസ്സിലാക്കിയ ഒരു വിശകലനം.)

ഈ ആശയം എന്റെ സ്വന്തം ജീവിതത്തിൽ പ്രയോഗിക്കാൻ ഞാൻ തീരുമാനിച്ചു. അർദ്ധരാത്രി വന്ന പ്രചോദനത്തിൽ, ഞാൻ ഒരു പെൻസിലും പോസ്റ്റ്-ഇറ്റ് കടലാസും എടുത്ത് അഞ്ച് ലളിതമായ വാക്കുകൾ എഴുതി : *ഇത് രസകരമാണെങ്കിൽ ഇത് എങ്ങനെയാണ് കാണപ്പെടുക?*

എന്റെ കമ്പ്യൂട്ടർ മോണിറ്ററിൽ ഈ കുറിപ്പ് ഒട്ടിച്ച് ഞാൻ ഉറങ്ങാൻ കിടന്നു.

അടുത്ത ദിവസം എന്റെ മോണിറ്ററിൽ ഞാൻ കുറിപ്പ് കണ്ട സമയമായപ്പോഴേക്കും, ഞാൻ അത് അവിടെ വെച്ച കാര്യം തന്നെ ഞാൻ മറന്നിരുന്നു. ഞാൻ ജോലിയിൽ നിന്ന് തിരിച്ചെത്തി, എന്റെ മെഡിക്കൽ പരീക്ഷയ്ക്കായി ചില ജീവരസതന്ത്ര പാതകൾ വീണ്ടും പഠിക്കാൻ തുടങ്ങുകയായിരുന്നു. ഞാൻ എന്റെ പതിവ് ഇഷ്ടമില്ലാതെയുള്ള ചിരിയുമായി ഇരുന്നു. എന്നാൽ ഞാൻ ആ പോസ്റ്റ്-ഇറ്റ് കണ്ടപ്പോൾ അത് എന്നെ ചിന്തിപ്പിച്ചു. ഇത് രസകരമാണെങ്കിൽ ഇത് എങ്ങനെയാണ് കാണപ്പെടുക?

ആദ്യത്തെ ഉത്തരം എനിക്ക് പെട്ടെന്ന് കിട്ടി : ഇത് രസകരമാണെങ്കിൽ, സംഗീതം ഉണ്ടാകും. എന്റെ ഹെഡ്ഫോണുകളിലൂടെ

ലോർഡ് ഓഫ് ദ റിംഗ്സ് സംഗീതം പാടിത്തുടങ്ങിയതോടെ മടുപ്പിക്കുന്ന ജീവരസതന്ത്ര പാതകൾ മനഃപാഠമാക്കുന്നത് മാന്ത്രികമെന്നോണം കൂടുതൽ രസകരമാകുന്നതായി ഞാൻ മനസ്സിലാക്കി. പെട്ടെന്ന് തന്നെ, എന്റെ ജോലിയിലേക്ക് കൂടുതൽ കളി കൊണ്ടു വരാനുള്ള ഏറ്റവും പ്രധാനപ്പെട്ട മാർഗങ്ങളിലൊന്നായി സംഗീതം മാറി.

ജോലിസ്ഥലത്തും ഞാൻ ഈ രീതി പ്രയോഗിക്കാൻ തുടങ്ങി. ആ സമയത്ത് എന്റെ ജോലി വാർദ്ധക്യകാല രോഗ വിഭാഗത്തിലായിരുന്നു, അവിടെ ഡോക്ടർമാരുടെ ഓഫീസ് വാർഡിന്റെ മൂലയിൽ അലങ്കാരം കുറഞ്ഞ ഒരു ചെറിയ മുറിയായിരുന്നു. വിശേഷേണ കഠിനമായ ഒരു സായാഹ്നത്തിൽ, എന്റെ മുമ്പിൽ ജോലികളുടെ ഒരു വലിയ പട്ടികയുമായി ഞാൻ ഓഫീസിൽ ഇരിക്കുമ്പോൾ, 'സംഗീത വിനോദ' രീതി പ്രയോഗിക്കാൻ ഞാൻ തീരുമാനിച്ചു. എന്റെ പക്കൽ ഉച്ചഭാഷിണികളൊന്നും ഉണ്ടായിരുന്നില്ല, അതിനാൽ ഞാൻ അടുക്കളയിൽ നിന്ന് ഒരു കോപ്പയെടുത്ത് ഒരു താൽക്കാലിക ഉച്ചഭാഷിണിയായി ഉപയോഗിക്കാൻ എന്റെ ഫോൺ അതിനുള്ളിൽ വെച്ചു. ഞാൻ സ്പോട്ടിഫൈ തുറന്ന് *പൈറേറ്റ്സ് ഓഫ് ദ കരീബിയൻ* സംഗീതം ചെറിയ ശബ്ദത്തിൽ പാടിച്ച് ശിഷ്ടദിവസം മുഴുവൻ എന്റെ ജോലികൾ ചെയ്തു. അതിന്റെ ഫലങ്ങൾ പരിവർത്തനാത്മകമായിരുന്നു; അത് വളരെ മെച്ചപ്പെട്ട അനുഭവമായി തോന്നി.

'ഇത് രസകരമാണെങ്കിൽ ഇത് എങ്ങനെയാണ് കാണപ്പെടുക?' എന്നത് ഇപ്പോൾ എന്റെ ജീവിതത്തിലെ ഒരു വഴികാട്ടിയായ ചോദ്യമായി മാറിയിരിക്കുന്നു. മാത്രമല്ല അത് ഉപയോഗിക്കുന്നത് അതിശയകരമാം വിധം എളുപ്പമാണ് താനും. നിങ്ങൾ ഇപ്പോൾ ഉടനെ ചെയ്യാൻ ആഗ്രഹിക്കാത്ത ഒരു ജോലിയെക്കുറിച്ച് ചിന്തിക്കുക, അത് രസകരമാണെങ്കിൽ അത് എങ്ങനെയാണ് കാണപ്പെടുക എന്ന് ചോദിക്കുക. നിങ്ങൾക്ക് അത് വേറൊരു രീതിയിൽ ചെയ്യാൻ കഴിയുമോ? നിങ്ങൾക്ക് സംഗീതമോ നർമ്മബോധമോ ചേർക്കാമോ, അല്ലെങ്കിൽ സർഗ്ഗാത്മകത പ്രകടിപ്പിക്കാമോ? നിങ്ങൾ സുഹൃത്തുക്കളുമായി ചേർന്ന് ഈ ജോലി ചെയ്യാൻ പോവുകയോ അല്ലെങ്കിൽ ഈ പ്രക്രിയയുടെ അവസാനം സ്വയം ഒരു സമ്മാനം വാഗ്ദാനം ചെയ്യുകയോ ചെയ്താലോ?

ഈ ക്ഷീണിപ്പിക്കുന്ന പ്രക്രിയ കുറച്ചു കൂടുതൽ ആസ്വാദ്യകരമാക്കാനുള്ള ഒരു മാർഗ്ഗമുണ്ടോ?

പരീക്ഷണം 4 :

ആ പ്രക്രിയ ആസ്വദിക്കൂ, ഫലമല്ല

നിങ്ങൾ ചെയ്യുന്ന എല്ലാ കാര്യങ്ങളും രസകരമാക്കാൻ മറ്റൊരു വഴിയുണ്ട്, ഇരുപതാം നൂറ്റാണ്ടിന്റെ മധ്യത്തിൽ നിന്നുള്ള കുട്ടികളുടെ സിനിമകൾ വീണ്ടും കാണാതെ തന്നെ. വാസ്തവത്തിൽ, സ്വർണ്ണത്തലമുടിയുള്ള

5 അടി 7 ഇഞ്ച് ഉയരമുള്ള ഒരു സ്പാനിഷ് കൗമാരക്കാരനാണ് ഇത് നന്നായി സമർത്ഥിച്ചത്.

2021 ഓഗസ്റ്റിൽ, ടോക്കിയോയിൽ നടന്ന വേനൽ ഒളിമ്പിക്സിൽ പർവ്വതാരോഹണത്തിലെ ആദ്യ സ്വർണ്ണപ്പതക്ക ജേതാവായ ആൽബർട്ടോ ഗിനസ് ലോപ്പസ് വേദിയിലേക്ക് ചുവടുവച്ചു. കഴിഞ്ഞ ആഴ്ചകളിൽ, ടോക്കിയോയിലെ അയോമി നഗര കായികവിനോദ ഉദ്യാനത്തിന്റെ ബഹുവർണ്ണ ഭിത്തികളിൽ അദ്ദേഹം വിസ്മയിപ്പിക്കുന്ന ശാരീരിക നേട്ടങ്ങളുടെ ഒരു പരമ്പര പൂർത്തിയാക്കിയപ്പോൾ ലോകം വീക്ഷിച്ചു, സ്തംഭിച്ചു. ദ്രുതകയറ്റം ആയിരുന്ന ഏറ്റവും ശ്രദ്ധേയമായത് – അവിടെ നിങ്ങൾ കഴിയുന്നത്ര വേഗത്തിൽ മതിൽ കയറുന്നു, ചിലന്തിയെപ്പോലെ. 6.42 സെക്കൻഡിൽ ലോപ്പസ് മതിലിനു മുകളിൽ എത്തി.

എന്നാൽ ലോപ്പസും അദ്ദേഹത്തിന്റെ സഹ പർവ്വതാരോഹകരും തലകറങ്ങുന്ന വേഗതയിൽ ചുവരിന്റെ മുകളിലേക്ക് കയറുന്നത് കാണുമ്പോൾ, ഇത് തികച്ചും അസാധാരണമായ ഒരു കായിക വിനോദമാണെന്നും ജനക്കൂട്ടം ശ്രദ്ധിച്ചു. വർണ്ണാഭമായ ചായം പൂശിയ മുടിയോടും കടും നിറമുള്ള പടച്ചമയങ്ങളോടും കൂടി, നിങ്ങളുടെ പതിവ് ട്രാക്ക്-ആൻഡ്-ഫീൽഡ് കായികതാരങ്ങളെക്കാൾ കൂടുതൽ സാമ്പ്രദായികവിരുദ്ധരായി കാണപ്പെടാൻ മത്സരാർത്ഥികൾ പ്രവണത കാണിച്ചെന്ന് മാത്രമല്ല, അവർ കൂടുതൽ സ്വസ്ഥതയുള്ളവരായും കാണപ്പെട്ടു. അവരുടെ എതിരാളികൾ ചുവരുകളിൽ കയറുമ്പോൾ നേത്ര സമ്പർക്കം ഒഴിവാക്കി പിരിമുറുക്കത്തോടെ വീക്ഷിക്കുന്നതിനു പകരം, കയറുന്നവരിൽ പലരും താഴെ തമാശ പറയുകയും നുറുങ്ങുകൾ പങ്കിടുക പോലും ചെയ്യുന്നതായി തോന്നി. അവർ ചുവരുകളിൽ കയറുമ്പോൾ, മിക്ക ഓട്ടക്കാരും കാൽപ്പന്ത് കളിക്കാർ പോലും പ്രകടിപ്പിക്കുന്ന വേദനാജനകമായ തീവ്രതയൊന്നും അവരുടെ മുഖങ്ങളിൽ പ്രകടമായിരുന്നില്ല. വാസ്തവത്തിൽ, അവർ സർഗാത്മകമായി സ്വയം ആസ്വദിക്കുന്നതായി തോന്നി.

ആ കയറ്റക്കാർ വിനോദം കണ്ടെത്താനുള്ള നമ്മുടെ രണ്ടാമത്തെ വഴിയെക്കുറിച്ച് സൂചന നൽകുന്നു : ഫലത്തിൽ നിന്നല്ല, മറിച്ച് പ്രക്രിയയിൽ നിന്ന് ലഭിക്കുന്ന സന്തോഷത്തിന് ഊന്നൽ നൽകിക്കൊണ്ട്.

ഹംഗേറിയൻ-അമേരിക്കൻ മനഃശാസ്ത്രവിദഗ്ധനായ മിഹാലി ചിക്സെന്റ്മിഹി (Mihaly Csikszentmuhalyi) പറയുന്നതനുസരിച്ച്, കയറ്റവും കാൽപ്പന്തും തമ്മിലുള്ള ഏറ്റവും വലിയ വ്യത്യാസം, മിക്ക ആരോഹകരും പൂർണ്ണമായും ഈ പ്രക്രിയയിൽ (മതിൽ കയറുന്നത്) മുഴുകിയിരിക്കുന്നു, മറിച്ച് അന്തിമ ഫലത്തിൽ (കളി ജയിക്കുക) അല്ല എന്നതാണ്. 'ഒഴുക്ക്' (flow) – ഒരു ദൗത്യത്തിൽ നാം മുഴുകിയിരിക്കുമ്പോൾ ബാക്കി ലോകം മുഴുവനും അപ്രത്യക്ഷമാകുന്ന ആ അവസ്ഥ – എന്ന പഠനത്തിന്റെ തുടക്കക്കാരനായ ചിക്സെന്റ്മിഹി കൗമാരപ്രായത്തിൽ ആൽപ്സിലെ പർവ്വതാരോഹകരെ വീക്ഷിക്കുന്നതിനിടെയാണ് തന്റെ സിദ്ധാന്തങ്ങൾ

ആദ്യമായി വികസിപ്പിച്ചത്. ഫലത്തേക്കാൾ, പ്രക്രിയയിൽ ശ്രദ്ധ കേന്ദ്രീകരിക്കാൻ പഠിക്കാൻ നമുക്ക് കഴിയുമെങ്കിൽ, ഒരു ജോലി ആസ്വദിക്കാനുള്ള സാധ്യത വളരെ കൂടുതലാണെന്ന് ചിക്സെന്റ്മിഹി വാദിച്ചു.

പക്ഷെ എങ്ങനെ? പർവ്വതകയറ്റത്തിന് ഇത് സാധ്യമായേക്കാം, കാരണം അത് സ്വതവേ രസകരമാണ് (ചിലർക്കെങ്കിലും). പക്ഷെ നിങ്ങൾ ആകെ വിരസമായ അല്ലെങ്കിൽ മുഷിച്ചിലുള്ള സാഹചര്യങ്ങളിലാണ് സ്വയം കാണപ്പെടുന്നതെങ്കിലോ?

ഒരു തരത്തിൽ, ഇവിടെയാണ് പ്രക്രിയയിൽ ശ്രദ്ധ കേന്ദ്രീകരിക്കുക എന്ന ശക്തി കൂടുതൽ ശക്തിയുള്ളതാകുന്നത്. കാരണം, ഒരു ചെറിയ ക്രിയാത്മകമായ ചിന്തയിലൂടെ, ഏത് പ്രക്രിയയിലും നിങ്ങൾക്ക് സന്തോഷം കണ്ടെത്താനാകും, അത് എത്ര വിരസമായി കാണപ്പെടുന്നതായാലും.

ഇന്നത്തെ ലോകമറിയുന്ന ഒരു കഥാകൃത്തും ഏറ്റവും കൂടുതൽ വിറ്റഴിക്കപ്പെടുന്ന നോവലിസ്റ്റുമായ മാത്യു ഡിക്സിന്റെ കഥയെടുക്കുക. തന്റെ ആദ്യ പുസ്തകം പ്രസിദ്ധീകരിക്കുന്നതിന് വർഷങ്ങൾക്ക് മുമ്പ്, ഡിക്സ് മക്‌ഡൊണാൾഡ്സിൽ ജോലി ചെയ്തു. അദ്ദേഹം അത് വെറുക്കുകയും ചെയ്തു. 'ദിവസങ്ങൾ അനന്തമായി തോന്നി,' മാത്യു ഒരിക്കൽ എന്നോട് പറഞ്ഞു. 'അതേ പതിവ് ദിനചര്യ വീണ്ടും വീണ്ടും. ഓർഡറുകൾ എടുക്കുക, ബർഗർ ഉണ്ടാക്കുക, വറുത്തെടുത്തവ കൈമാറുക. ആവേശമോ പ്രത്യാശയോ വെല്ലുവിളിയോ ഇല്ലായിരുന്നു.'

അതിനാൽ, ജോലിയുടെ ഫലത്തിലല്ല (അദ്ദേഹത്തിനെ പ്രകോപിപ്പിക്കുന്ന തുച്ഛമായ ശമ്പള ചെക്ക്) പകരം പ്രക്രിയയിൽ നിന്ന് എന്തെങ്കിലും സന്തോഷമുണ്ടാകുമോ എന്ന് കാണാൻ ഡിക്സ് തീരുമാനിച്ചു. അദ്ദേഹം ഒരു വിശിഷ്ടമായ തന്ത്രം ഇറക്കി : ഉയർന്ന വിൽപ്പന. 'ചില ദിവസങ്ങളിൽ ഇത് ബാർബിക്യൂ സോസ് ദിനമാണെന്ന് ഞാനങ്ങ് തീരുമാനിക്കും,' അദ്ദേഹം ഓർക്കുന്നു. 'അതിനാൽ ശിഷ്ടദിവസം, ഞാൻ എടുക്കുന്ന ഓരോ ഓർഡറിലും ഞാൻ ഒരു ചെറിയ വിൽപ്പന വർത്തമാനം ചേർത്തു. ഉപഭോക്താവ് ഒരു വലിയ ബർഗറും ഫ്രൈകളും ഓർഡർ ചെയ്യും, അതിനൊപ്പം എന്തെങ്കിലും സോസ് വേണോ എന്ന് ഞാൻ അവരോട് ചോദിക്കും. അവർ വേണ്ട എന്ന് പറഞ്ഞാൽ, ഞാൻ പുഞ്ചിരിച്ചുകൊണ്ട് പറയും, "ശരി, ഞാൻ ശരിക്കും ബാർബിക്യൂ സോസ് ശുപാർശചെയ്യും – അതിനെ വെല്ലുന്ന ഒന്നുമില്ല." സാധാരണയായി ഈ സമയത്ത്, അവർ അൽപ്പം പിൻവാങ്ങും, അവർ പറയും, "ശരി, ഞാൻ സോസ് എടുക്കാം." അവർ ഇപ്പോഴും കഴിക്കാൻ തുടങ്ങിയിട്ടില്ലെങ്കിൽ, ഞാൻ പറയും, "അത് സാരമില്ല, പക്ഷേ നിങ്ങൾ ശരിക്കും നഷ്ടപ്പെടുത്തുകയാണ്. എന്റെ മുമ്പത്തെ ഉപഭോക്താവിന് മടിയായിരുന്നു, പക്ഷേ അവൾ സോസ് ഉപയോഗിച്ചപ്പോൾ അവൾ ശരിയായ തീരുമാനമാണ് എടുത്തതെന്ന് അവൾക്ക് മനസ്സിലായി." '

തന്റെ ദിനചര്യയിലെ ഈ ചെറിയ മാറ്റങ്ങളുടെ ഫലങ്ങൾ

അപ്രതീക്ഷിതമായ രീതിയിൽ ഗണ്യമായിരുന്നതായി ഡിക്സ് പറയുന്നു. അവയെല്ലാം അദ്ദേഹത്തിന്റെ വാക്കുകളിൽ പറഞ്ഞാൽ : 'ഉപഭോക്താവിന്റെ ദിവസം കുറച്ചുകൂടി മികച്ചതാക്കുകയും, ഒപ്പം വലിച്ചു നീട്ടപ്പെട്ടതായി തോന്നുന്ന ദിവസങ്ങളിൽ തീർച്ചയായും എന്നെ കൂടുതൽ ഊർജ്ജസ്വലനാക്കുകയും ചെയ്യുന്ന കുഞ്ഞു ജോലികളിൽ പെട്ടതായിരുന്നു.' അത് പ്രാവർത്തികമാവുകയും ചെയ്തു. ബാർബിക്യൂ സോസ് ഉപയോഗിക്കാനായി തനിക്ക് എത്ര പേരെ ബോധ്യപ്പെടുത്താൻ കഴിയുമെന്ന് അറിയാൻ ആകാംക്ഷയോടെ തന്റെ ജോലിസമയത്തിനായി താൻ കാത്തിരിക്കുന്നതായി ഡിക്സ് കണ്ടെത്തി.

ഈ പ്രക്രിയ സ്വാഭാവികമായി ആസ്വാദ്യകരമായിരുന്നില്ല. എന്നാൽ ഡിക്സ് അത് ആസ്വദിക്കാൻ ഒരു വഴി സൃഷ്ടിച്ചിരുന്നു. അങ്ങനെ ചെയ്യുന്നതിലൂടെ, പ്രചോദനാത്മകമല്ലാത്ത ഒരു സാഹചര്യത്തിലും അദ്ദേഹം രസം കണ്ടെത്തി.

സമ്മർദ്ദങ്ങൾ കുറയ്ക്കുക

സാഹസികതയും വിനോദവും കളിക്കാനുള്ള നമ്മുടെ കഴിവിനെ പ്രോത്സാഹിപ്പിക്കുമെങ്കിൽ, ആ കഴിവിനെ കുറയ്ക്കുന്ന സമാനമായ ശക്തമായ ഒരു ഘടകം ഉണ്ട് – സമ്മർദ്ദം. എങ്ങനെയെന്ന് മനസ്സിലാക്കാൻ, ഈ അധ്യായത്തിലെ ഏറ്റവും ദൗർഭാഗ്യകരമായ ദിവസം പരീക്ഷണ വിഷയങ്ങളിലേക്ക് ഒരിക്കൽ കൂടി തിരിയാം : വെളുത്ത എലികൾ.

നിർഭാഗ്യവശാൽ, ഈ എലികൾ നമ്മൾ നേരത്തെ കണ്ടുമുട്ടിയ ബ്രഷ് ഇക്കിളിപ്പെടുത്തിയ എലികളെപ്പോലെ ഒരു ആസ്വാദ്യകരമായ സായാഹ്നത്തിൽ ആയിരുന്നില്ല. ഈ അവസരത്തിൽ, കൊളംബിയ സർവ്വകലാശാലയിലെ ശാസ്ത്രജ്ഞർ വളർച്ചയുടെ വിവിധ ഘട്ടങ്ങളിലുള്ള ഒരു കൂട്ടം എലികളെ എടുത്ത് ഓരോന്നിനും മുകളിൽ ഒരു കമ്പിവല സ്ഥാപിച്ചു, അങ്ങനെ അവ നിയന്ത്രിക്കപ്പെടുകയും സ്വതന്ത്രമായി നീങ്ങാൻ കഴിയാതെ വരികയും ചെയ്തു. എന്നിട്ട് അവർ അവയെ മുപ്പത് നിമിഷങ്ങൾ അവിടെ വിട്ടു.

അതിശയമൊന്നുമില്ലെന്ന് പറയാം, ഇത് വളരെ സമ്മർദ്ദകരമായിരുന്നു. വല തടഞ്ഞുനിർത്തുന്നതിനുമുമ്പ്, എലികൾ പരസ്പരം ചുറ്റിക്കറങ്ങുകയും കളിയായി വഴക്കുണ്ടാക്കുകയും പരസ്പരം നെറ്റിയിൽ സ്പർശിക്കുകയും ചെയ്തു. എന്നാൽ വലയിൽ നിന്ന് മോചിപ്പിക്കപ്പെട്ടതിനുശേഷം, എലികളുടെ കളിക്കുന്ന സ്വഭാവം പൂർണ്ണമായും അപ്രത്യക്ഷമായതായി ഗവേഷകർ കണ്ടെത്തി. പകരം, എലികളൊന്നും കളിക്കാതെ കൂട്ടമായി ഒതുങ്ങി നിന്നു. (സന്തോഷകരമെന്നു പറയട്ടെ, ഈ സമ്മർദ്ദപൂരിതമായ നിയന്ത്രണ അനുഭവം കഴിഞ്ഞ് ഒരു

മണിക്കൂറിനകം കളിക്കുന്ന പെരുമാറ്റം സാധാരണ നിലയിലേക്ക് മടങ്ങിയെത്തി.)

മനുഷ്യരെക്കുറിച്ചുള്ള പഠനങ്ങൾ, അനുഗ്രഹവശാൽ മൃഗങ്ങളെക്കുറിച്ചുള്ളവയുടെ അത്ര അസുഖകരമല്ലെങ്കിലും, സമാനമായ ഫലങ്ങൾ കണ്ടെത്തി. കുട്ടികൾ സുഖകരവും അപകടകരമല്ലാത്തതുമായ അന്തരീക്ഷത്തിലായിരിക്കുമ്പോൾ കളിക്കുവാൻ കൂടുതൽ സാധ്യതയുണ്ട്. ജോലിസ്ഥലത്തെ മുതിർന്നവരെ സംബന്ധിച്ചുള്ള പഠനങ്ങൾ കണ്ടെത്തിയത്, സ്വാസ്ഥ്യ അനുഭവം കളിക്കുന്ന പെരുമാറ്റങ്ങളെ പ്രോത്സാഹിപ്പിക്കുന്നു, കൂടാതെ സൃഷ്ടിപരതയെയും ക്ഷേമത്തെയും പ്രോത്സാഹിപ്പിക്കുന്നു.

ഈ പഠനങ്ങളും എണ്ണമറ്റ മറ്റുള്ളവയും, നമ്മിൽ ഭൂരിഭാഗത്തിനും സത്യമാണെന്ന് സഹജമായി അറിയാവുന്ന ചിലത് തെളിയിക്കുന്നു : സമ്മർദ്ദത്തിലായിരിക്കുമ്പോൾ, നമ്മൾ കളിക്കാനുള്ള സാധ്യത കുറവാണ്. കൂടാതെ നമ്മുടെ സൃഷ്ടിപരത, ഉൽപാദനക്ഷമത, ക്ഷേമം എന്നിവയും ബാധിക്കപ്പെടുന്നു.

ഇതെല്ലാം നമ്മുടെ കളിയുടെ അവസാന ചേരുവയെ സൂചിപ്പിക്കുന്നു. കളി തഴച്ചുവളരാൻ, സാഹസികത തേടുകയും വിനോദം കണ്ടെത്തുകയും മാത്രമല്ല ചെയ്യേണ്ടത്. സമ്മർദ്ദം കുറഞ്ഞ, വിശ്രമം പ്രോത്സാഹിപ്പിക്കുന്ന ഒരു അന്തരീക്ഷം സൃഷ്ടിക്കാനും നമ്മൾ ശ്രമിക്കേണ്ടതുണ്ട്. പരാജയത്തെക്കുറിച്ച് നാം എങ്ങനെ ചിന്തിക്കുന്നുവെന്ന് പുനർവിചിന്തനം ചെയ്തുകൊണ്ട് നമുക്ക് അത് ചെയ്യാൻ തുടങ്ങാം.

പരീക്ഷണം 5 :
നിങ്ങളുടെ പരാജയം പുനർനിർവ്വചിക്കുക

2016-ൽ, നാസയിൽ നിന്ന് പരിശീലനം ലഭിച്ച എഞ്ചിനീയർ മാർക്ക് റോബർ ഒരു പുതിയ കമ്പ്യൂട്ടർ വെല്ലുവിളി പരീക്ഷിക്കുന്നതിനായി 50,000 പേരെ സംഘടിപ്പിച്ചു. കോഡ് ചെയ്യാൻ ആർക്കും പഠിക്കാനാകുമെന്ന് തെളിയിക്കാൻ അദ്ദേഹം ആഗ്രഹിച്ചു, അദ്ദേഹം അവരോട് പറഞ്ഞു. അതിനാൽ താരതമ്യേന എളുപ്പമുള്ള കോഡിംഗ് വെല്ലുവിളികളുടെ ഒരു പരമ്പരയിലേക്ക് അദ്ദേഹം അവരെ സജ്ജമാക്കി.

വാസ്തവത്തിൽ, പരീക്ഷണം റോബർ പറഞ്ഞതിനേക്കാൾ സങ്കീർണ്ണമായിരുന്നു. പങ്കെടുത്തവർ ഒരു പിഴവ് വരുത്തിയപ്പോഴാണ് ആ പ്രധാനമായ വ്യത്യാസം ഉണ്ടായത്. കൃത്യമായി നടപ്പിലാക്കാൻ സാധിക്കാത്ത തെറ്റായ കോഡ് എഴുതിയപ്പോൾ അവരിൽ പകുതി പേർക്കും (സംഘം 1) ഒരു ജാഗ്രതാസന്ദേശം ലഭിച്ചു : 'നിങ്ങൾ പരാജയപ്പെട്ടു. ദയവായി വീണ്ടും ശ്രമിക്കുക.' മറ്റേ പകുതിക്ക് (സംഘം 2) അല്പം വ്യത്യസ്തമായ ഒരു സന്ദേശം ലഭിച്ചു : 'നിങ്ങൾ പരാജയപ്പെട്ടു. നിങ്ങൾക്ക് 5 പോയിന്റ് നഷ്ടപ്പെട്ടു. നിങ്ങൾക്ക് ഇപ്പോൾ 195 പോയിന്റുണ്ട്. ദയവായി വീണ്ടും ശ്രമിക്കുക.' രണ്ട് സംഘങ്ങളെയും സംബന്ധിച്ച മറ്റെല്ലാം ഒരുപോലെയായിരുന്നു.

ഈ ചെറിയ വ്യത്യാസം അമ്പരപ്പിക്കുന്ന മാറ്റമുണ്ടാക്കി. സംഘം 1, കോഡിംഗ് വിഷമപ്രശ്നം പരിഹരിക്കാൻ ശരാശരി പന്ത്രണ്ട് ശ്രമങ്ങൾ നടത്തി, വിജയ നിരക്ക് 68 ശതമാനമായിരുന്നു. സംഘം 2, വിഷമപ്രശ്നം പരിഹരിക്കാൻ ശരാശരി 5 ശ്രമങ്ങൾ മാത്രമാണ് നടത്തിയത്, 52 ശതമാനം വിജയ നിരക്കോടുകൂടി.

ഈ പരീക്ഷണത്തെക്കുറിച്ച് ആദ്യമായി കേട്ടപ്പോൾ ഞാൻ ആശ്ചര്യഭരിതനായി. വിഷമപ്രശ്നത്തിലെ പരാജയത്തിന് 5 പോയിന്റുകളുടെ ഏകപക്ഷീയവും അർത്ഥശൂന്യവുമായ 'പിഴ' ഉണ്ടായിരുന്നു എന്ന ഒറ്റ കാരണത്താൽ, സംഘം 2-ലെ 25,000 പേർ (ലോകത്തുടനീളം നിന്നുള്ളവർ) വിഷമപ്രശ്നത്തിനായുള്ള ശ്രമങ്ങളുടെ എണ്ണം സംഘം 1-നെ അപേക്ഷിച്ച് ശരാശരി പകുതിയിൽ താഴെയാണ് നടത്തിയത്.

നിങ്ങൾ ഊഹിച്ചതുപോലെ, റോബറിന്റെ താൽപ്പര്യം യഥാർത്ഥത്തിൽ ആളുകളെ കോഡ് ചെയ്യാൻ പഠിപ്പിക്കുന്നതിലായിരുന്നില്ല. പരാജയത്തെക്കുറിച്ച് നാം എങ്ങനെ ചിന്തിക്കുന്നു എന്നതിലാണ് അദ്ദേഹത്തിന് ഏറ്റവും കൂടുതൽ താൽപ്പര്യം. അദ്ദേഹത്തിന്റെ ഉന്നം, നിസ്സാരമായവയെങ്കിലും നിഷേധാത്മകമായ ഫലങ്ങളാൽ നാം വലിയ അളവിലും ക്രമാതീതമായും സ്വാധീനിക്കപ്പെടുന്നു എന്ന് കാണിക്കുകയാണ്. ഈ ഫലങ്ങൾ പരാജയത്തെ ഭയക്കാൻ നമ്മെ പ്രേരിപ്പിക്കുന്നു, നമുക്ക് അതിന്റെ ആവശ്യമില്ലെങ്കിൽ പോലും.

എന്നാൽ പരാജയങ്ങളെ നോക്കിക്കാണാൻ മറ്റൊരു മാർഗ്ഗം ഉണ്ടായിരുന്നെങ്കിലോ? അവ അനിവാര്യമാണെന്നും, എന്നാൽ രസകരമാണെന്നു പോലും കാണാൻ നമ്മളെ അനുവദിക്കുന്ന ഒന്ന്? അതാണ് റോബർ പണിഉയർത്താൻ ശ്രമിച്ചത്. നാസാ (NASA)-യിൽ ഒമ്പത് വർഷം ജോലി ചെയ്തശേഷം, ആപ്പിൾ (Apple)-ൽ ഒരു പദ്ധതി ആസൂത്രകനായിരുന്നു (project designer), തന്റെ ശ്രദ്ധ യൂറ്റ്യൂബ് (YouTube) -ൽ ഒരു ശാസ്ത്ര അദ്ധ്യാപകൻ ആകാനുള്ളതിലേക്ക് മാറ്റുന്നതിന് മുമ്പ്, റോബറിന്റെ പരീക്ഷണം ജോലിസ്ഥലത്ത് അദ്ദേഹം ഇതിനകം ശ്രദ്ധിച്ച കാര്യങ്ങൾ തെളിയിച്ചു : വിജയം എന്നത് എത്ര തവണ നിങ്ങൾ പരാജയപ്പെടുന്നു എന്നതിനെ ആശ്രയിച്ചല്ല. നിങ്ങളുടെ പരാജയങ്ങളെ നിങ്ങൾ എങ്ങനെ നിർവ്വചിക്കുന്നു എന്നതിനെ ആശ്രയിച്ചാണ്.

ഈ പരീക്ഷണത്തിന്റെ കണ്ടെത്തലുകൾ പങ്കുവെച്ച ഒരു പ്രസംഗത്തിൽ റോബർ ചോദിക്കുന്നു : 'പരാജയത്തെക്കുറിച്ച് അത്ര ആശങ്കപ്പെടാത്ത രീതിയിൽ നമുക്ക് നമ്മുടെ പഠന പ്രക്രിയയെ രൂപപ്പെടുത്താൻ കഴിയുമെങ്കിൽ, എത്ര അധികമാണ് നമുക്ക് പഠിക്കാൻ കഴിയുക? നമുക്ക് എത്ര അധികമാണ് വിജയിക്കാൻ കഴിയുക?' ഒരു കമ്പ്യൂട്ടർ പ്രോഗ്രാം സ്ഥായിയായി പ്രവർത്തിക്കുന്നതിന് ശ്രമം, പരാജയം, വീണ്ടും ശ്രമം എന്ന ഒരു പ്രക്രിയ ആവശ്യമാണെന്ന് റോബറിന് അറിയാമായിരുന്നു. ഈ പറയുന്ന പരാജയങ്ങൾ യഥാർത്ഥത്തിൽ പരാജയങ്ങളല്ല, അവ എങ്ങനെ വിജയിക്കണമെന്ന് നമ്മൾ കണ്ടെത്തേണ്ട 'വിവര സൂചനകൾ' ആണ്.

ഈ പുസ്തകം എഴുതുന്നതിനിടയിൽ, റോബറിന്റെ ഉൾക്കാഴ്ച എന്നെ പലപ്പോഴും പ്രചോദിപ്പിച്ചതായി തോന്നിയിട്ടുണ്ട്. കാരണം അദ്ദേഹത്തിന്റെ പഠനം സമ്മർദ്ദം എങ്ങനെ കുറയ്ക്കാമെന്നും അതോടൊപ്പം നിങ്ങൾക്ക് കളിക്കാൻ കഴിയുന്ന ഒരു അന്തരീക്ഷം എങ്ങനെ സൃഷ്ടിക്കാമെന്നും ഉള്ള ഉപയോഗപ്രദമായ ഉൾക്കാഴ്ച നൽകുന്നു. ആ പരീക്ഷണത്തിലേതുപോലെ, 5 സാരവത്തായ പോയിന്റുകൾ നഷ്ടപ്പെടുന്നതിനു പകരം, പരാജയപ്പെട്ടതിന് 5 പോയിന്റ് നിങ്ങൾക്ക് ലഭിക്കുകയാണെങ്കിൽ, നിങ്ങളുടെ ജീവിതം എങ്ങനെ കാണപ്പെടുമെന്ന് സങ്കൽപ്പിക്കുക. നിങ്ങളെ അപമാനിക്കുന്നതിനുപകരം ഒരു ചെറിയ പിഴവിന് ആളുകൾ നിങ്ങളെ പ്രോത്സാഹിപ്പിച്ചാൽ എന്ത് സംഭവിക്കുമെന്ന് സങ്കൽപ്പിക്കുക. നിങ്ങൾ കാര്യങ്ങളെ കൈകാര്യം ചെയ്യുമ്പോൾ, അവയെ പരീക്ഷണങ്ങളായി സമീപിക്കുന്നു എന്ന് സങ്കൽപ്പിക്കുക, അപ്പോൾ അവിടെ പരാജയം വിജയം പോലെ തന്നെ മൂല്യവത്താണ്.

നിങ്ങൾക്ക് ഇപ്പോൾ ജീവിതത്തിലെ കളി അല്പം വ്യത്യസ്തമായി കാണാൻ കഴിയുന്നുണ്ടോ? പൊടുന്നനെ, സമ്മർദ്ദങ്ങൾ കുറയുന്നു. ഒപ്പം, നിങ്ങൾക്ക് കുറച്ച് കളിയ്ക്കാനും സാധിക്കും.

നിങ്ങളുടെ ലക്ഷ്യം തൃപ്തികരമായ ഒരു തൊഴിൽ കണ്ടെത്തുക എന്നതും, ഒരു കോർപ്പറേറ്റ് ജോലി തൃപ്തികരമാണെന്നാണ് നിങ്ങളുടെ ഊഹവുമെങ്കിൽ, ഇന്റേൺഷിപ്പുകളും ജോലി കൊടുക്കുന്ന സ്ഥാപനങ്ങളും വഴി തൊഴിൽ സാദ്ധ്യത അന്വേഷിക്കുന്നതാണ് നിങ്ങളുടെ വിവര ശേഖരണ പ്രക്രിയ. ഒരു പരീക്ഷണാത്മക മനോഭാവമുണ്ടെങ്കിൽ, നിങ്ങൾ വെറുക്കുന്ന ഒരു ഇന്റേൺഷിപ്പിനെ ഒരു 'പരാജയമോ' 'സമയം പാഴാക്കലോ' ആയി കാണില്ല; അതല്ല നിങ്ങൾ ആഗ്രഹിക്കുന്നതെന്ന് മനസ്സിലാക്കാൻ സഹായിക്കുന്ന മറ്റൊരു വിവര സൂചന മാത്രമാണിത്.

വിജയകരമായ ഒരു കച്ചവടം കെട്ടിപ്പടുക്കുകയാണ് നിങ്ങളുടെ ലക്ഷ്യമെങ്കിൽ, നിങ്ങളുടെ വിവര ശേഖരണ പ്രക്രിയയിൽ വ്യത്യസ്ത കച്ചവട ആശയങ്ങൾ, ഉൽപ്പന്നങ്ങൾ അല്ലെങ്കിൽ സേവനങ്ങൾ എന്നിവ പരീക്ഷിക്കുന്നത് ഉൾപ്പെട്ടേക്കാം. പരീക്ഷണാത്മക മനോഭാവമുള്ളപ്പോൾ, പ്രതീക്ഷകൾ നിറവേറ്റാത്ത ഒരു ഉൽപ്പന്നം ഇറക്കുന്നത് പരാജയമോ ദുരന്തമോ ആയിരിക്കില്ല; അത് നിങ്ങളുടെ തന്ത്രം മെച്ചപ്പെടുത്താനും നിങ്ങളുടെ ലക്ഷ്യ വിപണിയെ നന്നായി മനസ്സിലാക്കാനും സഹായിക്കുന്ന മറ്റൊരു വിവര സൂചനയായിരിക്കും.

ഒരു പരാജയം ഒരിക്കലും വെറും പരാജയമല്ല. അത് പുതുതായി എന്തെങ്കിലും ശ്രമിക്കാനുള്ള ഒരു ക്ഷണമാണ്.

അർത്ഥവത്തായ ബന്ധങ്ങൾ വളർത്തിയെടുക്കുക എന്നതാണ് നിങ്ങളുടെ ലക്ഷ്യമെങ്കിൽ, നിങ്ങളുടെ വിവര ശേഖരണ പ്രക്രിയയിൽ പങ്കാളിയെ

കണ്ടെത്തുന്നതും സാമൂഹിക പരിപാടികളിൽ പങ്കെടുക്കുന്നതും പുതിയ ആളുകളുമായി ഇടപഴകുന്നതും ഉൾപ്പെട്ടേക്കാം. പരീക്ഷണാത്മക മനോഭാവത്തിൽ, വീണ്ടും കണ്ടുമുട്ടാത്ത ഒരു പങ്കാളിയോ പുഷ്പിക്കാത്ത ഒരു സൗഹൃദമോ പരാജയമല്ല; നിങ്ങളുടെ അനുയോജ്യത മനസ്സിലാക്കാൻ സഹായിക്കുന്ന മറ്റൊരു വിവര സൂചന മാത്രമാണത്.

ഒരു പരാജയവും കേവലം ഒരു പരാജയം അല്ല. അത് പുതിയ എന്തെങ്കിലും പരീക്ഷിക്കാനുള്ള ഒരു ക്ഷണമാണ്.

പരീക്ഷണം 6 :

ഗൌരവം ആകരുത്. ആത്മാർത്ഥത ആകാം.

നമ്മുടെ പരാജയങ്ങളെ വിവര സൂചനകളായി പുനർനിർവ്വചിച്ചു കഴിഞ്ഞാൽ, കളിയുടെ ബോധത്തോടെ ജീവിതത്തെ സമീപിക്കുന്നതിനെ തടയുന്ന സമ്മർദ്ദങ്ങൾ ഇല്ലാതാക്കുന്നത് എളുപ്പമാകും. എന്നാൽ ശക്തിമത്തായ ഒരു അന്തിമ രീതിയുണ്ട് – ലോകത്തിലെ ഏറ്റവും അസാദ്ധ്യമായ ബുദ്ധമത ഗുരുവിൽ നിന്ന് ഞാൻ പഠിച്ച ഒന്ന്.

തെക്കൻ ഇംഗ്ലണ്ടിലെ ശ്രദ്ധേയമല്ലാത്ത ഉപനഗര ജില്ലയായ കെന്റിലെ ചിസ്‌ലെഹർസ്റ്റിൽ ജനിച്ച അലൻ വാട്ട്സിന്റെ ജീവിതത്തിലെ ആദ്യത്തെ കുറച്ച് വർഷങ്ങൾ ഒരു ബാങ്ക് ഉദ്യോഗസ്ഥനാകാനോ ഒരു അഭിഭാഷകനോ ആകാൻ വിധിക്കപ്പെട്ടതായാണ് തോന്നിയത്. കുട്ടിക്കാലത്ത് ഒരു ദുരൂഹമായ ആദ്ധ്യാത്മിക അനുഭവത്തിലൂടെ കടന്നു പോയതിനു ശേഷം അദ്ദേഹം കിഴക്കൻ ഏഷ്യൻ മതത്തിൽ താൽപ്പര്യം വളർത്തി. അത് അദ്ദേഹത്തിന്റെ ജീവിതത്തെ മാറ്റിമറിച്ചു. അടുത്ത അമ്പത് വർഷങ്ങളിൽ, അദ്ദേഹം കിഴക്കൻ തത്ത്വചിന്തയിലെ ഒരു പ്രമാണ പുരുഷനായി മാറി, സെന്നും ഡാവോയിസവും പ്രപഞ്ചത്തെക്കുറിച്ച് നമ്മെ എന്ത് പഠിപ്പിക്കുന്നു എന്ന വിഷയത്തിൽ അനവധി പ്രസിദ്ധമായ പുസ്തകങ്ങൾ പ്രസിദ്ധീകരിച്ചു.

ഈ പുസ്തകം എഴുതാൻ തുടങ്ങിയിട്ട് ഏതാനും മാസങ്ങൾക്ക് ശേഷം, വാട്ട്സിന്റെ പ്രഭാഷണങ്ങൾ ഞാൻ ആദ്യമായി കേൾക്കുമ്പോൾ, ലോകത്തെ കാണുന്ന അദ്ദേഹത്തിന്റെ രീതിയുടെ അഗാധതയും, കൂടാതെ ആ കാഴ്ചപ്പാട് എന്റെ സുഖ-അനുഭവ ഉൽപാദനപരതയെക്കുറിച്ചുള്ള സിദ്ധാന്തങ്ങളുമായി എത്രത്തോളം യോജിക്കുന്നു എന്നതും തൽക്ഷണം എന്റെ മനസ്സിൽ തറച്ചു. പ്രത്യേകിച്ചും, അദ്ദേഹത്തെ പ്രശസ്തമാക്കിയ ഒരു ലളിതമായ വാചകം : 'ഗൌരവമായിരിക്കേണ്ട. ആത്മാർത്ഥത പുലർത്തുക.'

'വ്യക്തിയും ലോകവും' (The Individual and the World) എന്ന പ്രശസ്തമായ ഒരു പ്രഭാഷണത്തിൽ, ലോകത്തെ മനസ്സിലാക്കുന്നതിൽ നാം ചെയ്യുന്ന ഒരു പ്രധാന തെറ്റ് വാട്ട്സ് വിവരിച്ചു. ഇരുപതാം നൂറ്റാണ്ടിന്റെ തുടക്കത്തിലെ ഇംഗ്ലീഷ് എഴുത്തുകാരനായ ജി.കെ. ചെസ്റ്റർട്ടണിനെ

അദ്ദേഹം ഉദ്ധരിക്കുന്നു : 'നിർമ്മലതയിൽ ഒരു ലഘുത്വമുണ്ട്, അതിന് ഉയരാൻ കഴിയും. എന്നാൽ ഗൗരവത്തിലുള്ള ഘനത്വം, ഒരു കല്ല് പോലെ താഴേക്ക് വീഴുന്നു.' സെന്നിനെ മനസ്സിലാക്കിയ ആളുകളുടെ കാര്യത്തിൽ ഇത് സത്യമാണെന്ന് അദ്ദേഹം പറഞ്ഞു. അദ്ദേഹം അത് ഇങ്ങനെ സംഗ്രഹിച്ചു : 'ഗൌരവമായിരിക്കുന്നതും ആത്മാർത്ഥതയുണ്ടായിരിക്കുന്നതും തമ്മിൽ ഒരു വ്യത്യാസമുണ്ട്.'

അദ്ദേഹം എന്താണ് ഉദ്ദേശിച്ചത്? ശരി, ഒരു ബോർഡ് കളി എടുക്കാം – ഉദാഹരണത്തിന് കുത്തക (Monopoly). കളിയെ വളരെ ഗൗരവമായി കാണുന്ന ഒരാളുമായി ഈ കളി കളിക്കാൻ ആരും ഇഷ്ടപ്പെടുന്നില്ല. നാം എല്ലാവരും ആ കളി കളിച്ചിട്ടുണ്ട്; ഗൗരവമുള്ള വ്യക്തി വിജയത്തെക്കുറിച്ച് അൽപ്പം കൂടുതൽ ശ്രദ്ധാലുക്കളാണ്, അവർ കളിയുടെ രസം ചോർത്തിക്കളയുന്നു. ഒരു ചാൻസ് കാർഡ് വഴി 200 പൗണ്ട് ശേഖരിക്കാൻ നിങ്ങൾക്ക് ശരിക്കും അനുമതിയുണ്ടോ എന്നതു മായി ബന്ധപ്പെട്ട നിയമപുസ്തകത്തിൽ നിന്നുള്ള അവരുടെ ഭ്രാന്തമായ ഉദ്ധരണി മറ്റെല്ലാവരുടെയും വിനോദത്തിന് കടിഞ്ഞാണിടുന്നു.

എന്നാൽ തികച്ചും അശ്രദ്ധയുള്ള ഒരാളുമായി ഒരു ഗെയിം കളിക്കാനും നാം ഇഷ്ടപ്പെടുന്നില്ല. അത്തരം ആളുകൾ കളിയുമായി ഇടപഴകുന്നില്ല, അവരുടെ കഴിവിന്റെ പരമാവധി കളിക്കാൻ സജീവമായ ശ്രമം നടത്തുന്നില്ല. നിങ്ങൾ പുറത്തേയ്ക്കുള്ള പ്രവേശനക്കൂലി 50 പൗണ്ട് കൊടുക്കാൻ വിസമ്മതിച്ച്, പകരം രണ്ടു തവണ കരു എറിയുക എന്ന ധീരവും ചങ്കുറ്റവുമുള്ള തന്ത്രത്തിലേക്ക് നീങ്ങിയിട്ട് പോലും, ജയിലിൽ നിന്ന് പുറത്തുകടക്കാൻ നിങ്ങൾക്ക് കഴിയുമ്പോൾ അവർ നിങ്ങളെ അഭിനന്ദിക്കുന്നില്ല. അവരും രസകരമല്ല.

ഗെയിമുകൾ കളിക്കാൻ ഏറ്റവും രസകരമായ ആളുകൾ ആത്മാർ ത്ഥമായി കളിക്കുന്ന ആളുകളാണ്. അനുഭവത്തിൽ മുഴുവനായും വ്യാപൃത രാകാൻ മാത്രം അവർ ഗെയിമിനെ ഗൗരവമായി എടുക്കുന്നു, എന്നാൽ ജയമോ തോൽവിയോ എന്ന കാര്യത്തിൽ അവർക്ക് അത്ര ഗൗരവമില്ല. അവർക്ക് പൊതുവേ ചിരിക്കാനും തമാശ പറയാനും, അവരുടെ തെറ്റുകൾ ലളിതമായെടുക്കാനും, വിജയിക്കുന്നതിൽ (അല്ലെങ്കിൽ നിയമങ്ങളിൽ) അമിതമായി വാശിപിടിക്കാതെ സുഹൃത്തുക്കളുമായുള്ള കൂട്ടുകെട്ട് ആസ്വദി ക്കാനും കഴിയും.

ഈ സമീപനം സ്വീകരിച്ചാൽ നമ്മുടെ ജോലിയിലും നമ്മുടെ ജീവിത ത്തിലും ഒരുപാട് നേട്ടങ്ങളുണ്ടാകും. എന്റെ ജോലിയിൽ എനിക്ക് പിരിമുറു ക്കമോ ഉത്കണ്ഠയോ ക്ഷീണമോ അനുഭവപ്പെടുന്ന നിമിഷങ്ങളിൽ, ആത്മാർത്ഥത മറന്ന് പകരം ഗൗരവത്തിലേക്ക് എളുപ്പത്തിൽ തിരിയു ന്നതായി കണ്ടിട്ടുണ്ട്. ഈ നിമിഷങ്ങളിൽ, നഷ്ടസാദ്ധ്യത അമിതമായി അനുഭവപ്പെടുന്നു. എന്നാൽ അവ കുറയ്ക്കാൻ ഒരു വഴിയുണ്ട്. തന്ത്രം ലളിതമാണ് : നിങ്ങളുടെ ജോലി മുഷിപ്പിക്കുന്നതായി അല്ലെങ്കിൽ ഭാരിച്ചതായി തോന്നുമ്പോൾ, സ്വയം ചോദിക്കാൻ ശ്രമിക്കുക, 'എനിക്ക്

ഇതിനെ കുറഞ്ഞ ഗൗരവത്തോടെയും കൂടുതൽ ആത്മാർത്ഥതയോടെയും എങ്ങനെ സമീപിക്കാനാകും?'

ജോലിസ്ഥലത്തെ ബുദ്ധിമുട്ടുള്ള ഒരു കർത്തവ്യം നിങ്ങൾ ഗൗരവമായല്ലാതെ ആത്മാർത്ഥമായാണ് സമീപിക്കുന്നതെങ്കിൽ, അന്തിമഫലത്തിന്മേൽ അമിതാഭിനിവേശമുണ്ടാകുന്നതിനു പകരം, അതിലെ ഓരോ പ്രവൃത്തിയും പൂർത്തിയാക്കുന്ന പ്രക്രിയയിൽ ശ്രദ്ധ കേന്ദ്രീകരിച്ചേക്കും. സ്വന്തമായി കർത്തവ്യം കൈകാര്യം ചെയ്യാൻ ശ്രമിക്കുന്നതിനുപകരം നിങ്ങൾമറ്റുള്ളവരുടെസംഭാവനയുംസഹകരണവുംതേടിയേക്കും.ഈവക കാര്യങ്ങൾചെയ്യുന്നതിലൂടെ,കളിയുടെരസത്തിൽകർത്തവ്യത്തെസമീപിക്കുന്നത്എളുപ്പമാണെന്ന്നിങ്ങൾകണ്ടെത്തിയേക്കും,ഒപ്പംഉടനീളംശ്രദ്ധ കേന്ദ്രീകരിക്കാനും പ്രചോദിതമായിരിപ്പാനും നിങ്ങൾക്ക് കഴിയുന്നു.

നിങ്ങൾ ഒരു ജോലിയ്ക്കുള്ള അഭിമുഖത്തെ ഗൗരവമായി സമീപിക്കുന്നതിനേക്കാൾ ആത്മാർത്ഥമായാണ് സമീപിക്കുന്നതെങ്കിൽ, ഫലത്തെക്കുറിച്ച് അമിതമായി പരിഭ്രാന്തരാകുന്നതിനും സമ്മർദ്ദത്തിന് വഴങ്ങുന്നതിനും പകരം, നിങ്ങൾ വർത്തമാനകാലത്തിലും വ്യാപൃതരായിരിക്കുന്നതിലും ശ്രദ്ധ കേന്ദ്രീകരിച്ചേക്കും. നിങ്ങളുടെ യോഗ്യതകളിൽ മതിപ്പുളവാക്കാൻ ശ്രമിക്കുന്നതിനുപകരം, അഭിമുഖം നടത്തുന്നയാളുമായി കൂടുതൽ വ്യക്തിഗതമായ തലത്തിൽ ബന്ധപ്പെടാനും നിങ്ങൾ ശ്രമിച്ചേക്കും. അങ്ങനെ ചെയ്യുന്നതിലൂടെ, നിങ്ങൾ അഭിമുഖത്തോട് കൂടുതൽ ലളിതവും അനായാസകരവുമായ സമീപനം സ്വീകരിക്കാനും, അഭിമുഖം കഴിഞ്ഞ് നിങ്ങളുടെ പ്രകടനത്തിൽ കൂടുതൽ ആത്മവിശ്വാസവും സംതൃപ്തിയും അനുഭവിക്കാനും സാധ്യത കൂടുതലാണ്.

നിങ്ങൾ ഒരു പുസ്തകം എഴുതുന്നതിനെ സമീപിക്കുന്നത് ഗൗരവത്തോടെയല്ല, ആത്മാർത്ഥമായിട്ടാണെങ്കിൽ, ആദ്യ അധ്യായത്തിൽ തന്നെ വേൾഡ് ഓഫ് വാർക്രാഫ്റ്റിന് ഒരു വിശദമായ ആദരവ് അർപ്പിക്കാൻ നിങ്ങൾ തീരുമാനിച്ചേക്കും – നിങ്ങളുടെ ആദ്യ പുസ്തകം പോലെ പ്രധാനപ്പെട്ട എന്തെങ്കിലും സൃഷ്ടിക്കുമ്പോൾ പോലും, നിങ്ങൾ ആ പ്രക്രിയയെ ലാഘവത്തോടെ കൈകാര്യം ചെയ്യുന്നുണ്ടെന്ന് ഇതിൽ നിന്നും നിങ്ങളുടെ ഭാവി വായനക്കാർക്ക് വ്യക്തമാകുന്നു. അതിലൂടെ, ഉൽപാദനക്ഷമതയുടെ ശാസ്ത്രത്തെക്കുറിച്ച് വിശദീകരിക്കുമ്പോൾ പോലും, നിങ്ങൾക്ക് പാഠം രസകരമാക്കാൻ സാധിക്കുന്നു. അങ്ങനെ, സമ്മർദ്ദം കുറയ്ക്കുവാനും കളി കൂട്ടുവാനും സാധിക്കുന്നവരായി നിങ്ങൾ മാറിയേക്കാം.

അങ്ങനെ ചിന്തിക്കുന്ന ഏക ഡോക്ടർ ഞാൻ മാത്രമല്ല. വൈദ്യശാസ്ത്ര സംബന്ധിയായ നാടകം *ഗ്രെയ്'സ് അനാട്ടമി*-യിൽ പാട്രിക് ഡെംപ്സി അവതരിപ്പിച്ച സുന്ദരനായ നാഡീവിദഗ്ധൻ ഡോ. ഡേറെക് ഷെപ്പേർഡിന് ഓരോ ശസ്ത്രക്രിയയുടെ തുടക്കത്തിലും ഒരു ആചാരമുണ്ട്.

അദ്ദേഹം ടീമിനെ അഭിവാദ്യം ചെയ്യുകയും പശ്ചാത്തലത്തിൽ ഊർജ്ജസ്വലമായ സംഗീതം വെക്കുകയും ചെയ്യുന്നു, 'ഇത് ജീവനുകൾ രക്ഷിക്കാനുള്ള ഒരു മനോഹര ദിവസമാണ്. നമുക്ക് അത് ആസ്വദിക്കാം.'

സംക്ഷിപ്തമായി...

- ഗൗരവം ആവശ്യത്തിലധികം പ്രാധാന്യം നൽകപ്പെട്ട ഒന്നാണ്. നിങ്ങളുടെ ജീവിതം താറുമാറാക്കാതെ കൂടുതൽ നേട്ടങ്ങൾ കൈവരിക്കാൻ നിങ്ങൾ ആഗ്രഹിക്കുന്നുവെങ്കിൽ, നിങ്ങളുടെ ജോലിയെ കളിയുടെ ബോധത്തോടെ സമീപിക്കുക എന്നതാണ് ആദ്യപടി.

- കളിയുടെ സത്ത നിങ്ങളുടെ ജീവിതത്തിൽ ഉൾപ്പെടുത്താൻ മൂന്ന് വഴികളുണ്ട്. ആദ്യം, സാഹസികതയോടെ കാര്യങ്ങളെ സമീപിക്കുക. നിങ്ങൾ ശരിയായ 'കളി വ്യക്തിത്വ'ത്തിലേക്ക് ചുവടുവെക്കുമ്പോൾ, എല്ലാ ദിവസവും ജീവിതത്തെ ഒരു പന്തയമായി കാണാനുള്ള അവസരങ്ങൾ സമൃദ്ധമാണ്, ആശ്ചര്യങ്ങളുടെയും പാർശ്വതല പരീക്ഷണങ്ങളുടെയും നിറവോടെ.

- രണ്ടാമതായി, രസം കണ്ടെത്തുക. മേരി പോപ്പിൻസിനെ ഓർക്കുക : എല്ലാ ജോലികളിലും രസകരമായ ഒരു ഘടകമുണ്ട്, അത് എല്ലായ്പ്പോഴും പ്രത്യക്ഷമല്ലെങ്കിലും. ഇത് രസകരമാണെങ്കിൽ ഇത് എങ്ങനെയായിരിക്കും കാണപ്പെടുകയെന്ന് സ്വയം ചോദിക്കുക, തുടർന്ന് നിങ്ങളുടെ പദ്ധതികൾ ആ ഉത്തരത്തിന് ചുറ്റും നിർമ്മിക്കാൻ ശ്രമിക്കുക.

- മൂന്നാമതായി, നഷ്ടസാദ്ധ്യതകളെക്കുറിച്ചുള്ള ചിന്ത താഴ്ന്ന നിൽക്കട്ടെ. പരാജയങ്ങൾ, നിങ്ങൾ ചിന്തിക്കുമ്പോൾ മാത്രമാണ് അവ പരാജയങ്ങളാകുന്നത് – എല്ലാ പ്രശ്നങ്ങളെയും അത്തരം ഭാവശൂന്യമായ മുഖത്തോടുകൂടി സമീപിക്കേണ്ടതില്ല. അപ്പോൾ നിങ്ങളുടെ ജോലിയെ കുറച്ച് ഗൗരവത്തോടെയും കൂടുതൽ ആത്മാർത്ഥതയോടെയും സമീപിക്കുക എന്നതിന്റെ അർത്ഥമെന്താണ്?

അദ്ധ്യായം 2

അധികാരം

2000 സെപ്റ്റംബറിൽ, റീഡ് ഹേസ്റ്റിംഗ്സും മാർക്ക് റാൻഡോൾഫും തങ്ങളുടെ പുതിയ കമ്പനിയായ നെറ്റ്ഫ്ലിക്സ്, ബ്ലോക്ക്ബസ്റ്റർ വീഡിയോയുടെ തലവന് വിൽക്കാൻ ശ്രമിച്ചു. അത് വളരെ ദൌർഭാഗ്യകരമായി ഭവിച്ചു.

അവരുടെ ആശയം വീഡിയോ വാടകയ്ക്ക് കൊടുക്കുന്ന വ്യാപാരത്തിലെ വിപ്ലവകരമായ മാതൃകയാണെന്ന് കരുതി ഇരുവരും വാതുവെച്ചു. ഉപഭോക്താക്കൾക്ക് ഒരു വെബ്സൈറ്റിൽ പ്രവേശിച്ച്, ഡിവിഡികൾ ഇടപാടു ചെയ്യാനും, തപാലിലൂടെ അവ സ്വീകരിക്കാനും, തിരികെ നൽകാനും കഴിയും. എന്നാൽ അവർ തങ്ങളുടെ കൈവശമുണ്ടായിരുന്നതെല്ലാം കമ്പനിക്ക് വേണ്ടി ചിലവഴിച്ചപ്പോൾ, അവർക്ക് പണം തികയാതെ വന്നു. അവർക്ക് നൂറിലധികം ജോലിക്കാർ ഉണ്ടായിരുന്നു, എന്നാൽ പണം നൽകി സേവനം ഉപയോഗിക്കുന്ന 3000 ഉപഭോക്താക്കൾ മാത്രം. ആ വർഷം കഴിയുന്നതിന് മുമ്പ് അവർക്ക് 57 ദശലക്ഷം ഡോളർ നഷ്ടപ്പെട്ടുമെന്ന അവസ്ഥയിലായിരുന്നു.

അവർ വിറ്റു പോകാൻ ആഗ്രഹിച്ചു. അങ്ങനെ മാസങ്ങൾ നീണ്ട ഫോൺവിളികൾക്കും സന്ദേശങ്ങൾക്കും ശേഷം, അവർക്ക് ഒടുവിൽ ഡല്ലാസിലുള്ള സ്ഥാപനത്തിന്റെ ആസ്ഥാനത്ത് ബ്ലോക്ക്ബസ്റ്ററിന്റെ തലവൻ ജോൺ ആന്റിയോക്കോയുമായി ഒരു കൂടിക്കാഴ്ച തരപ്പെട്ടു. അതൊരു വലിയ അവസരമായിരുന്നു : ലോകമെമ്പാടുമായി 9000 കടകളുള്ള, 6 ലക്ഷം കോടി ഡോളറിന്റെ വ്യാപാരം നടത്തുന്ന ഒരു പൊതു കമ്പനിയായ ബ്ലോക്ക്ബസ്റ്റർ അമേരിക്കൻ വീഡിയോ വിപണിയിൽ ആധിപത്യം സ്ഥാപിച്ചിരുന്നു. എന്നാൽ കൂടിക്കാഴ്ച ഫലം കണ്ടില്ല. ആദ്യം, ആന്റിയോക്കോയും അദ്ദേഹത്തിന്റെ പ്രധാന ഉപദേഷ്ടാവ് എഡ് സ്റ്റെഡും സൗഹൃദപരവും മര്യാദയുള്ളവരുമായിരുന്നു. എന്തുകൊണ്ട് ബ്ലോക്ക്ബസ്റ്റർ നെറ്റ്ഫ്ലിക്സ് വാങ്ങണം എന്ന് ഹേസ്റ്റിംഗും റാൻഡോൾഫും വിശദീകരിച്ചപ്പോൾ അവർ ശ്രദ്ധാപൂർവ്വം ശ്രവിച്ചു : ഒരു ഓൺലൈൻ ലോകത്തിന് വേണ്ടി ഒരു പുതിയ തരം വീഡിയോ

വാടകയ്ക്കെടുക്കൽ. എന്നിട്ട്, ആന്റിയോകോ ആ വലിയ ചോദ്യം ചോദിച്ചു : 'എത്ര?'

'അമ്പത് ദശലക്ഷം.'

അവിടെ ഒരു നിമിഷത്തെ നിശബ്ദത ഉണ്ടായി. എന്നിട്ട് ആന്റിയോക്കോ പൊട്ടിച്ചിരിച്ചു.

പത്ത് വർഷം പിന്നിടുമ്പോൾ, ബ്ലോക്ക്ബസ്റ്റർ വീഡിയോ പാപ്പർ ഹർജി സമർപ്പിച്ചു : ഓൺലൈൻ വീഡിയോയിലേക്കുള്ള പരിവർത്തനത്തിന്റെ വേഗതയെ പിന്തുടരാൻ കഴിയാതെ, അന്തിമമായി തകരുന്നതിന് മുമ്പ് ആ കമ്പനി അതിന്റെ ഭൂരിഭാഗം കടകളും ക്രമേണ അടച്ചു. മറ്റൊരു പത്ത് വർഷം പിന്നിടുമ്പോൾ, നെറ്റ്ഫ്ലിക്സ് – അപ്പോഴേക്കും ഒരു ഓൺലൈൻ പ്രക്ഷേപണ സേവനദാതാവായി – 300 ലക്ഷം കോടി ഡോളർ കമ്പോള മൂല്യമുള്ള ഒരു സംസ്ഥാപനമായി കണക്കാക്കപ്പെടുകയും, ലോകത്തിലെ ഏറ്റവും നൂതനമായ കമ്പനികളിൽ ഒന്നായി സാർവ്വത്രികമായി വാഴ്ത്തപ്പെടുകയും ചെയ്തു.

ബ്ലോക്ക്ബസ്റ്ററിന്റെ സിഇഒ അക്ഷരാർത്ഥത്തിൽ പരിഹസിച്ച ഒരു കമ്പനി എന്ന നിലയിൽ നിന്ന് ഭൂമിയിലെ ഏറ്റവും മൂല്യവത്തായ കച്ചവടങ്ങളിൽ ഒന്നായ നെറ്റ്ഫ്ലിക്സിന്റെ പരിവർത്തനം അസാധ്യമാണെന്ന് തോന്നിയേക്കാം. അവർ അത് എങ്ങനെ ചെയ്തു? നോക്കാം, ഏതാനും ഉത്തരങ്ങളുണ്ട്. ചിലർ ഹേസ്റ്റിംഗ്സിന്റെയും അദ്ദേഹത്തിന്റെ കൂട്ടാളികളുടെയും ദർശനത്തെ ശ്ലാഘിക്കുന്നു. മറ്റുചിലർ ഇന്റർനെറ്റ് പടരുന്നതിന് തൊട്ടുപിന്നാലെ ആരംഭിച്ച അവരുടെ അനുയോജ്യമായ സമയക്രമത്തെ പ്രശംസിച്ചു. എന്നാൽ നെറ്റ്ഫ്ലിക്സിന്റെ വിജയത്തിന്റെ ഏറ്റവും സാധാരണമായ വിശദീകരണം ഇനിയും ലളിതമാണ് : സംസ്കാരം.

നെറ്റ്ഫ്ലിക്സിന്റെ ആദ്യകാലത്ത്, റീഡ് ഹേസ്റ്റിംഗ്സ് പാറ്റി മക്കോർഡിനെ നെറ്റ്ഫ്ലിക്സിന്റെ മുഖ്യ പ്രതിഭാ ഉദ്യോഗസ്ഥൻ (chief talent officer) ആയി നിയമിച്ചു. മക്കോർഡ് മുമ്പ് മറ്റ് ചില സാങ്കേതികശാസ്ത്ര സ്ഥാപനങ്ങളിൽമനുഷ്യവിഭവശേഷിവിഭാഗത്തിൽജോലിചെയ്തിരുന്നു, മാനവവിഭവം കൈകാര്യം ചെയ്യുന്ന കാര്യത്തിലെ പരമ്പരാഗതമായുള്ള സമീപനത്തിൽ അവൾ സന്തുഷ്ടയായിരുന്നില്ല. ജീവനക്കാർക്ക് അവരുടെ സ്വന്തം ജോലിയുടെ നിയന്ത്രണം ഏറ്റെടുക്കാൻ കഴിയുന്ന ഒരു സംസ്കാരം സൃഷ്ടിക്കാൻ അവൾ ആഗ്രഹിച്ചു. സ്വാതന്ത്ര്യത്തിലും ഉത്തരവാദിത്തത്തിലും ശ്രദ്ധ കേന്ദ്രീകരിക്കുന്നതുൾപ്പെടെ കമ്പനിയുടെ സംസ്കാരത്തെ നയിക്കാൻ കഴിയുന്ന ഒരു കൂട്ടം മൂല്യങ്ങൾ സൃഷ്ടിക്കാൻ ഹേസ്റ്റിംഗ്സ് മക്കോർഡുമായി ചേർന്ന് പ്രവർത്തിച്ചു. ഈ സൂക്ഷ്മമായ മാറ്റംപരിവർത്തനാത്മകമായിരുന്നു.നെറ്റ്ഫ്ലിക്സ്അവരുടെജീവനക്കാരെ സമീപിക്കുന്ന രീതിയിൽ ഒരു സമൂലമായ മാറ്റത്തിന് മക്കോർഡ് നേതൃത്വം നൽകി. അവധി ദിവസങ്ങൾ, നിശ്ചിത ജോലി സമയം, പ്രകടന അവലോകനങ്ങൾ എന്നിവപോലുള്ള പരമ്പരാഗത നയങ്ങളിൽ

നിന്ന് വിട്ടുവിച്ച്, അവർ ജീവനക്കാർക്ക് കൂടുതൽ സ്വയംഭരണാവകാശം നൽകി. ജീവനക്കാർക്ക് അവരുടെ ലക്ഷ്യങ്ങൾ നിറവേറ്റിയ ശേഷം, അവർക്ക് ഇഷ്ടമുള്ളത് ചെയ്യാം.

ഈ സമീപനത്തെ ആദ്യം കുറച്ച് സംശയത്തോടെയാണ് നേരിട്ടത്. എന്നാൽ സ്ഥാപനം വളരുകയും അഭിവൃദ്ധി പ്രാപിക്കുകയും ചെയ്തപ്പോൾ, അത് പ്രാവർത്തികമാണെന്ന് വ്യക്തമായി. നെറ്റ്ഫ്ലിക്സിന്റെ സംസ്കാരം, സ്ഥാപനത്തിന് മികച്ച പ്രതിഭകളെ ആകർഷിക്കാനും നിലനിർത്താനും സഹായിക്കുക മാത്രമല്ല, മികച്ച ആശയങ്ങളിലേക്ക് നയിക്കുകയും ചെയ്തു : പരമ്പരാഗത കമ്പോള പഠനം, ഫോക്കസ് ഗ്രൂപ്പുകൾ എന്നിവയെ ആശ്രയിക്കുന്നതിനുപകരം, പുതിയ വിനോദ പരിപാടികളും ചലച്ചിത്രങ്ങളും വികസിപ്പിക്കുന്നതിലും നിർമ്മിക്കുന്നതിലും മുൻകൈ എടുക്കാൻ നെറ്റ്ഫ്ലിക്സ് അവരുടെ സർഗ്ഗാത്മക സംഘങ്ങളെ അനുവദിച്ചു. നമ്മുടെ കാലത്തെ ഏറ്റവും ശ്രദ്ധേയമായ ടിവി പരിപാടികളും ചലച്ചിത്രങ്ങളും ആയിരുന്നു അതിന്റെ ഫലം.

സ്വാതന്ത്ര്യത്തിലും ഉത്തരവാദിത്വത്തിലും ഉള്ള അവളുടെ ശ്രദ്ധയെ മക്കോർഡ് ഒരു ലളിതമായ വാക്കിൽ സംഗ്രഹിച്ചു : അധികാരം. ഇത് ഒരു തന്ത്രപരമായ പദമാണ്, കൂടാതെ നിഷേധാത്മക അർത്ഥങ്ങളുണ്ടാകാവുന്ന ഒന്നാണ് – ഏകാധിപത്യ സ്വേച്ഛാധിപതികളുടെയും, ഭയാനകമായ മുതലാളിമാരുടെയും, അന്ധകാരമായ ഇടനാഴികളിൽ മറ്റുള്ളവരെ പിടിച്ചുവെക്കാനും നിയന്ത്രിക്കാനും കഴിയുന്നതെല്ലാം ചെയ്യുന്ന ആളുകളുടെയും ചിത്രങ്ങൾ മനസ്സിൽ വരുത്തുന്നു. ചിലർ 'അധികാരം' എന്ന വാക്ക് കണ്ട് 'അത് ഞാനല്ല' എന്ന് ചിന്തിച്ചേക്കാം.

നിങ്ങൾ അത്തരം ആളുകളിൽ ഒരാളാണെങ്കിൽ, നിങ്ങൾ അധികാരത്തെക്കുറിച്ച് വ്യത്യസ്തമായി ചിന്തിക്കാൻ തുടങ്ങണമെന്ന് ഞാൻ ആഗ്രഹിക്കുന്നു. മക്കോർഡ് ഈ വാക്ക് ഉപയോഗിക്കുമ്പോൾ, അവൾ വ്യക്തിപരമായ ശാക്തീകരണത്തിന്റെ അർത്ഥമാണ് ഉദ്ദേശിച്ചത് : നിങ്ങളുടെ ജോലി നിങ്ങളുടെ നിയന്ത്രണത്തിലാണ്, നിങ്ങളുടെ ജീവിതം നിങ്ങളുടെകൈകളിലാണ്, നിങ്ങളുടെഭാവിയെക്കുറിച്ചുള്ള തീരുമാനങ്ങൾ നിങ്ങളുടേത് മാത്രമാണ് എന്നൊക്കെയുള്ള അർത്ഥത്തിൽ. ഈ അധികാരം നമ്മൾ മറ്റുള്ളവരുടെമേൽ പ്രയോഗിക്കുന്ന ഒന്നല്ല; അത് നാം അനുഭവപ്പെടുന്ന ഒന്നാണ്, തട്ടുമ്പുറത്തു നിന്ന് വിളിച്ചുപറയാൻ നമ്മെ പ്രേരിപ്പിക്കുന്ന ഊർജ്ജം : 'എനിക്കിത് ചെയ്യാൻ കഴിയും!'

അധികാരമാണ് നമ്മുടെ രണ്ടാമത്തെ ഊർജ്ജദാതാവ്; സുഖം അനുഭവിക്കുന്നതിലെയും ഉൽപാദനക്ഷമതയിലെയും ഒരു നിർണ്ണായക ഘടകം. എല്ലാറ്റിനും ഉപരിയായി, ഇത് നിങ്ങൾ മറ്റുള്ളവരിൽ നിന്ന് പിടിച്ചെടുക്കുന്ന ഒന്നല്ല – ഇത് നിങ്ങൾ സ്വയം സൃഷ്ടിക്കുന്ന ഒന്നാണ്.

നിങ്ങളുടെ ആത്മവിശ്വാസം വർദ്ധിപ്പിക്കുക

അധികാരത്തിന്റെ ശാസ്ത്രത്തിലേക്കുള്ള നമ്മുടെ യാത്ര ആരംഭിക്കുന്നത് നിരവധി ഡസൻ വ്യായാമ-വിമുഖരായ സന്നദ്ധപ്രവർത്തകർ നിറഞ്ഞ ഒരു പരീക്ഷണശാലയിൽ നിന്നാണ്.

ഇരുപത്തിയെട്ട് വിദ്യാർത്ഥിനികളുള്ള ഈ സംഘത്തെ, അവർ പ്രത്യേകിച്ചും വ്യായാമം ചെയ്യാത്തതുകൊണ്ടാണ് കൃത്യമായി ഒരുമിച്ച് കൊണ്ടുവന്നത് – ഈ വസ്തുത ഒരു ഗവേഷണ അവസരമാണെന്ന വിചാരം ഇല്ലിനോയിസ് അർബാന-ഷമ്പെയ്ൻ സർവ്വകലാശാലയിലെ ചില ശാസ്ത്രജ്ഞർക്കുണ്ടായി. *ഇന്റർനാഷണൽ ജേർണൽ ഓഫ് ബിഹേവിയറൽ മെഡിസിൻ* എന്നതിൽ പ്രസിദ്ധീകരിച്ച അവരുടെ പഠനത്തിൽ, അവർ ഒരു ലളിതമായ സിദ്ധാന്തം പരീക്ഷിക്കാൻ തുടങ്ങി : നമ്മുടെ കായിക കഴിവുകളിലുള്ള നമ്മുടെ ആത്മവിശ്വാസം ആ കഴിവുകൾ യഥാർത്ഥത്തിൽ എന്താണ് എന്നതിൽ വലിയ സ്വാധീനം ചെലുത്തുന്നു.

പരീക്ഷണത്തിന്റെ തുടക്കത്തിൽ, മുഴുവൻ ഇരുപത്തിയെട്ട് വിദ്യാർത്ഥികളോടും ഉറപ്പിച്ചു വെച്ചിരിക്കുന്ന ഒരു സൈക്കിൾ ഒരു നിശ്ചിത സമയത്തേക്ക് ചവിട്ടാൻ ആവശ്യപ്പെട്ടു, ഒരു ഉപകരണം അവരുടെ ഹൃദയമിടിപ്പും VO_2 മാക്സും (വ്യായാമ സമയത്ത് നിങ്ങളുടെ ശരീരത്തിന് ആഗിരണം ചെയ്യാനും ഉപയോഗിക്കാനും കഴിയുന്ന ഓക്സിജന്റെ അളവ്) അളന്നു. വ്യായാമ സമയം കഴിഞ്ഞശേഷം, ഗവേഷകർ വിദ്യാർത്ഥിനികളെ വ്യായാമ സൈക്കിളിലെ പ്രകടനത്തിന്റെ അടിസ്ഥാനത്തിൽ രണ്ട് സംഘങ്ങളായി വിഭജിച്ചു. ഒരു ചെറിയ ശമനകാലയളവിനു ശേഷം, അവർ എ സംഘത്തിലെ ('ഉയർന്ന ആത്മവിശ്വാസമുള്ള' സംഘം) വിദ്യാർത്ഥിനികളോട് പറഞ്ഞു, അവരുടെ പ്രായവും അനുഭവ പരിചയവുമുള്ള മറ്റ് സ്ത്രീകളുമായി താരതമ്യപ്പെടുത്തുമ്പോൾ, അവർ വളരെ ആരോഗ്യവതികളാണെന്ന്. അതേസമയം ബി സംഘത്തിലെ ('കുറഞ്ഞ ആത്മവിശ്വാസമുള്ള' സംഘം) വിദ്യാർത്ഥിനികളോട് അവരുടെ ആരോഗ്യം നന്നേ കുറവാണെന്ന് അറിയിച്ചു. പിന്നെ ഈ രണ്ടു സംഘത്തിലെയും വിദ്യാർത്ഥിനികളെ കുറച്ച് ദിവസത്തേയ്ക്ക് ചിന്താകുലരാകാൻ വിട്ടു.

എല്ലാം ഒരു കുതന്ത്രമായിരുന്നു എന്നതാണ് സത്യം. 'ഉയർന്ന ആത്മവിശ്വാസ' സംഘം യഥാർത്ഥത്തിൽ വ്യായാമത്തിൽ മികച്ചതായിരുന്നില്ല, 'കുറഞ്ഞ ആത്മവിശ്വാസ' സംഘം യഥാർത്ഥത്തിൽ മോശവുമായിരുന്നില്ല. വാസ്തവത്തിൽ, അവരെ ക്രമരഹിതമായി രണ്ട് സംഘങ്ങളായി തരംതിരിച്ചതാണ്, കൂടാതെ വ്യായാമ പരീക്ഷണത്തിലെ അവരുടെ പ്രകടനത്തിന് നൽകപ്പെട്ട സന്ദേശവുമായി യാതൊരു ബന്ധവുമില്ലായിരുന്നു. ശാസ്ത്രജ്ഞർക്ക് ശരിക്കും താൽപ്പര്യമുണ്ടായിരുന്നത് അടുത്ത ഘട്ടത്തിലാണ് : മൂന്ന് ദിവസത്തിന് ശേഷം, പങ്കെടുത്തവരോട്

മുപ്പത് നിമിഷം വ്യായാമം ചെയ്യാൻ പരീക്ഷണശാലയിലേക്ക് തിരികെ വരാൻ ആവശ്യപ്പെടുകയും ഈ പുതിയ അവസരം അവർ എത്രമാത്രം ആസ്വദിച്ചുവെന്ന് വിലയിരുത്താൻ ആവശ്യപ്പെടുകയും ചെയ്തു.

ഫലങ്ങൾ ശ്രദ്ധേയമായിരുന്നു. 'ഉയർന്ന ആത്മവിശ്വാസ' സംഘത്തിലുള്ളവർ (അവർ എത്രത്തോളം അരോഗദൃഢഗാത്രരാണെന്ന് അവരോട് പറഞ്ഞിട്ടുണ്ട്), 'കുറഞ്ഞ ആത്മവിശ്വാസ' സംഘത്തിനേക്കാൾ (അവർ അനാരോഗ്യരാണെന്ന് അവരോട് പറഞ്ഞിട്ടുണ്ട്) വ്യായാമ സമയം വളരെയധികം ആസ്വദിച്ചുവെന്ന് ഗവേഷകർ കണ്ടെത്തി. കൂടുതൽ തീവ്രവും വെല്ലുവിളി നിറഞ്ഞതുമായ വ്യായാമത്തിന് ഇത് തികച്ചും സത്യമായിരുന്നു; പങ്കെടുക്കുന്നവരോട് കഠിനമായും കൂടുതൽ നേരവും സൈക്കിൾ ചവിട്ടാൻ ആവശ്യപ്പെട്ടപ്പോൾ, രണ്ട് സംഘങ്ങളും തമ്മിലുള്ള വ്യത്യാസം കൂടുതൽ പ്രകടമായി. മുന്നോട്ടുള്ള പോക്ക് കഠിനമായപ്പോൾ, തങ്ങൾക്ക് അത് ചെയ്യാൻ കഴിയുമെന്ന് വിശ്വസിച്ചവർ – അവരുടെ കഴിവ് എത്രതന്നെ ആയാലും – ആണ് യഥാർത്ഥത്തിൽ അത് ചെയ്യാൻ കഴിഞ്ഞവർ. ഏറ്റവും പ്രധാനം, കൂടുതൽ ആത്മവിശ്വാസമുള്ളവരായി വാഴ്ത്തപ്പെട്ട വിദ്യാർത്ഥികൾ വ്യായാമം വളരെ കൂടുതൽ ആസ്വദിച്ചു എന്നതാണ്.

ഈ പഠനം ഒരു ലളിതമായ ചോദ്യത്തെ പര്യവേക്ഷണം ചെയ്യുകയായിരുന്നു. നമ്മുടെ ആത്മവിശ്വാസത്തിന്റെ നിലവാരം നമ്മുടെ പ്രകടനത്തെ എങ്ങനെ ബാധിക്കുന്നു? ഈ ചോദ്യത്തിനുള്ള ഉത്തരം – മുമ്പും ശേഷവും നടത്തിയ ഇത്തരത്തിലുള്ള നിരവധി പഠനങ്ങളുടെയും പോലെ – ലളിതമാണ് : വലിയ രീതിയിൽ ബാധിക്കുന്നു. ഒരു പ്രവൃത്തി പൂർത്തിയാക്കാനുള്ള നമ്മുടെ കഴിവിനെക്കുറിച്ച് ആത്മവിശ്വാസം അനുഭവപ്പെടുന്നത്, അത് ചെയ്യുമ്പോൾ നമുക്ക് സുഖാനുഭവമുണ്ടാക്കുകയും, അത് നന്നായി ചെയ്യാൻ നമ്മളെ സഹായിക്കുകയും ചെയ്യുന്നു.

ഈ ഉൾക്കാഴ്ചയുടെ ഉത്ഭവം കനേഡിയൻ-അമേരിക്കൻ മനഃശാസ്ത്ര വിദഗ്ധനായ ആൽബർട്ട് ബന്ദുരയിൽ നിന്നാണ്. 1925-ൽ ആൽബെർട്ടയിലെ മുണ്ടാരെ എന്ന കൊച്ചു പട്ടണത്തിൽ ജനിച്ച ബന്ദുര 2021-ൽ മരിക്കുമ്പോഴേക്കും ചരിത്രത്തിലെ ഏറ്റവും സ്വാധീനമുള്ള മനഃശാസ്ത്രജ്ഞരിൽ ഒരാളായിരുന്നു. ആ സ്വാധീനം, ഏറിയകൂറും, 1977-ൽ അദ്ദേഹം അവതരിപ്പിച്ച ഒരു ആശയം മൂലമായിരുന്നു, അദ്ദേഹത്തെ പ്രശസ്തനാക്കിയ ഒന്ന് : സ്വയം-കാര്യക്ഷമത/സ്വയം-പ്രാപ്തി. കഴിഞ്ഞ ദശകത്തിൽ നടത്തിയ തന്റെ ഗവേഷണത്തെ അടിസ്ഥാനമാക്കി, ബന്ദുര വാദിച്ചത്, മനുഷ്യന്റെ പ്രകടനത്തിലും ക്ഷേമത്തിലും നമ്മുടെ കഴിവുകൾ മാത്രമല്ല പ്രധാനം; നമ്മുടെ കഴിവുകളെക്കുറിച്ച് നമുക്ക് എങ്ങനെ അനുഭവപ്പെടുന്നു എന്നുള്ളതാണ്. അത്തരം അനുഭവങ്ങളെ വിവരിക്കാൻ അദ്ദേഹം ഉപയോഗിച്ച പദമാണ് സ്വയം-കാര്യക്ഷമത, നമ്മുടെ ലക്ഷ്യങ്ങൾ കൈവരിക്കാൻ കഴിയുമെന്ന് നമുക്ക് എത്രത്തോളം വിശ്വാസം ഉണ്ടെന്നതാണ് ഇത് സൂചിപ്പിക്കുന്നത്.

നിങ്ങൾക്ക് കഴിയുമെന്ന് വിശ്വസിക്കുന്നത് നിങ്ങൾക്ക് യഥാർത്ഥത്തിൽ കഴിയുമെന്ന് ഉറപ്പാക്കുന്നതിനുള്ള ആദ്യപടിയാണ്.

കുറച്ചുകൂടി ലളിതമാക്കിയാൽ, ആത്മവിശ്വാസത്തിന് മനഃശാസ്ത്രത്തിലുള്ള പദപ്രയോഗമാണ് സ്വയം-കാര്യക്ഷമത. അത് വർദ്ധിപ്പിക്കുന്നതിനുള്ള നടപടികൾ കൈക്കൊള്ളുക എന്നതാണ് നമ്മുടെ ശാക്തീകരണബോധം വളർത്തിയെടുക്കാനുള്ള പ്രാഥമിക മാർഗ്ഗം. ബന്ദുര സ്വയം-കാര്യക്ഷമത എന്ന ആശയം അവതരിപ്പിച്ചതിന് ശേഷമുള്ള അരനൂറ്റാണ്ടിൽ, നൂറു കണക്കിന് ഗവേഷകർ തെളിയിച്ചിട്ടുണ്ട്; നമ്മുടെ സ്വന്തം കഴിവുകളിൽ നമ്മുടെ ആത്മവിശ്വാസം ഉയർന്നിരിക്കുമ്പോൾ – അഥവാ നമ്മുടെ സ്വയം-കാര്യക്ഷമത ഉയർന്നിരിക്കുമ്പോൾ – ആ കഴിവുകൾ വർദ്ധിക്കുന്നുവെന്ന്. 1998-ഓടെ, മനഃശാസ്ത്രജ്ഞരായ അലക്സാണ്ടർ സ്റ്റാജ്കോവിക്, ഫ്രെഡ് ലൂഥൻസ് എന്നിവർക്ക് ബന്ദുര ശരിയാണെന്ന് പ്രസ്താവിക്കുവാൻ സാധിച്ചു (ഏതാണ്ട് 22,000 പഠന പങ്കാളികൾ ഉൾപ്പെട്ട 114 പഠനങ്ങളുടെ അടിസ്ഥാനത്തിൽ). നിങ്ങൾക്ക് കഴിയുമെന്ന് വിശ്വസിക്കുന്നത് നിങ്ങൾക്ക് യഥാർത്ഥത്തിൽ കഴിയുമെന്ന് ഉറപ്പാക്കുന്നതിനുള്ള ആദ്യ പടിയാണ്.

പരീക്ഷണം 1 :
ആത്മവിശ്വാസ സ്വിച്ച്

സ്വയം-കാര്യക്ഷമത എന്ന ആശയം ആകർഷകമാണ്, പക്ഷേ അത് ആശ്ചര്യകരമായേക്കില്ല. തീർച്ചയായും നമ്മുടെ ആത്മവിശ്വാസത്തിന്റെ നിലവാരം നമ്മുടെ കഴിവുകളെ സ്വാധീനിക്കുന്നു, എന്ന് നിങ്ങൾ ചിന്തിച്ചേക്കാം. സ്വന്തം കഴിവിലുള്ള അചഞ്ചലമായ വിശ്വാസം ഒന്നു കൊണ്ടു മാത്രം, ഒരു അഹംഭാവി ഒരു മുറിയിൽ ചുറ്റിക്കറങ്ങി ശ്രദ്ധയാകർഷിക്കുന്നത് കണ്ടിട്ടുള്ള ആർക്കും അത് സാക്ഷ്യപ്പെടുത്താനും കഴിയും.

എന്നാൽ സ്വയം-കാര്യക്ഷമതയെക്കുറിച്ച് കൂടുതൽ ആശ്ചര്യപ്പെടുത്തുന്ന കാര്യം, ഒരുപക്ഷേ, അത് എത്രമാത്രം രൂപപ്പെടുത്താവുന്നതാണ് എന്നതാണ്. കാരണം, ബന്ദുര ആത്മവിശ്വാസത്തിന്റെ ശാസ്ത്രം അന്വേഷിക്കാൻ തുടങ്ങിയ നിമിഷം മുതൽ, വ്യതിരിക്തമായ മറ്റൊരു കാര്യം അദ്ദേഹം ശ്രദ്ധിച്ചു : സ്വയം-കാര്യക്ഷമത പഠിപ്പിക്കാൻ എളുപ്പമാണ്. പതിറ്റാണ്ടുകൾ നീണ്ട ഗവേഷണത്തിന് ശേഷം, ആത്മവിശ്വാസം നിങ്ങൾക്ക് ജന്മനാ ഉള്ള ഒന്നല്ല; അത് നിങ്ങൾ പഠിക്കുന്ന ഒന്നാണ് എന്ന് അദ്ദേഹം നിഗമനം ചെയ്തു.

തന്റെ വിപ്ലവകരമായ ആശയം അവതരിപ്പിച്ചതിന് ശേഷമുള്ള വർഷങ്ങളിൽ, ബന്ദുര സ്വയം-കാര്യക്ഷമതയിൽ പരിവർത്തനാത്മകമായ

സ്വാധീനം ചെലുത്താൻ കഴിയുന്ന ചില ലളിതമായ ഉപകരണങ്ങൾ തിരിച്ചറിഞ്ഞു. വാക്കാലുള്ള പ്രേരണയുടെ ശക്തി എടുത്തു നോക്കാം. സ്വയം-കാര്യക്ഷമതയെക്കുറിച്ചുള്ള ലളിതമായ ഒരു സത്യം ചൂണ്ടിക്കാണിക്കാൻ ബന്ദുര ഇഷ്ടപ്പെട്ടു : നിങ്ങൾ പറയുന്ന കാര്യങ്ങൾ പലപ്പോഴും നിങ്ങൾ വിശ്വസിക്കുന്ന കാര്യങ്ങളായി മാറുന്നു. അതുപോലെ, 'നിങ്ങൾക്കത് ചെയ്യാൻ കഴിയും!' അല്ലെങ്കിൽ 'അവിടെ എത്താറായി!' പോലുള്ള ചെറിയ സകാരാത്മക ഇടപെടലുകൾ കേൾക്കുന്നത് നമ്മുടെ ആത്മവിശ്വാസത്തിൽ ഒരു അവിശ്വസനീയമായ സ്വാധീനം ചെലുത്താനാകും.

സാധാരണയായി, ഈ ഉത്സാഹകരമായ വാക്യങ്ങളുടെ ഉറവിടം നമ്മുടെ കുടുംബമോ സുഹൃത്തുക്കളോ സഹപ്രവർത്തകരോ വ്യക്തിഗത പരിശീലകരോ ആയിരിക്കുമെന്നാണ് നാം വിചാരിക്കാറ്. കൂടുതൽ ആകർഷകമായ കാര്യം, നമുക്ക് സ്വയമേവ തന്നെ ഈ സന്ദേശങ്ങൾ കൈമാറാൻ കഴിയും എന്നതാണ്.

2014-ൽ, ബാംഗോർ സർവ്വകലാശാലയിലെ ശാസ്ത്രജ്ഞർ സ്വയം-സംസാരത്തിന്റെ ശക്തിയെക്കുറിച്ചുള്ള ഒരു പഠനത്തിന്റെ ഫലങ്ങൾ പ്രസിദ്ധീകരിച്ചു. പങ്കെടുത്ത ഓരോരുത്തരുടെയും 'തളരാനെടുക്കുന്ന സമയം' (time to exhaustion) പരീക്ഷിച്ചു – അതായത്, അവർക്ക് മുന്നോട്ടു പോകാൻ കഴിയില്ലെന്ന് തോന്നുന്നതിനു മുമ്പുവരെ അവർ എത്രനേരം സൈക്കിൾ ചവിട്ടി. പിന്നെ, നമ്മുടെ മുമ്പത്തെ ക്ഷീണിതരായ സൈക്കിൾ യാത്രക്കാരുടെ സംഘത്തെപ്പോലെ, ഇവരെയും രണ്ടാഴ്ചത്തേക്ക് പരിചിന്തനത്തിനു വിട്ടു. എന്നാൽ ഇത്തവണ രണ്ടാം ഘട്ടം വ്യത്യസ്തമായിരുന്നു. അവർ രണ്ടാഴ്ചയ്ക്കുശേഷം സൈക്കിളിലേക്ക് തിരിച്ചെത്തിയപ്പോൾ, അവരെ രണ്ടു സംഘങ്ങളായി തിരിച്ചു. ഒരു സംഘത്തിന് സകാരാത്മക സ്വയം-സംസാര ഇടപെടൽ ലഭിച്ചു, അവിടെ 'നിങ്ങൾ നന്നായി ചെയ്യുന്നുണ്ട്!', 'നിങ്ങൾക്ക് ഇത് കടന്ന് പോകാൻ കഴിയും!' എന്നിങ്ങനെയുള്ള പ്രചോദനാത്മക വാക്യങ്ങളുടെ ഒരു പരമ്പര കാണിക്കുകയും, സൈക്കിൾ ചവിട്ടുമ്പോൾ സ്വയം പറയാൻ അവയിൽ നാലെണ്ണം തിരഞ്ഞെടുക്കുകയും ചെയ്തു. മറ്റേ സംഘത്തിന് അത്തരത്തിലുള്ള ഒരു പ്രചോദനവും നൽകിയില്ല.

തീർച്ചയായും ഇത്തരം ചെറിയ ആത്മ-പ്രചോദനങ്ങൾക്ക് പങ്കെടുക്കുന്നവരുടെ പ്രകടനത്തെ ഒറ്റയടിയ്ക്ക് മാറ്റാൻ കഴിയില്ല, ശാസ്ത്രജ്ഞർ കരുതി. പക്ഷെ മറിച്ചാണ് സംഭവിച്ചത്. നിർദ്ദിഷ്ട 'സ്വയം-സംഭാഷണ ഇടപെടൽ' ലഭിച്ച സംഘം സൈക്കിൾ ചവിട്ടുമ്പോൾ അവരുടെ ആർ.പി.ഇ ('Rate of Perceived Exertion'/ആയാസം അനുഭവപ്പെടുന്നതിന്റെ തോത്, അല്ലെങ്കിൽ സൈക്കിൾ ചവിട്ടുന്നത് എത്രത്തോളം പ്രയാസകരമായി തോന്നിയെന്നത്) 50 ശതമാനം നിരക്കിൽ ഗണ്യമായി കുറയ്ക്കുകയും, അവരുടെ TTE ('Time To Exhaustion'/ 'തളരാനെടുക്കുന്ന സമയം') ശ്രദ്ധേയമായി മെച്ചപ്പെടുത്തുകയും ചെയ്തു. മറ്റേ സംഘം അവർ മുമ്പ് ചെയ്തതുപോലെ തന്നെയുള്ള പ്രകടനം കാഴ്ചവെച്ചു.

നിങ്ങൾ സ്വന്തം പ്രചോദന ജോടിയായി മാറുന്നതിലൂടെ നിങ്ങളുടെ സ്വന്തം ഉൽപാദനക്ഷമതയെ നാടകീയമായി സ്വാധീനിക്കാൻ കഴിയുമെന്ന് ഈ പഠനം കാണിക്കുന്നു. ഞാൻ ഇത് വായിച്ചതിന് ശേഷമുള്ള വർഷങ്ങളിൽ, നിങ്ങൾക്ക് അങ്ങനെ ചെയ്യാൻ കഴിയുന്ന ചില പ്രത്യേക വഴികൾ ഞാൻ കണ്ടുപിടിച്ചു. 'ആത്മവിശ്വാസ സ്വിച്ച് പ്രവർത്തിപ്പിക്കൽ' (flipping the confidence switch) എന്ന് ഞാൻ വിളിക്കുന്ന വഴി ഉൾപ്പെടുന്നതാണ് എന്റെ പ്രിയപ്പെട്ട രീതി; മറ്റൊരു വിധത്തിൽ പറഞ്ഞാൽ, നിങ്ങളുടെ പ്രവൃത്തിയിൽ നിങ്ങൾ ആത്മവിശ്വാസമുള്ളവരാണ് എന്ന മട്ടിൽ പെരുമാറാൻ സ്വയം വെല്ലുവിളിക്കുന്നു, ഇനി നിങ്ങൾ അങ്ങനെ അല്ലെങ്കിൽ പോലും.

ഈ രീതി കേൾക്കുന്നതിനേക്കാൾ വളരെ ലളിതമാണ്. അടുത്ത തവണ നിങ്ങൾക്ക് ഒരു അവസരം ഉപയോഗപ്പെടുത്താൻ ആത്മവിശ്വാസംതോന്നാതിരിക്കുമ്പോൾ,സ്വയംചോദിക്കുക,'എനിക്ക്ഇതിൽ ആത്മവിശ്വാസമുണ്ടെങ്കിൽ ഇത് എങ്ങനെ കാണപ്പെടും? എനിക്ക് ഇത് ചെയ്യാൻ കഴിയുമെന്ന ആത്മവിശ്വാസത്തോടെ ഞാൻ ഈ ജോലിയെ സമീപിച്ചാൽ ഇത് എങ്ങനെ കാണപ്പെടും?'

ഞാൻ സർവ്വകലാശാലയിലെ സായാഹ്ന കലാവിരുന്നുകളിൽ നടന്നുകൊണ്ട് ഒരു ജാലവിദ്യക്കാരന്റെ ജോലി ചെയ്യുമ്പോൾ (അതെ, ഞാൻ അത്ര ഉത്സാഹിയായിരുന്നു), ഈ തന്ത്രം വ്യാപകമായി ഉപയോഗിക്കാറുണ്ടായിരുന്നു. ഒരു മേലങ്കി ധരിച്ച്, വിരുന്നിൽ പങ്കെടുക്കുന്നവരുടെ കൂട്ടങ്ങളിലേക്ക് പോയി അവർക്ക് കുറച്ച് ജാലവിദ്യകൾ കാണിച്ചു കൊടുക്കുക എന്നതാണ് എന്റെ ജോലി. ഞാൻ എന്റെ ചെപ്പടിവിദ്യകൾ മുഷിപ്പിക്കുന്നതുവരെ (എന്റെ ഏതെങ്കിലും സുഹൃത്തുക്കളോട് ചോദിച്ചാൽ മതി) ചെയ്തിട്ടുണ്ടെങ്കിലും, ഒരു കൂട്ടം അപരിചിതരെ സമീപിക്കുക, അവരുടെ സംഭാഷണം തടസ്സപ്പെടുത്തുക, ഞാൻ കാണിക്കാൻ പോകുന്ന എന്റെ പ്രിയപ്പെട്ട ചീട്ടുവിദ്യയെപ്പറ്റി അവരോട് ഞാൻ ഇടറിയ വാക്കുകൾകൊണ്ട് പറയുക, തുടങ്ങിയ ആശയങ്ങൾ എനിക്ക് ഇപ്പോഴും ഭീദിതമാണ്. ആത്മസന്ദേഹത്തിന്റെ ആ നിമിഷങ്ങളിൽ, ഞാൻ ഒരു ദീർഘനിശ്വാസം എടുക്കുകയും ആന്തരികമായി ആത്മവിശ്വാസ സ്വിച്ച് പ്രവർത്തിപ്പിക്കുകയും ചെയ്യും. ആത്മവിശ്വാസമുള്ള ഒരു മാന്ത്രികന്റെ വേഷമാണ് ഞാൻ ചെയ്യുന്നതെന്ന് ഞാൻ എന്നെത്തന്നെ ഓർമ്മിപ്പിക്കും, എനിക്ക് ആന്തരികമായി ഒട്ടും ആത്മവിശ്വാസം തോന്നിയില്ലെങ്കിൽ പോലും, ഞാൻ ആത്മവിശ്വാസവും കഴിവും ഉള്ളതുപോലെ നടിക്കാൻ പോകുന്നു. പരാജയമെന്യേ, എന്റെ മനോഭാവത്തിലെ പരിവർത്തനം വലിയ മാറ്റമാണുണ്ടാക്കിയത്; അപരിചിതരുടെ കൂട്ടത്തിലേക്ക് ഒരു പുഞ്ചിരിയോടെയും നേരിയ വാശിയോടെയും ഞാൻ നടന്നുപോകും, എനിക്ക് പറയാനുള്ളത് ഞാൻ നന്നായി പരിശീലിച്ചിട്ടുണ്ടാകും, ശേഷം തന്ത്രം ഫലിച്ചു എന്ന ആശ്വാസത്തോടെ ഞാൻ ഓരോ കൂട്ടത്തിന്റെ അടുത്തുനിന്നും വിടവാങ്ങും.

ഈ രീതി എത്രത്തോളം ഫലപ്രദമാണെന്നതിൽ ഞാൻ പലപ്പോഴും സ്വയം അത്ഭുതപ്പെട്ടിട്ടുണ്ട്. ഒരു നിമിഷത്തേക്കെങ്കിലും, ഒരു തുടക്കക്കാരൻ മാന്ത്രികനെ ഒരു പ്രഗത്ഭനായും, കഴിവു കുറഞ്ഞ ഒരു തുടക്കക്കാരൻ സംഗീതജ്ഞനെ ഗിറ്റാർ വീരനായും, സഭാകമ്പമുള്ള ഒരു പ്രാസംഗികനെ ഏറ്റവും വ്യക്തിപ്രഭാവമുള്ള ഒരു വാഗ്മിയായും മാറ്റാൻ ഇത് മതിയാകും.

അടുത്ത തവണ നിങ്ങൾക്ക് ഒരു പ്രവൃത്തിയോ പദ്ധതിയോ പ്രത്യേകിച്ച് ബുദ്ധിമുട്ടാണെന്ന് തോന്നുമ്പോൾ, സ്വയം ചോദിക്കുക, 'ഞാൻ ഇതിൽ ആത്മവിശ്വാസമുള്ളയാളാണെങ്കിൽ ഇത് എങ്ങനെ കാണപ്പെടും?' ചോദ്യം സ്വയം ചോദിക്കുന്നതുകൊണ്ടു തന്നെ, നിങ്ങൾ ആത്മവിശ്വാസത്തോടെ പ്രവൃത്തിയെ സമീപിക്കുന്നത് ദൃശ്യവൽക്കരിക്കും. അതോടെ സ്വിച്ച് പ്രവർത്തനക്ഷമമാകുന്നു.

പരീക്ഷണം 2 :
സാമൂഹിക മാതൃക രീതി

ആത്മവിശ്വാസം വർദ്ധിപ്പിക്കാൻ ബന്ദുര കൊണ്ടുവന്ന മാർഗ്ഗം വാക്കാലുള്ള പ്രേരണ മാത്രമായിരുന്നില്ല. ചുറ്റുമുള്ള ആളുകളിൽ നിന്ന് നമുക്ക് ആത്മവിശ്വാസം ലഭിക്കുന്ന രീതിയിലും അദ്ദേഹത്തിന് താൽപ്പര്യമുണ്ടായിരുന്നു.

ഇത് എങ്ങനെ പ്രവർത്തിക്കുന്നുവെന്ന് കാണിക്കുന്ന എന്റെ പ്രിയപ്പെട്ട പഠനം വരുന്നത് ആ ക്ലെംസൺ സർവ്വകലാശാലയിലെ തുറസ്സായ പരീക്ഷണശാലയിൽ നിന്നാണ്. ഇത് നിങ്ങളുടെ സാധാരണ ശാസ്ത്ര പരീക്ഷണശാലയല്ല, മനസ്സിൽ വയ്ക്കുക. ദക്ഷിണ കരോലിനയിലെ ഹാർട്ട്‌വെൽ തടാകത്തിന് സമീപം മരങ്ങൾ നിറഞ്ഞ ഒരു ഉപദ്വീപിൽ സ്ഥിതി ചെയ്യുന്ന ഈ പരീക്ഷണശാലയിൽ തടികൊണ്ടുള്ള നിരവധി ചെറുമുറികൾ, സഞ്ചാരപാതകൾ, ജലവിനോദ ഉപകരണങ്ങൾ എന്നിവയുണ്ട് – ഒരു പരീക്ഷണ ഉപകരണവും കാണാനില്ല. എന്നാൽ പരീക്ഷണശാലയുടെ വിനോദക്കാഴ്ചകളുടെ പിന്നിൽ അതിന്റെ ഗൌരവമായ ശാസ്ത്രപ്രവർത്തനം മറഞ്ഞിരിക്കുന്നു. ഇക്കാലമത്രയും, ഈ പരീക്ഷണശാല നിരവധി മാർഗ്ഗം തെളിയിച്ച മനഃശാസ്ത്ര പരീക്ഷണങ്ങളുടെ വേദിയാണ്. ആറിനും പതിനെട്ടിനും ഇടയിൽ പ്രായമുള്ള മുപ്പത്തിയെട്ട് കുട്ടികളെ സർവ്വകലാശാലയുടെ ആരോഹണ മതിലിൽ പിടിച്ചുകയറാൻ ക്ഷണിച്ച, 2007-ൽ നടത്തിയ പഠനം പോലെ.

വിദ്യാർത്ഥികൾ ആദ്യം പരീക്ഷണശാലയിൽ എത്തിയപ്പോൾ, അവരോട് പറഞ്ഞു, ഈ ദിവസത്തെ അവരുടെ കർത്തവ്യം ആരോഹണ മതിലിന്റെ (ക്ലെംസണിലെ തുറസ്സായ പരീക്ഷണശാലയുടെ പ്രധാന സവിശേഷതകളിലൊന്ന്) മുകളിൽ കയറുക എന്നതാണ്. അതൊരു കഠോരമായ വിഷയമായിരുന്നു; അവരിൽ ഭൂരിഭാഗവും അതിനുമുമ്പ്

ആരോഹണ മതിൽ കണ്ടിട്ടു പോലുമില്ല. പഠനം നടത്തുന്ന ശാസ്ത്രജ്ഞർക്ക് താൽപ്പര്യം, ഏതൊക്കെ വിദ്യാർത്ഥികൾ ഈ കർത്തവ്യം പൂർത്തിയാക്കും – ഇത് ചെയ്യാൻ അവരെ കൂടുതലായും സഹായിക്കുന്നതെന്തായിരിക്കും എന്നൊക്കെയറിയുന്നതിലാണ്.

കുട്ടികൾ അറിയാതെ, അവർ എത്തുന്നതിന് മുമ്പ് തന്നെ രണ്ട് സംഘങ്ങളായി വിഭജിക്കപ്പെട്ടു. അവിടെയുള്ള മതിലിനോട് സാമ്യമുള്ള ഒരു മതിലിന് മുകളിൽ ഒരാൾ കയറുന്നതിന്റെ ഒരു ചെറിയ വീഡിയോ സംഘം 1-നെ കാണിച്ചിരുന്നു, അതേസമയം സംഘം 2-നെ വീഡിയോകളൊന്നും കാണിച്ചിരുന്നില്ല. മറ്റെല്ലാ രീതികളിലും, സംഘങ്ങൾ ഒരുപോലെയായിരുന്നു.

അതിശയകരമെന്നു പറയട്ടെ, ആ വീഡിയോ കണ്ടതു കൊണ്ട് മാത്രം നാടകീയമായ ഒരു ഫലമുണ്ടായി. രണ്ട് ആരോഹക സംഘങ്ങൾക്കും ആദ്യം മതിലിനടുത്തെത്തുമ്പോൾ ഒരേ നിർദ്ദേശങ്ങൾ നൽകിയിരുന്നെങ്കിലും, തങ്ങൾ കയറാൻ പോകുന്ന മതിലിൽ 'മാതൃക' പാറകയറ്റക്കാരനെ വീക്ഷിച്ച സംഘം വളരെ മികച്ച രീതിയിൽ ആ പണി ചെയ്തു തീർത്തു. അവരുടെ ആരോഹണ കഴിവുകളിൽ അവർക്ക് കൂടുതൽ ആത്മവിശ്വാസം തോന്നി, പണി കൂടുതൽ ആസ്വദിക്കുകയും മികച്ച പ്രകടനം കാഴ്ചവെക്കുകയും ചെയ്തു.

എന്തുകൊണ്ടാണ് ഈ ചെറിയ മാറ്റം ഇത്ര വലിയ ഒരു വ്യത്യാസമുണ്ടാക്കിയത്? ആൽബർട്ട് ബന്ദുരയോട് അഭിപ്രായം ചോദിക്കുകയാണെങ്കിൽ, അദ്ദേഹം അതിനെ 'പരോക്ഷലബ്ധമായ പരിജ്ഞാന അനുഭവം' (vicarious mastery experience) എന്ന് വിളിക്കപ്പെടുന്ന ഒന്നുമായി ബന്ധപ്പെടുത്തും. നിങ്ങൾ സ്വയം ഏറ്റെടുക്കാൻ പോകുന്ന ഒരു ജോലിയുമായി ബന്ധപ്പെട്ട മറ്റൊരാളുടെ പ്രകടനത്തെക്കുറിച്ച് നിങ്ങൾ സാക്ഷ്യം വഹിക്കുകയോ കേൾക്കുകയോ ചെയ്യുമ്പോഴാണിത്. നിങ്ങൾ മറ്റുള്ളവരുടെ ഉദാഹരണങ്ങൾ കാണുന്നു, അത് നിങ്ങളുടെ ആത്മവിശ്വാസം വർദ്ധിപ്പിക്കുന്നു.

നമ്മിൽ ഭൂരിഭാഗവും പരോക്ഷലബ്ധമായ വൈദഗ്ധ്യം അനുഭവിച്ചിട്ടുണ്ട്, നമുക്ക് അത് പറയാനറിയില്ലെങ്കിലും. ഇങ്ങനെ സങ്കൽപ്പിക്കുക. ജോലിസ്ഥലത്ത് ഒരു വലിയ ഗവേഷണ പദ്ധതിയുമായി നിങ്ങൾ മല്ലിടുകയാണ്. ആ പ്രവൃത്തിയിൽ പണിയെടുക്കുന്നത് നിങ്ങൾ മാത്രമാണ്, അത് പേടിപ്പിക്കുന്നതുപോലെ തോന്നുന്നു. ഉൽപാദനക്ഷമമല്ലാത്ത ഏതാനും ദിവസങ്ങൾക്ക് ശേഷം, ഇത് ബുദ്ധിമുട്ടുള്ള കാര്യമാണെന്നു മാത്രമല്ല–ഇത് അസാധ്യമാണെന്ന് നിങ്ങൾ നിഗമനം ചെയ്യാൻ തുടങ്ങുന്നു. നിങ്ങൾ ശ്രമിക്കുന്ന കാര്യം പൂർണ്ണമായും നേടാനാകാത്തതാണെന്ന് നിങ്ങൾക്ക് പിന്നെയും പിന്നെയും ബോധ്യപ്പെടുമ്പോൾ, നിങ്ങൾ കൂടുതൽ കൂടുതൽ ലക്ഷ്യത്തിൽ നിന്നകലുന്നു.

ഇനി അതേ പ്രവൃത്തി സങ്കൽപ്പിക്കുക, എന്നാൽ ഇത്തവണ, പദ്ധതി ആരംഭിക്കുന്നതിന് മുമ്പ്, സമാനമായ വിഷയത്തിൽ മറ്റാരെങ്കിലും

അവരുടെ ഗവേഷണ പദ്ധതി അവതരിപ്പിക്കുന്നത് നിങ്ങൾ കണ്ടു എന്നും കരുതുക. അവരുടെ അവതരണത്തിന്റെ ഉള്ളടക്കം നിങ്ങളുടേതിൽ നിന്ന് തികച്ചും വ്യത്യസ്തമാണ്. എന്നാൽ ഇത്തവണ, ഇത്തരത്തിലുള്ള ജോലി അസാധ്യമല്ലെന്ന് നിങ്ങൾക്കറിയാം – മറ്റാരെങ്കിലും അത് സാധ്യമാക്കുന്നത് നിങ്ങൾ കണ്ടു. ഈ പ്രവൃത്തിയിൽ വൈദഗ്ധ്യം നേടാൻ കഴിയുമെന്ന് നിങ്ങൾക്ക് കുറച്ചുകൂടെ ആത്മവിശ്വാസം ലഭിച്ചു. പരോക്ഷമായി.

വെല്ലുവിളികളെ അതിജീവിക്കുന്നതിൽ സ്ഥിരോത്സാഹവും പ്രയത്നവും കാണിക്കുന്ന മറ്റ് ആളുകളാൽ ചുറ്റപ്പെട്ടിരിക്കുന്നത് നമ്മുടെ തന്നെ സ്വയം-കാര്യക്ഷമതാ ബോധം വർദ്ധിപ്പിക്കുമെന്ന് ബന്ദുര വാദിച്ചു, കാരണം ഈ വെല്ലുവിളികളെ മറികടക്കാൻ കഴിയുമെന്ന് അവർ നമ്മെ കാണിച്ചു തരുന്നു. ബന്ദുരയുടെ വാക്കുകളിൽ, 'തങ്ങളോടു സമാനമായ ആളുകൾ തുടർച്ചയായ പ്രയത്നത്തിലൂടെ വിജയിക്കുന്നത് കാണുന്നത്, വിജയിക്കുന്നതിനാവശ്യമായ സമാനമായ പ്രവർത്തനങ്ങളിൽ വൈദഗ്ധ്യം നേടാനുള്ള കഴിവുകൾ തങ്ങൾക്കും ഉണ്ടെന്ന വിശ്വാസം നിരീക്ഷകരിൽ ഉയർത്തുന്നു.'

സകാരാത്മക സ്വയം-സംസാരം പോലെ, ഈ പരോക്ഷ വൈദഗ്ധ്യ അനുഭവങ്ങളെ നമ്മുടെ സ്വന്തം ജീവിതത്തിലേക്ക് സമന്വയിപ്പിക്കാൻ കഴിയും. എന്റെ പ്രിയപ്പെട്ട രീതി, എന്റെ ആദർശ മാതൃകകൾ (role models) സൃഷ്ടിച്ച വ്യത്യസ്തമായ ഉള്ളടക്കങ്ങൾ ഉപയോഗിക്കുന്നതാണ്. ഞാൻ കൂടുതൽ ശാക്തീകരിക്കപ്പെടാൻ ആഗ്രഹിക്കുന്ന മേഖലകളിൽ ആളുകൾ വിജയിക്കുന്നതിന്റെ കഥകൾ ഉള്ള പുസ്തകങ്ങൾ വായിക്കുമ്പോഴോ, പോഡ്കാസ്റ്റുകൾ കേൾക്കുമ്പോഴോ, വീഡിയോകൾ കാണുമ്പോഴോ എന്റെ ആത്മവിശ്വാസം ഗണ്യമായി വർദ്ധിക്കുന്നതായി ഞാൻ കണ്ടെത്തി.

ഉദാഹരണത്തിന്, ആശുപത്രിയിൽ ജോലി ചെയ്യുമ്പോൾ, ജോലിയിലേക്കുള്ള വഴിയിൽ റോയൽ കോളേജ് ഓഫ് ഫിസിഷ്യൻസ് നിർമ്മിച്ച *ആർ.സി.പി മെഡിസിൻ* പോഡ്കാസ്റ്റ് ഞാൻ പലപ്പോഴും കേട്ടിരുന്നു. വ്യത്യസ്ത ഡോക്ടർമാർ എങ്ങനെ വ്യത്യസ്ത രോഗനിർണ്ണയങ്ങളെയും ചികിത്സയെയും സമീപിക്കുന്നു എന്നതിനെക്കുറിച്ച് കേൾക്കുന്നത് എന്റെ ജോലിയിലേക്ക് വ്യാപിക്കുന്ന വർദ്ധിച്ച ആത്മവിശ്വാസം എനിക്ക് നൽകുന്നു.

ഞാൻ എന്റെ ആദ്യ ഓൺലൈൻ വ്യാപാരം കെട്ടിപ്പടുക്കുമ്പോൾ, *ഇൻഡി ഹാക്കേഴ്സ്* പോഡ്കാസ്റ്റ് കേൾക്കാൻ ഞാൻ ധാരാളം സമയം ചിലവഴിച്ചു, അതിൽ അവിശ്വസനീയമായ ഒറ്റയാൾ ഓൺലൈൻ വ്യാപാരങ്ങൾ തങ്ങളുടെ കിടപ്പുമുറികളിൽ നിന്ന് നിർമ്മിച്ച ചില സംരംഭകരുമായുള്ള അഭിമുഖങ്ങൾ ഉണ്ടായിരുന്നു. അവർ അഭിമുഖീകരിച്ച വെല്ലുവിളികളെക്കുറിച്ചും അവയെ തരണം ചെയ്തതെങ്ങനെ എന്നതിനെക്കുറിച്ചും അവർ സംസാരിച്ചു, ഇത് സമാന വെല്ലുവിളികൾ

കൈകാര്യം ചെയ്യേണ്ടിവന്ന സന്ദർഭങ്ങളിൽ എന്റെ ആത്മവിശ്വാസം വർദ്ധിപ്പിച്ചു.

ഒരു എഴുത്തുകാരൻ എന്ന നിലയിലുള്ള എന്റെ പുതിയ ജീവിതത്തിൽ, വിദഗ്ധരായ രചയിതാക്കളുടെ അഭിമുഖങ്ങൾ കാണുന്നതും കേൾക്കുന്നതും അവരുമായി അഭിമുഖം നടത്തുന്നതും, 'എനിക്ക് ഇത് ചെയ്യാൻ കഴിയും' എന്ന എന്റെ ബോധം മെച്ചപ്പെടുത്താൻ മറ്റെന്തിനെക്കാളും സഹായിക്കുന്നുവെന്ന് ഞാൻ മനസ്സിലാക്കുന്നു.

അവർക്ക് കഴിയുമെങ്കിൽ, നിങ്ങൾക്കും കഴിയും.

ആർക്കും തയ്യാറാക്കാവുന്ന ഒരു പണിയായുധപ്പെട്ടിയാണിത്. നിങ്ങളുടേതിനു സമാനമായ വെല്ലുവിളികളിലൂടെ കടന്നുപോകുന്ന ആളുകളെ കണ്ടെത്തുകയും അവരോടൊപ്പം സമയം ചെലവഴിക്കുകയും ചെയ്യുക – അല്ലെങ്കിൽ അവരുടെ കഥകൾ കേൾക്കാൻ മറ്റ് വഴികൾ കണ്ടെത്തുക. പരോക്ഷലബ്ധമായ വിജയത്തിൽ സ്വയം മുഴുകുന്നതിലൂടെ, നിങ്ങളുടെ സ്വന്തം മനസ്സിൽ നിങ്ങൾ ശക്തമായ ഒരു കഥ കെട്ടിപ്പടുക്കുകയാണ് : അവർക്ക് കഴിയുമെങ്കിൽ, നിങ്ങൾക്കും കഴിയും.

നിങ്ങളുടെ കഴിവുകൾ മെച്ചപ്പെടുത്തുക

തന്റെ കുടുംബത്തെ പോറ്റാൻ ആവശ്യമായ പണം സമ്പാദിക്കുന്നതിനായി ടാറ്റൂയിൻ എന്ന സാങ്കൽപ്പിക ഗ്രഹത്തിൽ ആളില്ലാ വിമാനങ്ങളുടെ മത്സരയോട്ടം നടത്തുന്ന എട്ട് വയസ്സുകാരനായി അനകിൻ സ്കൈവാക്കർ തന്റെ യാത്ര ആരംഭിക്കുന്നു. അടുത്ത മൂന്ന് *സ്റ്റാർ വാർസ്* ചിത്രങ്ങളിൽ, അദ്ദേഹം ബലം ഉപയോഗിക്കാൻ പഠിക്കുകയും, വജ്രായുധം ഉപയോഗിച്ച് പരിശീലിക്കുകയും ആകാശഗംഗയിലെ ഏറ്റവും ശക്തമായ ജെഡികളിൽ ഒരാളായി വളരുകയും ചെയ്യുന്നു.

കാറ്റ്നിസ് എവർഡീൻ, 12-ാം ജില്ലയിൽ നിന്നുള്ള ഒരു പതിനാറുകാരിയായി തന്റെ യാത്ര ആരംഭിക്കുന്നു, അവൾ തന്റെ അമ്മയ്ക്കും അനുജത്തിക്കും ഭക്ഷണം നൽകാൻ നിയമവിരുദ്ധമായി വേട്ടയാടുന്നു. മാരകമായ ഉദരാർത്തി മത്സരത്തിൽ പങ്കെടുക്കാൻ അവൾ സന്നദ്ധയായതിന് ശേഷം, അവൾ ഒരു വിദഗ്ധയായ അമ്പെയ്ത്തുകാരിയും തന്ത്രജ്ഞയും ആയി മാറുന്നതും അപ്രതീക്ഷിത സഖ്യങ്ങൾ രൂപീകരിക്കുന്നതും അടിച്ചമർത്തുന്ന ഭരണകൂടത്തിനെതിരെ ഒരു കലാപം നയിക്കുന്നതും നമ്മൾ കാണുന്നു. എല്ലായ്പ്പോഴും അവൾക്ക് എതിരായ പ്രതിബന്ധങ്ങൾ ഉണ്ടായിരുന്നിട്ടും, അവൾ മുഴുവൻ രാജ്യത്തിനും പ്രതീക്ഷയുടെയും ചെറുത്തുനിൽപ്പിന്റെയും പ്രതീകമായി മാറുന്നു : കെട്ടുകഥയായ മോക്കിംഗ്ജയ്.

വ്യക്തിപരമായി പ്രിയപ്പെട്ട, *അവതാർ : ദി ലാസ്റ്റ് എയർ ബെൻഡർ*-ൽ, നമ്മുടെ നായകൻ ആംഗ്, വായുവെന്ന മൂലകത്തിന്റെ മേൽ തന്റെ ശക്തികളെ നിയന്ത്രിക്കാൻ പാടുപെടുന്ന, ഒരു ചെറിയ ഗ്രാമത്തിൽ നിന്നുള്ള കുട്ടിയായി ആരംഭിക്കുന്നു. പരമ്പരയിലൂടെ അവൻ ലോകത്തെ പര്യവേക്ഷണം ചെയ്യുന്നു; നാല് മൂലകങ്ങളുടെ (ഭൂമി, വായു, ജലം, അഗ്നി) മേലും വൈദഗ്ധ്യമുള്ള ശക്തമായ അവതാരമായി അവൻ വളരുന്നത് നാം കാണുന്നു. പരമ്പരയുടെ അവസാനം, അഗ്നിപ്രഭു ഓസായിയുമായുള്ള ഒരു ഇതിഹാസ ഏറ്റുമുട്ടലിൽ അവൻ ലോകത്തെ നാശത്തിൽ നിന്ന് രക്ഷിക്കുന്നു.

സഹസ്രാബ്ദങ്ങളിലുടനീളമുള്ള ആയിരക്കണക്കിന് കഥകളുടെയും കെട്ടുകഥകളുടെയും കൂട്ടത്തിൽപ്പെട്ട ഈ മൂന്ന് ഇതിവൃത്തങ്ങളും, നമ്മുടെ ശക്തിബോധം വർദ്ധിപ്പിക്കാനുള്ള ഒരു മാർഗ്ഗം വ്യക്തമാക്കുന്നു. ഓരോ പ്രധാന കഥാപാത്രവും അവരുടെ കഥ ഒരു അനുഭവപരിചയമില്ലാത്ത ബാലൻ എന്ന നിലയിൽ ആരംഭിക്കുന്നു. കാലക്രമേണ, അവർ വെല്ലുവിളി നിറഞ്ഞ പ്രതിബന്ധങ്ങളെ തരണം ചെയ്യുകയും വ്യക്തികളായി വളരുകയും ചെയ്യുന്നത് നമ്മൾ കാണുകയും വായിക്കുകയും കേൾക്കുകയും ചെയ്യുന്നു – അവരുടെ ഓരോ വിജയവും അടുത്തതിലേക്കും അതിനടുത്തതിലേക്കും അതിന്റെയടുത്തതിലേക്കുമുള്ള സംഭാവനയാകുന്നു.

നമ്മുടെ സുഹൃത്ത് ആൽബർട്ട് ബന്ദുര ഈ പഠനാനുഭവങ്ങൾ സംയോജിക്കുന്ന രീതിക്ക് ആകർഷകമായ ഒരു പേരിട്ടിട്ടുണ്ട് – സജീവമായ വൈദഗ്ധ്യ അനുഭവങ്ങൾ (enactive mastery experiences). നമ്മൾ നേരത്തെ കണ്ട പരോക്ഷലബ്ധമായ വൈദഗ്ധ്യത്തിന്റെ മറുവശമാണ് സജീവമായ വൈദഗ്ധ്യം. ബന്ദുരയുടെ അഭിപ്രായത്തിൽ, ഒരു സജീവമായ വൈദഗ്ധ്യ അനുഭവം എന്നത് പ്രവർത്തനത്തിലൂടെയുള്ള പഠനപ്രക്രിയയെ സൂചിപ്പിക്കുന്നു.

മനുഷ്യ മനഃശാസ്ത്രത്തിലെ ഏറ്റവും ശക്തമായ കരുത്തുകളിലൊന്നാണ് പ്രവൃത്തിയിലൂടെയുള്ള പഠനം. നമ്മുടെ ശക്തിബോധം വളർത്തിയെടുക്കാൻ ഇതാണ് രണ്ടാമത്തെ പ്രധാന തന്ത്രം. എന്തുകൊണ്ട്? എന്തെന്നാൽ, നമ്മൾ ഒരു കാര്യം ചെയ്യുംതോറും നമ്മുടെ നിയന്ത്രണബോധം വർദ്ധിക്കും. നമ്മൾ പഠിക്കുന്നു. നമ്മൾ നമ്മളുടെ കഴിവുകൾ ഉയർത്തുന്നു. നമ്മുടെ ആത്മവിശ്വാസം വളരുന്നു. ഒപ്പം നാം നമ്മെത്തന്നെ ശക്തിപ്പെടുത്തുകയും ചെയ്യുന്നു.

പരീക്ഷണം 3 :

ഷോഷിൻ സമീപനം

ഈ പഠനാനുഭവങ്ങളിലെ ഏറ്റവും ആകർഷകമായ കാര്യം അവയെ ആപേക്ഷികമായ അനായാസതയോടെ നിങ്ങളുടെ ജീവിതത്തിൽ ഉൾക്കൊള്ളാൻ കഴിയും എന്നതാണ്. നിങ്ങൾക്ക് ഒരു പുരോഗതിയും

ഇല്ലെന്ന് തോന്നുന്ന മേഖലകളിൽ പോലും, നിങ്ങൾക്ക് സജീവമായ വൈദഗ്ദ്ധ്യത്തിന്റെ സാധ്യതകൾ പ്രയോജനപ്പെടുത്താം.

ഫിൽ ജാക്സന്റെ കഥയിൽ നിന്നാണ് എനിക്കിഷ്ടപ്പെട്ട വഴി ഞാൻ പഠിച്ചത്. മിക്ക ബാസ്കറ്റ്ബോൾ പ്രേമികൾക്കും ജാക്സനെപ്പറ്റി കുറച്ചെങ്കിലും അറിയാം. 1980-കളിൽ ചിക്കാഗോ ബുൾസിന്റെ സംസ്കാരം മാറ്റിമറിച്ച പരിശീലകനായിരുന്നു അദ്ദേഹമെന്ന് അവർക്കറിയാം. പ്രധാന പരിശീലകനെന്ന നിലയിൽ, 1990-കളിൽ അദ്ദേഹം തന്റെ ടീമിനെ നിരവധി എൻബിഎ ചാമ്പ്യൻഷിപ്പുകളിലേക്ക് നയിച്ചത് എങ്ങനെയെന്ന് അവർക്ക് അറിയാമായിരിക്കും, അത് കുറച്ച് വിസ്മയിപ്പിക്കുന്നതായിരുന്നു. (ആറ് പ്രാവശ്യം.) അല്ലെങ്കിൽ മൈക്കൽ ജോർദ്ദാനെ ഒരു ഇതിഹാസമാക്കി മാറ്റാൻ സഹായിച്ചത് മറ്റേതൊരു പരിശീലകനെക്കാളും ജാക്സനാണെന്ന് അവർക്കറിയാം.

എന്നിരുന്നാലും, അവർ അറിയാത്തത് ജാക്സന്റെ കായിക തത്വ ചിന്തയുടെ അസംഭവ്യമായ ഉത്ഭവമാണ് : സെൻ ബുദ്ധമതം. സെൻ എന്നത് ബുദ്ധമതത്തിന്റെ ഒരു ശാഖയാണ്, അത് ആത്മീയ പ്രബുദ്ധതയ്ക്ക് ഉള്ള മാർഗ്ഗമായി ധ്യാനം ചെയ്യുന്നതിന് ഊന്നൽ നൽകുന്നു. വ്യക്തികളെ, ആന്തരിക വീക്ഷണം നടത്താനും യാഥാർത്ഥ്യത്തിന്റെ സ്വഭാവം മനസ്സിലാക്കുന്നതിനുള്ളസ്വന്തംപാതകണ്ടെത്താനുംസെൻപ്രോത്സാഹിപ്പിക്കുന്നു. ജാക്സന്റെ അഭിപ്രായത്തിൽ, അദ്ദേഹം നേടിയ എല്ലാ വിജയങ്ങളിലും അത് അവിഭാജ്യമായിരുന്നു.

ജാക്സന്റെ പരിശീലന കളരികളിൽ എപ്പോഴും ഉയർന്നുവന്നു കൊണ്ടിരുന്ന ഒരു സെൻ ആശയം ജാപ്പനീസ് പദമായ *ഷോഷിൻ* ആയിരുന്നു, അതിനെ ഏതാണ്ട് 'തുടക്കക്കാരന്റെ മനസ്സ്'' എന്ന് വിവർത്തനം ചെയ്യാം. ഒരു തുടക്കക്കാരന്റെ കൗതുകത്തോടെയും തുറന്ന മനസ്സോടെയും വിനയത്തോടെയും ഓരോ ജോലിയെയും സാഹചര്യത്തെയും സമീപിക്കുന്ന മാനസികാവസ്ഥയെയാണ് ഷോഷിൻ സൂചിപ്പിക്കുന്നത്.

ഒരു തുടക്കക്കാരന്റെ മനസ്സ് സ്വീകരിക്കുന്നത് ആ മേഖലയിൽ കൂടുതൽ വിദഗ്ദ്ധനാകാൻ നിങ്ങളെ സഹായിക്കുന്നു എന്നത് വിചിത്രമായി തോന്നാം. നിർവ്വചനപ്രകാരം, ഒരു തുടക്കക്കാരൻ എന്നത് അവർ എന്താണ് ചെയ്യുന്നതെന്ന് അറിയാത്ത ആളാണ് അല്ലേ? എന്നിരുന്നാലും, ഷോഷിന് ശ്രദ്ധേയമായ സ്വാധീനം ചെലുത്താൻ കഴിയും, കാരണം അത് കാര്യങ്ങളെ പുതുതായി കാണാൻ നമ്മെ അനുവദിക്കുന്നു.

നിങ്ങൾ വർഷങ്ങളോളം പഠിച്ച ഒരു കഴിവിനെക്കുറിച്ച് ചിന്തിക്കുക. മിക്കപ്പോഴും നിങ്ങൾക്കത് ചെയ്യാൻ ഒരു നിശ്ചിതമായ മാർഗ്ഗമുണ്ട്; നിങ്ങൾക്ക് വരയ്ക്കാൻ താൽപ്പര്യമുണ്ടെങ്കിൽ, ഒരു ഛായാചിത്രത്തിന്റെ ഏത് ഭാഗമാണ് ആദ്യം ആരംഭിക്കാൻ നിങ്ങൾ ഇഷ്ടപ്പെടുന്നതെന്ന് നിങ്ങൾക്കറിയാം. നിങ്ങൾ ഒരു കായികമത്സരം കളിക്കുകയാണെങ്കിൽ, നിങ്ങളുടെ കഴിവുകൾക്ക് ഏറ്റവും അനുയോജ്യമായ മൈതാനത്തെ

സ്ഥാനം ഏതാണെന്ന് നിങ്ങൾ വളരെ മുമ്പുതന്നെ തീരുമാനിച്ചേക്കാം. നിങ്ങളുടെ അനുഭവങ്ങൾ നിങ്ങളെ നിങ്ങളുടെ വഴികളിൽ മുമ്പത്തേതിനേക്കാൾ കൂടുതൽ സ്ഥിരതയുള്ളവനാക്കിയിരിക്കുന്നു.

മറുവശത്ത്, ഒരു തുടക്കക്കാരന് ഈ മുൻവിധികളൊന്നുമില്ല. ഒരു തുടക്കക്കാരൻ കാര്യങ്ങൾ പരീക്ഷിക്കാൻ കുറച്ചുകൂടെ തയ്യാറാണ്, അവൻ പരാജയപ്പെട്ടാലും. ഒരു തുടക്കക്കാരൻ, ആരുടെയെങ്കിലും ഛായാചിത്രത്തിൽ, അതിന്റെ ഏത് ഭാഗമാണോ അവന്റെ ഭാവനയെ രസിപ്പിക്കുന്നത് ആ ഭാഗത്തിൽ നിന്ന് തുടങ്ങും. ഒരു തുടക്കക്കാരൻ, സ്വയം വിഡ്ഢിയായി തോന്നുന്ന രീതിയിൽ പെരുമാറിയേക്കാമെങ്കിലും, മൈതാനത്തിന്റെ എവിടെനിന്ന് കളി തുടങ്ങുന്നതിലും സന്തോഷവാനാണ്. അവർ തെറ്റുകൾ വരുത്താൻ കുറച്ചുകൂടെ തയ്യാറാണ്, ഈ തെറ്റുകളാണ് കൃത്യമായും പഠിക്കാനായി വേണ്ടുന്നത്.

ഒരു പുതിയ വീക്ഷണത്തോടെ ലോകത്തെ കാണാൻ ശ്രമിക്കുമ്പോൾ, ഈ പഠന പ്രക്രിയ സാധാരണയായി നിലച്ചതിന് ശേഷവും നമുക്ക് നിലനിർത്താൻ കഴിയും. ചിക്കാഗോ ബുൾസിനെ സംബന്ധിച്ച്, ഓരോ നിമിഷവും തുറന്ന മനസ്സോട്ടു കൂടി, നിശ്ചയിക്കപ്പെട്ട ഏതെങ്കിലും മാർഗ്ഗത്തോടോ തന്ത്രത്തോടോ പക്ഷപാതമില്ലാതെ സമീപിക്കുക എന്നതാണ് ഇതിനർത്ഥം. ജാക്സന്റെ അഭിപ്രായത്തിൽ, ഇതായിരുന്നു അദ്ദേഹത്തിന്റെ ടീമിന്റെ വിജയത്തിന്റെ അടിത്തറ.

അപ്പോൾ ഈ തുടക്കക്കാരന്റെ വീക്ഷണം എങ്ങനെ നമുക്ക് നമ്മുടെ ജീവിതത്തിലേക്ക് സമന്വയിപ്പിക്കാൻ കഴിയും? ഉത്തരം ചില ലളിതമായ ഓർമ്മപ്പെടുത്തലുകൾ സ്വയം നൽകിക്കൊണ്ടാണ് ആരംഭിക്കുന്നത്.

നിങ്ങൾ വ്യവസായ ലോകത്തിലാണെങ്കിൽ, തുടക്കക്കാർ പ്രശ്നപരിഹാരത്തിനും പുതിയ വിപണികൾ പര്യവേക്ഷണം ചെയ്യുന്നതിനുമുള്ള പുതിയ സമീപനങ്ങൾ തേടുമ്പോൾ, 'വിദഗ്ദ്ധർ' മുമ്പ് എന്ത് ചെയ്തിട്ടുണ്ട് എങ്ങനെ ചെയ്തിട്ടുണ്ട് എന്നുള്ള അവരുടെ വിശ്വാസം മൂലം പരിമിതരാവുകയാണെന്നും സ്വയം ഓർമ്മപ്പെടുത്തിക്കൊണ്ട്, പുതുമകളും പരീക്ഷണങ്ങളും സ്വീകരിക്കുക എന്നതാണ് ഷോഷിൻ അർത്ഥമാക്കുന്നത്. അതല്ല നിങ്ങൾ എഴുത്ത് അല്ലെങ്കിൽ സംഗീതം പോലുള്ള സർഗ്ഗാത്മക മേഖലകളിലാണ് പ്രവർത്തിക്കുന്നതെങ്കിൽ, വ്യത്യസ്ത പ്രവൃത്തിരീതികളിൽ നിങ്ങളുടെ താൽപ്പര്യം മനഃപൂർവ്വം നിലനിർത്തുക, വ്യത്യസ്ത ശൈലികളുള്ള ആളുകളുമായി സഹകരിക്കാൻ സ്വയം പ്രേരിപ്പിക്കുക എന്നിവയാണ് ഷോഷിൻ അർത്ഥമാക്കുന്നത്. തുടക്കക്കാർ എന്താണ് പ്രാവർത്തികമാകുന്നത് എന്നതിനെക്കുറിച്ച് ശക്തമായ വിശ്വാസങ്ങൾ പുലർത്തുന്നില്ല, അവർ പരിശ്രമിക്കുന്നു.

നമുക്ക് എല്ലാം അറിയാം, അല്ലെങ്കിൽ നാം അറിയേണ്ടതുണ്ട് എന്ന ആശയം ഉപേക്ഷിക്കുമ്പോൾ, യഥാർത്ഥത്തിൽ നാം കൂടുതൽ ശക്തിമത്തായതായി അനുഭവപ്പെടും. ഈ രീതിയിൽ, വെല്ലുവിളികളെ

കൂടുതൽ ആകാംക്ഷയോടെയും വിനയത്തോടെയും സഹിഷ്ണുതയോടെയും സമീപിക്കാൻ ഷോഷിന് നമ്മെ സഹായിക്കാനാകും – ഒപ്പം പഠിക്കാൻ നമ്മെ സഹായിക്കുകയും ചെയ്യുന്നു.

പരീക്ഷണം 4 :
സംരക്ഷിത പ്രഭാവം

എന്റെ മനഃശാസ്ത്ര ബിരുദ വേളയിൽ, മുതിർന്ന സഹോദരങ്ങൾക്ക് അവരുടെ ഇളയ സഹോദരങ്ങളെ അപേക്ഷിച്ച് ശരാശരി അൽപ്പം ഉയർന്ന ബുദ്ധിവൈഭവം ഉണ്ടെന്ന് മനസ്സിലാക്കിയതിൽ ഞാൻ സന്തോഷിച്ചു. ഞങ്ങൾ കുട്ടികളായിരിക്കുമ്പോൾ എന്റെ ചെറിയ സഹോദരനെ ഇത്ര ശല്യക്കാരനായി എന്തുകൊണ്ടാണ് ഞാൻ കാണുന്നതെന്ന് ഒരുപാട് ചിന്തിച്ചിരുന്നു. ഇപ്പോൾ എനിക്കതറിയാം.

വർഷങ്ങളായി ഈ പ്രതിഭാസത്തിന് വിവിധ വിശദീകരണങ്ങൾ നൽകാൻ ശാസ്ത്രജ്ഞർ ശ്രമിച്ചിട്ടുണ്ട്. മാതാപിതാക്കൾ തങ്ങളുടെ ആദ്യ ജാതരായ കുട്ടികൾക്ക് അവരുടെ സഹോദരങ്ങളേക്കാൾ കൂടുതൽ സമയവും ഊർജ്ജവും വിനിയോഗിയ്ക്കാൻ പ്രവണത കാണിക്കുന്നതു കൊണ്ടാണോ? ആദ്യം ജനിച്ച കുട്ടികൾ മുതിർന്നവരുമായി ഇടപഴകാൻ കൂടുതൽ സാധ്യതയുള്ളതിനാൽ, ഇത് അവരുടെ വാക്കുകളുടെ ശേഖരം വികസിപ്പിക്കാൻ സഹായിക്കുന്നു എന്നതുകൊണ്ടാണോ? അതോ പിന്നീടുള്ള ഏതൊരു കുട്ടിയേക്കാളും രക്ഷിതാക്കൾക്ക് അവരുടെ ആദ്യ കുട്ടിയിൽ നിന്ന് ഉയർന്ന പ്രതീക്ഷകൾ ഉണ്ടായിരിക്കാനുള്ള സാധ്യത, ആദ്യം ജനിച്ച കുട്ടികളെ വിദ്യാലയത്തിൽ കൂടുതൽ പരിശ്രമിക്കാൻ പ്രേരിപ്പിക്കുന്നതുകൊണ്ടാണോ?

ഈ വിഷയത്തിൽ തീരുമാനമായിട്ടില്ല, എന്നാൽ 2009-ൽ സ്റ്റാൻഫോർഡിന്റെ സ്കൂൾ ഓഫ് എജ്യുക്കേഷനിലെ ഗവേഷകർ നടത്തിയ ഒരു പഠനത്തിൽ നിന്നാണ് രസകരമായ ഒരു വിശദീകരണം ഉരുത്തിരിഞ്ഞത്. ഗവേഷകർ അറുപത്തിരണ്ട് എട്ടാം ക്ലാസുകാരെ ഒരു ജീവശാസ്ത്ര പഠനമുറിയിലേക്ക് കൊണ്ടുവന്ന്, അവിടെ അവരെ രണ്ട് സംഘങ്ങളിലൊന്നിലേക്ക് ക്രമരഹിതമായി നിയമിച്ചു. പഠനത്തിന്റെ അവസാനത്തിൽ ഒരു പരീക്ഷയിൽ മികച്ച പ്രകടനം നടത്തുക എന്ന ലക്ഷ്യത്തോടെ,സാധാരണ പോലെ പാഠഭാഗം വായിക്കാനും പഠിക്കാനും ആദ്യ സംഘത്തിനോട് പറഞ്ഞു. രണ്ടാമത്തെ സംഘത്തിനോട് അവർ പാഠഭാഗം ഒരു കമ്പ്യൂട്ടർ സൃഷ്ടിച്ച അവതാറിനെ പഠിപ്പിക്കേണ്ടതുണ്ടെന്നും അവരുടെ ഡിജിറ്റൽ 'വിദ്യാർത്ഥി' പാഠഭാഗം എത്ര നന്നായി പഠിച്ചു എന്നതിനെ അടിസ്ഥാനമാക്കി അവരുടെ പ്രകടനം വിലയിരുത്തുമെന്നും പറഞ്ഞു.

പഠനസമയം അവസാനിച്ചപ്പോൾ, ഇരു സംഘങ്ങളും പാഠഭാഗം എത്രത്തോളം പഠിച്ചുവെന്ന് വിലയിരുത്താൻ സമാനമായ ഒരു പരീക്ഷ

യാണെഴുതിയത്. വിചിത്രമെന്നു പറയട്ടെ, ഒരു കമ്പ്യൂട്ടർ സൃഷ്ടിച്ച വിദ്യാർത്ഥിയെ പാഠഭാഗം പഠിപ്പിച്ച രണ്ടാമത്തെ സംഘത്തിലെ വിദ്യാർത്ഥികൾ, പരീക്ഷയ്ക്കായി മാത്രം പഠിച്ച ആദ്യ സംഘത്തിലെ വിദ്യാർത്ഥികളേക്കാൾ നന്നായി പഠിച്ചുവെന്ന് ഗവേഷകർ കണ്ടെത്തി. സമാനമായ സാഹചര്യങ്ങളിൽ, സമാനമായ പാഠഭാഗങ്ങൾ ഉപയോഗിച്ച്, ഒരു വിഷയം മറ്റുള്ളവരെ പഠിപ്പിക്കേണ്ട ആളുകൾ സ്വയം പാഠഭാഗം നന്നായി പഠിക്കും. ഗവേഷകർ ഈ പ്രതിഭാസത്തിന് 'സംരക്ഷിത പ്രഭാവം' എന്ന് പേരിട്ടു.

ഈ പ്രതിഭാസം കാരണമാണ് ഒരുപക്ഷേ പ്രായമായ സഹോദരങ്ങൾക്ക് ശരാശരി ഉയർന്ന ബുദ്ധിവൈഭവമുള്ളതെന്നും വിദ്യാലയങ്ങളിൽ അവരുടെ ഇളയ സഹോദരങ്ങളേക്കാൾ മികച്ച പ്രകടനം കാഴ്ചവയ്ക്കുന്നതെന്നും, മനുഷ്യബുദ്ധിയുടെ മേഖലയിൽ പ്രവർത്തിക്കുന്ന ഗവേഷകർ പിന്നീടുള്ള വർഷങ്ങളിൽ അഭിപ്രായപ്പെട്ടു. മുതിർന്ന സഹോദരങ്ങൾ അവരുടെ ഇളയവർക്ക് അദ്ധ്യാപകനോ ഉപദേഷ്ടാവോ പോലെയാണ് : പലപ്പോഴും മൂത്ത സഹോദരങ്ങൾ (എന്നെപ്പോലെ) അവരുടെ ഇളയ സഹോദരങ്ങളെ (എന്റെ സഹോദരനെപ്പോലെ) ഗൃഹപാഠം ചെയ്യാൻ സഹായിക്കുകയും, ലോകത്തെക്കുറിച്ചുള്ള അവരുടെ ചോദ്യങ്ങൾക്ക് ഉത്തരം നൽകുകയും, അവരുടെ സ്വന്തം അനുഭവങ്ങളും ഉൾക്കാഴ്ചകളും പങ്കിടുകയും ചെയ്യുന്നു, അത് എത്ര തീർച്ചയില്ലാത്തതാണെങ്കിലും.

നമ്മുടെ ജീവിതത്തിലെ പഠനാനുഭവങ്ങളുടെ എണ്ണം വർദ്ധിപ്പിക്കാൻ കഴിയുന്ന മറ്റൊരു വഴിയെക്കുറിച്ച് സംരക്ഷിത പ്രഭാവം സൂചന നൽകുന്നു. തത്ത്വചിന്തകനായ സെനെക പറഞ്ഞതുപോലെ, *Qui docet discit* – 'ആരാണോ പഠിപ്പിക്കുന്നത് അവൻ പഠിക്കുന്നു'. ഒരിക്കൽ നിങ്ങൾ സംരക്ഷിത പ്രഭാവത്തിന്റെ ശക്തി മനസ്സിലാക്കിയാൽ, ഏതൊരു ജോലിയിൽ ആയാലും 'അധ്യാപകന്റെ' വേഷം ഏറ്റെടുക്കുന്നത് അതിശയകരമാം വിധം എളുപ്പമാണ്.

നിങ്ങൾ സോഫ്റ്റ്‌വെയർ വികസനത്തിലാണ് ജോലി ചെയ്യുന്നതെന്ന് വെക്കുക; നിങ്ങൾക്ക് ഒരു പുതിയ ഡെവലപ്പറിന്റെയോ വിദ്യാർത്ഥിയുടെയോ ഉപദേഷ്ടാവാകാനുള്ള സാദ്ധ്യതയുണ്ടായേക്കാം. സങ്കീർണ്ണമായ കോഡിംഗ് ആശയങ്ങളും മികച്ച രീതികളും മറ്റൊരാൾക്ക് വിശദീകരിക്കുന്നതിലൂടെ, അവയെക്കുറിച്ച് കൂടുതൽ ആഴത്തിൽ ചിന്തിക്കാൻ നിങ്ങൾ സ്വയം നിർബന്ധിതനാകും, ഇത് ആഴത്തിലുള്ള ധാരണയിലേക്കും മെച്ചപ്പെട്ട നൈപുണ്യ നിലയിലേക്കും നയിക്കും.

അല്ലെങ്കിൽ നിങ്ങൾ വിൽപ്പന ജോലി ചെയ്യുകയാണെന്ന് വെയ്ക്കുക. പുതിയ വിൽപ്പന പ്രതിനിധികളെ പരിശീലിപ്പിക്കാനോ നിങ്ങളുടെ സംഘത്തിനായി പരിശീലനക്കളരി നടത്താനോ നിങ്ങൾ പരിശ്രമിച്ചേക്കാം. നിങ്ങളുടെ സാങ്കേതിക വിദ്യകളും തന്ത്രങ്ങളും മറ്റുള്ളവരുമായി പങ്കിടുന്നതിലൂടെ, നിങ്ങളുടെ സ്വന്തം കഴിവുകൾ പരിഷ്കരിക്കാനും വിൽപ്പന പ്രക്രിയയിൽ പുതിയ ഉൾക്കാഴ്ചകൾ നേടാനും നിങ്ങൾക്ക്

കഴിയും. ഒപ്പം നിങ്ങളുടെ സഹപ്രവർത്തകരുടെ കഴിവുകൾ വികസിപ്പിക്കാനും നിങ്ങൾ സഹായിക്കുന്നു, അത് ആത്യന്തികമായി മുഴുവൻ സംഘത്തിനും പ്രയോജനം ചെയ്യുന്നു.

നിങ്ങൾ ഒരു ഗുരു ആകേണ്ട ആവശ്യമില്ല.
നിങ്ങൾ വെറുമൊരു വഴികാട്ടിയായിരുന്നാൽ മതി.

മറ്റൊരാളെ പഠിപ്പിക്കാൻ നിങ്ങൾക്ക് 'യോഗ്യത' ഇല്ല എന്ന ആശങ്ക നിങ്ങൾക്കുണ്ടെങ്കിൽ ഓർക്കുക, നമ്മൾ ആരിൽ നിന്നാണോ നന്നായി പഠിക്കുന്നത് ആ ആളുകൾ പലപ്പോഴും യാത്രയിൽ നമ്മെക്കാൾ വെറും ഒരു പടി മുന്നിലുള്ളവർ മാത്രമായിരിക്കും. അതിനാൽ ആർക്കും അധ്യാപകനാകാം.

നിങ്ങൾ ഒരു ഗുരു ആകണമെന്നില്ല. നിങ്ങൾ വെറുമൊരു വഴികാട്ടിയായിരുന്നാൽ മതി.

നിങ്ങളുടെ ജോലിയുടെ ഉടമസ്ഥാവകാശം ഏറ്റെടുക്കുക

1970-കളുടെ തുടക്കത്തിൽ, മനഃശാസ്ത്രജ്ഞനായ എഡ്വേർഡ് ഡെസി ഒരു ലളിതമായ ചോദ്യത്തിൽ ആകൃഷ്ടനായി. കഠിനമായ കാര്യങ്ങൾ ചെയ്യാൻ ആളുകളെ പ്രേരിപ്പിക്കുന്നത് എന്താണ്?

ജോലിയുടെ തുടക്കം മുതൽ തന്നെ അദ്ദേഹത്തെ ആകർഷിച്ച ഒരു പ്രമേയമായിരുന്നു ഇത്. 1970-ൽ കാർണഗീ മെലോൺ സർവ്വകലാശാലയിൽ ഗവേഷണ ബിരുദം പൂർത്തിയാക്കി വെറും ഒരു വർഷത്തിനു ശേഷം, സോമ ക്യൂബ് (ഏതാണ്ട് റൂബിക്സ് ക്യൂബ് പോലെ) എന്ന ഒരു വിഷമപ്രശ്നം പരിഹരിക്കാൻ ആളുകളോട് ആവശ്യപ്പെട്ടുകൊണ്ടുള്ള പ്രബലമായ ഒരു പ്രബന്ധം അദ്ദേഹം പ്രസിദ്ധീകരിച്ചു. വിഷമപ്രശ്നം പരിഹരിക്കുന്നതിന് സാമ്പത്തിക പാരിതോഷികം വാഗ്ദാനം ചെയ്യപ്പെട്ടവർ, വിചിത്രമെന്നു പറയട്ടെ, ജോലി ആസ്വദിക്കാനുള്ള സാധ്യത കുറവാണെന്നും, പാരിതോഷികമായി പണമൊന്നും വാഗ്ദാനം ചെയ്യപ്പെട്ടിട്ടില്ലാത്തവരുമായി താരതമ്യം ചെയ്യുമ്പോൾ, ഇക്കൂട്ടർ പാരിതോഷികം നീക്കം ചെയ്താൽ പ്രശ്നം പരിഹരിക്കുന്നത് ഉപേക്ഷിക്കാനുള്ള സാധ്യത കൂടുതലാണെന്നും അദ്ദേഹം കണ്ടെത്തി.

ഭൗതികമായ പ്രതിഫലം ആളുകളെ ഒരു ജോലിയിൽ കൂടുതലല്ല, മറിച്ച് കുറവ് വ്യാപൃതരാക്കുന്നു. ഒരു ഭൗതിക പ്രതിഫലം വാഗ്ദാനം ചെയ്യുന്നത്, പ്രത്യേകിച്ചും, പ്രചോദനം കുറയ്ക്കുമെന്ന നിഗമനത്തിലേക്ക് ഇത് ഡെസിയെ നയിച്ചു.

1977-ൽ, ഡെസി മറ്റൊരു യുവ മനഃശാസ്ത്രജ്ഞനായ റിച്ചാർഡ് റയാനെ കണ്ടുമുട്ടിയപ്പോൾ, ഈ ജോഡി ഒരു തൊഴിൽപരമായ ബന്ധം

ആരംഭിച്ചു, അത് പ്രചോദനത്തെക്കുറിച്ച് ലോകം എങ്ങനെ ചിന്തിക്കുന്നു എന്നതിനെ പരിവർത്തനം ചെയ്തു. അടുത്ത ഇരുപത് വർഷത്തിനുള്ളിൽ, നമ്മൾ എന്തിനാണ് കഠിനമായ കാര്യങ്ങൾ ചെയ്യുന്നതെന്ന് ചിന്തിക്കാൻ റയാനും ഡെസിയും തികച്ചും പുതിയ ഒരു മാർഗ്ഗം വികസിപ്പിച്ചെടുത്തു. 1981-ൽ അവരുടെ 'സ്വയം-നിർണ്ണയ സിദ്ധാന്തം' (self-determination theory) എന്ന പ്രസ്താവനയിലാണ് അവരുടെ സംഭാവനകൾ എത്തി ച്ചേർന്ന് നിന്നത്.

അതുവരെ, മിക്ക ശാസ്ത്രജ്ഞരും കരുതിയിരുന്നത് പ്രചോദനം പ്രധാനമായും പ്രതിഫലവും ശിക്ഷയും പോലുള്ള പ്രേരകങ്ങളാൽ നയിക്ക പ്പെടുന്നു എന്നാണ്. എന്നാൽ ഡെസിയും റയാനും മറിച്ചാണ് കാണിച്ചത്.

ഒരു അളവുകോലിൽ പ്രചോദനത്തെ കാണാൻ അവർ വായന ക്കാരെ പ്രോത്സാഹിപ്പിച്ചു, ഒരറ്റത്ത് 'ബാഹ്യവും' മറ്റേ അറ്റത്ത് 'ആന്തരികവും'. ആന്തരിക പ്രചോദനം ഉള്ളിൽ നിന്നാണ് വരുന്നത് : സ്വയം നിറവേറ്റൽ, ജിജ്ഞാസ, പഠിക്കാനുള്ള യഥാർത്ഥ ആഗ്രഹം എന്നിവയാൽ നയിക്കപ്പെടുന്നു. ബാഹ്യമായ പ്രചോദനം പുറത്തു നിന്നാണ് വരുന്നത് : ശമ്പള വർദ്ധനവ്, ഭൗതിക പാരിതോഷികങ്ങൾ, സാമൂഹിക അംഗീകാരം എന്നിവയാൽ നയിക്കപ്പെടുന്നു. എന്നാൽ പ്രചോദനത്തിന്റെ ഈ രൂപങ്ങൾ തുല്യമായിരുന്നില്ല. സ്വയം-നിർണ്ണയ സിദ്ധാന്തമനുസരിച്ച്, ആന്തരിക പ്രചോദനം ബാഹ്യ പ്രചോദനത്തേ ക്കാൾ വളരെ ശക്തമാണ്. ദീർഘകാല പ്രചോദനം ഉള്ളിൽ നിന്നാണ് വരുന്നത്.

പ്രചോദന അളവുകോൽ

ബാഹ്യമായ പ്രചോദനം	ആന്തരിക പ്രചോദനം
☐ പ്രതിഫലവും ശിക്ഷയും	☑ സ്വയം-നിറവേറ്റൽ
☐ സാമൂഹിക അംഗീകാരം	☑ ജിജ്ഞാസയും പഠനവും
☐ പ്രഖ്യാപിത ലക്ഷ്യങ്ങൾ	☑ വ്യക്തിത്വ വികസനം

എന്നാൽ ഡെസിയുടെയും റയാന്റെയും സിദ്ധാന്തം അവിടെ അവസാനിച്ചില്ല. കാരണം, ആന്തരികമായ പ്രചോദനം കെട്ടിപ്പടുക്കാൻ കഴിയുന്ന ഒന്നാണെന്നും അവർ കാണിച്ചു. 1980-കളിൽ തന്നെ, ഒരുപിടി ശക്തികൾക്ക് ആന്തരികമായ പ്രചോദനം വർദ്ധിപ്പിക്കാൻ കഴിയുമെന്ന് അവർ തെളിയിച്ചു, അവയിൽ പ്രധാനം നമ്മുടെ 'സ്വയംഭരണ' (autonomy) ബോധമാണ്. സാധാരണക്കാരന്റെ പദങ്ങളിൽ, അത് ഉടമസ്ഥതയുടെ ഒരു ബോധമാണ്. അത് നമ്മെയും നമ്മുടെ ജോലിയെയും ഊർജ്ജ സ്വലമാക്കുന്ന ശക്തിബോധത്തിലേക്കുള്ള നമ്മുടെ അന്തിമ സംഭാവനയാണ്.

ആളുകൾക്ക് അവരുടെ സ്വന്തം പ്രവർത്തനങ്ങളിന്മേൽ നിയന്ത്രണമുണ്ടെന്ന് തോന്നുമ്പോൾ, പ്രവർത്തനങ്ങളിൽ ഏർപ്പെടാൻ അവർ ആന്തരികമായി പ്രേരിപ്പിക്കപ്പെടാൻ സാധ്യതയുണ്ടെന്ന് ഡെസിയും റയാനും വാദിച്ചു. അതുകൊണ്ടാണ് സാമ്പത്തിക പ്രതിഫലം ആളുകളുടെ പ്രചോദനം കുറയ്ക്കുന്നതായി സോമ ക്യൂബ് പരീക്ഷണം കണ്ടെത്തിയത്. ചുമതല പൂർണ്ണമായും 'സ്വന്തം' ആണെന്ന് അവർക്ക് തോന്നുന്നില്ല – പക്ഷെ ചില ബാഹ്യ പ്രതിഫലത്തിനുവേണ്ടിയാണ് അവർ അത് ഏറ്റെടുക്കുന്നത്. അവരുടെ നിയന്ത്രണബോധം കുറയുന്നു, അതുപോലെ തന്നെ അവരുടെ പ്രചോദനവും കുറയുന്നു.

ഇത് നമ്മുടെ സ്വന്തം ജീവിതത്തിൽ സത്യമാണ്. നിയന്ത്രണത്തോടുള്ള നമ്മുടെ ആവശ്യം തന്നെയാണ്, നമ്മെ മേലധികാരികളും മാതാപിതാക്കളും ഭരിക്കുന്നത് നാം വെറുക്കുന്നതിനു കാരണം. നമ്മൾ കുട്ടികളായിരിക്കുമ്പോൾ നമ്മുടെ കിടപ്പുമുറികൾ അലങ്കരിക്കാൻ ഇഷ്ടപ്പെടുന്നത് (അല്ലെങ്കിൽ മുതിർന്നവർ തങ്ങളുടെ വീടുകൾ രൂപകൽപ്പന ചെയ്യുന്നത്) നമ്മുടെ നിയന്ത്രണത്തിന്റെ ആവശ്യമാണ്. നമ്മുടെ ജീവിതത്തിന്റെ മേലുള്ള നിയന്ത്രണം എടുത്തു കൊണ്ടു പോയാൽ – നാം ജയിലിലടയ്ക്കപ്പെടുകയോ അല്ലെങ്കിൽ നമുക്ക് ഇഷ്ടപ്പെടാത്ത ജോലിയിൽ തളയ്ക്കപ്പെടുകയോ ചെയ്താൽ – അത് നമ്മുടെ ശാരീരികവും മാനസികവുമായ ആരോഗ്യത്തിന് വിനാശകരമായ പ്രത്യാഘാതങ്ങൾ ഉണ്ടാക്കും.

നിയന്ത്രണം ഏറ്റെടുക്കുന്നത് എല്ലായ്പ്പോഴും എളുപ്പമല്ല എന്നതാണ് പ്രശ്നം. തീർച്ചയായും, നമ്മിൽ ചിലർക്ക് നമ്മുടെ ദൈനംദിന ജീവിതത്തിൽ ധാരാളം അധികാരമുള്ള ജോലികളുണ്ട്. വിജയകരമായ സംരംഭകർക്ക് അവരുടെ വ്യാപാരത്തിന്റെ ഗതിയിൽ സ്വയംഭരണാധികാരമുണ്ട്. ഡിജിറ്റൽ നാടോടികൾക്ക് (nomads) ലോകമെമ്പാടും സഞ്ചരിക്കാൻ സ്വാതന്ത്ര്യമുണ്ട്, അവർ കാണുന്ന ഏത് ചായക്കടയിൽ ഇരുന്നും ജോലി ചെയ്യുന്നു. മറ്റുള്ളവർ ഇങ്ങനെ ചെയ്യുന്നില്ല, അവർക്ക് സാദ്ധ്യവുമല്ല. അതിഥികളെ വരവേൽക്കാനും സത്കരിക്കാനും ഒരു ഹോട്ടൽ റിസപ്ഷനിസ്റ്റ് മുൻഭാഗത്ത് നിൽക്കണം – അയാൾക്ക് വീട്ടിലിരുന്ന് ജോലി ചെയ്യുന്നത് സാധ്യമല്ല. ആശുപത്രി വാർഡിലെ ഒരു ജൂനിയർ ഡോക്ടർ, പട്ടികയിലെ എല്ലാ രോഗികളെയും കാണണം – അവളോട് അപമര്യാദയായി പെരുമാറുന്ന രോഗികളെ ഒഴിവാക്കണമെന്ന് തീരുമാനിക്കാൻ അവൾക്ക് കഴിയില്ല.

എന്നാൽ അധികാരം/ഉടമസ്ഥാവകാശം എന്ന ആശയത്തെ വളരെ ശക്തമാക്കുന്നത്, നിങ്ങൾക്ക് അത് ഏത് സാഹചര്യത്തിലും സമന്വയിപ്പിക്കാൻ കഴിയും എന്നതാണ്. പലപ്പോഴും, നമുക്ക് ഇഷ്ടപ്പെടാത്ത ഒരു സാഹചര്യത്തിൽ നമ്മെ സ്വയം കാണുമ്പോൾ, നമുക്ക് മാരകമായി തോന്നാൻ തുടങ്ങും. 'ഞാൻ താമസിക്കുന്ന സ്ഥലം എനിക്ക് ഇഷ്ടമല്ല, പക്ഷേ സ്ഥലം മാറുക എന്നത് എന്റെ നിയന്ത്രണത്തിലല്ല.' 'ഈ ബന്ധത്തിന്റെ പോക്ക് ഞാൻ ഇഷ്ടപ്പെടുന്നില്ല, പക്ഷെ ഇതിൽ

മാറ്റം വരുത്തുക എന്റെ നിയന്ത്രണത്തിലല്ല.' 'ഈ ജോലി എന്നെ മുഷിപ്പിക്കുന്നു, എന്നാൽ ജോലി മാറാൻ എനിക്ക് അധികാരമില്ല.'

ചില സമയങ്ങളിൽ, നമ്മുടെ തോന്നൽ ശരിയാണ് : നമുക്ക് ഒന്നും ചെയ്യാൻ കഴിയില്ല. എന്നാൽ പലപ്പോഴും നമ്മൾ കരുതുന്നതിനേക്കാൾ ഉപരിയായി ചെയ്യാനുള്ള സാദ്ധ്യത നമുക്കുണ്ട് – മുഴുവൻ സാഹചര്യങ്ങൾക്കുമേൽ അല്ലെങ്കിലും, ഭാഗികമായിയുണ്ട്. നമുക്ക് അറിയാൻ പാടില്ലാത്തപ്പോൾ പോലും നമുക്ക് നിയന്ത്രണമുണ്ട്.

പരീക്ഷണം 5 :
പ്രക്രിയ സ്വന്തമാക്കുക

മോശം സാഹചര്യങ്ങളുടെ ഉടമസ്ഥാവകാശം ഏറ്റെടുക്കാനുള്ള മനുഷ്യരുടെ ശ്രദ്ധേയമായ കഴിവിനെക്കുറിച്ചുള്ള എന്റെ പ്രിയപ്പെട്ട ഉദാഹരണം ഫിലെഓഫ്ഫിഷ്1066 (FiletOfFish1066)-ൽ നിന്നാണ്.

2016 ജൂണിൽ, FiletOfFish1066 എന്ന റെഡ്ഡിറ്റ് അക്കൗണ്ടിന്റെ പിന്നിലുണ്ടായിരുന്ന ആ മാന്യനെ പിരിച്ചുവിട്ടത് വാർത്തകളിൽ ഇടം നേടി. ആറ് വർഷമായി അദ്ദേഹം തന്റെ സ്ഥാപനത്തിൽ സോഫ്റ്റ്‌വെയർ വികസിപ്പിക്കുന്ന തസ്തികയിൽ ജോലി ചെയ്യുന്നു, അവിടെ അദ്ദേഹത്തിന്റെ ജോലി പ്രധാനമായും ഗുണനിലവാര ഉറപ്പ് വകുപ്പിലെ സോഫ്റ്റ്‌വെയർ പരിശോധനയായിരുന്നു. അത് തികച്ചും വിരസമായിരുന്നു. ഓരോ തവണയും ഒരേ പഴയ നടപടിക്രമങ്ങൾ തന്നെ പിന്തുടർന്ന്, അതേ പഴയ സോഫ്റ്റ്‌വെയറിൽ അതേ പഴയ പരിശോധനകൾ നടത്തുക മാത്രമാണ് അദ്ദേഹം ചെയ്തു പോന്നത്.

അങ്ങനെയിരിക്കെ ഫിലെഓഫ്ഫിഷ്1066 ഒരു പദ്ധതി കൊണ്ടുവന്നു. ആദ്യത്തെ എട്ട് മാസം, തന്റെ മേലധികാരിയെ അറിയിക്കാതെ, തന്റെ ജോലി യന്ത്രവൽക്കൃതമാക്കുന്നതിനായുള്ള സോഫ്റ്റ്‌വെയർ ഉണ്ടാക്കുന്നതിനായി അദ്ദേഹം ചെലവഴിച്ചു. അവിടുന്നങ്ങോട്ട്, അദ്ദേഹം എഴുതിയ ഇഷ്ടാനുസൃത പ്രോഗ്രാമുകൾ തന്നത്താൻ പ്രവർത്തിച്ചു, ഗുണനിലവാര-ഉറപ്പ് പരിശോധനകൾ കൃത്യമായി നടത്തി. എല്ലാം ഭംഗിയായി നടക്കുന്നതുകൊണ്ട് അദ്ദേഹത്തിന്റെ മേലധികാരി ഒരിക്കലും അദ്ദേഹത്തെ പരിശോധിച്ചില്ല. റെഡ്ഡിറ്റിലെ ഒരു പോസ്റ്റിൽ അദ്ദേഹം എഴുതിയത് ഇങ്ങനെയാണ് : 'ഏകദേശം ആറ് വർഷം മുമ്പ് മുതൽ ഇന്നുവരെ, ഞാൻ ജോലിസ്ഥലത്ത് ഒരു പണിയും ചെയ്തിട്ടില്ല. ഞാൻ തമാശ പറയുകയല്ല. ഓരോ ആഴ്ചയും നാൽപ്പത് മണിക്കൂർ ഞാൻ ജോലിക്ക് പോകുന്നു, എന്റെ ഓഫീസിൽ ലീഗ് ഓഫ് ലെജൻഡ്സ് കളിക്കുന്നു, റെഡിറ്റിൽ കയറുന്നു, പിന്നെ എനിക്ക് തോന്നുന്നതൊക്കെ ചെയ്യുന്നു. കഴിഞ്ഞ ആറ് വർഷത്തിനിടയിൽ ഞാൻ അൻപത് മണിക്കൂർ ശരിക്കും ജോലി ചെയ്തിട്ടുണ്ടാവും. അതായത്, അടിസ്ഥാനപരമായി ഒന്നും തന്നെയില്ല. ആരും അത് ശ്രദ്ധിക്കാറുമില്ല.'

ഫിലെഓഫ്ഫിഷ്1066-ന്റെ നിർഭാഗ്യത്തിന്, അദ്ദേഹത്തിന്റെ സമർത്ഥമായ പദ്ധതി ആരംഭിച്ച് അര ദശാബ്ദത്തിലേറെ ആയപ്പോൾ, യഥാർത്ഥത്തിൽ എന്താണ് നടക്കുന്നതെന്ന് വിവരസാങ്കേതിക വിദ്യയിലെ ഒരാൾ മനസ്സിലാക്കുകയും അത് തന്റെ മേലധികാരിയെ അറിയിക്കുകയും ചെയ്തു. സ്വന്തം ജോലി യാന്ത്രികമാക്കാനുള്ള സാഹസികത കാണിച്ചതിനാണ് അദ്ദേഹത്തെ പിരിച്ചുവിട്ടത്.

ഫിലെഓഫ്ഫിഷ്1066 ഒരു കുറ്റമറ്റ തൊഴിൽ തന്ത്രമുള്ള ആളായിരുന്നുവെന്നോ, അല്ലെങ്കിൽ അയാൾ സദ്ഗുണത്തിന്റെ ഒരു മാതൃകയായിരുന്നുവെന്നോ ഞാൻ അഭിപ്രായപ്പെടുന്നില്ല. എന്നാൽ ഫിലെഓഫ്ഫിഷ്1066-ന്റെ പ്രവർത്തനങ്ങൾ, നമുക്ക് സ്വാതന്ത്ര്യം കുറവുള്ള സാഹചര്യങ്ങളിൽപ്പോലും, നമ്മുടെ ഉടമസ്ഥാവകാശബോധം വളർത്തിയെടുക്കാൻ കഴിയും എന്ന ആദ്യ മാർഗ്ഗത്തെക്കുറിച്ച് സൂചന നൽകുന്നുവെന്ന് ഞാൻ കരുതുന്നു. നമുക്ക് സാഹചര്യത്തിന്റെ ഉടമസ്ഥാവകാശം ഏറ്റെടുക്കാൻ കഴിയാത്തപ്പോൾ പോലും, പ്രക്രിയയുടെ ഉടമസ്ഥാവകാശം ഏറ്റെടുക്കാം.

നമുക്ക് സാഹചര്യത്തിന്റെ ഉടമസ്ഥാവകാശം ഏറ്റെടുക്കാൻ കഴിയാതെ വരുമ്പോൾ, പ്രക്രിയയുടെ ഉടമസ്ഥാവകാശം ഏറ്റെടുക്കാം.

തന്റെ മേലധികാരി പറയുന്നത് ചെയ്യേണ്ടുന്നതിനാൽ താൻ ചെയ്യുന്ന കാര്യങ്ങളിൽ തനിക്ക് ഉടമസ്ഥാവകാശം ഉണ്ടായിരിക്കില്ലെന്ന് ഫിലെഓഫ്ഫിഷ്1066 തിരിച്ചറിഞ്ഞിരുന്നു. എന്നാൽ അത് *എങ്ങനെ* ചെയ്യുന്നു എന്നതിന്റെ ഉടമസ്ഥാവകാശം ഏറ്റെടുക്കാൻ അദ്ദേഹം തീരുമാനിച്ചു. അദ്ദേഹത്തിന് യാതൊരു സ്വാധീനവുമില്ലാത്ത നിരവധി കാര്യങ്ങളുണ്ട് :അദ്ദേഹം പരീക്ഷിക്കുന്ന സോഫ്റ്റ്‌വെയർ,അദ്ദേഹത്തിന്റെ മാനേജരുടെ മുൻഗണനകൾ, അദ്ദേഹത്തിന് ലഭിക്കുന്ന ജോലിയുടെ അളവ്. എന്നാൽ, പൂർണ്ണമായും അദ്ദേഹത്തിന്റെ നിയന്ത്രണത്തിലുള്ള ഒട്ടനവധി പ്രവൃത്തികൾ ഉണ്ടായിരുന്നു : ആ ചെയ്യാനുള്ള കാര്യങ്ങളുടെ പട്ടികയിലൂടെ അദ്ദേഹം എങ്ങനെ കടന്നുപോകുന്നു, അദ്ദേഹം തന്റെ സമയം എങ്ങനെ കൈകാര്യം ചെയ്യുന്നു, തനിക്ക് നൽകപ്പെട്ടിട്ടുള്ള പണിയായുധങ്ങൾ അദ്ദേഹം എങ്ങനെ ഉപയോഗപ്പെടുത്തുന്നു. അങ്ങനെയാണ് തന്റെ ജോലി യാന്ത്രികമാക്കാൻ കഴിയുമെന്ന് അദ്ദേഹം മനസ്സിലാക്കിയതും, അതിനുള്ള സംവിധാനങ്ങളും പ്രക്രിയകളും നിർമ്മിക്കാൻ തന്നെ എട്ട് മാസം ചെലവഴിച്ചതും.

നമുക്കെല്ലാവർക്കും ഇവിടെ ഒരു പാഠമുണ്ട്. ഒരു പ്രവർത്തനത്തിന്റെ *അനന്തരഫലം* മറ്റൊരാൾ നിർണ്ണയിച്ചിട്ടുണ്ടെങ്കിലും അതിന്റെ *പ്രക്രിയ* നമുക്ക് സ്വന്തമാക്കാൻ ഏതാണ്ട് എല്ലായ്പ്പോഴും ഒരു വഴിയുണ്ട്. നിങ്ങൾ ഉപഭോക്തൃ സേവനത്തിലാണ് ജോലി ചെയ്യുന്നതെങ്കിൽ,

സ്ഥാപനത്തിന്റെ നയങ്ങളിൽ നിങ്ങൾക്ക് നിയന്ത്രണം ഉണ്ടായിരിക്കില്ല. എന്നാൽ നിങ്ങൾ ഉപഭോക്താക്കളുമായി എങ്ങനെ ഇടപഴകുന്നു എന്നതിന്റെ ഉടമസ്ഥാവകാശം നിങ്ങൾക്ക് എടുക്കാം. അവരുടെ ആശങ്കകൾ കേൾക്കാനും അവരുടെ നിരാശകളിൽ സഹാനുഭൂതി പ്രകടിപ്പിക്കാനും അവരുടെ പ്രശ്നങ്ങൾക്ക് ക്രിയാത്മകമായ പരിഹാരം കണ്ടെത്താനും ശ്രമിക്കാൻ നിങ്ങൾക്ക് സാധിക്കും.

നിങ്ങൾ ഒരു അധ്യാപകനാണെങ്കിൽ, നിങ്ങൾക്ക് പാഠ്യപദ്ധതിയിന്മേൽ നിയന്ത്രണം ഉണ്ടായിരിക്കില്ല. എന്നാൽ നിങ്ങൾ പാഠഭാഗം എങ്ങനെ പഠിപ്പിക്കുന്നു എന്നതിന്റെ ഉടമസ്ഥാവകാശം നിങ്ങൾക്ക് ഏറ്റെടുക്കാം. നിങ്ങളുടെ വിദ്യാർത്ഥികളുമായി ഇടപഴകുന്നതിനും ആശയങ്ങളെ ശക്തിപ്പെടുത്തുന്ന രസകരമായ പ്രവർത്തനങ്ങൾ സൃഷ്ടിക്കുന്നതിനും ഓരോ വിദ്യാർത്ഥിയെയും മെച്ചപ്പെടുത്താൻ സഹായിക്കുന്ന വ്യക്തിഗത മൂല്യനിർണ്ണയം നൽകുന്നതിനും നിങ്ങൾക്ക് നൂതനമായ വഴികൾ കണ്ടെത്താനാകും.

നിങ്ങൾ ഒരു വ്യവസായശാലയിലോ ഉൽപ്പന്നങ്ങളുടെ ഭാഗങ്ങൾ കൂട്ടിച്ചേർക്കുന്നിടത്തോ ജോലി ചെയ്യുകയാണെങ്കിൽ, ഉൽപാദന ലക്ഷ്യങ്ങളിൽ നിങ്ങൾക്ക് നിയന്ത്രണം ഉണ്ടായിരിക്കില്ല. എന്നാൽ പ്രക്രിയയിലേക്ക് നിങ്ങൾ എങ്ങനെ സംഭാവന ചെയ്യുന്നു എന്നതിന്റെ ഉടമസ്ഥാവകാശം നിങ്ങൾക്ക് എടുക്കാം. നിങ്ങളുടെ പ്രവൃത്തികൾ പ്രവർത്തനക്ഷമമാക്കുന്നതിനും, പ്രശ്നകരമാകുന്നതിന് മുമ്പ് ഗുണമേന്മ വിഷയങ്ങൾ തിരിച്ചറിയുന്നതിനും, പ്രക്രിയ മെച്ചപ്പെടുത്തലുകൾക്കായി നിർദ്ദേശങ്ങൾ നൽകുന്നതിനുമുള്ള വഴികൾ നിങ്ങൾക്ക് കണ്ടെത്താനാകും.

അത് നിങ്ങളുടെ രീതിയിൽ ചെയ്യുന്നതിലൂടെ ഒരു അത്യധികമായ ശക്തിയാണ് നേടാനാകുന്നത്. അത് തീരെ അധികാര ശൂന്യമായ സാഹചര്യങ്ങളിലാണെങ്കിൽ പോലും.

പരീക്ഷണം 6 :
നിങ്ങളുടെ മനോഭാവത്തെ കൈവശമാക്കുക

ഒരു ജൂനിയർ ഡോക്ടറായി ജോലി ചെയ്യുന്നതിനിടയിൽ ഞാൻ വികസിപ്പിച്ചെടുത്തതാണ് നമ്മുടെ ആന്തരിക പ്രചോദനബോധം വളർത്തിയെടുക്കാനുള്ള അന്തിമ മാർഗ്ഗം. പ്രസവ-സ്ത്രീരോഗ വാർഡിലെ ഒരു നീണ്ട ഊഴത്തിന്റെ അവസാനത്തിലാണ് ഞാൻ ആദ്യമായി ഇതിനെ നേരിട്ടത്. ഞാൻ പോകാൻ തയ്യാറെടുക്കുമ്പോൾ, ഒരു നഴ്സ് എന്നെ തടഞ്ഞുനിർത്തി ചോദിച്ചു, ‘ഡോ അലി, ദയവായി ഈ ഇൻട്രാവനസ് (ഐവി) കുഴൽ കട്ടിൽ 4-ലുള്ള സ്ത്രീയ്ക്ക് ഇടാമോ?’

എന്റെ ഹൃദയം പിടഞ്ഞു. ആ രോഗിയുടെ ഞരമ്പുകൾ കണ്ടെത്തുന്നത് പ്രയാസമാണെന്നും, ഈ കുഴൽ അവരുടെ ഞരമ്പിൽ ഘടിപ്പിക്കാൻ ശ്രമിക്കുന്നത് കുറഞ്ഞത് അരമണിക്കൂറെങ്കിലും ഞാൻ

ആശുപത്രി വിട്ടു പോകുന്നതിനെ വൈകിപ്പിക്കുമെന്നും എനിക്കറിയാം. ഞാൻ ഉപകരണങ്ങൾ തയ്യാറാക്കുമ്പോൾ, എനിക്ക് നീരസത്തിന്റെ ഒരു അടിയൊഴുക്ക് അനുഭവപ്പെട്ടു. ഞാൻ കുറച്ച് നിമിഷങ്ങൾക്കു മുമ്പ് പോയിരുന്നെങ്കിൽ, കുഴൽ ഘടിപ്പിക്കുന്നത് രാത്രി വരുന്ന ഡോക്ടറുടെ ജോലിയായി മാറിയേനെ. ഒരു ഓഡിയോബുക്കും കേട്ടുകൊണ്ട്, വഴിയിൽ ഒരു മക്ഡൊണാൾഡ്സും വാങ്ങി എനിക്ക് വീട്ടിലേക്ക് വണ്ടിയോടിക്കാമായിരുന്നു. ഇപ്പോൾ, എനിക്ക് ഇവിടെ നിന്ന് ഈ അലോസരപ്പെടുത്തുന്ന ജോലി ചെയ്യേണ്ടതായി വന്നിരിക്കുന്നു.

അപ്പോൾ മറ്റൊരു ഭാഗത്ത് ഒരു രോഗി അവളുടെ ഭർത്താവിനോട് സംസാരിക്കുന്നത് ഞാൻ യാദൃച്ഛികമായി കേട്ടു. തന്റെ ആശുപത്രി അനുഭവം എത്ര നന്നായിരുന്നുവെന്നും തന്നെ പരിപാലിക്കുന്ന ഡോക്ടർമാരോട്ടും നഴ്സുമാരോട്ടും താൻ എത്ര നന്ദിയുള്ളവളാണെന്നും അവൾ പറഞ്ഞു കൊണ്ടിരുന്നു. അതെന്നെ പിടിച്ചു നിർത്തി. ഞാൻ എന്റെ മെഡിക്കൽ പരിശീലനവും പ്രായോഗിക വൈദഗ്ധ്യവും ഉപയോഗിച്ച് ഒരു ഐവി കൊടുക്കാൻ ഒരുങ്ങുന്നു, അതിലൂടെ ആദ്യ കുഞ്ഞുമായി പന്ത്രണ്ട് ആഴ്ച ഗർഭിണിയായ ഒരു യുവതിക്ക്, ഓക്കാനം ഒഴിവാക്കാനുള്ള ദ്രാവകം ഒരു രാത്രികൊണ്ട് ഞങ്ങൾ നൽകും. അവൾക്ക് സൌഖ്യം തോന്നുന്നതിനു വേണ്ടിയായിരുന്നു അത്. കൂടാതെ അവളുടെ ഉള്ളിൽ വളരുന്ന കുഞ്ഞിനെയും അത് സഹായിക്കും.

എനിക്കെങ്ങനെ ഇത് അലോസരപ്പെടുത്തുന്ന ജോലിയായി? ഇത് ഞാൻ തിരഞ്ഞെടുത്ത ജോലിയാണ്. എന്റെ മുന്നിൽ കഷ്ടപ്പെടുന്ന ഒരു രോഗിയെ സഹായിക്കാൻ കഴിയുന്ന ഘട്ടത്തിലെത്താൻ വേണ്ടി ഞാൻ എട്ട് വർഷത്തെ മെഡിക്കൽ പരിശീലനത്തിലൂടെ കടന്നു പോയിരുന്നു. എന്നിട്ടിപ്പോൾ എനിക്ക് ശരിക്കും ഒരു മാറ്റം വരുത്താനുള്ള അവസരം ലഭിച്ചപ്പോൾ, കുറച്ച് നിമിഷങ്ങളുടെ അധിക ജോലിയെക്കുറിച്ച് ഞാൻ പരാതിപ്പെടുകയാണ്.

ഐവി കൊടുക്കണോ വേണ്ടയോ എന്ന് എനിക്ക് തീരുമാനിക്കാൻ കഴിഞ്ഞില്ല, ഞാൻ തിരിച്ചറിഞ്ഞു. എന്നാൽ എനിക്ക് എന്റെ മനോഭാവം മാറ്റാൻ കഴിയും. എഴുത്തുകാരനായ സേത്ത് ഗോഡിനുമായുള്ള ഒരു അഭിമുഖത്തിൽ ഞാൻ ആദ്യമായി നേരിട്ട ഒരു ആശയം ഞാൻ ഓർത്തെടുത്തു. 'ഞാനെന്തിന് ഇത് ചെയ്യണം?' എന്ന ചിന്തയിൽ നെറ്റി ചുളിച്ച് ചുറ്റിക്കറങ്ങുന്നത് ഒരു തീരുമാനമായിരുന്നു. അതിനെക്കുറിച്ച് മറ്റൊരു രീതിയിൽ ചിന്തിക്കാൻ എനിക്ക് തീരുമാനിക്കാം. 'ഞാൻ ചെയ്യാനായി ഇത് തിരഞ്ഞെടുത്തു,' എനിക്ക് സ്വയം പറയാൻ കഴിയും. 'ഇത് ചെയ്യാനുള്ള അവസരം എനിക്ക് ലഭിച്ചു.' അല്ലെങ്കിൽ, 'ഇത് ചെയ്യുവാനുള്ള ഭാഗ്യം എനിക്കു ലഭിച്ചു.'

ഈ ചിന്താഗതിയിലുള്ള മാറ്റവുമായി – 'ബാദ്ധ്യത' എന്നതിൽ നിന്ന് 'തിരഞ്ഞെടുപ്പ്' എന്നതിലേക്ക് – ഉഷാറോടെ ചുവടുവെച്ച് മുഖത്ത് ഒരു പുഞ്ചിരിയുമായി ഞാൻ രോഗിയുടെ അടുത്തേക്ക് നടന്നു, കുഴൽ ഘടിപ്പിക്കാൻ സഹായിക്കാൻ തയ്യാറായിക്കൊണ്ട്.

ഈ രീതി ഉപയോഗിച്ച ആദ്യത്തെ വ്യക്തി ഞാൻ അല്ല. 2021-ൽ, ഒരു കൂട്ടം അദ്ധ്യാപകർ, ഒരാളുടെ പ്രവർത്തനങ്ങളുടെ ഉടമസ്ഥാവകാശത്തിന്റെ ചിന്ത അവരുടെ ധാരണകളെയും പെരുമാറ്റങ്ങളെയും ബാധിക്കുമോ എന്ന് പരിശോധിക്കാൻ രൂപകൽപ്പന ചെയ്ത സമർത്ഥമായ ഒരു പഠന പരമ്പര തയ്യാറാക്കിയിട്ടുണ്ട്. പങ്കെടുത്തവരിൽ പകുതിപേരെയും ക്രമ രഹിതമായി ഒരു സംഘത്തിലേക്ക് നിയോഗിച്ചു, അവിടെ അവർ കഴിഞ്ഞ ദിവസം നടത്തിയ മൂന്ന് തിരഞ്ഞെടുപ്പുകളെക്കുറിച്ച് എഴുതാൻ ആവശ്യപ്പെട്ടു, ഉദാഹരണത്തിന് : 'ഞാൻ ഇന്നലെ നേരത്തെ എഴുന്നേൽക്കാൻ തീരുമാനിച്ചു'; 'ഉച്ചഭക്ഷണത്തിന് കഴിക്കാനായി ഞാൻ തൽക്ഷണ നൂഡിൽസാണ് തിരഞ്ഞെടുത്തത്'; 'ഞാൻ രണ്ടാമത്തെ അലാറം കേൾക്കുമ്പോൾ ഉണർന്ന് എന്റെ ദിവസം ആരംഭിക്കുവാൻ തീരുമാനിച്ചു.' പങ്കെടുത്ത ബാക്കി പകുതി ആളുകളോട് അവർ കഴിഞ്ഞ ദിവസം ചെയ്ത മൂന്ന് കാര്യങ്ങളെക്കുറിച്ച് എഴുതാൻ മാത്രം ആവശ്യപ്പെട്ടു : 'ഞാൻ പ്രഭാതഭക്ഷണം കഴിച്ചു'; 'ഞാൻ സാധനങ്ങൾ വാങ്ങാൻ പോയി'; 'ഞാൻ കായികാഭ്യാസക്കളരിയിൽ പോയി.'

രണ്ട് സംഘങ്ങളും എഴുതി കഴിഞ്ഞപ്പോൾ, അവരുടെ ജീവിതത്തെക്കുറിച്ച് കൂടുതൽ വിശാലമായി ചിന്തിക്കാൻ അവരോട് ആവശ്യപ്പെട്ടു. പഠനത്തിന്റെ ഒരു ഭാഗത്ത്, പങ്കെടുത്തവരോട് ശാരീരിക ശക്തിയുടെ അടിസ്ഥാനത്തിൽ, 'എത്ര ദൃഢകായനാണ് നിങ്ങൾ?' 'നിങ്ങൾ ശാരീരികമായി എത്രത്തോളം ശക്തനാണ്?', 'നിങ്ങൾ എത്ര അരോഗദൃഢഗാത്രനാണ്?' പോലുള്ള ചോദ്യങ്ങൾക്ക് ഉത്തരം നൽകിക്കൊണ്ട് ഒരു 5 പോയിന്റ് അളവുകോലിൽ സ്വയം വിലയിരുത്താൻ ആവശ്യപ്പെട്ടു. നിയന്ത്രിതസംഘവുമായി താരതമ്യപ്പെടുത്തുമ്പോൾ, തങ്ങളുടെ തിരഞ്ഞെടുപ്പുകൾ ഓർമ്മിച്ചവർ കൂടുതൽ പേശീബലമുള്ളവരും ശക്തരും അരോഗദൃഢഗാത്രരുമായി സ്വയം വിലയിരുത്തി. രചയിതാക്കൾ പറഞ്ഞതു പോലെ : 'തിരഞ്ഞെടുപ്പിന്റെ പ്രാധാന്യത്തിലുള്ള വർദ്ധനവ് ഒരു സ്വയം-ഭാവ ബോധത്തിലേക്ക് നയിച്ചു... മറ്റുള്ളവരെ അപേക്ഷിച്ച് സകാരാത്മകമായി വ്യത്യസ്തവും വലുതും ശക്തവുമാണെന്ന തോന്നൽ'. 'ബാദ്ധ്യത'യിൽ നിന്ന് 'തിരഞ്ഞെടുപ്പ്' എന്നതിലേക്ക് അവരുടെ ചിന്താഗതി മാറുന്നത്, അവരുടെ നിയന്ത്രണ ബോധവും ശക്തിയും അതോടൊപ്പം അവരുടെ കഴിവുകളും ഉയർത്തി.

നിങ്ങൾക്കും അങ്ങനെ ചെയ്യാം. നിങ്ങളെ ശക്തിയില്ലാത്തവരാക്കുന്ന നിർബന്ധിത ഭാഷയാണ് 'ബാദ്ധ്യത'. 'തിരഞ്ഞെടുക്കുക' എന്നത് നിങ്ങളെ ശക്തരാക്കുന്ന സ്വയംഭരണാവകാശം ഉറപ്പിക്കുന്ന ഭാഷയാണ്. നിങ്ങൾക്ക് എന്തെങ്കിലും ഒരു കാര്യം ചെയ്യാതെ നിവൃത്തിയില്ല എന്ന് തോന്നുമ്പോഴെല്ലാം, വീണ്ടും ചിന്തിക്കുക. നിങ്ങളുടെ തിരഞ്ഞെടുപ്പുകൾ എങ്ങനെയാണ് നിങ്ങളെ ഈ നിമിഷത്തിലേക്ക് നയിച്ചത്? കൂടാതെ ഈ 'ബാദ്ധ്യത' ഒരു 'തിരഞ്ഞെടുപ്പ്' ആക്കി മാറ്റാൻ എന്തെങ്കിലും വഴിയുണ്ടോ? നിങ്ങൾ ശരിക്കും തിരഞ്ഞെടുക്കാത്ത എന്തെങ്കിലും

ഒരു കാര്യം ചെയ്യുകയാണെങ്കിൽ, നിങ്ങളുടെ (ആ കാര്യത്തോടുള്ള) സമീപനത്തിൽ നിങ്ങൾക്ക് എന്ത് തിരഞ്ഞെടുപ്പുകൾ നടത്താനാകും?

ഓസ്ട്രിയൻ മനഃശാസ്ത്രജ്ഞനും രണ്ടാം ലോകമഹായുദ്ധസമയത്ത് ഓഷ്വിറ്റ്സ് തടങ്കൽപ്പാളയത്തിൽ നിന്ന് അതിജീവിച്ചയാളുമായ വിക്ടർ ഫ്രാങ്ക് മനോഹരമായി പറഞ്ഞു : 'ഒരു മനുഷ്യനിൽ നിന്ന് ഒന്നൊഴിച്ച് ബാക്കി എല്ലാം എടുക്കാം : സ്വാതന്ത്ര്യങ്ങളിൽ അവസാനത്തേത് – ഏത് സാഹചര്യത്തിലും ഒരാൾ തന്റെ മനോഭാവം തിരഞ്ഞെടുക്കുന്നത്, തന്റെ സ്വന്തം മാർഗ്ഗം തിരഞ്ഞെടുക്കുന്നത്.'

സംക്ഷിപ്തമായി...

- 'അധികാരം' എന്നത് ഭയപ്പെടുത്തുന്ന ഒരു പദമാണ്, പക്ഷേ അത് അങ്ങനെ ആവണമെന്നില്ല. രണ്ടാമത്തെ ഊർജ്ജദാതാവ് അധികാരമാണെന്ന് നാം പറയുമ്പോൾ, മറ്റുള്ളവരുടെമേൽ നിയന്ത്രണം ചെലുത്തുക എന്നല്ല നാം അർത്ഥമാക്കുന്നത്. ഇവിടെ, നിങ്ങളുടെ ജോലിയും ജീവിതവും ഭാവിയും നിങ്ങളുടെ സ്വന്തം കൈകളിലേക്ക് എടുക്കാൻ അധികാരമുണ്ടെന്ന ബോദ്ധ്യം മാത്രമാണ് നാം അർത്ഥമാക്കുന്നത്.
- നിങ്ങളുടെ ശക്തിബോധം വർദ്ധിപ്പിക്കാൻ നിങ്ങൾക്ക് ഇപ്പോൾ തന്നെ തുടങ്ങാവുന്ന മൂന്ന് വഴികളുണ്ട്. ആത്മവിശ്വാസത്തോടെ ആരംഭിക്കുക. നമ്മുടെ ആത്മവിശ്വാസം സ്ഥിരമാണെന്ന് നമ്മൾ കരുതുന്നു, എന്നാൽ യഥാർത്ഥത്തിൽ അത് തീർച്ചയായും രൂപപ്പെടുത്താവുന്നതാണ്. ആകയാൽ എന്തുകൊണ്ട് 'ആത്മവിശ്വാസ സ്വിച്ച് പ്രവർത്തനം' പരീക്ഷിച്ചുകൂടാ – അതായത് ഇതിനകം തന്നെ ആത്മവിശ്വാസം കൊണ്ട് നിറഞ്ഞ ഒരാളുടെ വേഷം കളിക്കാൻ ശ്രമിച്ച് കൂടാ?
- അടുത്തതായി, നിങ്ങളുടെ കഴിവുകളുടെ നിലവാരം ഉയർത്തുക. സ്വയം ചോദിക്കുക : ഞാൻ ഈ കർത്തവ്യത്തിൽ പൂർണ്ണമായും പുതിയ ആളാണെങ്കിൽ, ഇത് എങ്ങനെ കാണപ്പെടും? ഞാൻ ഇതുവരെ ഒരു വിദഗ്ധനല്ലെങ്കിലും എനിക്ക് എങ്ങനെ മറ്റുള്ളവരെ പഠിപ്പിക്കാൻ തുടങ്ങാം?
- അവസാനമായി, നിങ്ങൾ ആഗ്രഹിക്കുന്നത്രയും നിയന്ത്രണമില്ലാത്ത നിമിഷങ്ങളിൽ പോലും, ഉടമസ്ഥാവകാശം ഏറ്റെടുക്കാൻ നിങ്ങൾക്ക് എന്തുചെയ്യാനാകുമെന്ന് നോക്കുക. ഓർക്കുക, നിങ്ങൾ എന്ത് കാര്യത്തിന്മേലാണ് പ്രവർത്തിക്കുന്നതെന്ന് തിരഞ്ഞെടുക്കാൻ കഴിയുന്നില്ലെങ്കിൽ, നിങ്ങൾ അതിന്മേൽ എങ്ങനെ പ്രവർത്തിക്കുന്നുവെന്ന് നിങ്ങൾക്ക് ഇപ്പോഴും തിരഞ്ഞെടുക്കാം. ഫലം എപ്പോഴും നിങ്ങളുടെ കൈകളിലായിരിക്കണമെന്നില്ല. എന്നാൽ പ്രക്രിയയും, തീർച്ചയായും നിങ്ങളുടെ മനോഭാവവും, പലപ്പോഴും നിങ്ങളുടെ കൈകളിലാണ്.

അദ്ധ്യായം 3

ആളുകൾ

ചില ആളുകളുമായി ഇടപഴകുകയോ പ്രവർത്തിക്കുകയോ ചെയ്തതിന് ശേഷം, നിങ്ങൾ ലോകത്തിലെ എന്തിനെയും ഏറ്റെടുക്കാൻ തയ്യാറാണെന്ന് നിങ്ങൾക്ക് തോന്നുന്നത് നിങ്ങൾ എപ്പോഴെങ്കിലും ശ്രദ്ധിച്ചിട്ടുണ്ടോ? നിങ്ങളുടെ ചേതനയെ ഉത്തേജിപ്പിക്കുകയും നിങ്ങളിൽ ഊർജ്ജം നിറയ്ക്കുകയും ചെയ്യുന്ന ആളുകളാണ് ഇവർ. നിങ്ങൾ അവരുടെ അടുത്തായിരിക്കാൻ ആഗ്രഹിക്കുന്നു.

മറുവശത്ത്, ഓരോ ഇടപാടിന് ശേഷവും നിങ്ങൾക്ക് തളർച്ചയും ക്ഷീണവും അനുഭവപ്പെടുത്തുന്ന ആളുകളെയും നിങ്ങൾ കണ്ടുമുട്ടിയിരിക്കാം. നിങ്ങളുടെ മാനസികാവസ്ഥയിലും പ്രചോദനത്തിലും അവർ നിഴൽ വീഴ്ത്തുന്നു എന്നപോലെയാണ് ഇത്. ആളുകൾ അവരെ പടരുന്ന മഹാമാരിയെപ്പോലെ ഒഴിവാക്കാൻ പഠിക്കുന്നു. അവർ വേഗത്തിൽ പഠിക്കുന്നു.

എന്റെ ഒരു സുഹൃത്ത് ഈ രണ്ടാമത്തെ സംഘത്തിനെ 'ഊർജ്ജ രക്ഷസ്സുകൾ' (energy vampires) എന്ന് വിളിക്കുന്നു. അവർ ഒരു സാമൂഹിക സാഹചര്യത്തിൽ നിന്ന് ജീവരക്തം വലിച്ചെടുക്കുന്നു, ചുറ്റുമുള്ള എല്ലാവരെയും തളർത്തിക്കൊണ്ട്. 'ഊർജ്ജ രക്ഷസ്സ്' എന്ന പദം ആദ്യം കേട്ടപ്പോൾ, അത് അൽപ്പം കടന്നുപോയെന്നും അതിശയോക്തി കലർന്നതാണെന്നും എനിക്ക് തോന്നി. പക്ഷേ അവൾക്ക് യുക്തിയുള്ള ഒരു കാര്യം പറയാനുണ്ടായിരുന്നു.

ശാസ്ത്രജ്ഞർ 'ആപേക്ഷിക ഊർജ്ജം' (relational energy) എന്ന് അവർ വിളിക്കുന്നതിനെപ്പറ്റി വളരെക്കാലമായി ബോധവാന്മരായിരുന്നു : മറ്റുള്ളവരുമായുള്ള നമ്മുടെ ഇടപെടലുകൾ നമ്മുടെ മാനസികാവസ്ഥയിൽ ആഴത്തിലുള്ള സ്വാധീനം ചെലുത്തുമെന്ന വസ്തുത. 2003-ൽ നടത്തിയ ഒരു പഠനത്തിൽ മനഃശാസ്ത്ര പ്രൊഫസർമാരായ റോബ് ക്രോസ്, വെയ്ൻ ബേക്കർ, ആൻഡ്രൂ പാർക്കർ എന്നിവർ 'ഊർജ്ജ ഭൂപടം' (energy map) എന്ന ആശയം കൊണ്ടുവന്നു. ആര് ആരോടൊപ്പമാണ് പ്രവർത്തിച്ചുകൊണ്ടിരിക്കുന്നതെന്നും, ഏതൊരു വ്യക്തിയും മറ്റുള്ളവരുടെ ഊർജ്ജ

നിലകളിൽ ചെലുത്തുന്ന സ്വാധീനം എന്താണെന്നും സ്ഥാപിക്കാൻ അവർ ചില ഭീമൻ സ്ഥാപനങ്ങളിലെ വിദഗ്ദ്ധോപദേശകരുമായും മാനേജർമാരുമായും ചേർന്നു പ്രവർത്തിച്ചു. അവരുടെ കണ്ടെത്തൽ? വലിയ സ്ഥാപനങ്ങളുടെ തലത്തിൽ പോലും ആരാണ് ഊർജ്ജദാതാവ് (ആരാണ് തളർച്ചയുണ്ടാക്കുന്നയാൾ) എന്നതിനെക്കുറിച്ച് ഒരു ശ്രദ്ധേയമായ അളവിലുള്ള ധാരണയുണ്ടായിരുന്നു. ചില ആളുകളുടെ ചുറ്റും ആയിരിക്കുന്നതു തന്നെ ഒരു പേടിസ്വപ്നമാണ്.

പിന്നീടുള്ള വർഷങ്ങളിൽ, സംഘടനാ ശാസ്ത്രത്തിലെ ഏറ്റവും ഒച്ചപ്പാടുണ്ടാക്കിയ ആശയങ്ങളിലൊന്നായി ആപേക്ഷിക ഊർജ്ജം മാറിയിരുന്നു. 'മറ്റാരെങ്കിലുമായുള്ള ഒരു ഇടപെടലിന്റെ നേരിട്ടുള്ള ഫലമായി അനുഭവപ്പെടുന്ന സകാരാത്മക വികാരവും ഉയർന്ന ഉൽപാദനപരതാബോധവും' എന്ന് നിർവ്വചിക്കപ്പെട്ട ആപേക്ഷിക ഊർജ്ജം 2010-ൽ എട്ട് പഠനങ്ങളുടെ മാത്രം വിഷയമായിരുന്നത്; 2018 ആയപ്പോഴേക്കും എണ്ണം എൺപതിനടുത്തായി.

അതിനാൽ ആപേക്ഷിക ഊർജ്ജം നമുക്ക് നമ്മുടെ ആത്യന്തികമായ ഊർജ്ജദാതാവിനെ നൽകുന്നു : ആളുകൾ. 2003-ലെ ആ പഠനം കാണിക്കുന്നത് പോലെ, ആളുകൾക്ക് നമ്മുടെ മാനസികാവസ്ഥ ഉയർത്താനും നമ്മളെ കൂടുതൽ ഉൽപാദനക്ഷമതയുള്ളവരാക്കാനും കഴിയും. ഇത് സ്വാഭാവികമായി സംഭവിക്കുന്നില്ല. ഇതിന് നമ്മൾ പരസ്പരം എങ്ങനെ ബന്ധങ്ങൾ കെട്ടിപ്പടുക്കുന്നു എന്നതിനെക്കുറിച്ച് ആഴത്തിലുള്ള ചിന്ത ആവശ്യമാണ്. ഈ അദ്ധ്യായത്തിൽ, കൂടുതൽ ഊർജ്ജസ്വലത അനുഭവിക്കുന്നതിനും പ്രാധാന്യമുള്ള കൂടുതൽ കാര്യങ്ങൾ ചെയ്യുന്നതിനും ഉതകുന്ന തരത്തിൽ ആളുകളാൽ ചുറ്റപ്പെടാനുള്ള വിവിധ വഴികൾ നമ്മൾ പര്യവേക്ഷണം ചെയ്യും.

നിങ്ങളുടെ രംഗം കണ്ടെത്തുക

1970-കളിലെ പാശ്ചാത്യസംഗീതത്തിന്റെ ലോകത്തിൽ നിന്നാണ് ആളുകളിൽ നിന്നുള്ള നല്ല സ്വാധീനങ്ങളെക്കുറിച്ചുള്ള നമ്മുടെ ആദ്യ ഉൾക്കാഴ്ച.

അത് ഒരു പുതിയ ദശാബ്ദത്തിന്റെ തുടക്കമായിരുന്നു, ബ്രയാൻ എനോ സംതൃപ്തമായ ഒരു ഇടത്തരം ജീവിതത്തിലേക്കുള്ള പാതയിലായി കാണപ്പെട്ടു. വിൻചെസ്റ്റർ സ്കൂൾ ഓഫ് ആർട്ടിൽ നിന്ന് അടുത്തിടെ ബിരുദം നേടിയ അദ്ദേഹം, സമീപ വർഷങ്ങളിൽ ചില പുരോഗമന സംഗീത പരിപാടികളിൽ ഏർപ്പെട്ടിരുന്നു – ഒറ്റപ്പെട്ട പാശ്ചാത്യസംഗീത വേദികളിൽ വാദ്യമേളക്കാരനാവുകയും, തന്റെ കേടുവന്ന ടേപ്പ് റെക്കോർഡറിൽ വിചിത്രമായ ഗാനം പകർത്തുകയും ചെയ്തു – എന്നാൽ കാര്യമായുള്ള ഉന്നതി ഉണ്ടായിരുന്നില്ല. അദ്ദേഹം

ലണ്ടൻ റോക്ക് ലോകത്തിലെ ഒരു സുപരിചിതമായ, പക്ഷേ പ്രാധാന്യമില്ലാത്ത താരമായി ഒരു ജീവിതം നയിക്കാൻ തീരുമാനിച്ചതു പോലെ കാണപ്പെട്ടു.

അങ്ങനെയിരിക്കെ, 1971-ൽ ഒരു ദിവസം, ഒരു പ്രാദേശിക സംഗീതജ്ഞനുമായുള്ള യാദൃച്ഛികമായ ഒരു കൂടിക്കാഴ്ച എല്ലാം മാറ്റിമറിച്ചു. എനോ തന്റെ തീവണ്ടിക്കായി കാത്തിരിക്കുമ്പോൾ, തന്റെ ഒരു പരിചയക്കാരനായ ആൻഡി മക്കെ എന്ന സാക്സോഫോണിസ്റ്റിനെ കണ്ടുമുട്ടുകയും, അദ്ദേഹം കളിക്കുന്ന ഒരു പ്രാദേശിക ക്ലബ്ബിലേക്ക് തന്നെ ക്ഷണിക്കുകയും ചെയ്തു. അവർ സ്ഥലത്തെത്തിയപ്പോൾ, അന്തരീക്ഷം പ്രകമ്പിതമായിരുന്നു : ജനക്കൂട്ടം ആവേശത്താൽ മുഴങ്ങുന്ന, മുറിയിലെ ഊർജ്ജം എനോയെ ആകർഷിച്ചു. പിന്നീട്, മക്കെയുമായുള്ള യാദൃച്ഛിക കൂടിക്കാഴ്ചയെക്കുറിച്ച് എനോ പറയുമായിരുന്നു, 'ഞാൻ പ്ലാറ്റ്ഫോമിൽ പത്തു വാര കൂടി നടക്കുകയോ, ആ തീവണ്ടി യാത്ര ചെയ്യാതിരിക്കുകയോ, വേറെ വണ്ടിയിൽ കയറുകയോ ചെയ്തിരുന്നെങ്കിൽ, ഞാൻ ഇപ്പോൾ ഒരു ചിത്രകലാ അധ്യാപകനോ മറ്റോ ആകുമായിരുന്നേനെ.'

പകരം, ഊർജ്ജസ്വലവും ആവേശകരവുമായ ഒരു സംഗീത രംഗത്തിന് നടുവിൽ എനോ സ്വയം കണ്ടെത്തി. തുടർന്നുള്ള ആഴ്ചകളിൽ, താൻ കണ്ടുമുട്ടിയ ആളുകളോട് സംഗീതത്തെക്കുറിച്ച് സംസാരിക്കുകയും തന്റെ ജീവിതത്തിലെ ഏറ്റവും മികച്ച കല സ്വയം നിർമ്മിക്കുകയും ചെയ്തു. മക്കെയ്യൊപ്പം, അദ്ദേഹം ജനപ്രിയ പാശ്ചാത്യസംഗീത കൂട്ടായ്മയായ റോക്സി മ്യൂസിക് സ്ഥാപിച്ചു – അനന്തരം കഴിഞ്ഞ നൂറ്റാണ്ടിലെ ഏറ്റവും പ്രബലരായ സംഗീതജ്ഞരിലും നിർമ്മാതാക്കളിലും ഒരാളായി മാറുകയും ചെയ്തു.

വർഷങ്ങൾക്കിപ്പുറം, എനോ തന്റെ ഔദ്യോഗികജീവിതം ആരംഭിക്കുന്നതിൽ ആ അതുല്യമായ സംഗീത കൂട്ടായ്മയുടെ പ്രാധാന്യത്തെക്കുറിച്ച് ചിന്തിച്ചു. തന്റെ കാലത്തെ ഏറ്റവും നൂതനവും തകർപ്പന്മാരുമായ എല്ലാ സംഗീതജ്ഞരും ഒറ്റപ്പെട്ട് പ്രവർത്തിക്കുന്നില്ലെന്ന് അദ്ദേഹം ശ്രദ്ധിച്ചു; പുതിയ ശബ്ദങ്ങളും ആശയങ്ങളും പര്യവേക്ഷണം ചെയ്യാൻ പരസ്പരം പ്രേരിപ്പിക്കുന്ന കലാകാരന്മാരുടെയും നിർമ്മാതാക്കളുടെയും ആരാധകരുടെയും ഒരു വലിയ സമൂഹത്തിന്റെ ഭാഗമായിരുന്നു അവർ. എനോ ആ കൂട്ടായ പശ്ചാത്തലത്തിന്റെ കഴിവ് തിരിച്ചറിഞ്ഞു. അല്ലെങ്കിൽ, അദ്ദേഹത്തിന്റെ തന്നെ ഭാഷയിൽ പറഞ്ഞാൽ, *രംഗബോധം* (scenius).

ഞാൻ രംഗബോധത്തിന്റെ സ്വാധീനം നേരിട്ട് അനുഭവിച്ചിട്ടുള്ളവനാണ്. വൈദ്യവിദ്യാഭ്യാസത്തിൽ എനിക്ക് ഇഷ്ടപ്പെടാത്ത ഒരു കാര്യം ആ മത്സര ബോധമായിരുന്നു (the sense of competition). പ്രായോഗിക പരിജ്ഞാനത്തിന് ഏറ്റവും മികച്ച സ്ഥലം, അക്കാദമിക ബഹുമതി, ഉയർന്ന ഗ്രേഡ് എന്നിവ നേടാനാണ് എല്ലാവരും ശ്രമിച്ചത്. ചിലർ ഈ മത്സര മനോഭാവത്തെ കുറച്ചു കടന്ന രീതിയിൽ ഉപയോഗിച്ചു. എനിക്കറിയാവുന്ന ഒരാൾ ഒരു പാഠപുസ്തകത്തിന്റെ ലഭ്യമായ

പ്രതികളെല്ലാം മറ്റുള്ളവർ ഉപയോഗിക്കാതിരിക്കുവാൻ വേണ്ടി ഗ്രന്ഥശാലയിൽ നിന്ന് എടുക്കുമായിരുന്നു. അത്തരം ചുറ്റുപാടുകൾ ആളുകളെ അവരുടെ ജീവിതത്തെ ഒരു കഴമ്പില്ലാത്ത കളിയായി (zero-sum game) കാണാൻ പ്രോത്സാഹിപ്പിക്കുന്നു : അവർ വിജയിക്കണമെങ്കിൽ മറ്റുള്ളവർ തോൽക്കണം.

എന്നാൽ നിങ്ങളുടെ സഹപാഠികളുമായുള്ള നിങ്ങളുടെ ബന്ധത്തെക്കുറിച്ച് ചിന്തിക്കാൻ മറ്റൊരു വഴിയുണ്ടെന്ന്, ഒടുവിൽ ഞാൻ മനസ്സിലാക്കി. വൈദ്യശാസ്ത്ര വിദ്യാലയം ഒരു മത്സരമായിരുന്നില്ല. ഞങ്ങൾ എല്ലാവരും ഒരേ രംഗത്തിന്റെ ഭാഗമായിരുന്നു. ആ വസ്തുത തിരിച്ചറിഞ്ഞതിലൂടെ, ഒറ്റയ്ക്കായിരുന്നെങ്കിൽ ഞങ്ങൾക്ക് ഒരിക്കലും ലഭിച്ചിരിക്കാനിടയില്ലാത്ത അത്രയും സമൃദ്ധമായ പിന്തുണ നേടാൻ സാധിച്ചു.

പരീക്ഷണം 1 :
സഹചാര മനോഭാവം

നമ്മുടെ ദൈനംദിന ജീവിതത്തിൽ എങ്ങനെ ഈ രംഗബോധം വളർത്തിയെടുക്കാം? ഉത്തരം ആരംഭിക്കുന്നത് ഒരു സൂക്ഷ്മമായ മാറ്റത്തോടെയാണ് : കൂട്ടുപ്രവൃത്തി (teamwork) എന്നതുകൊണ്ട് നമ്മൾ എന്താണ് ഉദ്ദേശിക്കുന്നതെന്ന് പുനർവിചിന്തനം ചെയ്യുക.

ആരെങ്കിലും 'കൂട്ടുപ്രവൃത്തി' എന്ന വാക്ക് പറയുമ്പോൾ, നാം ഒരു കൂട്ടം പെരുമാറ്റങ്ങൾ സങ്കൽപ്പിക്കാനുള്ള പ്രവണത കാണിക്കുന്നു – ജോലിയെ ന്യായമായി വിഭജിക്കുക, അല്ലെങ്കിൽ ആരെങ്കിലും തടസ്സം നേരിടുമ്പോൾ അവരെ സഹായിക്കുക. അത് അതിന്റെ ഭാഗമാണ്, തീർച്ചയായും. എന്നാൽ കൂട്ടുപ്രവൃത്തി മനസ്സിലാക്കാൻ മറ്റൊരു വഴിയുണ്ട് : ചെയ്യേണ്ട എന്തെങ്കിലും പ്രവൃത്തി എന്നതിലുപരി, ഒരു ചിന്താധാര എന്ന നിലയിൽ.

പ്രവൃത്തികൾ വിഭജിക്കുന്നതിനുള്ള ഒരു മാർഗ്ഗം എന്ന പോലെ തന്നെ കൂട്ടുപ്രവൃത്തി ഒരു മാനസികാവസ്ഥയുമാണ്.

എന്തായാലും, സ്റ്റാൻഫോർഡ് പ്രൊഫസർമാരായ ഗ്രിഗറി വാൾട്ടണിന്റെയും പ്രിയങ്ക കറിന്റെയും നിർദ്ദേശമിതാണ്. പ്രവൃത്തികൾ വിഭജിക്കുന്നതിനുള്ള ഒരു മാർഗ്ഗം പോലെ കൂട്ടുപ്രവൃത്തി ഒരു മാനസികാവസ്ഥയാണെന്ന് അവർ വാദിച്ചു. 2014-ൽ പ്രസിദ്ധീകരിച്ച ഒരു പഠനത്തിൽ, അവർ മുപ്പത്തിയഞ്ചു പേരെ മൂന്നു മുതൽ അഞ്ചു വരെ ആളുകളുള്ള സംഘങ്ങളായി തിരിച്ചു. പരീക്ഷണത്തിന് വിധേയരായവർ പരസ്പരം പരിചയപ്പെട്ടു, ശേഷം അവർ ഓരോ മുറികളിലേക്ക് കൊണ്ടുപോകപ്പെട്ടു. ശാസ്ത്രജ്ഞർ ഓരോ പങ്കാളിക്കും ഒരു വിഷമപ്രശ്നം നൽകി, അവർക്ക്

ആവശ്യമുള്ളത്രയുമോ അല്ലെങ്കിൽ വളരെ കുറച്ചോ സമയമെടുത്ത് അത് പരിഹരിക്കുവാൻ അവരോട് പറഞ്ഞു.

കുറച്ച്നിമിഷങ്ങൾഅവരുടെവിഷമപ്രശ്നങ്ങളിൽപ്രവർത്തിച്ചതിന് ശേഷം, പങ്കെടുത്ത എല്ലാവർക്കും അവ എങ്ങനെ പരിഹരിക്കാമെന്ന തിനെക്കുറിച്ചുള്ള ഒരു കൈയെഴുത്ത് സൂചന ലഭിച്ചു. എല്ലാ സൂചനകളും ഒന്നുതന്നെയായിരുന്നു (ശരിക്കും സഹായപ്രദവും). എന്നാൽ ഒരു നിർണ്ണായക വ്യത്യാസം ഉണ്ടായിരുന്നു. ചില പങ്കാളികൾക്ക് സൂചന നൽകിയപ്പോൾ, പഠനം നടത്തുന്ന ശാസ്ത്രജ്ഞൻ അത് അവർക്കായി എഴുതിയതാണെന്ന് അവരോട് പറഞ്ഞു. മറ്റുള്ളവരോട് അവർ നേരത്തെ കണ്ടുമുട്ടിയ സഹ പങ്കാളികളിൽ ഒരാൾ അവർക്കായി എഴുതിയതാണെന്ന് പറഞ്ഞു.

ഈ ചെറിയ വ്യത്യാസം പരീക്ഷണത്തെക്കുറിച്ചുള്ള പങ്കാളികളുടെ അനുഭവത്തിൽ ഒരു പ്രബലമായ സ്വാധീനം ചെലുത്തി. ശാസ്ത്രജ്ഞരിൽ നിന്നുള്ള സൂചന ആണെന്ന് കേട്ടവർ അവർ കണ്ടുമുട്ടിയ പങ്കാളികളിൽ നിന്ന് തികച്ചും വേറിട്ട് പ്രവർത്തിക്കുന്നതായി തോന്നാനാണ് സാധ്യത യുള്ളത്. ഈ പഠനത്തിൽ അവർ എന്താണ് ചെയ്തതെന്ന് വിവരിക്കാൻ ആവശ്യപ്പെട്ടപ്പോൾ, ചിലർ മറുപടി പറഞ്ഞു, 'ഞാൻ ഒരു വ്യക്തിഗത വിഷമപ്രശ്നം ചെയ്തു, തൽസമയം മറ്റുള്ളവർ അതേ വിഷമപ്രശ്നം ചെയ്തു.' അവർ ഒരുമിച്ച് പ്രവർത്തിച്ചില്ല, സമാന്തരമായി പ്രവർത്തിച്ചു.

നേരെമറിച്ച്, സൂചന ഒരു സഹ വിദ്യാർത്ഥിയിൽ നിന്നാണെന്ന് കേട്ട ആളുകൾക്ക്, തങ്ങൾ മറ്റുള്ളവരോടൊപ്പം ഒരു സംഘത്തിലാണെന്ന് തോന്നാനുള്ള സാധ്യത കൂടുതലാണ്; 'പരസ്പരം സൂചനകൾ അയച്ച് പ്രശ്നം പരിഹരിക്കാൻ ഒരു അദൃശ്യ പങ്കാളിയുമായി സഹകരിക്കാൻ ശ്രമിക്കുന്നതായി' അവർക്ക് തോന്നി. പഠനസമയത്ത് തങ്ങൾക്ക് എങ്ങനെ തോന്നി എന്ന് ചോദിച്ചപ്പോൾ, ചില പങ്കാളികൾ എഴുതി, 'മറ്റുള്ളവരെ നിരാശരാക്കാതിരിക്കാൻ വിഷമപ്രശ്നത്തിൽ കഠിനാധ്വാനം ചെയ്യാൻ ഞാൻ ബാധ്യസ്ഥനാണ്.' അവർ ഇപ്പോൾ സമാന്തരമായി പ്രവർത്തിക്കുന്നില്ല. അവർ ഒരുമിച്ച് ജോലി ചെയ്യുകയായിരുന്നു.

ചിന്താഗതിയുടെ ഈ സൂക്ഷ്മമായ മാറ്റം ഒരു ശ്രദ്ധേയമായ ഫലമുണ്ടാക്കി. 'ഒരുമിച്ച്' ജോലി ചെയ്ത സംഘത്തിലെ പങ്കാളികൾ 48 ശതമാനം അധിക സമയം വിഷമപ്രശ്നത്തിനു വേണ്ടി വിനിയോഗി ച്ചിരുന്നു. സഹചാര മനോഭാവം എന്ന് ഞാൻ വിളിക്കുന്ന ഒന്ന് അവരിൽ വളർന്നിരുന്നു. തൽഫലമായി അവർ കൂടുതൽ മെച്ചപ്പെട്ട പ്രകടനവും കാഴ്ചവെച്ചു.

ഈ സൂക്ഷ്മ വ്യത്യാസം – 'സമാന്തരമായി പ്രവർത്തിക്കുക', 'ഒരുമിച്ച് പ്രവർത്തിക്കുക' എന്നിവ തമ്മിലുള്ളത് – ചെറുതായി തോന്നിയേക്കാം. എന്നാൽ ആളുകളുടെ ഊർജ്ജസ്വലമായ സ്വഭാവത്തെ പ്രയോജനപ്പെടു ത്താൻ നമുക്ക് ഉപയോഗിക്കാനാകുന്ന ആദ്യ ഉപകരണത്തെക്കുറിച്ച് ഇത് സൂചന നൽകുന്നു. നാം ഒരു പ്രവൃത്തി സ്വന്തമായി ഏറ്റെടുക്കുക

യാണെങ്കിലും, നമ്മൾ ഒരു സംഘത്തിന്റെ ഭാഗമാണെന്ന് സ്വയം ബോധ്യപ്പെടുത്താൻ നമുക്കു കഴിയും – അതും അതിശയകരമാം വിധം എളുപ്പത്തിൽ.

നിങ്ങളുടെ ടീമിന്റെ ഭാഗമായി ജോലി ചെയ്യുന്ന ആളുകളെക്കുറിച്ച് നിങ്ങൾ മനഃപൂർവ്വം ചിന്തിക്കുക എന്നതാണ് തന്ത്രം. ഇനിപ്പറയുന്ന പട്ടിക നോക്കുക. നിങ്ങളുടെ ശ്രദ്ധ ഇടത് വശത്തുള്ള നിരയിൽ നിന്ന് മാറ്റി വലതുവശത്തുള്ള നിരയിലേക്ക് നീക്കാൻ എന്താണ് വേണ്ടത്? ഈ ആളുകൾ എതിരാളികളല്ല, സഖാക്കളാണെങ്കിൽ എങ്ങനെയാണ് കാണപ്പെടുക. നിങ്ങളൊരു ജോലിക്കാരനാണെങ്കിൽ, നിങ്ങളോടൊപ്പം പ്രവർത്തിക്കാനും ധാർമ്മിക പിന്തുണയ്ക്കായി പരസ്പരം ആശ്രയിക്കാനും ആളുകളെ നിയമിക്കാൻ നിങ്ങൾക്കാകുമോ? നിങ്ങളൊരു വിദ്യാർത്ഥിയാണെങ്കിൽ, നിങ്ങൾക്ക് നിങ്ങളുടെ നോട്ടു പുസ്തകങ്ങൾ പങ്കിടാനോ അല്ലെങ്കിൽ സംഘം ചേർന്ന് പഠിക്കാനുള്ള വഴികൾ കണ്ടെത്താനോ സാധിക്കുമോ?

മത്സര മനോഭാവം	**സഹചാര മനോഭാവം**
'നിങ്ങൾ ജയിക്കുന്നു, ഞാൻ തോൽക്കുന്നു'	'നിങ്ങൾ ജയിക്കുന്നു, ഞാൻ ജയിക്കുന്നു'
'എന്റെ വിജയം'	'നമ്മുടെ വിജയം'
'ഞാൻ ഉയരുന്നത് മറ്റുള്ളവരെ മറികടന്നാണ്''	'മറ്റുള്ളവരെ ഉയർത്തിക്കൊണ്ട് നാം ഉയരുന്നു'

വാൾട്ടൺ ഉപസംഹരിച്ചതുപോലെ, 'നിങ്ങൾ ഒരു ജോലിയിൽ പ്രവർത്തിക്കുന്ന ആളുകളുടെ ടീമിന്റെ ഭാഗമാണെന്ന തോന്നൽ തന്നെ, വെല്ലുവിളികൾ ഏറ്റെടുക്കുമ്പോൾ ആളുകൾക്ക് കൂടുതൽ പ്രചോദനം നൽകുന്നു.' യാത്ര ദുഷ്കരമാകുമ്പോൾ, അധികാരം ചെലുത്തുന്ന ശത്രുക്കളെക്കാൾ നല്ലത്, ആശ്രയിക്കാൻ പറ്റുന്ന സുഹൃത്തുക്കൾ ഉണ്ടായിരിക്കുന്നതാണ്.

പരീക്ഷണം 2 :
സഹകാലീനത കണ്ടെത്തുക

സഹകരിക്കാൻ ആളുകളെ കണ്ടെത്തുന്നത് ബുദ്ധിമുട്ടാകുന്ന നിമിഷങ്ങളുണ്ട്, തീർച്ചയായും. ചില സമയങ്ങളിൽ, സർവ്വകലാശാലാ പരിസരത്തിന്റെ മറുവശത്ത് പ്രവർത്തിക്കുന്ന ആളുകളെ (ഒരിക്കലും സാദ്ധ്യമല്ലെന്നു തോന്നുന്ന ഇടം) സ്വന്തം സംഘത്തിന്റെ ഭാഗമായി ചിന്തിക്കാൻ സ്വയം നിർബന്ധിക്കുന്നത് ക്ലേശകരമായേക്കാം. ചിലപ്പോൾ, നമ്മുടെ സഹപാഠികൾ സ്വതവേ ബുദ്ധിമുട്ടിക്കുന്നവരായിരിക്കാം.

ഇങ്ങനെയുള്ള സമയങ്ങളിൽ, കാനഡയിലെ റയേഴ്സൺ സർവ്വകലാശാലയിലെമൂന്ന് അക്കാദമികവിദഗ്ദ്ധർനടത്തിയഅതിശയിപ്പിക്കുംവിധം സമർത്ഥമായ ഒരു പഠനത്തിലൂടെ ഞാൻ ആദ്യമായി കണ്ട രണ്ടാമത്തെ ഉപകരണം നമുക്ക് ഉപയോഗിയ്ക്കാം. 2017-ലെ ഒരു ലേഖനത്തിൽ, കൂട്ടുപ്രവൃത്തിയുടെ ശാസ്ത്രം അന്വേഷിക്കാൻ ഈ അക്കാദമിക വിദഗ്ദ്ധർ 100 വിദ്യാർത്ഥികളുടെ ഒരു സംഘത്തെ കൊണ്ടുവന്നു. ആറംഗ സംഘങ്ങളായി തിരിച്ച ശേഷം, വിദ്യാർത്ഥികൾക്ക് ഹെഡ്ഫോൺ നൽകുകയും ഒരു സംഗീത താളത്തിനൊപ്പം മേശപ്പുറത്ത് കൈ തട്ടാൻ ആവശ്യപ്പെടുകയും ചെയ്തു. ആറ് പേരടങ്ങുന്ന ചില സംഘങ്ങൾക്ക് ഒരേ രീതിയിലുള്ള സംഗീത താളം നൽകിയിരുന്നു – അതിനാൽ അവർ സമന്വയത്തിൽ തട്ടുന്നു. ആറ് പേരടങ്ങുന്ന മറ്റ് ചില സംഘങ്ങളിൽ, മൂന്ന് പേരടങ്ങുന്ന രണ്ട് ഉപസംഘങ്ങൾക്ക് തട്ടാൻ ഒരേ സംഗീതം നൽകി. ഒടുവിൽ, ചില ആളുകൾക്ക് തികച്ചും വ്യത്യസ്തമായ ആറ് ശബ്ദട്രാക്കുകൾ നൽകി, അതിനാൽ സമന്വയം ഒന്നുമുണ്ടായിരുന്നില്ല.

അതിനുശേഷം, ഹെഡ്ഫോണുകൾ എടുത്തുമാറ്റി, പകരം ചില പുതിയ സാമഗ്രികൾ നൽകി. ഓരോ പങ്കാളിക്കും ഇപ്പോൾ, വീതിച്ചു കൊടുക്കാനുള്ള പത്ത് ടോക്കണുകൾ നൽകി, അത് പിന്നീട് യഥാർത്ഥ പണമാക്കി മാറ്റുമെന്ന് അവരോട് പറഞ്ഞു. അവ ആർക്ക് നൽകാനാണ് അവർ ആഗ്രഹിച്ചത്?

'സമന്വയത്തിലായിരുന്ന' പങ്കാളികൾ തമ്മിലുള്ള സൗഹൃദ ബോധമാണ് ശാസ്ത്രജ്ഞർക്ക് പരീക്ഷിക്കാൻ താൽപ്പര്യമുണ്ടായിരുന്നത്. സംഗീത സമന്വയത്തിന്റെ അളവ് എല്ലാം മാറ്റിമറിച്ചതായി അവർ കണ്ടെത്തി. പങ്കെടുത്തവരിൽ മൂവർ വിരലുകൾ കൊണ്ട് ചേർച്ചയോടെ താളം പിടിച്ചപ്പോൾ, അവർ മൂവർക്കുമിടയിൽ പണം വീതിച്ചു നൽകാൻ ആഗ്രഹിച്ചു. എന്നാൽ ഇത്തരത്തിലുള്ള രണ്ട് മൂവർ സംഘം സമന്വയിച്ചാൽ – കുറച്ച് നിമിഷങ്ങളിലേയ്ക്ക് ആറ് പേരടങ്ങുന്ന ഒരു സംഘം രൂപീകരിച്ചാൽ – ആ അംഗങ്ങൾ മുഴുവൻ ആറ് പേർക്കും സംഭാവന നൽകാനുള്ള സാധ്യത കൂടുതലാണ്.

സമന്വയം മറ്റുള്ളവരെ സഹായിക്കാൻ നമ്മെ പ്രേരിപ്പിക്കുന്നു. കൂടാതെ, അത് സ്വയം സഹായിക്കാൻ നമ്മെ പ്രേരിപ്പിക്കുന്നു.

ഇതിനൊക്കെ മറ്റ് ആളുകളുടെ സുഖ-അനുഭവ പ്രഭാവങ്ങളുമായി എന്താണ് ബന്ധം? ഭേഷ്, ഇത് കൂട്ടുപ്രവൃത്തിയുടെ ഒരു ബോധം എങ്ങനെ സൃഷ്ടിക്കാം എന്നതിനെക്കുറിച്ച് ശക്തമായ ചിലത് നമ്മളോട് പറയുന്നു. മറ്റുള്ളവരോട് സമന്വയത്തോടെ പ്രവർത്തിക്കുമ്പോൾ, നമ്മൾ കൂടുതൽ ഉൽപാദനക്ഷമതയുള്ളവരായിരിക്കും. സമന്വയം മറ്റുള്ളവരെ സഹായിക്കാൻ നമ്മെ പ്രേരിപ്പിക്കുന്നു. അത് നമ്മെത്തന്നെ സഹായിക്കാൻ നമ്മെ പ്രേരിപ്പിക്കുന്നു.

വിവക്ഷ ലളിതമാണ് : ആളുകളുടെ സുഖ-അനുഭവ പ്രഭാവങ്ങൾ പ്രയോജനപ്പെടുത്താൻ നിങ്ങൾ ആഗ്രഹിക്കുന്നുവെങ്കിൽ, സമന്വയത്തിൽ പ്രവർത്തിക്കേണ്ട ആളുകളെ കണ്ടെത്താൻ ശ്രമിക്കുക – ഒരേ പ്രവൃത്തിയിൽ നിങ്ങൾ സജീവമായി സഹകരിക്കുന്നില്ലെങ്കിൽ പോലും. ഈ പുസ്തകം എഴുതുന്നതിനിടയിൽ, ഞാൻ പലപ്പോഴും റൈറ്റേഴ്സ് അവർ എന്ന പേരിലുള്ള ഒരു സൗജന്യ, വിദൂര സഹപ്രവർത്തന സംഘത്തെ നടത്തുന്ന ലണ്ടൻ റൈറ്റേഴ്സ് സലൂണിൽ പോയിരുന്നു. എല്ലാ പ്രവൃത്തിദിവസവും, ദിവസത്തിൽ നാല് തവണ, ഏതാണ്ട് നൂറോളം എഴുത്തുകാർ (ചില എഴുത്തുകാർ അല്ലാത്തവരും) ഒരു സൂം (Zoom) വീഡിയോ സംഭാഷണത്തിൽ ഒത്തുകൂടുന്നു. സംഘാടകർ അഞ്ച് നിമിഷം ഒരു പ്രചോദനാത്മക സന്ദേശം പങ്കിടുകയും പങ്കെടുക്കുന്നവരോട് അവരുടെ എഴുത്തുസമയം എങ്ങനെ ചെലവഴിക്കാനാണ് ഉദ്ദേശിക്കുന്നതെന്ന് ഓൺലൈൻ സംഭാഷണത്തിൽ പങ്കിടാൻ ആവശ്യപ്പെടുകയും ചെയ്യുന്നു. തുടർന്ന്, അമ്പത് നിമിഷം, എല്ലാവരും അവരവരുടെ സൂം വിൻഡോ ചെറുതാക്കി, താന്താങ്ങളുടെ കമ്പ്യൂട്ടറിൽ ജോലി ചെയ്യുന്നു.

ഈ സമന്വയ യോഗങ്ങൾ ഊർജ്ജസ്വലമായി തുടരുന്നതിന് അവിശ്വസനീയമാംവിധം സഹായകരമായി ഞാൻ ഇപ്പോഴും കാണുന്നു. നാമെല്ലാവരും വ്യത്യസ്ത കാര്യങ്ങളിലാണ് പ്രവർത്തിക്കുന്നതെങ്കിലും, മറ്റുള്ളവരുമായി സഹകരിച്ച് പ്രവർത്തിക്കുന്നത് ശ്രദ്ധ കേന്ദ്രീകരിക്കാനുള്ള എന്റെ കഴിവിന്മേൽ വലിയ സ്വാധീനം ചെലുത്തുന്നു, ഒപ്പം എന്നെ സുഖാനുഭവത്തിന് സഹായിക്കുകയും ചെയ്യുന്നു.

സഹായിയുടെ ഉന്നതി അനുഭവിക്കുക

ആ എഴുത്തുകാരുടെ സംഗമങ്ങളിൽ ഞാൻ മറ്റൊരു കാര്യം ശ്രദ്ധിച്ചു. കാലക്രമേണ, എന്റെ സംഘത്തിലെ മറ്റുള്ളവരെ ഞാൻ പരിചയപ്പെട്ടു; താമസിയാതെ, സഹായത്തിനായി ഞങ്ങൾ പരസ്പരം സൂമിൽ സന്ദേശമയയ്ക്കാൻ തുടങ്ങി. അത് ആത്യന്തികമായി ആപേക്ഷിക ഊർജ്ജത്തിന്റെ മറ്റൊരു തലത്തിലേക്ക് എന്നെ നയിച്ചു : സഹായം നൽകുന്നതിന്റെയും സ്വീകരിക്കുന്നതിന്റെയും പ്രഭാവം.

മറ്റാരെക്കാളും ഈ ഒരു പ്രഭാവം നന്നായി മനസ്സിലാകുന്നത് അലൻ ലൂക്സിനാണ്. ബിഗ് ബ്രദേഴ്സ് ബിഗ് സിസ്റ്റേഴ്സ് ഓഫ് ന്യൂ യോർക്ക് സിറ്റി എന്ന സംഘടനയുടെ തലവൻ എന്ന നിലയിൽ, ന്യൂയോർക്ക് നഗരത്തിലെ യുവാക്കളുടെ ജീവിതം മെച്ചപ്പെടുത്തുന്നതിനായി സമർപ്പിതരായ ആയിരക്കണക്കിന് സന്നദ്ധപ്രവർത്തകരുടെയും ജീവനക്കാരുടെയും ഒരു ശൃംഖലയുടെ ഉത്തരവാദിത്തം ലൂക്സിനായിരുന്നു. ജോലി ബുദ്ധിമുട്ടുള്ളതും പലപ്പോഴും അസ്വസ്ഥമാക്കുന്നതുമായിരുന്നു. ജയിൽ വാസം മുതൽ ആസക്തി മുതൽ ആത്മഹത്യ വരെ വരുന്ന – വലിയ കുടുംബ പ്രതിസന്ധികളുടെ നടുക്കത്തിലായിരുന്ന – സാഹചര്യങ്ങളിലൂടെ കടന്നു

പോയ കുട്ടികൾക്കും കൗമാരക്കാർക്കും അവർക്കു യോജിച്ച മുതിർന്ന മാർഗ്ഗദർശികളെ തരപ്പെടുത്തുന്ന ഈ സംഘടന. മാർഗ്ഗദർശനത്തിന്റെ പ്രാധാന്യത്തെക്കുറിച്ചും യുവാക്കളിൽ അത് ചെലുത്തുന്ന സ്വാധീനത്തെക്കുറിച്ചും ലുക്സ് അതീവ തത്പരനായിരുന്നു. പക്ഷേ അത് എളുപ്പമായിരുന്നില്ല.

എന്നിട്ടും ബിഗ് ബ്രദേഴ്സ് ബിഗ് സിസ്റ്റേഴ്സിലെ അദ്ദേഹത്തിന്റെ മാസങ്ങൾ വർഷങ്ങളായി മാറിയപ്പോൾ, ലുക്സ് അസാധാരണമായ ചിലത് ശ്രദ്ധിക്കാൻ തുടങ്ങി. അതെ, സന്നദ്ധസേവകർ ചിലപ്പോൾ അവർ അനുഭവിക്കുന്ന കാര്യങ്ങളാൽ ക്ഷീണിതരാകുകയോ അസ്വസ്ഥരാകുകയോ ചെയ്യും. എന്നാൽ മിക്കപ്പോഴും, അവർ ഏറ്റവും സങ്കീർണ്ണമായ മാർഗ്ഗനിർദ്ദേശ ക്ലാസുകൾ പോലും വളരെ ഊർജ്ജസ്വലമാക്കി മാറ്റി. സമർപ്പിത സേവനം സഹായിക്കപ്പെടുന്ന ആളുകളുടെ ജീവിതത്തെ മാത്രമല്ല, സന്നദ്ധപ്രവർത്തകരുടെ ജീവിതത്തെയും പരിവർത്തനം ചെയ്യുമെന്ന് ലുക്സ് മനസ്സിലാക്കാൻ തുടങ്ങി.

ഈ പ്രതിഭാസത്തിൽ ആകൃഷ്ടനായി, അടുത്ത കുറച്ച് വർഷങ്ങളിൽ മറ്റുള്ളവരെ സഹായിക്കുന്നതിൽ പരിചയമുള്ള ആയിരക്കണക്കിന് സന്നദ്ധപ്രവർത്തകരുമായി അദ്ദേഹം അഭിമുഖം നടത്തി. ഈ ജോലി ചെയ്യാൻ തീരുമാനിച്ചതിന്റെ കാരണം, ഭാഗികമായി, ഇത് അവരെ സന്തോഷാനുഭവം ഉള്ളവരാക്കി എന്നതാണെന്ന് അവരെല്ലാം പറഞ്ഞു. 95 ശതമാനം സന്നദ്ധപ്രവർത്തകരും തങ്ങളുടെ സേവനത്തിന്റെ ഫലമായി കൂടുതൽ സന്തോഷവും കൂടുതൽ സംതൃപ്തിയും കൂടുതൽ ഊർജ്ജസ്വലതയും അനുഭവിക്കുന്നതായി അദ്ദേഹം കണ്ടെത്തി.

അത് എന്തുകൊണ്ടായിരിക്കാം? നാം മറ്റുള്ളവരെ സഹായിക്കുമ്പോൾ, നമ്മുടെ മസ്തിഷ്കം ഒരു സ്വാഭാവിക ഉന്മാദം സൃഷ്ടിക്കുന്ന രാസവസ്തുക്കളുടെ ഒരു പ്രളയം പുറപ്പെടുവിക്കുന്നുവെന്ന് ലുക്സിന്റെ ഗവേഷണം കാണിക്കുന്നു. ഓക്സിടോസിൻ പോലുള്ള നല്ല ഹോർമോണുകൾ നമ്മുടെ ശരീരത്തിലൂടെ കുതിച്ചുകയറുന്നു, സേവനം ചെയ്തു കഴിഞ്ഞതിന് ശേഷം മണിക്കൂറുകളോളം – ദിവസങ്ങൾ പോലും – നിലനിൽക്കാൻ കഴിയുന്ന സകാരാത്മക ഊർജ്ജത്തിന്റെ ഒരു തരംഗം സൃഷ്ടിക്കുന്നു.

'സഹായിയുടെ ഉന്മാദം' (helper's high) എന്നത് വെറുമൊരു വികാരമല്ലെന്ന് ലുക്സ് തിരിച്ചറിഞ്ഞു. വളർച്ചയ്ക്കും സാമൂഹിക മാറ്റത്തിനും, പിന്നെ ഞാൻ പറയും, നല്ല ഉൽപാദനക്ഷമതയ്ക്കും വേണ്ടിയുള്ള ശക്തമായ ഒരു ഉപകരണമാണ് അത്. നമുക്ക് പ്രാധാന്യമുള്ള കാര്യങ്ങൾ കൂടുതൽ ചെയ്യാൻ വേണ്ടി മറ്റുള്ളവരുടെ നല്ല പ്രഭാവങ്ങൾ ഉപയോഗിക്കാൻ കഴിയുന്ന രണ്ടാമത്തെ മാർഗ്ഗമാണിത്.

പരീക്ഷണം 3 :
യാദൃച്ഛികമായ കാരുണ്യ പ്രവൃത്തികൾ

ഒരു ഡോക്ടറായി ഞാൻ ജോലി ചെയ്യുമ്പോൾ, രോഗികളെ കാണുന്നതിന്

ഇടയിൽ ഏതാനും നിമിഷങ്ങളുടെ ഒഴിവു കിട്ടുമ്പോഴെല്ലാം, എനിക്കു വേണ്ടി ഒരു കപ്പ് ചായ ഉണ്ടാക്കാനായി ഞാൻ എഴുന്നേൽക്കും.

ഒരു തരത്തിൽ, ഇതൊരു സ്വാർത്ഥ പ്രവർത്തിയായിരുന്നു; ഞാൻ, വാദയുക്തമായി, ബ്രിട്ടനിലെ മുൻനിര ചായ രസജ്ഞനാണ്. എന്നാൽ, ആശുപത്രിയിലെ മറ്റ് അംഗങ്ങളെക്കുറിച്ചും എനിക്ക് നേരിയ ശ്രദ്ധ ഉണ്ടായിരുന്നു. അടുക്കളയിലേക്കുള്ള യാത്രാമധ്യേ, ഞാൻ നഴ്സമാരുടെ ഓഫീസിലേക്ക് എത്തിനോക്കി, ആർക്കെങ്കിലും ചായ വേണോ എന്ന് ചോദിക്കും. ഈ ചെറിയ പ്രവൃത്തി, സംഘത്തിന്റെ മനോവീര്യത്തിന്മേൽ അസാധാരണമായൊരു സ്വാധീനം ചെലുത്തുന്നതായി തോന്നി. കോവിഡ് മഹാമാരി അതിന്റെ ഉച്ചത്തിൽ നിൽക്കുമ്പോൾ, മുതിർന്ന നഴ്സമാരിൽ ഒരാളായ ജൂലിക്ക് ഒരു കപ്പ് ചായ വാഗ്ദാനം ചെയ്തത് ഞാൻ വ്യക്തമായി ഓർക്കുന്നു; ഞാൻ അവർക്ക് സമ്മാനമടിച്ച ഒരു ലോട്ടറി ടിക്കറ്റ് വാഗ്ദാനം ചെയ്തതു പോലെയാണ് അവർ കാണപ്പെട്ടത്. എല്ലാത്തിനും കാരണം തുച്ഛമായ കുറച്ച് തേയില, കുറച്ച് ചൂടുവെള്ളം പിന്നെ ലേശം പാലും (നിർണ്ണായകമായി, ആ ക്രമത്തിൽ).

ഈ യാദൃച്ഛികമായ കാരുണ്യ പ്രവൃത്തികൾ, സഹായിയുടെ ഉന്മാദം നമ്മുടെ ദൈനംദിന ജീവിതത്തിലേക്ക് സമന്വയിപ്പിക്കുന്നതിനുള്ള ആദ്യ മാർഗ്ഗം വാഗ്ദാനം ചെയ്യുന്നു. നിങ്ങൾ ചെയ്തു കൊണ്ടിരിക്കുന്നത് നിർത്തി, ക്രമരഹിതമായി ആളുകൾക്ക് സഹായം ചെയ്യുന്നതിലൂടെ, നിങ്ങളുടെ എൻഡോർഫിൻ അളവ് വർദ്ധിപ്പിക്കാനും, കഠിനമായി പ്രവർത്തിക്കാൻ നിങ്ങളെത്തന്നെ സഹായിക്കാനും സാധിക്കുന്നു.

തീർച്ചയായും ചായ മാത്രമല്ല അത്തരം കാരുണ്യ പ്രവൃത്തികളുടെ ഏക ഉദാഹരണം. നിങ്ങളുടെ സാഹചര്യം എന്തുതന്നെയായാലും കാരുണ്യം തികച്ചും എല്ലാ ദിവസവും നിങ്ങൾക്ക് കൂട്ടിച്ചേർക്കാനാകും. നിങ്ങൾ ഒരു ഓഫീസിൽ ജോലി ചെയ്യുകയാണെന്നിരിക്കട്ടെ. നിങ്ങളുടെ ചുറ്റുമുള്ള ഏതെങ്കിലും ഒരാൾ വിരസമായോ അല്ലെങ്കിൽ അത്യദ്ധ്വാനം ചെയ്യുന്നതായോ കാണപ്പെടുന്നതായി നിങ്ങൾ ശ്രദ്ധിച്ചിട്ടുണ്ടോ? എന്തു കൊണ്ട് അവരെ പുറത്തു കൊണ്ടുപോയി ഒരുമിച്ച് ഊണ് കഴിച്ചുകൂടാ, നിങ്ങൾ ഒറ്റയ്ക്ക് ജോലിസ്ഥലത്തിരുന്ന് ലഘുഭക്ഷണം കഴിക്കുന്നതിന് പകരം?

അല്ലെങ്കിൽ ഒരുപക്ഷേ നിങ്ങൾ ഒരു ചന്തയിലായിരിക്കാം, നിങ്ങളുടെ പിന്നിലുള്ള ആരെങ്കിലും സമ്മർദ്ദത്തിലുള്ളതായി കാണപ്പെടുന്നു – അവർക്ക് ചെറിയ കുട്ടികളുണ്ടാകാം. എന്തുകൊണ്ട് വരിയിൽ അവരെ നിങ്ങളുടെ മുൻപിൽ പോകാൻ അനുവദിച്ചു കൂടാ?

അല്ലെങ്കിൽ ആരെങ്കിലും നിങ്ങളോട് ഒരു കാരുണ്യ പ്രവർത്തി ചെയ്തുവെന്ന് വെയ്ക്കുക, ഒരു ചെറിയ കാര്യമാണെങ്കിൽ പോലും; തിരക്കേറിയ സമയത്ത് നിങ്ങൾ ചെയ്യേണ്ട കാര്യങ്ങളുടെ പട്ടികയിൽ ഉണ്ടായിരുന്ന ഒരു പ്രവൃത്തി അവർ ഏറ്റെടുത്തു. എന്തുകൊണ്ട് അവർക്ക് ഒരു വ്യക്തിഗത നന്ദി കുറിപ്പ് എഴുതിക്കൂടാ?

ഇത്തരം ആകസ്മികമായ കാരുണ്യ പ്രവർത്തികൾ എത്ര വേണ മെങ്കിലും ഉണ്ട്. ഒരു സഹപ്രവർത്തകനായി ഒരു പാനീയം തയ്യാറാക്കുന്നു. ഒരു സുഹൃത്തിന് ഒരു നന്ദിക്കുറിപ്പ് എഴുതുന്നു. ഒരു അപരിചിതന് വരിയിൽ നിങ്ങളുടെ സ്ഥാനം വാഗ്ദാനം ചെയ്യുന്നു. എല്ലാം സൂക്ഷ്മം. എന്നാൽ എല്ലാം സൂക്ഷ്മമായി പരിവർത്തനപരവുമാണ്.

പരീക്ഷണം 4 :
മറ്റുള്ളവരോട് സഹായം ചോദിക്കുക

മറ്റുള്ളവരിൽ നിന്ന് സഹായം ചോദിക്കുന്നത് വാസ്തവത്തിൽ അവർക്കുള്ള ഒരു ഉപഹാരമായിരിക്കും, മറിച്ച് നമ്മൾ സാധാരണ കരുതുന്നതു പോലെ ഭാരമായിരിക്കില്ലെന്നും സഹായകന്റെ ഉന്മാദം നമുക്കു കാട്ടിത്തരുന്നു.

ഇത് യുവാവായ ബെഞ്ചമിൻ ഫ്രാങ്ക്ലിന്റെ അനുഭവത്തിലുള്ള ഒരു വെളിപാടാണ് – അമേരിക്കൻ ഐക്യനാടുകളുടെ ബഹുസ്വരതയുള്ള സ്ഥാപക പിതാവായ അദ്ദേഹം, തന്റെ 84 വർഷത്തെ ജീവിതത്തിൽ, രാജ്യതന്ത്രജ്ഞതയുടെ പ്രകൃതത്തെക്കുറിച്ച് തത്ത്വചിന്ത നടത്തിയ, ഫിലാഡൽഫിയയിലെആദ്യത്തെഅഗ്നിശമനസേനസ്ഥാപിച്ച,യുഎസ് സ്വാതന്ത്ര്യ പ്രഖ്യാപനത്തിൽ ഒപ്പിടുകയും ചെയ്ത ആളാണ്. എന്നുവരികിലും, 1737-ൽ, അതെല്ലാം അദ്ദേഹത്തിൽ നിന്നും വളരെ ദൂരെയായിരുന്നു. ഫ്രാങ്ക്ലിൻ പെൻസിൽവാനിയ നിയമസഭയിൽ പുനർ തിരഞ്ഞെടുപ്പിനായി മത്സരിച്ചു. എതിരാളിയായ ഒരു നിയമസഭാ സാമാജികൻ അദ്ദേഹത്തെക്കുറിച്ച് പ്രതികൂലമായ ചില കാര്യങ്ങൾ പറയുന്നുണ്ടായിരുന്നു. ഫ്രാങ്ക്ലിന്റേതുമായി തികച്ചും വിരുദ്ധമായ വീക്ഷണങ്ങളാണ് അദ്ദേഹത്തിന്റേത്, അവർ തമ്മിൽ വഷളായ – പലപ്പോഴും തണുത്തുറഞ്ഞ – ബന്ധമാണ് ഉണ്ടായിരുന്നത്.

തനിക്കെതിരെയുള്ള ഈ മനുഷ്യന്റെ പ്രചരണം നിർത്തുക ഫ്രാങ്ക്ലിന് അത്യന്തം ആവശ്യമായിരുന്നു; ഇത് പുനർ തിരഞ്ഞെടുപ്പിനുള്ള അദ്ദേഹത്തിന്റെ ശ്രമം കാറ്റിൽ പറത്തുന്ന രീതിയിൽ അപകടത്തിലായിരുന്നു. എന്നാൽ ഒരു കാര്യത്തിലും തന്നോട് യോജിക്കാത്ത ഒരാളെ എങ്ങനെ ജയിക്കും? ഉത്തരം, ഒരു പുസ്തകം കടം വാങ്ങുന്നതുമായി ബന്ധപ്പെട്ടതായിരുന്നു, തന്റെ ആത്മകഥയിൽ അദ്ദേഹം വിശദീകരിച്ചിട്ടുണ്ട്. 'അദ്ദേഹത്തിന്റെ പുസ്തകശേഖരത്തിൽ വളരെ വിരളവും കൗതുകകരവുമായ ഒരു പുസ്തകമുണ്ടെന്ന് കേട്ടപ്പോൾ, ആ പുസ്തകം വായിക്കുവാനുള്ള എന്റെ ആഗ്രഹം പ്രകടിപ്പിച്ച് ഞാൻ അദ്ദേഹത്തിന് ഒരു കുറിപ്പെഴുതി, കുറച്ച് ദിവസത്തേക്ക് അത് എനിക്ക് കടം തന്ന് അദ്ദേഹം എന്നെ സഹായിക്കണമെന്ന് അഭ്യർത്ഥിച്ചു,' ഫ്രാങ്ക്ലിൻ എഴുതി. ഫ്രാങ്ക്ളിനെ അത്ഭുതപ്പെടുത്തിക്കൊണ്ട്, അദ്ദേഹത്തിന്റെ എതിരാളി ഉടൻതന്നെ അത് അയച്ചുകൊടുത്തു. ഫ്രാങ്ക്ലിൻ പുസ്തകം

തിരികെ നൽകിയപ്പോൾ, താൻ അത് എത്രമാത്രം ആസ്വദിച്ചുവെന്ന് വ്യക്തമാക്കുന്ന ഒരു കുറിപ്പ് ഉൾപ്പെടുത്തി.

അതിശയകരമെന്നു പറയട്ടെ, ഇത് അവരുടെ ബന്ധത്തെ ആഴത്തിൽ സ്വാധീനിച്ചു. 'ഞങ്ങൾ അടുത്ത തവണ സഭയിൽ കണ്ടുമുട്ടിയപ്പോൾ, അദ്ദേഹം എന്നോട് സംസാരിച്ചു (അദ്ദേഹം മുമ്പ് അങ്ങനെ ചെയ്തിട്ടില്ല), അതും വളരെ മാന്യതയോടെ,' ഫ്രാങ്ക്ലിൻ എഴുതി. 'അവിടുന്നങ്ങോട്ട് എല്ലാ അവസരങ്ങളിലും എന്നെ സേവിക്കാനുള്ള സന്നദ്ധത അദ്ദേഹം പ്രകടിപ്പിച്ചു, അങ്ങനെ ഞങ്ങൾ നല്ല സുഹൃത്തുക്കളായിത്തീർന്നു, ഞങ്ങളുടെ സൗഹൃദം അദ്ദേഹത്തിന്റെ മരണം വരെ തുടർന്നു.'

ഈ ചെറിയ പ്രവൃത്തി – ഒരു പുസ്തകം കടമെടുക്കൽ – ഫ്രാങ്ക്ളിന്റെ എതിരാളിയിലും ഫ്രാങ്ക്ലിനിലും കാര്യമായ സ്വാധീനം ചെലുത്തി. ഈ നീക്കത്താൽ വളരെ അതിശയിച്ച ആ മനുഷ്യൻ ഫ്രാങ്ക്ളിനെ ഒരു പുതിയ വെളിച്ചത്തിൽ കാണാൻ തുടങ്ങി. തനിക്ക് വിയോജിപ്പുള്ള ഒരാളെയാണ് താൻ സഹായിച്ചതെന്ന വസ്തുതയുമായി പൊരുത്തപ്പെടാൻ അദ്ദേഹത്തിന് കഴിഞ്ഞില്ല. തൽഫലമായി, ഫ്രാങ്ക്ലിനോടുള്ള അദ്ദേഹത്തിന്റെ മനോഭാവം മെച്ചപ്പെടാൻ തുടങ്ങി.

ഈ ആശയം ഇന്ന് 'ബെഞ്ചമിൻ ഫ്രാങ്ക്ലിൻ പ്രഭാവം' (Benjamin Franklin Effect) എന്നറിയപ്പെടുന്നു. നമ്മൾ ആരോടെങ്കിലും സഹായം ചോദിക്കുമ്പോൾ, അത് നമ്മളെക്കുറിച്ച് കൂടുതൽ നല്ല രീതിയിൽ ചിന്തിക്കാൻ അവരെ പ്രേരിപ്പിക്കുമെന്ന് ഇത് സൂചിപ്പിക്കുന്നു. മറ്റുള്ളവരെ സഹായിക്കുമ്പോഴുള്ള പരിവർത്തന ഫലങ്ങളുടെ മറുവശമാണിത്: നമ്മെ സഹായിക്കാൻ മറ്റുള്ളവരോട് നമുക്ക് ആവശ്യപ്പെടാം, അത് അവർക്കും സുഖാനുഭവ സഹായിയാകുന്നു.

അതുകൊണ്ട്, നമ്മളിൽ ഭൂരിഭാഗവും സഹായം ചോദിക്കുന്നതിൽ പിന്നിലാണ് എന്നത് ഖേദകരമാണ്. നമുക്ക് ഒരു സഹപ്രവർത്തകനിൽ നിന്ന് നിർണ്ണായകമായ ഒരു വിവരം ആവശ്യമായി വന്നേക്കാം, പക്ഷേ അവരെ 'ശല്യപ്പെടുത്തുന്നതിന്' പകരം, അത് സ്വയം മനസ്സിലാക്കാൻ നമ്മൾ ശ്രമിക്കുന്നു, ഈ പ്രക്രിയ സമയം പാഴാക്കുന്നു. അല്ലെങ്കിൽ നമ്മൾ ക്ലാസിലെ ഒരു പ്രത്യേക പ്രശ്നവുമായി മല്ലിടുന്നുണ്ടാകാം, പക്ഷേ മണ്ടത്തരം ആകുമെന്ന ഭയത്താൽ നമ്മുടെ അടുത്തുള്ള വ്യക്തിയിൽ നിന്നോ അദ്ധ്യാപകരിൽ നിന്നോ സഹായം ചോദിക്കാൻ നമ്മൾ ആഗ്രഹിക്കുന്നില്ല.

അപ്പോൾ നമുക്ക് എങ്ങനെ സഹായം ചോദിക്കാൻ പഠിക്കാം – ആളുകളെ അകറ്റുന്നതിനുപകരം അവരെ നമ്മിലേക്ക് അടുപ്പിക്കുന്ന തരത്തിൽ? ശരി, ഏതാനും വഴികളുണ്ട്. ആദ്യം, നമ്മുടെ ചോദിക്കാനുള്ള വിമുഖതയെ നാം മറികടക്കേണ്ടതുണ്ട്. ഇത് ചെയ്യാനുള്ള ഏറ്റവും എളുപ്പമാർഗ്ഗം ഒരു ആപ്തവാക്യം സ്വീകരിക്കുക എന്നതാണ്: ആളുകൾ നിങ്ങൾ വിചാരിക്കുന്നതിലുമധികം സഹായിക്കാൻ ഉത്സുകരാണ്. മറ്റുള്ളവരെ ചിരിപ്പിക്കുന്നതും പഠിപ്പിക്കുന്നതും ഉപദേശിക്കുന്നതും എത്രമാത്രം ഊർജ്ജസ്വലമാണെന്ന് നാം ഇതിനോടകം ആവർത്തിച്ച് കണ്ടു.

അങ്ങനെയുള്ളപ്പോഴും, മറ്റുള്ളവർ നമ്മെ സഹായിക്കാൻ എത്രമാത്രം സന്നദ്ധരാണെന്നത് നമ്മളിൽ പലരും കുറച്ചുകാണുന്നു. അക്കാദമിക വിദഗ്ധരായ ഫ്രാൻസിസ് ഫ്ലിൻ, വനേസ ബോൺസ് എന്നിവരുടെ അഭിപ്രായത്തിൽ, മറ്റുള്ളവർ നമ്മളെ സഹായിക്കാൻ സമ്മതിക്കാനുള്ള സാധ്യതയെ 50 ശതമാനം വരെ ആളുകൾ കുറച്ചുകാണുന്നു.

രണ്ടാമതായി, അഭ്യർത്ഥന ശരിയായ രീതിയിൽ തയ്യാറാക്കുക. പ്രത്യേകിച്ച്, നേരിട്ട് സഹായം ചോദിക്കാൻ നിങ്ങളുടെ പരമാവധി പരിശ്രമിക്കുക. സാങ്കേതിക വിദ്യകളുപയോഗിച്ചെല്ലാം ചോദിക്കുന്നത് കൂടുതൽ ബുദ്ധിമുട്ടുണ്ടാക്കുന്നു. 2017-ലെ ഒരു പഠനത്തിൽ, ബോൺസ് കണ്ടെത്തിയത്, 'സഹായം തേടുന്നവർ ഇമെയിൽ വഴി ഒരു അഭ്യർത്ഥന നടത്തുന്നത് വ്യക്തിപരമായി ഒരു അഭ്യർത്ഥന നടത്തുന്നത് പോലെ തന്നെ ഫലപ്രദമാണെന്നാണ് കരുതിയിരുന്നത്; യഥാർത്ഥത്തിൽ, വ്യക്തിപരമായി സഹായം ചോദിക്കുന്നത് ഏകദേശം മുപ്പത്തിനാലിരട്ടി കൂടുതൽ ഫലപ്രദമാണ്.'

അവസാനമായി, നിങ്ങൾ ശരിയായ ഭാഷയാണ് ഉപയോഗിക്കുന്നതെന്ന് ഉറപ്പാക്കുക. നിഷേധാത്മകമായ പദപ്രയോഗങ്ങൾ ഒഴിവാക്കുക, 'ഇത് നിങ്ങളോട് ചോദിക്കുന്നതിൽ എനിക്ക് വളരെ വിഷമം തോന്നുന്നു...' പിന്നെ 'നിങ്ങൾ എന്നെ സഹായിച്ചാൽ, ഞാൻ നിങ്ങൾക്കായി ഇത് ചെയ്യും' എന്നതുപോലുള്ള കാര്യങ്ങൾ പറഞ്ഞുകൊണ്ട് ഇത് ഒരു ഇടപാടായി മാറ്റുന്നത് ഒഴിവാക്കുക. പകരം, ആ വ്യക്തിയിൽ നിന്നുള്ള ഉപദേശത്തിന് നിങ്ങൾ കാതോർക്കുന്നത് എന്തുകൊണ്ടാണെന്നുള്ളതിന് സകാരാത്മക കാരണങ്ങൾ വിശദീകരിക്കുക : 'നിങ്ങളുടെ ഇന്നയിന്ന പ്രവർത്തനങ്ങൾ എന്നെ ശരിക്കും സ്വാധീനിച്ചു. നിങ്ങൾ ഇന്നയിന്ന കാര്യങ്ങൾ എങ്ങനെ ചെയ്തുവെന്ന് കേൾക്കാൻ ഞാൻ ആഗ്രഹിക്കുന്നു.' നിങ്ങൾ ആദരിക്കുന്ന വ്യക്തിയുടെ നല്ല വശങ്ങൾ ഊന്നിപ്പറയുന്നതിലൂടെ, നിങ്ങൾ അവരുടെ അഭിപ്രായത്തിന് ആത്മാർത്ഥമായി വില നൽകുന്നുവെന്ന് അവർ കരുതുന്നു – എന്നുമാത്രമല്ല നിങ്ങളെ സഹായിക്കാനുള്ള സാധ്യതയും കൂടുതലാണ്.

ഈ അവസാന ഉൾക്കാഴ്ച പ്രധാനമാണ്. ശരിയായി തയ്യാറാക്കപ്പെടുന്ന സഹായാഭ്യർത്ഥനകൾ, സഹായം ചെയ്യുന്ന വ്യക്തിക്ക് സഹായം ലഭിക്കുന്ന നിങ്ങളെപ്പോലെതന്നെ സുഖാനുഭവം പ്രദാനം ചെയ്യുന്നു. ബെഞ്ചമിൻ ഫ്രാങ്ക്ലിൻ പ്രഭാവത്തിന്റെ ശക്തി പ്രയോജനപ്പെടുത്താൻ നിങ്ങൾ ആഗ്രഹിക്കുന്നുവെങ്കിൽ, പകരത്തിനു പകരം എന്ന ചിന്ത ഇല്ലാതെ ചോദിക്കുവാൻ നിങ്ങളാൽ കഴിയുന്ന എന്തും ചെയ്യണം.

അമിത ആശയവിനിമയം

എന്റെ വ്യാപാരം ആദ്യമായി ആരംഭിച്ചപ്പോൾ, ഞാൻ ഏറ്റവും ബുദ്ധിമുട്ടി

യിരുന്ന കാര്യമായിരുന്നു ആശയവിനിമയത്തിന്റെ ആവശ്യകത. കൃത്യമായി പറഞ്ഞാൽ, അത് ഏത് അളവിൽ ആവശ്യമാണെന്ന കാര്യം.

വിവരങ്ങൾ പങ്കിടുന്നത് പ്രധാനമാണെന്ന് എനിക്കറിയാമായിരുന്നു, വ്യക്തമായും. ഞാൻ തിരിച്ചറിയാതിരുന്നത് എത്രമാത്രം ആശയവിനിമയം ആവശ്യമുണ്ട് എന്നതാണ്. അമിതമായിപ്പോകുമെന്ന എന്റെ ഭയം മൂലം ഞാൻ വേണ്ടത്ര ആശയവിനിമയം നടത്തുന്നില്ലായിരുന്നുവെന്ന് എന്റെ ദീർഘക്ഷമയുള്ള കൂട്ടായ്മയിൽ നിന്നുള്ള സഹായകരമായ സൂചനകൾ കാരണം ഒടുവിൽ എനിക്ക് മനസ്സിലായി. എന്റെ മിക്ക സംഘാംഗങ്ങളും ശരിക്കും ആഗ്രഹിച്ച സകാരാത്മക അല്ലെങ്കിൽ നിഷേധാത്മക പ്രതികരണം ഞാൻ നൽകിയിരുന്നില്ല. ഇതൊരു സാധാരണ പ്രതിഭാസമാണ്. അമിതമായി വിലയിരുത്തുന്നതിനേക്കാൾ, ആശയവിനിമയത്തിന്റെ തോത് കുറവായി വിലയിരുത്താനാണ് നമ്മുടെ പ്രവണത.

നിങ്ങൾ നിരവധി കാര്യങ്ങൾ ആശയവിനിമയം ചെയ്തുവെന്ന് നിങ്ങൾ കരുതുമ്പോൾ, നിങ്ങൾ തീർച്ചയായും അങ്ങനെ ചെയ്തിട്ടില്ല.

അതിനാൽ ആളുകളെ ഒരുമിച്ച് കൊണ്ടുവരുന്നതിനെക്കുറിച്ചുള്ള മിക്ക പുസ്തകങ്ങളും ആശയവിനിമയത്തിൽ ശ്രദ്ധ കേന്ദ്രീകരിക്കുമ്പോൾ, ഇവിടെ ഞാൻ അമിത ആശയവിനിമയത്തിന്റെ ശക്തിയെക്കുറിച്ച് ശ്രദ്ധ കേന്ദ്രീകരിക്കാൻ ആഗ്രഹിക്കുന്നു. നിങ്ങൾ ആവശ്യത്തിന് ആശയവിനിമയം നടത്തി എന്ന് നിങ്ങൾ കരുതുമ്പോൾ, നിങ്ങൾ തീർച്ചയായും ആവശ്യത്തിനുള്ളത് നടത്തിയിട്ടില്ല. പങ്കിട്ട വിവരങ്ങളെ, സംഘത്തിലെ വ്യത്യസ്ത അംഗങ്ങൾ വ്യത്യസ്ത രീതികളിൽ വ്യാഖ്യാനിച്ചേക്കാം, അല്ലെങ്കിൽ വ്യത്യസ്ത തലങ്ങളിലുള്ള പ്രസക്തിയോ ധാരണയോ ഉള്ളവരായിരിക്കാം. അമിത ആശയവിനിമയം എന്നതിനർത്ഥം ആവശ്യമെന്ന് നിങ്ങൾ കരുതുന്ന കുറഞ്ഞ അളവിന്റെ അപ്പുറത്തേക്ക് മനഃപൂർവ്വം പോകുകയും, തൽഫലമായി ശരിയായ അളവ് കൃത്യമായി പങ്കിടുകയും ചെയ്യുക എന്നതാണ്. പക്ഷെ അത് എങ്ങനെ?

പരീക്ഷണം 5 :

നല്ലത് അമിത ആശയവിനിമയം നടത്തുക

ഒരു സ്വീഡിഷ് പഴഞ്ചൊല്ല് പറയുന്നു : 'പങ്കിട്ട സന്തോഷം ഇരട്ടി സന്തോഷമാണ്; പങ്കിട്ട ദുഃഖം പകുതി ദുഖമാണ്.' ഒരാൾ മറ്റൊരാളുമായി സന്തോഷവാർത്ത പങ്കിടുമ്പോൾ, രണ്ടുപേരും സന്തോഷിക്കുന്നു. ഒരു വ്യക്തി മറ്റൊരാളോട് സങ്കടം പങ്കുവെക്കുമ്പോൾ, ആ പങ്കിടൽ കുറെ സങ്കടങ്ങളെ ദൂരീകരിക്കുന്നു.

നല്ലതിനെ അമിതമായി ആശയവിനിമയം നടത്തുന്നതിനുള്ള ആദ്യത്തെ തന്ത്രം, സകാരാത്മക വാർത്തകൾ പങ്കിടുകയും സകാരാത്മക വാർത്തകളോട് ഊർജ്ജസ്വലമായ രീതിയിൽ പ്രതികരിക്കുകയും ചെയ്യുക എന്നതാണ്. ഇത് പങ്കിടുന്നയാളെയും പ്രതികരിക്കുന്നയാളെയും സഹായിക്കുന്നു. പങ്കിടുന്നയാളെ സംബന്ധിച്ചിടത്തോളം, സകാരാത്മക വാർത്തകൾ പങ്കിടുന്ന ലളിതമായ പ്രവർത്തനം സകാരാത്മക വികാരങ്ങളും മാനസിക ക്ഷേമവും വർദ്ധിപ്പിക്കുന്നു. പ്രതികരിക്കുന്നയാൾക്ക്, മറ്റൊരു വ്യക്തിയുടെ നേട്ടങ്ങളിൽ അഭിമാനവും സന്തോഷവും പ്രകടിപ്പിക്കുന്നത് ഒരു നല്ല പാരസ്പര്യത്തിന് ഇന്ധനമാകുന്നു, ഒപ്പം ബന്ധത്തെ ശക്തിപ്പെടുത്തുകയും ചെയ്യുന്നു.

മനഃശാസ്ത്രത്തിൽ, ഈ രീതിയിലുള്ള സ്വയം ശക്തിപ്പെടുത്തുന്ന സകാരാത്മക പാരസ്പര്യത്തിനെ മൂലധനവൽക്കരണം (capitalisation) എന്ന് വിളിക്കുന്നു. ഈ വിഷയത്തെക്കുറിച്ചുള്ള ഒരു ലേഖനം, രണ്ട് ഘടകങ്ങൾ ഉൾപ്പെടുന്നതാണ് മൂലധനവൽക്കരണം എന്ന് ചിത്രീകരിക്കുന്നു. ആദ്യ ഭാഗത്തിൽ ഒരാൾ (പങ്കിടുന്നയാൾ) ഒരു സകാരാത്മക സംഭവത്തിലൂടെയും അതുമായി ബന്ധപ്പെട്ട സകാരാത്മക വികാരങ്ങളിലൂടെയും മറ്റൊരാളുമായി ബന്ധപ്പെടാൻ ശ്രമിക്കുന്നു. ഉദാഹരണത്തിന്, നിങ്ങൾ ഒരു സുഹൃത്തിന്റെ അടുത്ത് ചെന്ന് ഇങ്ങനെ പറഞ്ഞേക്കാം, 'നോക്കൂ, ഒടുവിൽ ഞാൻ അർഹിച്ച ആ ശമ്പള വർദ്ധനവ് എനിക്ക് ലഭിച്ചു!' രണ്ടാം ഭാഗത്തിൽ, സന്തോഷവാർത്തയുടെ സ്വീകർത്താവ് ആവേശത്തോടെയും ഉത്സാഹത്തോടെയും സകാരാത്മക രീതിയിൽ പ്രതികരിക്കുന്നു. അതുകൊണ്ട് സ്വീകർത്താവ് പറഞ്ഞേക്കാം, 'ഓ കൊള്ളാം, ഇത് വളരെ കേമമാണ്. ഈ വർദ്ധനവിനായി നിങ്ങൾ കഠിനമായി പരിശ്രമിക്കുകയായിരുന്നുവെന്ന് എനിക്കറിയാം!'

ലളിതമാണ്, ഒരുപക്ഷേ. എന്നാൽ നേരേ ചൊവ്വേ ആയിക്കൊള്ളണമെന്ന നിർബന്ധമില്ല. കാരണം, കാലിഫോർണിയ സർവ്വകലാശാല

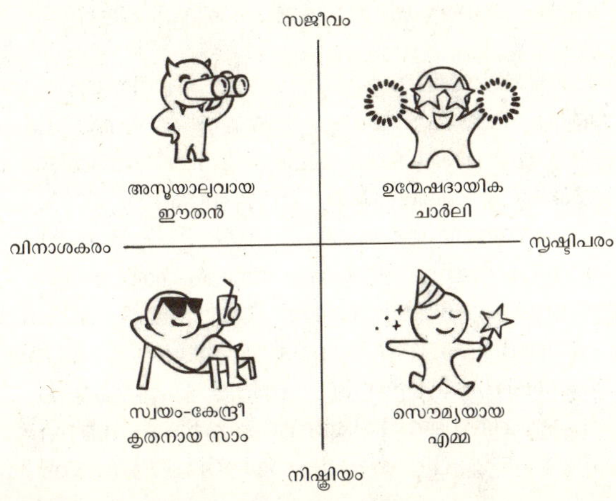

യിലെ മനഃശാസ്ത്ര അദ്ധ്യാപിക ഷെല്ലി ഗേബിൾ പറയുന്നതനുസരിച്ച്, നിങ്ങൾക്ക് നല്ല വാർത്തകളോട് പ്രതികരിക്കാൻ നിരവധി മാർഗ്ഗങ്ങളുണ്ട് – അവയെല്ലാം സകാരാത്മകം അല്ല. ഇവ രണ്ട് അച്ചുതണ്ടിൽ ഉൾപ്പെടുന്നതായി നമുക്ക് കരുതാം. ആദ്യം, നിങ്ങളുടെ പ്രതികരണം സജീവമാണോ നിഷ്ക്രിയമാണോ എന്നും, രണ്ടാമത്, നിങ്ങളുടെ പ്രതികരണം സൃഷ്ടിപരമോ വിനാശകരമോ എന്നും.

നിങ്ങളുടെ സഹവാസി ഒരു ദിവസം വീട്ടിൽ തിരിച്ചെത്തി അവർ കഠിനാധ്വാനം ചെയ്ത് ഒരു ഉദ്യോഗകയറ്റം കിട്ടിയതായി നിങ്ങളോട് പറയുന്നു. ഈ നാല് വ്യത്യസ്ത പ്രതികരണങ്ങൾ എങ്ങനെയായിരിക്കുമെന്ന് നോക്കാം :

- **ഉന്മേഷദായിക ചാർലി :** ഒരു സജീവ-സൃഷ്ടിപരമായ പ്രതികരണം ഏതാണ്ട് ഇങ്ങനെയായിരിക്കും. 'കൊള്ളാം, അത് മഹത്തരം! ഇതിനായി നിങ്ങൾ കഠിനമായി പരിശ്രമിച്ചു. നിങ്ങൾക്കത് കിട്ടുമെന്ന് എനിക്കറിയാമായിരുന്നു!'
- **സൌമ്യയായ എമ്മ :** ഒരു നിഷ്ക്രിയ-സൃഷ്ടിപരമായ പ്രതികരണം. സൌമ്യമായി തലയാട്ടി പുഞ്ചിരിച്ച്, 'അതൊരു നല്ല വാർത്തയാണ്'' എന്ന് പറയുന്നത് പോലെയുള്ള ചില താണ തരം പ്രതികരണമായിരിക്കും.
- **അസൂയാലുവായ ഈതൻ :** നിങ്ങളുടെ സഹവാസിയുടെ വിജയത്തെ തുരങ്കം വയ്ക്കുന്ന തരത്തിലുള്ള ഒരു പ്രതികരണമാണ് സജീവ-വിനാശകരമായ പ്രതികരണം : 'ഓ, അതിനർത്ഥം നിങ്ങൾ വൈകുന്നേരങ്ങളിലും വാരാന്ത്യങ്ങളിലും പുറത്തു പോകാൻ കഴിയാത്തത്ര തിരക്കിലായിരിക്കുമെന്നാണോ?'
- **സ്വയം-കേന്ദ്രീകൃതമായ സാം :** ഒരു നിഷ്ക്രിയ-വിനാശകരമായ പ്രതികരണം അടിസ്ഥാനപരമായി നിങ്ങളുടെ സഹവാസിയുടെ സന്തോഷവാർത്തയെ അവഗണിക്കുന്നു : 'ശരി, ഇന്നെനിക്ക് എന്ത് സംഭവിച്ചെന്നു പറഞ്ഞാൽ നിങ്ങൾ വിശ്വസിക്കില്ല.'

നല്ല വാർത്തകളോട് സജീവ-സൃഷ്ടിപരമായ രീതിയിൽ പ്രതികരിക്കുന്നത് സുവാർത്ത പങ്കിടുന്നയാളെ കൂടുതൽ സന്തോഷിപ്പിക്കുകയും ബന്ധം കൂടുതൽ ദൃഢമാക്കുകയും ചെയ്യുന്നുവെന്ന് ഗേബിളും അവളുടെ സഹപ്രവർത്തകരും കണ്ടെത്തി. വാസ്തവത്തിൽ, 2006-ലെ ഒരു പഠനത്തിൽ, പ്രണയത്തിലായിരുന്ന (dating) എഴുപത്തിയൊൻപത് ജോടികൾ പരസ്പരം നല്ല വാർത്തകളും മോശം വാർത്തകളും എങ്ങനെ ചർച്ച ചെയ്യുവെന്ന് പരിശോധിക്കാൻ ഗവേഷകർ വീഡിയോയിൽ പകർത്തി. പങ്കാളികളുടെ സന്തോഷവാർത്തയോട് പങ്കെടുത്തവർ എങ്ങനെ പ്രതികരിച്ചു എന്നത്, അവർ എത്രകാലം ഒരുമിച്ച് നിൽക്കുമെന്നും ആ ബന്ധങ്ങളിൽ അവർ എത്രമാത്രം സന്തുഷ്ടരായിരുന്നു എന്നും പ്രവചിക്കാനുള്ള ഏറ്റവും ശക്തമായ ഘടകമാണെന്നു തെളിഞ്ഞു.

അതുകൊണ്ട് മറ്റുള്ളവരുടെ വിജയങ്ങൾ ആഘോഷിക്കാൻ കഴിയുന്നത് പ്രധാനമാണ്. അതിനുള്ള ഏറ്റവും നല്ല മാർഗ്ഗം എല്ലാ സുവാർത്തകളോടും സജീവ-സൃഷ്ടിപരമായ സമീപനം സ്വീകരിക്കുക എന്നതാണ്.

ഭാഗ്യവശാൽ, ഇത് നമുക്ക് പഠിക്കാൻ കഴിയുന്ന കാര്യമാണ്. മറ്റൊരാളുടെസുവാർത്തയിൽനിങ്ങൾആഹ്ലാദവുംആനന്ദവുംഅനുഭവിക്കുകയും പ്രകടിപ്പിക്കുകയും ചെയ്യുക എന്നതാണ് ആദ്യപടി. 'അതൊരു വലിയ സന്തോഷ വാർത്തയാണ്', 'നിങ്ങളുടെ വിജയത്തിൽ ഞാൻ അത്യന്തം സന്തോഷവാനാണ്!' തുടങ്ങിയ വാക്യങ്ങൾ പരീക്ഷിക്കുക.

അടുത്തതായി, സന്തോഷവാർത്ത പങ്കിടുന്നയാളുടെ പ്രക്രിയയ്ക്ക് നിങ്ങൾ എങ്ങനെ സജീവമായി സാക്ഷ്യം വഹിച്ചുവെന്ന് അനുസ്മരിക്കുക. ആ ജോലിയുടെ അഭിമുഖത്തിന് തയ്യാറെടുക്കാൻ അവർ എത്രമാത്രം കഠിനാധ്വാനം ചെയ്തു, ആ യോഗ്യതാ പരീക്ഷയ്ക്ക് വേണ്ടി അവർ പഠിച്ച ആഴ്ചകൾ, ആ ഫലം അവർ എത്രമാത്രം ആഗ്രഹിച്ചു തുടങ്ങിയവ ഒരുപക്ഷെ നിങ്ങൾ കണ്ടിട്ടുണ്ടായിരിക്കാം.

എല്ലാറ്റിനുമുപരിയായി, ഈ സുവാർത്ത അവരുടെ ഭാവിയെ എങ്ങനെ രൂപപ്പെടുത്തുമെന്നതിനെക്കുറിച്ചുള്ള നിങ്ങളുടെ ശുഭാപ്തി വിശ്വാസംപ്രകടിപ്പിക്കുക(ഉയർന്നപ്രതീക്ഷകൾകൊണ്ട്അവരുടെമേൽ അമിതഭാരം ചുമത്താതെ). ആരെങ്കിലും ഇപ്പോൾ ഒരു സ്വപ്ന ജോലിയിൽ പ്രവേശിച്ചിട്ടുണ്ട് എന്നിരിക്കിൽ, അവരുടെ മുന്നിലുള്ള അവസരങ്ങളെക്കുറിച്ച് നിങ്ങൾ എത്രമാത്രം ആവേശഭരിതരാണെന്ന് പങ്കിടുക. സ്വന്തമായി കച്ചവടം തുടങ്ങാൻ വേണ്ടി ആരെങ്കിലും ഒരു വിരസമായ ജോലി ഉപേക്ഷിക്കുകയാണെങ്കിൽ, അവരുടെ ഭാവി സംരംഭങ്ങളെക്കുറിച്ച് നിങ്ങൾ എത്രമാത്രം ആവേശഭരിതരാണെന്ന് അവരോട് പങ്കിടുക.

അമിത ആശയവിനിമയം അവരെ പ്രചോദിപ്പിക്കുക മാത്രമല്ല ചെയ്യുന്നത്. നിങ്ങളെയും പ്രചോദിപ്പിക്കും.

ഓരോ തവണയും, നല്ലതിനെക്കുറിച്ചുള്ള നിങ്ങളുടെ അമിത ആശയ വിനിമയം കഴിയുന്നത്ര സകാരാത്മകവും അഭിവൃദ്ധിപ്പെടുത്തുന്നതും ആക്കുവാൻ ശ്രമിക്കുക. അമിത ആശയവിനിമയം കേവലം അവരെ പ്രചോദിപ്പിക്കുകയല്ല. അത് നിങ്ങളെയും പ്രചോദിപ്പിക്കും.

പരീക്ഷണം 6 :

അത്ര നല്ലതല്ലാത്തതിനെ അമിത ആശയവിനിമയം നടത്തുക

മറ്റ് ആളുകളുടെ സുഖാനുഭവ പ്രഭാവങ്ങളെ ശരിക്കും പ്രയോജനപ്പെടുത്തുന്നതിന്, നമ്മൾ നല്ല വാർത്തകൾ മാത്രം ആശയവിനിമയം നടത്തേണ്ടതില്ല. മോശം വാർത്തകൾ അറിയിക്കാനും നമ്മൾ പഠിക്കേണ്ടതുണ്ട്. നിർഭാഗ്യവശാൽ, നമ്മൾ മിക്കപ്പോഴും അതിൽ അത്ര മിടുക്കരല്ല.

നമ്മൾ മനുഷ്യർ നുണ പറയുന്നതിൽ വളരെ മിടുക്കരാണ് എന്ന താണ് പ്രശ്നം. എല്ലാ ദിവസവും കള്ളം പറയുക മാത്രമല്ല; ഓരോ *മണിക്കൂറിലും* നമ്മൾ കള്ളം പറയുന്നു. 2002-ൽ മസാച്യൂസെറ്റ്സ് സർവ്വ കലാശാലയിലെ മനഃശാസ്ത്രജ്ഞൻ റോബർട്ട് ഫെൽഡ്മാൻ നടത്തിയ ഒരു പഠനമനുസരിച്ച്, ഒരു ശരാശരി പത്തുമിനിറ്റിലെ സംഭാഷണത്തിൽ 60 ശതമാനം ആളുകളും കുറഞ്ഞത് ഒരിക്കലെങ്കിലും കള്ളം പറയുന്നു.

തീർച്ചയായും എല്ലാ നുണകളുടെയും സൃഷ്ടി ഒരുപോലെയല്ല. അധികം ആളുകളും പറയുന്ന നുണകൾ ചെറുതും, നല്ല ഉദ്ദേശ്യത്തോടു കൂടിയതുമാണ് – ഒരു സുഹൃത്തിനോട് അവന്റെ പുതിയ പാദരക്ഷകൾ, നിങ്ങളുടെ രുചിക്കിണങ്ങാത്തതാണെങ്കിൽ പോലും, നിങ്ങൾക്ക് ഇഷ്ട പ്പെട്ടുവെന്ന് പറയുന്നത്, അല്ലെങ്കിൽ പൊള്ളിച്ച കോഴി പൂർണ്ണമായും *കരിഞ്ഞിട്ടില്ലെന്ന്* നിങ്ങളുടെ അമ്മയ്ക്ക് വീണ്ടും ഉറപ്പു നൽകുന്നത്.

എന്നാൽ ഇതിന് ഒരു പോരായ്മയുണ്ട്. നുണ പറയലിന് – നല്ല ഉദ്ദേശ്യത്തോടെയാണെങ്കിൽ പോലും – ഒരു ശാരീരിക പ്രഭാവം ഉണ്ട്. നുണ പറയുന്നത് ലിംബിക് സിസ്റ്റത്തിന്റെ സജീവമാക്കലുമായി ബന്ധപ്പെട്ടിരിക്കുന്നു, ഇത് മസ്തിഷ്കത്തിലെ തിരിച്ചടിക്കുക-അല്ലെങ്കിൽ-തിരിഞ്ഞോടുക (fight or flight) എന്ന പ്രതികരണം ആരംഭിക്കുന്ന അതേ പ്രദേശത്ത് സ്ഥിതി ചെയ്യുന്നു. നമ്മൾ സത്യസന്ധരായിരിക്കുമ്പോൾ, മസ്തിഷ്കത്തിന്റെ ഈ പ്രദേശത്ത് നാമമാത്ര പ്രവർത്തനം കാണപ്പെടുന്നു; കള്ളം പറയുമ്പോൾ അത് കരിമരുന്ന് പ്രദർശനം പോലെ പ്രകാശിക്കുന്നു.

ഈ നുണകൾക്കെല്ലാം കാരണം, സത്യസന്ധത പലപ്പോഴും ഒരു നഷ്ടം-തോൽവി അവസ്ഥയായി അനുഭവപ്പെടുന്നു എന്നതാണ്. നമ്മൾ വളരെ സത്യസന്ധരാണെങ്കിൽ നമുക്ക് നഷ്ടപ്പെടും, കാരണം നമ്മൾ ഒരു വിഡ്ഢിയെപ്പോലെ കാണപ്പെടും. എന്നാൽ നമ്മൾ സത്യസന്ധരല്ലെങ്കിലും നമുക്കു നഷ്ടപ്പെടും, കാരണം നമുക്ക് ശരി എന്നു തോന്നാത്ത ഒരു സാഹചര്യത്തിൽ കുടുങ്ങിപ്പോകുന്നതിന്റെ നീരസം നമുക്ക് അനുഭവപ്പെടുന്നു. അമിത ആശയവിനിമയം എന്ന നയം സ്വീകരിച്ച ഏതൊരാൾക്കും ഇത് ബുദ്ധിമുട്ടാണ് : അനാവശ്യമായി കള്ളം പറയാതെ മോശമായ കാര്യങ്ങൾ നമുക്ക് ആശയവിനിമയം നടത്തേണ്ടതുണ്ട്. അതിനുള്ള ഒരു മാർഗ്ഗമുണ്ടോ?

എഴുത്തുകാരനും സിഇഒ പരിശീലകനുമായ കിം സ്കോട്ട് പറയുന്ന തനുസരിച്ച്, അതിനുള്ള പരിഹാരം സത്യസന്ധതയല്ല, മറിച്ച് ആത്മാർ ത്ഥതയാണ്. *റാഡിക്കൽ കാൻഡോർ* എന്ന തന്റെ പുസ്തകത്തിൽ സ്കോട്ട് എഴുതുന്നു, സമൂലമായി ആത്മാർത്ഥത പുലർത്തുക എന്നാൽ, വ്യക്തിപര മായി ശ്രദ്ധ കൊടുക്കുകയും (അതായത്, നിങ്ങൾ സംസാരിക്കുന്ന വ്യക്തിക്ക് കലർപ്പില്ലാത്ത പ്രാധാന്യം നൽകുക) അതോടൊപ്പം മുന്നിലുള്ള പ്രശ്നത്തെ നേരിട്ട് കൈകാര്യം ചെയ്യുകയും ആണ്. സമൂലമായി ആത്മാർ ത്ഥത പുലർത്തുക എന്നതിനർത്ഥം പ്രശ്നം വ്യക്തിപരമാക്കുക എന്നല്ല,

അതിനർത്ഥം നിങ്ങൾക്ക് കൂടുതൽ അറിയാമെന്ന് വിചാരിക്കുകയല്ല, നിങ്ങളുടെ തലയിൽ വരുന്നതെന്തും പറയുക എന്നതല്ല. നിങ്ങളുടെ അഭിപ്രായങ്ങൾ നേരിട്ട് പങ്ക് വെക്കുക, ആളുകളെക്കുറിച്ച് മോശമായി അവരുടെ അഭാവത്തിൽ സംസാരിക്കാതിരിക്കുക, നിങ്ങളുടെ തലയിൽ എന്താണ് സംഭവിക്കുന്നതെന്ന് നിങ്ങളുടെ സഹപ്രവർത്തകർക്ക് ഉൾക്കാഴ്ച നൽകുക എന്നിവയാണ് അതിനർത്ഥം.

'സത്യസന്ധത' എന്നതിന് പകരം 'ആത്മാർത്ഥത' എന്ന വാക്ക് തിരഞ്ഞെടുക്കുന്നതിന് ചില ഗുണങ്ങളുണ്ട്. സത്യസന്ധനായിരിക്കുക എന്നാൽ നിങ്ങൾക്ക് സത്യം അറിയാമെന്ന ധ്വനിയുണ്ട്. ഇതിന് പലപ്പോഴും ആളുകളെ അകറ്റിനിർത്താൻ കഴിയുന്ന ഒരു നൈതിക അർത്ഥമുണ്ട് ('ഞാൻ സത്യസന്ധതയിൽ നിലകൊള്ളുക മാത്രമേ ചെയ്യുന്നുള്ളൂ, കൂട്ടുകാരാ' എന്നു പറഞ്ഞ് എന്റെ സ്കൂൾ സുഹൃത്ത് ജെയിംസ് എന്റെ ചീട്ട് വിദ്യകളെ അപമാനിച്ചതിന്റെ ഓർമ്മ ഇന്നും എന്നെ വേട്ടയാടുന്നു). 'ഞാൻ നിങ്ങളോട് സത്യസന്ധത പുലർത്തട്ടെ' എന്ന് നമ്മൾ പറയുമ്പോൾ, 'ഇതാണ് സത്യം, അത് ഞാൻ നിങ്ങളോട് പറയാൻ പോകുന്നു', എന്നതുപോലെ തന്നെയാണ്. എന്നാൽ വ്യക്തികൾ തമ്മിലുള്ള സമ്പർക്കത്തിൽ, സത്യം പലപ്പോഴും അസ്പഷ്ടമാണ്. നിങ്ങളുടെ മേലുദ്യോഗസ്ഥൻ ഒരു മുരടൻ ആണെന്ന് നിങ്ങൾക്ക് തോന്നിയേക്കാം, എന്നാൽ ഈ വ്യക്തി വസ്തുനിഷ്ഠമായി ഒരു മോശം ഉദ്യോഗസ്ഥൻ ആണെന്നത് ശരിയായിരിക്കില്ല. കാരണം നമുക്കെല്ലാമറിയാം, അവർ മറ്റ് ആളുകൾക്ക് ഒരു നല്ല മേലുദ്യോഗസ്ഥനാകാം, അല്ലെങ്കിൽ അവരുടെ ജോലിയെ പ്രതികൂലമായി ബാധിക്കുന്ന എന്തെങ്കിലും പ്രശ്നങ്ങളുമായി അവർ വ്യക്തിപരമായ ജീവിതത്തിൽ പോരടിക്കുന്നുണ്ടാകാം.

നേരെമറിച്ച്, ആത്മാർത്ഥത പുലർത്തുക എന്നതിന് നമുക്ക് സത്യം അറിയാമെന്ന ധ്വനിയില്ല. ആത്മാർത്ഥത പുലർത്തുക എന്നതിന്റെ സാരം ഇങ്ങനെയാണ് : 'ഇതാണ് ഞാൻ ചിന്തിക്കുന്നത്. നിങ്ങൾക്ക് എന്നെ കേൾക്കാൻ കഴിയുമോ അല്ലെങ്കിൽ എന്നെ സഹായിക്കാൻ കഴിയുമോ? നമുക്കത് ഒരുമിച്ച് ചെയ്യാം.'

ആരെയും മുറിപ്പെടുത്താതെ നിഷേധാത്മക വിവരങ്ങൾ നൽകാനുതകുന്ന, സത്യസന്ധമായ വിവരങ്ങളുടെ ഒരു സംസ്കാരം രൂപപ്പെടുത്താൻ നമുക്കെല്ലാവർക്കും എങ്ങനെ പഠിക്കാനാകും? ശരി, കുറച്ച് ഘട്ടങ്ങൾ പിന്തുടരേണ്ടതുണ്ട്. ആദ്യം, നിങ്ങളുടെ വിശകലനം വസ്തുനിഷ്ഠവും മുൻവിധിയില്ലാത്തതുമായ പദങ്ങളിൽ വേരൂന്നണം. 'നിങ്ങൾ അവിശ്വസനീയമാംവിധം പരുഷമായി പെരുമാറുന്നു' എന്നതിനേക്കാൾ വളരെ ഫലപ്രദമാണ് 'ആ യോഗത്തിൽ നിങ്ങൾ പലതവണ ഹെർമിയോണിനെ ഒറ്റപ്പെടുത്തുന്നതായി ഞാൻ ശ്രദ്ധിച്ചു' എന്നത്. അതുപോലെ, ആളുകളോട് 'നിങ്ങൾക്ക് തെറ്റി' അല്ലെങ്കിൽ 'നിങ്ങൾ കഴിവില്ലാത്തവരാണ്'' എന്ന് പറയുന്നത് ആ വ്യക്തിക്ക് തന്നെ ആക്രമിക്കുന്നതായി അനുഭവപ്പെടാനും സ്വയം പ്രതിരോധിക്കാനും ഇടയുണ്ടാക്കും

– ഇത് വളരെ വ്യക്തിനിഷ്ഠമാണ് (അൽപ്പം പരുഷവുമാണെന്ന് പറയാതെ വയ്യ). കേവലം വസ്തുതകളിൽ ഉറച്ചുനിൽക്കുക.

രണ്ടാമതായി, തെറ്റ് സംഭവിച്ചതിന്റെ പ്രകടമായ ഫലങ്ങളിൽ ശ്രദ്ധ കേന്ദ്രീകരിക്കുക. വീണ്ടും, വ്യക്തിനിഷ്ഠതയാണ് നിങ്ങളുടെ ശത്രു. അതിനാൽ, നിങ്ങൾ നിരീക്ഷിച്ച ഫലങ്ങൾ വസ്തുതാപരമായി എടുത്തു കാട്ടുക. ഉദാഹരണത്തിന്, 'നിങ്ങൾ യോഗത്തിൽ റോണിനെ തടസ്സപ്പെടുത്തിയതിനെത്തുടർന്ന് ചർച്ച അൽപ്പം മങ്ങിയതായി ഞാൻ ശ്രദ്ധിച്ചു. അത് ശരിക്കും മോശമായിപ്പോയി, കാരണം മറ്റുള്ളവരുടെ അഭിപ്രായങ്ങൾ കേൾക്കാൻ എനിക്ക് ശരിക്കും താത്പര്യമുണ്ടായിരുന്നു.'

അവസാനമായി, നിങ്ങളുടെ ശ്രദ്ധ പ്രശ്നത്തിൽ നിന്ന് മാറ്റി പരിഹാരത്തിലേക്ക് തിരിക്കുക. നിങ്ങൾ കാണാൻ ആഗ്രഹിക്കുന്ന പരിഹാരത്തിനുള്ള ഇതരമാർഗ്ഗങ്ങൾ നൽകുക. ഉദാഹരണത്തിന്, 'അടുത്ത തവണ, നിങ്ങളുടെ ചിന്തകൾ പങ്കിടുന്നതിന് മുമ്പ് ആളുകൾ സംസാരിച്ച് പൂർത്തിയാക്കുന്നത് വരെ കാത്തിരിക്കുക' അല്ലെങ്കിൽ 'അടുത്ത തവണ, നിങ്ങൾക്ക് അവരുടെ കാഴ്ചപ്പാടിൽ താൽപ്പര്യമുണ്ടെന്നും എന്നാൽ അവരോട് യോജിക്കാൻ സാധിക്കില്ലെന്നും കാണിക്കുന്നതിനു വേണ്ടി നിങ്ങൾക്ക് ചില ചോദ്യങ്ങൾ ചോദിക്കാവുന്നതാണ്. ചോദ്യങ്ങൾ ചോദിക്കുന്നത്, അവരിൽ നിന്ന് മികച്ച പ്രതികരണം നേടുവാനും, സഹകരണത്തിലേക്ക് നയിക്കുവാനും കഴിഞ്ഞേക്കുമെന്ന് എനിക്ക് തോന്നുന്നു.' ഇതരമാർഗ്ഗങ്ങൾ വാഗ്ദാനം ചെയ്യുന്നത് ചർച്ചയെ പ്രശ്നത്തിനുള്ള സാധ്യമായ പരിഹാരങ്ങളിൽ കേന്ദ്രീകരിക്കുകയും വ്യക്തിപരമായി വിമർശിക്കപ്പെടുന്നു എന്ന തോന്നൽ ഒഴിവാക്കാൻ മറ്റേ വ്യക്തിയെ സഹായിക്കുകയും ചെയ്യുന്നു.

അസുഖകരമായ വാർത്തകളുടെ അമിത ആശയവിനിമയം കുറച്ചുകൂടി എളുപ്പമാക്കുന്നതിനുള്ള ഒരു ലളിതമായ മാർഗ്ഗമാണ് ഈ മൂന്ന് ഘട്ടങ്ങൾ. നിങ്ങൾ മോശം വാർത്തകൾ നൽകുമ്പോഴും ആളുകളെ ഒരുമിച്ച് കൊണ്ടുവരാനും അവർക്ക് നല്ല അനുഭവം നൽകാനും കഴിയുമെന്ന സങ്കൽപ്പത്തിലേക്കാണ് അവയെല്ലാം വിരൽ ചൂണ്ടുന്നത്. എള്ളോളമില്ല പൊളിവചനം.

സംക്ഷിപ്തമായി...

- സുഹൃത്തുക്കൾ ചുറ്റുമുള്ളപ്പോൾ ജീവിതം കൂടുതൽ രസകരമാണ്. അതുകൊണ്ടാണ് നമ്മുടെ മൂന്നാമത്തെ ഊർജ്ജദാതാവ് ആളുകളാകുന്നത്. സ്വാഭാവികമായും നമ്മുടെ ഊർജ്ജം ഉയർത്തുന്ന ചില ആളുകളുണ്ട് – അവരെ കണ്ടെത്തുന്നതിലാണ് സാമർത്ഥ്യം.

- അത് ഒരു കളിക്കൂട്ടുകാരനാകുന്നതിലൂടെ ആരംഭിക്കുന്നു. നിങ്ങളുടെ കൂടെ ജോലി ചെയ്യുന്ന ആളുകളെ എതിരാളികളേക്കാൾ സഖാക്കളായി പരിഗണിക്കാൻ ശ്രമിക്കുക.

- ആളുകളുമായി ബന്ധം സ്ഥാപിക്കുന്നത് അവർക്ക് ഒരു കൈ താങ്ങ് കൊടുക്കുക കൂടിയാണ്. ഇത് രണ്ട് വഴിക്കും സ്വാധീനിക്കുന്നു; നമ്മൾ മറ്റുള്ളവരെ വളരെ അപൂർവ്വമായി മാത്രമേ സഹായിക്കൂ എന്ന് മാത്രമല്ല, നമ്മളും അപൂർവ്വമായേ സഹായം ചോദിക്കുകയും ചെയ്യുന്നുള്ളൂ. അതിനാൽ ചോദിക്കാൻ ശ്രമിക്കുക : മറ്റൊരാളുടെ ദിവസം ശോഭന മാക്കാൻ എനിക്ക് എന്തുചെയ്യാനാകും?

- അവസാനമായി, മനുഷ്യരുടെ ഇടപഴകലിനെക്കുറിച്ചുള്ള ഏറ്റവും കൂടുതൽ മറന്നുപോകാനിടയുള്ള സത്യം ഓർക്കുക : നിങ്ങൾ വളരെയ ധികം ആശയവിനിമയം നടത്തിയെന്ന് നിങ്ങൾ കരുതുമ്പോൾ, നിങ്ങൾ വേണ്ടത്ര ആശയവിനിമയം നടത്തിയിട്ടുണ്ടാകില്ല. മറ്റാരുടെ യെങ്കിലും ആഴ്ച ശോഭനമാക്കിയേക്കാവുന്ന എന്തെങ്കിലും വിവരങ്ങൾ നിങ്ങൾ പൂഴ്ത്തിവെക്കുന്നുണ്ടോ?

ഭാഗം 2

തടസ്സ ദൂരീകരണം

അദ്ധ്യായം 4

വ്യക്തത തേടുക

ഞാൻ കണ്ടിട്ടുള്ളതിൽ വച്ച് ഏറ്റവും വിചിത്രമായ വീഡിയോകളിലൊന്നിന്റെ പേര് 'എത്ര മോശമായാണ് നിങ്ങൾക്ക് ഇത് വേണ്ടത്?' എന്നാണ്. ഇത് ഏകദേശം 50 ദശലക്ഷം തവണ ആളുകൾ കണ്ടു.

അനിർദ്ദിഷ്ടമായ ഒരു 'ഗുരുവിന്റെ' അടുത്ത് ചെന്ന് എങ്ങനെ സമ്പന്നനാകാം എന്നതിനെക്കുറിച്ച് ഉപദേശം ചോദിക്കുന്ന ഒരു യുവാവിന്റെ കഥയാണ് വീഡിയോ വിവരിക്കുന്നത്. അടുത്ത ദിവസം, ഒരു കടൽത്തീരത്ത് കണ്ടുമുട്ടാൻ അവർ സമ്മതിക്കുന്നു, അതിനാൽ ഗുരുവിന് ഉത്തരം വിശദീകരിക്കാനാകും.

പിറ്റേന്ന് പുലർച്ചെ 4 മണിക്ക് ആ മനുഷ്യൻ കടൽത്തീരത്ത് എത്തുന്നു. 'വെള്ളത്തിൽ നടക്കൂ,' ഗുരു അവനോട് പറയുന്നു. യുവാവ് ചെയ്യുന്നു. 'കുറച്ച് മുന്നോട്ട് നടക്കൂ,' ഗുരു പറയുന്നു. മനുഷ്യൻ ചെയ്യുന്നു. 'നടന്നുകൊണ്ടേയിരിക്കുക,' ഗുരു പറയുന്നു. തല മുഴുവനായി മുങ്ങുന്നത് വരെ അവൻ നടന്നുകൊണ്ടേയിരുന്നു. പൊടുന്നനെ, ഗുരു അവിടെയെത്തി ആ ചെറുപ്പക്കാരന്റെ തല വെള്ളത്തിനുള്ളിൽ മുക്കിപ്പിടിച്ചു. യുവാവ് അക്രമാസക്തമായി മല്ലിടുന്നു, പക്ഷേ വൃദ്ധൻ അവനെ പിടിച്ചുനിർത്തി, മുങ്ങിമരിക്കുന്നതിന്റെ വക്കിൽ ആയിരിക്കുമ്പോൾ മാത്രം അവനെ വിട്ടയക്കുന്നു. യുവാവ് വായുവിനായി ശ്വാസം മുട്ടുമ്പോൾ, വൃദ്ധൻ പറയുന്നു, 'നിങ്ങൾ ശ്വസിക്കാൻ ആഗ്രഹിക്കുന്നത്രയും തീവ്രമായി വിജയിക്കാൻ ആഗ്രഹിക്കുമ്പോൾ, നിങ്ങൾ സമ്പന്നനാകും.'

ഈ വീഡിയോയിൽ ഒരുപാട് കാര്യങ്ങൾ നടക്കുന്നുണ്ട്. യഥാർത്ഥത്തിൽ ആരാണ് ഗുരു (കൃത്യമായി എങ്ങനെയാണ് ഒരാൾക്ക് ആ സ്ഥാനപ്പേര് ലഭിക്കുക)? ഈ ഗുരുവിന്റെ അഭ്യർത്ഥന മാനിച്ച് ആ യുവാവ് കടലിലേക്ക് ഇറങ്ങാൻ തയ്യാറായത് എന്തുകൊണ്ടാണ് – അവർ കണ്ടുമുട്ടിയിട്ടല്ലേ ഉള്ളൂ? ഏറ്റവും സവിശേഷമായി, വീഡിയോയ്ക്ക് താഴെ 20,000 കമന്റുകൾ വന്നത് എന്തുകൊണ്ടാണ്, അത് അവരുടെ ജീവിതത്തെ പൂർണ്ണമായും മാറ്റിമറിച്ചുവെന്ന് ആളുകൾ പറഞ്ഞുകൊണ്ട്?

ഈ ദിവസങ്ങളിൽ, ആ വീഡിയോ അയഥാർത്ഥവും ഒരുമാതിരി അസഹ്യവുമാണെന്ന് ഞാൻ കാണുന്നു. പക്ഷേ, ഞാൻ ആദ്യമായി കണ്ടപ്പോൾ, ദുർബലപ്പെടുത്തുന്ന നീട്ടിവെക്കലെന്ന ആക്രമണത്തിന്റെ യാതനയിലായിരുന്നു ഞാൻ – വീഡിയോ സഹായിച്ചേക്കുമെന്ന് ഞാൻ കരുതി. ഒരു ജൂനിയർ ഡോക്ടറായി ജോലി ചെയ്യുന്നതിനിടയിൽ ഞാൻ ആദ്യമായി എന്റെ കച്ചവടം ആരംഭിച്ചപ്പോൾ, ഞാൻ എത്ര ശ്രമിച്ചിട്ടും കാര്യങ്ങൾ മാറ്റിവയ്ക്കുകയും അത് എത്തിപ്പിടിക്കാൻ വെപ്രാളം കൂട്ടുകയും ചെയ്യുന്ന ചക്രത്തിൽ നിന്ന് രക്ഷപ്പെടാൻ എനിക്ക് കഴിഞ്ഞില്ല. ഞാൻ തനിച്ചായിരുന്നില്ല; നീട്ടിവെക്കൽ എന്നേക്കാളും വലിയ മനസ്സുകളെ ബാധിച്ചിരുന്നു. ലിയോനാർഡോ ഡാവിഞ്ചിയെ എടുക്കുക. അദ്ദേഹം *ദി ലാസ്റ്റ് സപ്പർ* വരയ്ക്കുന്നത് കണ്ട ഒരു സമകാലികൻ എഴുതി, 'അദ്ദേഹം രണ്ടോ മൂന്നോ നാലോ ദിവസം ബ്രഷിൽ തൊടില്ല, എന്നാൽ ദിവസത്തിൽ മണിക്കൂറുകളോളം ജോലിക്ക് മുന്നിൽ ചെലവഴിച്ച്, അദ്ദേഹത്തിന്റെ കൈകൾ മടക്കിക്കെട്ടി, തന്നെത്താൻ രൂപങ്ങളെ പരിശോധിക്കുകയും വിമർശിക്കുകയും ചെയ്തുകൊണ്ട്.'

ഈ നിമിഷങ്ങളിൽ, മൂന്ന് ഊർജ്ജദാതാക്കൾ – കളി, അധികാരം, ആളുകൾ (play, power, people) – മതിയാകില്ല. ഭാഗം 1-ൽ, ഈ മൂന്ന് ശക്തികൾ നമ്മുടെ ജോലിയിലും ജീവിതത്തിലും സുഖം അനുഭവിക്കുന്നതിനും, നമ്മുടെ ഊർജ്ജം വർദ്ധിപ്പിക്കുന്നതിനും, നമുക്ക് പ്രാധാന്യമുള്ള കാര്യങ്ങൾ കൂടുതൽ ചെയ്യാൻ സഹായിക്കുന്നതിനും എങ്ങനെ സഹായകരമാകുമെന്ന് നമ്മൾ പര്യവേക്ഷണം ചെയ്തു. എന്നാൽ അവ സ്വയമേവ, മുഴുവൻ കഥയാകുന്നില്ല. എന്റെ കച്ചവടം വളർന്നപ്പോൾ, ഊർജ്ജദാതാക്കളെ എന്റെ ജീവിതത്തിലേക്ക് എത്രമാത്രം സംയോജിപ്പിച്ചിട്ടും, മറ്റൊന്ന് – നീട്ടിവെക്കൽ (procrastination) കാരണം ഞാൻ ഇപ്പോഴും അവയുമായി യോജിച്ചുപോകുന്നില്ലെന്ന് ഞാൻ മനസ്സിലാക്കി.

നീട്ടിവെക്കൽ എനിക്ക് ഒരു പ്രശ്നമായിരുന്നപ്പോൾ, പ്രകടമായ 'ക്ഷുദ്രകർമ്മങ്ങളിലേക്ക്' തിരിയാൻ ഞാൻ പലപ്പോഴും പ്രലോഭിതനായിട്ടുണ്ട്, ആ വിചിത്രമായ വീഡിയോയിലെ പോലെ തന്നെ. നിങ്ങൾ നീട്ടിവെക്കുകയാണെങ്കിൽ, നിങ്ങൾ വേണ്ടത്ര പ്രചോദിതരല്ലാത്തതിനാലാണെന്ന് വീഡിയോ പറയുന്നു. മാത്രമല്ല നിങ്ങൾക്ക് വേണ്ടത്ര പ്രചോദനം ഉണ്ടെങ്കിൽ, നിങ്ങൾ ശ്വസിക്കാൻ ആഗ്രഹിക്കുന്നത്ര തന്നെ വിജയിക്കാൻ ആഗ്രഹിക്കുന്നുവെങ്കിൽ, അത് സംഭവിക്കും.

നീട്ടിവെക്കലിനുള്ള ഈ പരിഹാരത്തെ ഞാൻ 'പ്രചോദന രീതി' (the motivation method) എന്ന് വിളിക്കുന്നു. ഇത് വളരെ സാധാരണമാണ്. മാത്രമല്ല തികച്ചും അസംബന്ധവും.

പ്രചോദന രീതിയുടെ പ്രശ്നം വളരെ ലളിതമാണ്. നമ്മൾ ബുദ്ധിമുട്ടുന്ന കാര്യങ്ങൾ ചെയ്യാൻ ആത്മാർത്ഥമായി *ആഗ്രഹിക്കുന്ന* ധാരാളം പേരുണ്ട്. നമുക്ക് വേണ്ടത്ര പ്രചോദനം ലഭിച്ചതായി നമുക്ക് തോന്നും, പക്ഷേ നാം വഴിയിൽ തടസ്സങ്ങൾ നേരിടുന്നു – സമയവും

സാമ്പത്തിക പരിമിതികളും, കുടുംബ ഉത്തരവാദിത്തങ്ങൾ, ശാരീരികവും മാനസികവുമായ ആരോഗ്യപ്രശ്നങ്ങൾ, എണ്ണമറ്റ മറ്റ് കാര്യങ്ങൾ. വ്യക്തമായും പ്രചോദനം പര്യാപ്തമല്ല. 'കൂടുതൽ പ്രചോദിപ്പിക്കപ്പെടാൻ' ആളുകളോട് പറയുന്നത് കേവലം സഹായകരമല്ലെന്നു മാത്രമല്ല, അത് ഹാനികരമാകാൻ സാധ്യതയുള്ളതുമാണ്, ഇത് നീട്ടിവെക്കലിന്റെ ആദ്യ കാരണമായ ദുർബ്ബലത ബോധത്തിന് കാരണമാകുന്നു.

അതെ, പ്രചോദനം പരാജയപ്പെടുമ്പോൾ, നമ്മൾ എവിടേക്കാണ് തിരിയുക? നിങ്ങൾക്ക് യഥാർത്ഥത്തിൽ പ്രചോദനം ഉണ്ടോ എന്നത് സംബന്ധിച്ച് ഒരു തരത്തിലുള്ള ആശയക്കുഴപ്പവും ഇല്ലാതിരിക്കുമ്പോൾ, ഉപദേശങ്ങൾ പലതും മറ്റൊരു തത്വത്തിലേക്ക് തിരിയുന്നു : അച്ചടക്കം. ലളിതമായി പറഞ്ഞാൽ, നമുക്ക് ചെയ്യാൻ തോന്നാത്ത കാര്യങ്ങൾ ചെയ്യുമ്പോഴാണ് അച്ചടക്കം. ഇത് പ്രചോദനത്തിന്റെ വിപരീതമാണ്; നിങ്ങൾ എത്രമാത്രം പ്രചോദിതരല്ലാതിരുന്നാലും കർമ്മം ചെയ്യുന്നു. നിങ്ങൾ വ്യായാമത്തിനു വേണ്ടി ഓടാൻ പോകാൻ ശ്രമിക്കുകയാണെങ്കിൽ, ഒരു പ്രചോദിതമായ പ്രതികരണം ഇതായിരിക്കും : 'എനിക്ക് ഓടാൻ പോകാനാണ് തോന്നുന്നത്, എന്തെന്നാൽ വിശ്രമിക്കുന്നതിനേക്കാൾ ഞാൻ ആ ഓട്ടപ്പന്തയം വിജയിക്കാൻ ആഗ്രഹിക്കുന്നു.' ഒരു അച്ചടക്കമുള്ള പ്രതികരണം : 'എനിക്ക് എന്ത് തന്നെ തോന്നിയാലും ഞാൻ ഓട്ടത്തിന് പോകും.' ഇത് കാര്യങ്ങൾ ചെയ്യുന്നതിനുള്ള നൈക്കി (Nike) തത്വമാണ് – 'അത് ചെയ്യൂ' (Just do it).

പ്രചോദന രീതിയേക്കാൾ അച്ചടക്ക രീതിയോടാണ് എനിക്ക് കൂടുതൽ ചേർന്നു നിൽക്കാൻ പറ്റുന്നത്. അച്ചടക്കം ഉപയോഗപ്രദമാകാം. ചിലപ്പോൾ എനിക്ക് രാവിലെ ജോലിക്ക് പോകാൻ തോന്നാറില്ല, എന്നിരുന്നാലും ഏതു വിധേനയും ഞാൻ അത് ചെയ്യും. അത് അച്ചടക്കം ആയിരിക്കാം.

എന്നാൽ ഈ കഥ അപൂർണ്ണമാണ്. വരാൻ പോകുന്ന ആ പ്രസംഗത്തിന് വേണ്ടി തയ്യാറെടുക്കുന്നത് നിങ്ങൾ നീട്ടിവെക്കുകയാണെങ്കിൽ, അതിനായി തയ്യാറെടുക്കാൻ വേണ്ടത്ര അച്ചടക്കമില്ലാത്തത് ആയിരിക്കണം കാരണമെന്നില്ല. നിങ്ങളെ തടഞ്ഞുനിർത്തുന്ന മറ്റെന്തെങ്കിലും ഉപരിതലത്തിനടിയിൽ നടക്കുന്നുണ്ടാകാം, അച്ചടക്ക കഥ അത് എന്താണെന്ന് ശ്രദ്ധിക്കുന്നില്ല. അത് നിങ്ങളെക്കുറിച്ച് സ്വയം മോശം അനുഭവപ്പെടാൻ ഇടയാക്കുന്നു. മനഃശാസ്ത്ര അദ്ധ്യാപകനായ ജോസഫ് ഫെരാരിയുടെ വാക്കുകളിൽ, 'ആ സ്ഥിര നീട്ടിവെക്കൽക്കാരനോട് *അത് ചെയ്യൂ* എന്ന് പറയുന്നത്, വിഷാദരോഗിയായ ഒരു വ്യക്തിയോട്, *ആഹ്ലാദഭരിതനാവുക* എന്ന് പറയുന്നത് പോലെയാണ്.'

പ്രചോദനവും അച്ചടക്കവും ഉപയോഗപ്രദമായ തന്ത്രങ്ങളാണ്, പക്ഷേ അവ ആഴത്തിലുള്ള മുറിവുകളെ മറയ്ക്കുന്ന തുണികൊണ്ടുള്ള താൽക്കാലിക കെട്ടുകൾ മാത്രമാണ്. രോഗലക്ഷണങ്ങളെ ചികിത്സിക്കാൻ അവ ചിലപ്പോൾ സഹായിച്ചേക്കാം, പക്ഷേ അവ മൂലകാരണത്തെ മാറ്റുന്നില്ല.

നീട്ടിവെക്കലിന് എതിരെയുള്ള ഈ പുരാതനമായ പോരാട്ടത്തിൽ എന്താണ് പ്രാവർത്തിമാകുന്നത്? അവിടെയാണ് നമ്മുടെ മൂന്നാമത്തെ സമീപനം വരുന്നത്. ഞാൻ അതിനെ 'തടസ്സ ദൂരീകരണ രീതി' (unblock method) എന്ന് വിളിക്കുന്നു.

പ്രചോദന രീതി നമ്മളോട് ആ കാര്യം ചെയ്യാൻ ഉതകുന്ന തരത്തിൽ അനുഭവപ്പെടാൻ ഉപദേശിച്ചപ്പോൾ, അച്ചടക്ക രീതി നമുക്ക് എങ്ങനെ അനുഭവപ്പെടുന്നു എന്നത് അവഗണിക്കാനും അത് എങ്ങനെയെങ്കിലും ചെയ്യാനും ഉപദേശിക്കുമ്പോൾ, തടസ്സ ദൂരീകരണ രീതി നമുക്ക് ജോലിയെക്കുറിച്ച് മോശമായി അനുഭവപ്പെടുന്നതിന്റെ കാരണം മനസ്സിലാക്കാനും പ്രശ്നത്തെ നേരിട്ട് തരണം ചെയ്യാനും പ്രോത്സാഹിപ്പിക്കുന്നു.

തടസ്സ ദൂരീകരണ രീതി, ആദ്യം തന്നെ ജോലി സംബന്ധിച്ചുണ്ടാകുന്ന മനോവിഷമത്തിന്റെ കാരണം മനസ്സിലാക്കാൻ പ്രോത്സാഹിപ്പിക്കുന്നു.

നിങ്ങളുടെ ഷൂസിനുള്ളിൽ ഒരു ഉരുളൻ കല്ല് കുടുങ്ങിയെന്ന് സങ്കൽപ്പിക്കുക, അത് ഓട്ടം പ്രത്യേകിച്ചും വേദനാജനകമാക്കുന്നു, പക്ഷേ അത്താഴത്തിന് കൃത്യസമയത്തെത്താൻ നിങ്ങൾ നിങ്ങളുടെ സുഹൃത്തിന്റെ വീട്ടിലേക്ക് ഓടി പോകണം. നിങ്ങൾ ആശയക്കുഴപ്പത്തിലാണ്; കൃത്യസമയത്ത് എത്തിച്ചേരാൻ നിങ്ങൾ ആഗ്രഹിക്കുന്നു, പക്ഷേ യാത്ര ആരംഭിക്കുന്നത് വേദനാജനകമാണെന്ന് നിങ്ങൾക്കറിയാം. നിങ്ങൾ എന്ത് ചെയ്യും?

ആദ്യ പരിഹാരമാണ് ഏറ്റവും എളുപ്പം. ഒന്നും ചെയ്യരുത്. ആ വൈകുന്നേരം കഴിയുന്നതു വരെ നീട്ടിവെച്ച് പാഴാക്കുക. നിങ്ങളുടെ വിരുന്ന് നഷ്ടപ്പെടുത്തുകയും, അടുത്ത തവണ ക്ഷണിക്കപ്പെടാതിരിക്കുകയും ചെയ്യുക.

അടുത്ത പരിഹാരം പ്രചോദന രീതിയെ അടിസ്ഥാനമാക്കിയുള്ളതാണ്. അത്താഴം ആവേശകരമാണെന്നും ഓട്ടത്തിന്റെ വേദനയ്ക്ക് 'മൂല്യം' ഉണ്ടെന്നും സ്വയം ബോധ്യപ്പെടുത്തുന്നതാണ് ഈ രീതി. നിങ്ങളുടെ ലക്ഷ്യസ്ഥാനത്തേക്ക് കുതിക്കുമ്പോൾ നിങ്ങൾ വേദനയെ അവഗണിക്കുന്നു, എന്നാൽ പാതി വഴിയിൽ റോഡിൽ കുഴഞ്ഞു വീഴുന്നു. പക്ഷെ വേഗത്തിൽ നീർക്കെട്ട് ഉണ്ടാകുന്ന കാലിലേക്ക് നോക്കുമ്പോൾ നിങ്ങൾക്ക് വിഷമമില്ല. നിങ്ങൾ വേണ്ടത്ര പ്രചോദിതരായിരിക്കുമ്പോൾ, നിങ്ങൾക്ക് ഏത് പ്രതിബന്ധങ്ങളെയും തരണം ചെയ്യാൻ കഴിയും.

മൂന്നാമത്തെ പരിഹാരം അച്ചടക്ക രീതിയാണ്. നിങ്ങൾ അത്താഴത്തിന് പ്രതിജ്ഞാബദ്ധരാണ്, കൂടാതെ വാക്ക് പാലിക്കുന്ന തരത്തിലുള്ള വ്യക്തിയാണ് നിങ്ങൾ. അതിനാൽ നിങ്ങൾ നിങ്ങളുടെ സുഹൃത്തിന്റെ വീട്ടിലേക്ക് ഓടുന്നു, കല്ല് നിങ്ങളുടെ കാലിന്റെ മൃദു ചർമ്മത്തെ മുറിപ്പെടുത്തുന്നു അങ്ങനെ – നോക്കൂ, നോക്കൂ – നിങ്ങൾ ദാ എത്തിക്കഴിഞ്ഞു! നിർഭാഗ്യവശാൽ, അത്താഴം നടന്നില്ല,

കാരണം നിങ്ങളുടെ സുഹൃത്തിന് നിങ്ങളുടെ രക്തസ്രാവമുള്ള കാലുമായി നിങ്ങളെ ആശുപത്രിയിലേക്ക് കൊണ്ടുപോകേണ്ടതുണ്ട്. 'അച്ചടക്കം സ്വാതന്ത്ര്യമാണ്,' വൈദ്യസഹായത്തിനായി കാത്തിരിക്കുമ്പോൾ നിങ്ങൾ സ്വയം ഉരുവിടുന്നു.

മൂന്ന് പരിഹാരങ്ങളും പ്രാവർത്തികമല്ലെന്ന് ഞാൻ തൽക്കാലം നിർദ്ദേശിക്കട്ടെ. നാലാമത്തെ (ഏറ്റവും മികച്ച) പരിഹാരത്തിൽ കുറച്ചു കൂടുതൽ വിമർശനാത്മകമായ ചിന്തയെ ഉൾക്കൊള്ളുന്നു. നിങ്ങൾ ഒരു നിമിഷം നിന്ന് ചിന്തിച്ചിരുന്നെങ്കിലോ, 'എന്തുകൊണ്ടാണ് എന്റെ സുഹൃത്തിന്റെ വീട്ടിലെത്തുന്നത് ഇത്ര ബുദ്ധിമുട്ടായി തോന്നുന്നത്' എന്ന്? നിങ്ങളുടെ ഷൂ അഴിച്ച്, കല്ല് കണ്ടെത്തി അത് നീക്കം ചെയ്യും. എന്നിട്ട് നിങ്ങൾ ഓടിത്തുടങ്ങും.

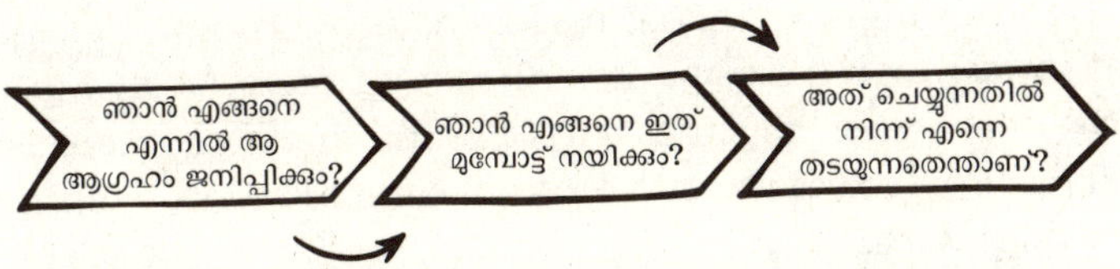

പ്രചോദന രീതി | അച്ചടക്ക രീതി | തടസ്സ ദൂരീകരണ രീതി

ഇതാണ് 'തടസ്സ ദൂരീകരണ രീതി' – അടുത്ത മൂന്ന് അദ്ധ്യായങ്ങളുടെ പ്രമേയം ഇതാണ്. സാധാരണയായി, നീട്ടിവെക്കുന്നത് നിഷേധാത്മക വികാരങ്ങൾ മൂലമാണെന്ന് നമ്മൾ പഠിക്കാൻ പോകുന്നു – ഭാഗം 1-ൽ നാം കണ്ട സുഖാനുഭവ ഊർജ്ജദാതാക്കളുടെ വിപരീതം. ആശയക്കുഴപ്പം, ഭയം, നിഷ്ക്രിയത്വം തുടങ്ങിയ നിഷേധാത്മക വികാരങ്ങൾ നമ്മുടെ വഴിയിൽ നിൽക്കുമ്പോൾ, നമ്മൾ കാര്യങ്ങൾ നാളെയ്ക്കായി മാറ്റിവയ്ക്കും. ഇത് കൂടുതൽ മോശമായ വികാരങ്ങളിലേക്ക് നയിക്കുന്നു, അതാകട്ടെ കൂടുതൽ നീട്ടിവെക്കലിലേക്കും. ഇത് താഴ്ന്ന മാനസികാവസ്ഥയുടെയും സ്തംഭനാവസ്ഥയുടെയും ഒരു നിഷേധാത്മക ചാക്രിക വലയമാണ്.

ഭാഗ്യവശാൽ, മൂന്ന് വൈകാരിക തടസ്സങ്ങളുടെയും ശക്തി കുറയ്ക്കാൻ കഴിയും. തുടർന്നുള്ള പേജുകളിൽ, ഈ നിഷേധാത്മക വികാരങ്ങൾ എത്ര കൃത്യമായി നമ്മെ ബാധിക്കുന്നുവെന്നും നമ്മുടെ ഊർജ്ജം ചോർത്തുന്നുവെന്നും നമ്മൾ പര്യവേക്ഷണം ചെയ്യും. കൂടാതെ ഓരോന്നിനെയും തന്ത്രപരമായി മറികടക്കാൻ നമ്മൾ സുഖ-അനുഭവ ഉൽപാദനക്ഷമതയുടെ ശാസ്ത്രം ഉപയോഗിക്കും.

അനിശ്ചിതത്വത്തിന്റെ മൂടൽമഞ്ഞ്

സുഖ-അനുഭവ ഉൽപാദനക്ഷമതയിലേക്കുള്ള ആദ്യ തടസ്സം ഏറ്റവും ലളിതമാണ്. എന്നാൽ ഇത് ശ്രദ്ധിക്കാൻ ഏറ്റവും ബുദ്ധിമുട്ടുള്ള ഒന്നുമാണ്. അത് വളരെ സാധാരണമായതിനാൽ, അത് അവിടെ ഉണ്ടെന്ന് പോലും നമ്മൾ മനസ്സിലാക്കുന്നില്ല.

ഒരു മൂടൽമഞ്ഞുള്ള സായാഹ്നത്തിൽ നിങ്ങൾ വാഹനമോടിക്കുന്നത് സങ്കൽപ്പിക്കുക. മുന്നോട്ടുള്ള വഴി കാണാൻ നിങ്ങൾ കണ്ണുരുട്ടി നോക്കുകയാണ്. മുന്നിലെ ലൈറ്റുകൾ കൂടുതൽ വെളിച്ചമുള്ളതാക്കാൻ നിങ്ങൾ ശ്രമിക്കുന്നു. എന്നാൽ മൂടൽമഞ്ഞ് മാറുന്നേയില്ല. ഒടുവിൽ, മൂടൽമഞ്ഞ് നിങ്ങളെ ദുർബ്ബലമാക്കുന്നതിനാൽ വാഹനം നിറുത്തേണ്ടതുണ്ടെന്ന് നിങ്ങൾ മനസ്സിലാക്കുന്നു.

ഇത് ഒരു നീട്ടിവെക്കലിന്റെ സംവേദനം പോലെയാണ്. പലപ്പോഴും, ഒന്നാമതായി എന്ത് ചെയ്യണം എന്നറിയാത്തതു കൊണ്ട് നമ്മൾ തുടക്കം കുറിക്കാറില്ല – ഒരു നിഗൂഢമായ മൂടൽമഞ്ഞ് നമുക്ക് ചുറ്റും സ്ഥാപിതമായിരിക്കുന്നു. ഞാൻ അതിനെ അനിശ്ചിതത്വത്തിന്റെ മൂടൽമഞ്ഞ് എന്ന് വിളിക്കുന്നു.

ഇത് ഗൌരവമായി ഗവേഷണം ചെയ്യപ്പെട്ട ഒരു പ്രതിഭാസമാണ്; ശാസ്ത്രജ്ഞർ 'അനിശ്ചിതത്വ പക്ഷാഘാതം' (uncertainty paralysis) എന്ന് വിളിക്കുന്ന ഒന്ന്. ഒരു സാഹചര്യത്തിന്റെ അജ്ഞാതങ്ങളാലും സങ്കീർണ്ണതയാലും നാം തളർന്നുപോകുമ്പോൾ ഇത് സംഭവിക്കുന്നു, ഇത് പ്രവർത്തിക്കാനുള്ള കഴിവില്ലായ്മയിലേക്ക് നയിക്കുന്നു. ഈ പക്ഷാഘാതം പ്രവൃത്തികളിലോ പദ്ധതികളിലോ തീരുമാനങ്ങളിലോ പുരോഗതി കൈവരിക്കുന്നതിൽ നിന്ന് നമ്മെ തടയുന്നു. ഇത് സുഖാനുഭവത്തിന് വിലങ്ങുതടിയാവുകയും കാര്യങ്ങൾ പൂർത്തിയാക്കുന്നതിൽ തടസ്സം സൃഷ്ടിക്കുകയും ചെയ്യുന്നു.

അനിശ്ചിതത്വം നമ്മെ അസ്വസ്ഥരാക്കുന്നു, അതുവഴി നേട്ടങ്ങൾ ഗണ്യമായി കുറയുന്നു. മനുഷ്യർക്ക് ഒരു സഹജമായ വെറുപ്പുണ്ട്, നമുക്ക് അറിയാൻ പാടില്ലാത്ത കാര്യങ്ങളോട്. നമ്മൾ സ്വാഭാവികമായി പ്രവചനാത്മകതയും സ്ഥിരതയും ഇഷ്ടപ്പെടുന്നു, അതാണ് നിർണ്ണായകവും ഫലപ്രദവുമാകാൻ നമ്മളെ അനുവദിക്കുന്നത്. എന്നാൽ അതേ സമയം, നമ്മിൽ ചിലർ മറ്റുള്ളവരെ അപേക്ഷിച്ച് അനിശ്ചിതത്വം കൈകാര്യം ചെയ്യുന്നതിൽ മികവുള്ളവരാണ്. മനഃശാസ്ത്രജ്ഞരും മനോരോഗ വിദഗ്ദ്ധരും ഇത് അളക്കുന്നത് 'അനിശ്ചിതത്വ പട്ടികയുടെ അസഹിഷ്ണുത' (ഐയുഐ) (Intolerance of Uncertainty Inventory/IUI) എന്നത് കൊണ്ടാണ്. 1990-കളിൽ മൈക്കൽ ഡുഗാസും അദ്ദേഹത്തിന്റെ സഹപ്രവർത്തകരും ചേർന്ന് വികസിപ്പിച്ചെടുത്ത, അനിശ്ചിതത്വത്തോട് സഹിഷ്ണുത പ്രകടിപ്പിക്കുന്ന പ്രസ്താവനകളുടെ ഒരു പരമ്പരയാണ് പട്ടികയിൽ അടങ്ങിയിരിക്കുന്നത്. ഒരു പ്രസ്താവന ഇങ്ങനെ വായിക്കുന്നു : 'എന്ത് സംഭവിക്കുമെന്ന് മുൻകൂട്ടി അറിയാത്തത് എനിക്ക് പലപ്പോഴും അസ്വീകാര്യമാണ്.' നിങ്ങൾ

എത്രത്തോളം അനിശ്ചിതത്വത്തോട് സഹിഷ്ണത പുലർത്തുന്നവെന്ന് അളക്കാൻ, മനഃശാസ്ത്രജ്ഞർ ഓരോ പ്രസ്താവനയോടും നിങ്ങൾ എത്രത്തോളംയോജിക്കുന്നവെന്ന്നോക്കുകയുംമൊത്തത്തിലുള്ളസ്കോർസൃഷ്ടിക്കുന്നതിന് നിങ്ങളുടെ പ്രതികരണങ്ങൾ കൂട്ടിച്ചേർക്കുകയും ചെയ്യുന്നു.

അനിശ്ചിതത്വം എങ്ങനെ, എന്തുകൊണ്ട് നീട്ടിവെക്കലിലേക്കു നയിക്കുന്നു എന്നതിന്റെ ആദ്യ സൂചന ഐെയുഐെ നൽകുന്നു. അനിശ്ചിതത്വത്തോട്സഹിഷ്ണത കുറവുള്ള ആളുകൾ അനിശ്ചിത സാഹചര്യങ്ങളെ ഭീഷണിപ്പെടുത്തുന്നതും ഉത്കണ്ഠ ഉളവാക്കുന്നതുമായി വീക്ഷിക്കുന്നു, ഇത് കാര്യങ്ങൾ മാറ്റിവയ്ക്കുന്നതിലേക്ക് നയിക്കുന്നു – പ്രത്യേകിച്ച് എന്തെങ്കിലും അവ്യക്തത ഉൾപ്പെടുന്ന ജോലികളിൽ. എന്തുകൊണ്ട്? ശരി, ഉത്കണ്ഠയും അനിശ്ചിതത്വവും തമ്മിലുള്ള ബന്ധത്തെക്കുറിച്ചുള്ള ഒരു അവലോകനം അനുസരിച്ച്, അനിശ്ചിതത്വവും ഉത്കണ്ഠയും പക്ഷാഘാതവും തമ്മിലുള്ള ചാക്രിക വലയത്തെ ശക്തിപ്പെടുത്തുന്ന ഒരുപിടി പ്രക്രിയകളുണ്ട്.

1. അപകടസാധ്യതയുള്ളതിനെ നമ്മൾ അമിത വിലയിരുത്തൽ ചെയ്യുന്നു. ഒരു അനിശ്ചിതാവസ്ഥയിലുള്ള സംഭവം നിലവിൽ ഉള്ളതിനേക്കാൾ മോശമായിരിക്കുമെന്ന് ഉത്കണ്ഠാകുലനായ ഒരാൾ കരുതുന്നു.
2. നമ്മൾ അതീവ ജാഗ്രതയിൽ ആകുന്നു. ദോഷകരമായ എന്തെങ്കിലും സംഭവിച്ചേക്കാമെന്ന് തോന്നുമ്പോൾ, എന്തെങ്കിലും അപകടസാധ്യതയുടെ ലക്ഷണങ്ങൾ കണ്ടെത്താനായി നമ്മുടെ സുരക്ഷാ ഇന്ദ്രിയങ്ങൾ ഉയർന്നുവരും.
3. നമുക്ക് സുരക്ഷാ സൂചനകൾ തിരിച്ചറിയാനാകില്ല. നമ്മൾ ഭീഷണികളോട് അതീവ ജാഗ്രത പുലർത്തുന്നതിനാൽ, യഥാർത്ഥത്തിൽ അപകടമൊന്നുമില്ലാത്തപ്പോൾ നമുക്ക് ശാന്തരാകാൻ കഴിയുന്നില്ല.
4. നാം ഒഴിഞ്ഞുമാറുന്നവരാകുന്നു. പെരുമാറ്റപരവും വൈജ്ഞാനികവുമായ ഒഴിവാക്കൽ തന്ത്രങ്ങൾ സ്വീകരിക്കാൻ നമ്മുടെ മസ്തിഷ്കം നമ്മെ പ്രോത്സാഹിപ്പിക്കുന്നു, അവിടെ നിന്ന് എത്രയും വേഗം നമ്മെ പുറത്തു കൊണ്ടുവരുന്നു.

എപ്പോഴെങ്കിലും നീട്ടിവെക്കൽ ചെയ്തിട്ടുള്ള ഏതൊരാളും ഈ ഘടകങ്ങളിൽ ചിലതെങ്കിലും തിരിച്ചറിയും. ഒരു തൊഴിൽ മാർഗ്ഗം തിരഞ്ഞെടുക്കുന്നത് പോലെയുള്ള അനിശ്ചിതത്വത്തിന്റെ ഒരു സാധാരണ ഉറവിടം പരിഗണിക്കുക. നിങ്ങൾ സ്ഥിരതയുള്ള ഒരു ജോലിയിലാണ്, എന്നാൽ സ്ഥിരത കുറഞ്ഞതും കൂടുതൽ സംതൃപ്തവുമായ ഒരു ജീവിതചര്യക്കായി നിങ്ങൾജോലിഉപേക്ഷിക്കുന്നതിനെക്കുറിച്ച്ആലോചിക്കുകയാണെന്ന് കരുതുക. സ്ഥിരത കുറഞ്ഞ പാതയെ ചുറ്റിപ്പറ്റിയുള്ള അനിശ്ചിതത്വം ഈ പ്രക്രിയയെ ഇനിപ്പറയുന്ന രീതിയിൽ സജ്ജമാക്കിയേക്കാം :

1. **അമിത വിലയിരുത്തൽ.** 'തെറ്റായ' തൊഴിൽ മാർഗ്ഗം തിരഞ്ഞെടുത്ത തിന്റെ ദോഷഫലങ്ങളെ, ഉദാഹരണത്തിന്, വേണ്ടത്ര പണം സമ്പാദിക്കാതിരിക്കുന്നത്, നിങ്ങൾ അമിതമായി വിലയിരുത്തുന്നു.
2. **അധിക ജാഗ്രത.** ഒരുപാട് ആളുകൾ ജോലി മാറുന്നതിൽ ഖേദിക്കു ന്നതായി സൂചിപ്പിക്കുന്ന സ്ഥിതിവിവരക്കണക്കുകൾ പോലെ, ഒരു പ്രത്യേക ജോലി തിരഞ്ഞെടുത്തതിന്റെ വിജയമോ പരാജയമോ സൂചിപ്പിക്കുന്ന അടയാളങ്ങളിൽ നിങ്ങൾ അമിതമായി ശ്രദ്ധിക്കുന്നു.
3. **തിരിച്ചറിയപ്പെടാതിരിക്കുക.** നിങ്ങൾ ചേരാൻ ഉദ്ദേശിക്കുന്ന സ്ഥാപന ത്തെക്കുറിച്ച് ഗവേഷണം നടത്തുന്നത് പോലെ, വിജയകരമായ ഒരു ഫലത്തിലേക്ക് സംഭാവന ചെയ്യുന്ന ഘടകങ്ങൾ നിങ്ങൾ തിരിച്ചറിയുന്നത് നിലയ്ക്കുന്നു.
4. **ഒഴിവാക്കൽ.** ഈ തൊഴിൽമാറ്റ തീരുമാനം പൂർണ്ണമായും മാറ്റിവയ്ക്കാൻ നിങ്ങൾ തീരുമാനിക്കുന്നു – ഒന്നുമില്ലെങ്കിലും, നിങ്ങളുടെ നിലവിലെ ജോലിയിൽ മറ്റൊരു വർഷം തുടരുന്നത് അത്രമേൽ മോശ മായിരിക്കില്ല.

ഫലം : ഉത്കണ്ഠയോ ഭയമോ പോലുള്ള ഉയർന്ന വൈകാരിക പ്രതികരണങ്ങൾ നിങ്ങൾ അനുഭവിക്കുന്നു – അതുമൂലം നീണ്ട കാലത്തേയ്ക്ക് ഒരു തൊഴിൽപരമായ തീരുമാനം എടുക്കുന്നത് നിങ്ങൾ നീട്ടിവെക്കുന്നു. കാര്യങ്ങൾ കൂടുതൽ വഷളായതായി നിങ്ങൾക്ക് തോന്നുന്നു, അതു മൂലം നിങ്ങൾ കുറച്ച് കാര്യങ്ങൾ മാത്രമേ ചെയ്യുന്നുള്ളൂ.

നമ്മിൽ പലർക്കും ഇത്തരത്തിലുള്ള പോരാട്ടങ്ങൾ അനുഭവ പ്പെട്ടിട്ടുണ്ടാകും. എന്നാൽ സന്തോഷകരമായ വാർത്ത എന്തെന്നാൽ, ഈ ചക്രം തകർക്കാനും അനിശ്ചിതത്വത്തിന്റെ മൂടൽമഞ്ഞ് നീക്കാനും കഴിയും എന്നതാണ്.

ആവശ്യമുള്ള കുറച്ച് ചോദ്യങ്ങൾ ചോദിക്കുക എന്ന ഒരു ലളിതമായ കാര്യമാണ് ഇത്. അവയ്ക്ക് ഉത്തരം ലഭിച്ചുകഴിഞ്ഞാൽ, മുന്നോട്ടുള്ള വഴി കൂടുതൽ വ്യക്തമാകും.

'എന്തുകൊണ്ട്?' എന്ന് ചോദിക്കുക

നമ്മുടെ ആത്യന്തിക ലക്ഷ്യത്തെക്കുറിച്ച് അവ്യക്തത സൃഷ്ടിക്കുക എന്ന പ്രധാന മാർഗ്ഗത്തിലൂടെ അനിശ്ചിതത്വം നീട്ടിവെക്കലിലേയ്ക്ക് നയിക്കുന്നു. നമ്മൾ *എന്തിനാണ്* ഏതെങ്കിലും പദ്ധതി ആരംഭിക്കുന്നതെന്ന് നമുക്ക് അറിയില്ലെങ്കിൽ, യഥാർത്ഥത്തിൽ അത് ചെയ്യുന്നത് ഏറെക്കുറെ അസാധ്യമാണ്.

യുഎസ് സൈന്യം 1982-ൽ – അവരുടെ ഔദ്യോഗിക ഫീൽഡ് മാനുവൽ (എഫ്എം) 100-5, ഓപ്പറേഷൻസിന്റെ പരിഷ്കരിച്ച പതിപ്പ്

പ്രസിദ്ധീകരിച്ച വർഷം – എത്തിച്ചേർന്ന നിഗമനം ഇതാണ്. സൈന്യത്തിന്റെ 'എങ്ങനെ യുദ്ധം ചെയ്യാം' എന്ന പ്രധാന മാർഗ്ഗനിർദ്ദേശ പുസ്തകമായ എഫ്എം, ഉദ്യോഗസ്ഥർക്ക് യുദ്ധക്കളത്തിൽ വിജയം കൊണ്ടുവരാൻ ഏറ്റവും സാധ്യതയുള്ള രീതികൾ വിശദീകരിച്ചു. അതിന്റെ ഹൃദയത്തിൽ ഒരു പുതിയ ആശയം ഉണ്ടായിരുന്നു : 'കമാൻഡറുടെ ഉദ്ദേശ്യം'.

കമാൻഡറുടെ ഉദ്ദേശ്യം പത്തൊൻപതാം നൂറ്റാണ്ടിന്റെ അവസാനത്തിലെ പ്രഷ്യൻ പട്ടാളത്തിന്റെ ജർമ്മൻ സൈനിക പാരമ്പര്യത്തിൽ വേരൂന്നിയതാണ്. യുദ്ധത്തിന്റെ താറുമാറായ യാഥാർത്ഥ്യങ്ങൾ പ്രവചിക്കാൻ ഒരു യുദ്ധ പദ്ധതിക്കും കഴിയില്ലെന്ന് ജർമ്മൻ സൈനിക തന്ത്രജ്ഞർ മനസ്സിലാക്കി. ഫീൽഡ് മാർഷൽ മോൾട്ട്കെ എൽഡർ പറഞ്ഞതുപോലെ, 'ശത്രുവുമായുള്ള ആദ്യ സമ്പർക്കത്തെ ഒരു പദ്ധതിയും അതിജീവിക്കുന്നില്ല'. (കൃത്യമായി പറഞ്ഞാൽ, 'ശത്രുവിന്റെ പ്രധാന ശക്തിയുമായുള്ള ആദ്യ ഏറ്റുമുട്ടലിനപ്പുറം ഒരു പ്രവർത്തന പദ്ധതിയും നിശ്ചിതത്വത്തോടു കൂടി നീളുന്നില്ല.' എന്നാൽ അത് അത്ര ആകർഷകമല്ല.)

അതിനാൽ, യുദ്ധക്കളത്തിൽ തങ്ങളുടെ സൈനികർ എടുക്കുന്ന ഓരോ ചുവടും ശ്രദ്ധിക്കുന്നതിനുപകരം, ജർമ്മൻ ഉദ്യോഗസ്ഥർ *ഔഫ്ത്രാഗ്സ്ടാക്റ്റിക്*–ദൗത്യംകണക്കെയുള്ള തന്ത്രങ്ങൾ (mission-type tactics) – എന്ന ആശയം സ്വീകരിച്ചു. എങ്ങനെ എന്നതിന്റെ ഒരു വളരെ വിശദമായ ബോധത്തേക്കാൾ എന്തിന്/എന്തുകൊണ്ട് എന്നതിന്റെ വ്യക്തമായ ബോധത്തിന് മുൻഗണന നൽകിയ ഒരു തത്ത്വചിന്തയായിരുന്നു അത്. ഫീൽഡ് മാനുവലിൽ വിവരിച്ചിരിക്കുന്നതുപോലെ, സൈന്യാധിപന്റെ ഉദ്ദേശ്യം എന്നതിൽ മൂന്ന് നിർണ്ണായക ഘടകങ്ങൾ ഉൾക്കൊള്ളുന്നു – എല്ലാം ദൗത്യത്തിന്റെ അടിസ്ഥാന ഉദ്ദേശ്യത്തെ ചുറ്റിപ്പറ്റിയുള്ളത് :

1. സൈനിക നീക്കത്തിന് പിന്നിലെ **ഉദ്ദേശ്യം**
2. സൈന്യാധിപൻ ലക്ഷ്യമിടുന്ന **അവസാന അവസ്ഥ**
3. ലക്ഷ്യം പൂർത്തീകരിക്കാൻ വേണ്ടി ചെയ്യണമെന്ന് സൈന്യാധിപന് തോന്നിയ **പ്രധാന ദൗത്യം**

സൈന്യാധിപന്റെ ഉദ്ദേശ്യം, ഉയർന്ന തലത്തിലുള്ള 'എന്തുകൊണ്ട്' എന്ന ചോദ്യങ്ങൾക്ക് മാത്രം ഉത്തരം നൽകുക എന്നതാണ് ജനറൽമാരുടെ ലക്ഷ്യമെന്ന് നിർദ്ദേശിച്ചു : സൈനികനീക്കത്തിന് പിന്നിലെ *ഉദ്ദേശ്യം* തിരിച്ചറിയുക, കൂടാതെ, അത്യന്താപേക്ഷിതമായ ഏതാനും ഘട്ടങ്ങളുടെ ഏകദേശം ഒരു രൂപരേഖ നിർമ്മിക്കുക. തുടർന്ന്, മുന്നണിയിലെ മാറിക്കൊണ്ടിരിക്കുന്ന സാഹചര്യങ്ങൾക്ക് അനുസൃതമായി തീരുമാനങ്ങൾ സ്വീകരിക്കാനുള്ള സ്വാതന്ത്ര്യം സൈനികർക്ക് നൽകപ്പെട്ടു.

ഈ സമീപനം യുദ്ധക്കളത്തെ മാറ്റിമറിച്ചു. നിങ്ങൾ ചെയ്യുന്നതിന്റെ പിന്നിലെ ഉദ്ദേശ്യം തിരിച്ചറിയുന്നതിലൂടെ സൈന്യാധിപന്റെ ഉദ്ദേശ്യം മനസ്സിലാക്കുന്നത്, അനിശ്ചിതത്വത്തിന്റെ മൂടൽമഞ്ഞ് നീക്കാൻ സഹായിക്കും. ഇത് 'എന്തുകൊണ്ട്' എന്നതിലേക്ക് വെളിച്ചം വീശുന്നു.

പരീക്ഷണം 1 :
സൈന്യാധിപന്റെ ഉദ്ദേശ്യം ഉപയോഗിക്കുക

നമ്മുടെ സ്വന്തം ജീവിതത്തിൽ കമാൻഡറുടെ ഉദ്ദേശ്യം നമുക്ക് എങ്ങനെ ഉപയോഗിക്കാം? 1944 ജൂൺ 6-ന് ഉത്തര ഫ്രാൻസിൽ നടന്ന ഡി-ഡേ എന്നറിയപ്പെടുന്ന സംഭവങ്ങളാണ് അതിന്റെ ആദ്യ ഉത്തരം.

അധിനിവേശഫ്രാൻസിലെസഖ്യസേനയുടെആക്രമണംസങ്കീർണ്ണമായി ആസൂത്രണം ചെയ്യപ്പെട്ടിരുന്നു. ആദ്യ മുന്നേറ്റത്തിൽ, 133,000 സൈനികർ നോർമണ്ടിയുടെ കടൽത്തീരങ്ങളിൽ വളരെ കൃത്യമായ സ്ഥലങ്ങളിൽ ഇറങ്ങേണ്ടതായിരുന്നു. അവർക്ക് പാരച്യൂട്ട് വ്യൂഹങ്ങൾ പിന്തുണ നൽകണം, അവർ നിർദ്ദിഷ്ട നഗരങ്ങളിലും ഗ്രാമങ്ങളിലും ഇറങ്ങുകയും അവരെ നാസികളിൽ നിന്ന് മോചിപ്പിക്കുകയും പ്രധാന പാലങ്ങളുംപാതകളുംസുരക്ഷിതമാക്കുകയുംചെയ്യണമെന്ന്തീരുമാനിക്കപ്പെട്ടു. എന്നാൽ തുടങ്ങേണ്ടിയിരുന്ന സമയം മുതൽക്കേ കാര്യങ്ങൾ നേർവഴിക്കല്ല സംഭവിച്ചത്.

പാരച്യൂട്ട് ഭടന്മാർ നിലത്തിറങ്ങി നിമിഷങ്ങൾക്കുള്ളിൽ, അവരിൽ ഭൂരിഭാഗവും പൂർണ്ണമായും തെറ്റായ സ്ഥലത്താണ് ഇറങ്ങിയതെന്ന് കണ്ടെത്തി. പല സൈന്യവ്യൂഹങ്ങളും ഒരു രാത്രികൊണ്ട് വിശദീകരിക്കാനാകാത്തവിധം ഇടകലർന്നതായി അടുത്ത ഏതാനം മണിക്കൂറുകൾക്കുള്ളിൽ വ്യക്തമായി – സൈനികർ അവർ അറിയുകയും വിശ്വസിക്കുകയും ചെയ്ത വ്യൂഹങ്ങൾക്കൊപ്പമല്ല ഇറങ്ങിയിരുന്നത്, പകരം അവർ ഇതുവരെ സംസാരിച്ചിട്ടില്ലാത്ത സൈനികർക്ക് സമീപം പോരാടുകയായിരുന്നു. തന്ത്രവൈദഗ്ധ്യത്തെക്കുറിച്ച് എഴുതുന്ന ചാഡ് സ്റ്റോർലിയുടെ വാക്കുകളിൽ, അത് 'ഒരു സൈനിക ദുരന്തമായിരുന്നു'.

എന്നിട്ടും അത്ഭുതകരമെന്നു പറയട്ടെ, മണിക്കൂറുകൾക്കുള്ളിൽ, ഡി-ഡേ വിജയത്തിലേക്ക് തിരികെയെത്തി. സഖ്യസേനകൾ അവർ പ്രതീക്ഷിച്ച ഗ്രാമങ്ങൾ കീഴടക്കിയില്ല – എന്നാൽ അവരുടെ തന്ത്രപരമായ ലക്ഷ്യങ്ങൾ നിറവേറ്റുന്ന ഗ്രാമങ്ങൾ അവർ കൈയ്യടക്കി. നോർമണ്ടിയുടെ കടൽത്തീരത്ത് ഇറങ്ങുന്ന സൈനികർക്ക് ആസൂത്രണം ചെയ്തതുപോലെ ഉൾനാടുകളിലേക്ക് തള്ളിക്കയറാൻ കഴിഞ്ഞു.

മുഴുവൻ ആഘോഷകഥയും സൈന്യാധിപന്റെ ഉദ്ദേശ്യത്തിന്റെ വിജയമായിരുന്നു. സൈനിക ജനറലിന്റെ വിശദമായ ഉത്തരവുകൾ പ്രവർത്തിച്ചില്ല. അവർ തയ്യാറാക്കിയ പ്രത്യേക പദ്ധതികൾ പിഴച്ചു. എന്നാൽ അവർ തങ്ങളുടെ സൈന്യാധിപന്റെ ഉദ്ദേശ്യം ആശയവിനി

മയം ചെയ്തതിനാൽ, സൈനികനീക്കത്തിൽ ഏർപ്പെട്ടിരുന്ന എല്ലാവർക്കും *ഉദ്ദേശ്യം* അറിയാമായിരുന്നു. 'എന്തുകൊണ്ട്'' എന്നത് വ്യക്തമായിരുന്നതിനാൽ, 'എങ്ങനെ' എന്ന ഇതരമാർഗ്ഗം രൂപീകരിക്കാൻ സാധിച്ചു.

ഇന്ന്, ഈ ഉൾക്കാഴ്ച ഞാൻ എല്ലാ ദിവസവും എന്റെ സ്വന്തം ജീവിതത്തിൽ പ്രയോഗിക്കുന്നു. മുമ്പ്, ഞാൻ ഒരു പദ്ധതിയിൽ ഏർപ്പെടുമ്പോൾ, എല്ലാ ഘട്ടങ്ങളും ആസൂത്രണം ചെയ്തുകൊണ്ട് ഉടനടി മുന്നോട്ട് പോകുക എന്നതായിരുന്നു എന്റെ സഹജാവബോധം – ഞാൻ ആഗ്രഹിക്കുന്ന അന്തിമ അവസ്ഥയെക്കുറിച്ച് ഒരിക്കലും ചിന്തിക്കാതെ. എന്നാൽ ഈ തലത്തിലുള്ള നിർബന്ധിത ആസൂത്രണം ഒരു തടസ്സമാകാം. നിർദ്ദിഷ്ട പ്രവൃത്തികൾ ചെയ്യുന്നതിൽ ഞാൻ മുഴുകിപ്പോയി, അന്തിമ ലക്ഷ്യം എന്തെന്ന് ഞാൻ മറക്കുകയും ചെയ്യും. അതിനാൽ, ഇപ്പോൾ, ഒരു പുതിയ പദ്ധതി ആരംഭിക്കുന്നതിന് മുമ്പ്, ആദ്യത്തെ സൈന്യാധിപന്റെ ഉദ്ദേശശുദ്ധിയുള്ള ചോദ്യം ഞാൻ എന്നോട് തന്നെ ചോദിക്കുന്നു : 'ഇതിന്റെ പിന്നിലെ ഉദ്ദേശ്യം എന്താണ്?' അതിനോട് ചേർന്നാണ് ഞാൻ ചെയ്യേണ്ടവയുടെ പട്ടിക നിർമ്മിക്കുന്നത്.

ഈ ലളിതമായ ചോദ്യം ചോദിക്കുന്നത് ശ്രദ്ധേയമായ ഫലമുണ്ടാക്കുമെന്ന് ഞാൻ കണ്ടെത്തി. വർഷങ്ങളായി, 'വടിവൊത്ത ഉദര പേശികൾ' (six-pack abs) എന്ന എന്റെ ലക്ഷ്യം നേടുന്നതിൽ ഞാൻ പരാജയപ്പെടുകയായിരുന്നു. എല്ലാ ജനുവരിയിലും, കായികാഭ്യാസക്കളരിയിൽ പോകാൻ ഞാൻ ആവേശഭരിതനാകും. തുടർന്ന് ഏതാനും ആഴ്ചകൾക്കുള്ളിൽ, പ്രചോദനം കുറയുകയും ഞാൻ തുടങ്ങിയിടത്ത് തിരിച്ചെത്തുകയും ചെയ്യുന്നു.

സൈന്യാധിപന്റെ ഉദ്ദേശ്യം എന്ന ആശയം ഞാൻ പ്രയോഗിച്ചപ്പോൾ, ലക്ഷ്യം – ആ വലിയ 'എന്തുകൊണ്ട് അഥവാ എന്തിന്'' എന്നുള്ളത് – ഞാൻ തികച്ചും തെറ്റായി മനസ്സിലാക്കുന്നുണ്ടെന്ന് തിരിച്ചറിഞ്ഞു. എനിക്ക് കായികതാരങ്ങളെ പോലെയുള്ള ഉദരം വേണ്ടായിരുന്നു. ആരോഗ്യകരവും സന്തുലിതവുമായ ശരീരഘടനയും ജീവിതശൈലിയും നിലനിർത്തുക എന്നതായിരുന്നു എന്റെ യഥാർത്ഥ ലക്ഷ്യം. അതെ, ചില സൗന്ദര്യാത്മക പ്രചോദനം ഉണ്ടായിരുന്നു – എന്നാൽ ആരോഗ്യകരവും സ്വാസ്ഥ്യവും ശക്തവുമാകാനുള്ള ആഗ്രഹവുമായി താരതമ്യപ്പെടുത്തുമ്പോൾ അതിന് വലിയ പ്രാധാന്യം ഇല്ലായിരുന്നു.

ഏത് ചോദ്യത്തിനും നിങ്ങൾക്ക് ഈ സമീപനം പ്രയോഗിക്കാൻ കഴിയും. ഫ്രഞ്ച് ഭാഷ പഠിക്കുന്ന കാര്യം എടുക്കാം. സ്വയം ചോദിക്കുക, എന്താണ് ഉദ്ദേശ്യം? പത്തൊൻപതാം നൂറ്റാണ്ടിലെ സങ്കീർണ്ണമായ യാഥാർത്ഥ്യ നോവലുകൾ വായിച്ച് മനസ്സിലാക്കാൻ നിങ്ങൾ ശ്രമിക്കുന്നുണ്ടോ? അതോ നിങ്ങളുടെ വരാനിരിക്കുന്ന പാരീസ് സന്ദർശനം തരണം ചെയ്യാൻ ശ്രമിക്കുകയാണോ? അടുത്തതായി, ഈ പ്രക്രിയ നടപ്പിലാകാൻ എന്താണ് വേണ്ടതെന്ന് വിശകലനം ചെയ്യുക. നിങ്ങൾ

എങ്ങനെയാണ് ഭാഷ പഠിക്കാൻ പോകുന്നത് – നിങ്ങൾ ഡ്യുവോലിങ്കോ ഉപയോഗിക്കുമോ അതോ ഭാഷാ ക്ലാസുകളിൽ പങ്കെടുക്കുമോ അതോ 1950-കളിലെ ധാരാളം ഫ്രഞ്ച് സിനിമകൾ കാണുമോ?

അതുപോലെ, നിങ്ങൾ ഒരു കച്ചവടം ആരംഭിക്കാൻ ആഗ്രഹിക്കുന്നുവെന്ന് വെക്കുക. എന്താണ് ആത്യന്തിക ഉദ്ദേശ്യം? അവധിക്കാലം ആഘോഷിക്കാൻ നിങ്ങൾ പ്രതിമാസം ഏതാനും നൂറു ഡോളർ അധികമായി സമ്പാദിക്കാൻ ശ്രമിക്കുകയാണോ? അതോ, നിങ്ങൾ നേരത്തെ വിരമിക്കുന്നതിനു വേണ്ടി ദശലക്ഷക്കണക്കിന് ഡോളർ ലക്ഷ്യമിടുകയാണോ? അതോ ആളുകളെ സഹായിക്കുമെന്നും ജീവിതം മാറ്റിമറിക്കുമെന്നും നിങ്ങൾ കരുതുന്ന എന്തെങ്കിലും നിർമ്മിക്കുകയാണോ? ഇപ്പോൾ ഇത് നിങ്ങളുടെ അടുത്ത പടവുകളെക്കുറിച്ച് എന്താണ് അർത്ഥമാക്കുന്നത് എന്ന് ചിന്തിക്കുക. നിങ്ങൾ നിലവിലെ ജോലി രാജി വെക്കേണ്ടതുണ്ടോ, അതോ വൈകുന്നേരങ്ങളിലെ കുറച്ച് മണിക്കൂറുകൾ മാത്രം മാറ്റിവെക്കേണ്ടതുണ്ടോ? കച്ചവടം നേരെ തിരക്കുകൂട്ടി തുടങ്ങേണ്ടതുണ്ടോ, അതോ ആദ്യം നിങ്ങളുടെ കഴിവുകൾ വികസിപ്പിക്കേണ്ടതുണ്ടോ?

പരീക്ഷണം 2 :
അഞ്ചുതരം 'എന്തുകൊണ്ട്'

എല്ലാ ദിവസവും ഓരോ മണിക്കൂറിലും ഈ വലിയ 'എന്തുകൊണ്ട്' നിങ്ങൾ സ്വയം ഓർമ്മിപ്പിക്കേണ്ടതുണ്ട്. നിങ്ങൾ അയയ്ക്കുന്ന എല്ലാ ഇമെയിലുകളും, നിങ്ങൾ നടത്തുന്ന എല്ലാ യോഗങ്ങളും, കാപ്പി കുടിച്ചുള്ള ഓരോ സൊറ പറച്ചിലിലും – ചെറുതും വലുതുമായ വഴികളിൽ, ആ ആത്യന്തിക ലക്ഷ്യം സാക്ഷാത്കരിക്കുന്നതിലേക്ക് അവ നിങ്ങളെ കുറച്ചുകൂടി അടുപ്പിക്കണം.

എന്നിരുന്നാലും, ഇത് എല്ലായ്പ്പോഴും എളുപ്പമല്ല. ഒരു പദ്ധതിയുടെ മധ്യത്തിൽ, നിങ്ങൾ ഹ്രസ്വകാല സമയബന്ധിതമായതും വേവലാതിയുള്ളതുമായ ചെറിയ പ്രവൃത്തികളിൽ മുഴുകിയിരുന്ന് നിങ്ങളുടെ ആത്യന്തികലക്ഷ്യത്തിന്റെ ദിശ നഷ്ടപ്പെടുത്തുന്നതായി എപ്പോഴെങ്കിലും കാണപ്പെട്ടിട്ടുണ്ടോ? ഈ പുസ്തകം എഴുതുമ്പോൾ ഞാൻ വീണ്ടും കണ്ടെത്തിയതുപോലെ, അപ്രസക്തവും എന്നാൽ അലട്ടുന്നതുമായ പ്രവൃത്തികളിൽ ശ്രദ്ധ കേന്ദ്രീകരിച്ച്, നിങ്ങളുടെ ആത്യന്തിക ലക്ഷ്യം (ഒരു പ്രതി മുഴുവൻ പൂർത്തിയാക്കുക) ലജ്ജാകരമായി അവഗണിച്ചു കൊണ്ട് നിങ്ങൾക്ക് മാസങ്ങൾ – വർഷങ്ങൾ! – ചെലവഴിക്കാൻ കഴിയും.

അപ്പോൾ, നമ്മുടെ ഓരോ തെരഞ്ഞെടുപ്പുകളുടെയും കാതൽ നമ്മുടെ ഏറ്റവും വലിയ 'എന്തുകൊണ്ട്' ആണ് എന്ന് നമുക്ക് എങ്ങനെ ഉറപ്പുവരുത്താം? ഒരു സൂചന ലഭിക്കുന്നത് ആദ്യകാല ഇരുപതാം നൂറ്റാണ്ടിലെ ജപ്പാനിലെ ഉൽപാദനപ്രക്രിയകളിൽ നിന്നാണ്. പാശ്ചാത്യ ദിക്കിൽ,

സകിചി ടൊയോഡ ഏറ്റവും കൂടുതൽ അറിയപ്പെടുന്നത് അദ്ദേഹത്തിന്റെ പേരിലുള്ള സ്ഥാപനം ടൊയോട്ടാ തുടങ്ങിയതിനാലാണ്. എന്നാൽ ജപ്പാനിൽ അദ്ദേഹത്തിന് അതിനേക്കാൾ ഉയർന്ന കീർത്തിയുണ്ട് : ഒന്നാമതായി, പത്തൊൻപതാം നൂറ്റാണ്ടിന്റെ അവസാനത്തിൽ രാജ്യത്തെ നെയ്ത്തു വ്യവസായം അടിമുടി മാറ്റിയ ആളെന്ന നിലയിലും, രണ്ടാമതായി, ജപ്പാനിലെ വ്യാവസായിക വിപ്ലവത്തിന്റെ പിതാവെന്ന നിലയിലും.

സർവ്വോപരി, എല്ലാവരും പ്രധാനപ്പെട്ട കാര്യങ്ങളിൽ ശ്രദ്ധിക്കുന്നുണ്ട് എന്ന് ഉറപ്പു വരുത്തിക്കൊണ്ട് തന്റെ ഫാക്ടറികളിലെ പിഴവുകൾ ഇല്ലാതാക്കുന്നതിൽ ശ്രദ്ധ കേന്ദ്രീകരിച്ചതിന് പ്രശസ്തനാണ് ടൊയോഡ. ദുരുപയോഗം ചെയ്യപ്പെടുന്ന സമയവും വിഭവങ്ങളും ടൊയോഡ എന്നും വെറുത്തിരുന്നു : ഒരു കൈത്തറി രൂപകൽപ്പന ചെയ്തതിന്റെ പേരിലാണ് അദ്ദേഹം ആദ്യമായി അറിയപ്പെട്ടത്, ഒരു നൂൽ പൊട്ടിയാൽ അത് യാന്ത്രികമായി നിലച്ച്, കൂടുതൽ തുണികൾ പാഴാക്കുന്നത് തടയുന്നു. ഈ പിഴവുകൾ ഇല്ലാതാക്കുന്നതിനുള്ള ഊന്നൽ 'അഞ്ചുവിധം എന്തുകൊണ്ട്' (five whys) എന്ന പേരിൽ ഇപ്പോൾ പ്രശസ്തമായി അറിയപ്പെടുന്ന ഒരു രീതി വികസിപ്പിക്കുന്നതിലേക്ക് അദ്ദേഹത്തെ നയിച്ചു.

അതിന്റെ ആദ്യ രൂപത്തിൽ 'അഞ്ചുവിധം എന്തുകൊണ്ട്', എന്തുകൊണ്ടാണ് എന്തെങ്കിലും തെറ്റ് സംഭവിച്ചതെന്ന് മനസ്സിലാക്കാൻ ഒരു ലളിതമായ രീതി വാഗ്ദാനം ചെയ്തു. ഉൽപാദന പ്രക്രിയയിൽ പിഴവ് സംഭവിക്കുമ്പോഴെല്ലാം ടൊയോട്ടായുടെ ജീവനക്കാർ 'എന്തുകൊണ്ട്' എന്ന് അഞ്ച് തവണ ചോദിക്കും.

ഉദാഹരണത്തിന് ഒരു യന്ത്രം തകരാറിലായെന്നു വെക്കുക. എന്തുകൊണ്ട്? ആദ്യ ഉത്തരം അവരെ പെട്ടെന്നുള്ള കാരണത്തിലേക്ക് നയിക്കും. 'തറിയിൽ ഒരു കഷണം തുണി കുടുങ്ങിയതിനാൽ.' അടുത്തത് കുറച്ചുകൂടി ആഴത്തിൽ പോകും. എന്തുകൊണ്ട്? 'കാരണം എല്ലാവർക്കും ചെറിയ തോതിൽ ക്ഷീണമുണ്ടായിരുന്നു, അതുകൊണ്ട് ശ്രദ്ധിച്ചിരുന്നില്ല.' അഞ്ചാം തവണയാകുമ്പോഴേക്കും ജീവനക്കാർ പ്രശ്നത്തിന്റെ യഥാർത്ഥ ഉറവിടത്തിൽ എത്തിയിരിക്കും. 'കാരണം നമ്മുടെ മേലധികാരി ഒരു പേടിസ്വപ്നമായതിനാൽ പരിതസ്ഥിതി ഇപ്പോൾ ഭയാനകമാണ്''.

ടൊയോഡയുടെ രീതിയിൽ എന്റെ ഒരു ഭേദഗതി, തെറ്റുകൾ വിശദീകരിക്കാൻ മാത്രമല്ല, ഒരു പ്രവൃത്തി ചെയ്യേണ്ടതുണ്ടോ എന്ന് ആദ്യംതന്നെ നിർണ്ണയിക്കാനും 'അഞ്ചുവിധം' ഉപയോഗിക്കാം എന്നതാണ്. എന്റെ സംഘത്തിലെ ആരെങ്കിലും നമുക്ക് ഒരു പുതിയ പദ്ധതി ആരംഭിക്കാമെന്ന് നിർദ്ദേശിക്കുമ്പോൾ, 'എന്തുകൊണ്ട്' എന്ന് ഞാൻ അഞ്ച് തവണ ചോദിക്കും. ആദ്യ തവണത്തെ ഉത്തരം, ഒരു സാധാരണ ഹ്രസ്വകാല ലക്ഷ്യം പൂർത്തീകരിക്കുന്നതുമായി ബന്ധപ്പെട്ടിരിക്കുന്നു. എന്നാൽ ഇത് ശരിക്കും ചെയ്യുന്നത് മൂല്യവത്താണെങ്കിൽ, നിങ്ങളുടെ എന്തുകൊണ്ട്

ചോദ്യങ്ങൾ, നിങ്ങളുടെ ആത്യന്തിക ലക്ഷ്യത്തിലേക്ക് നിങ്ങളെ തിരികെ നയിക്കും, സൈന്യാധിപന്റെ ഉദ്ദേശ്യത്തിൽ പറഞ്ഞിരിക്കുന്നതുപോലെ. അങ്ങനെയല്ലെങ്കിൽ, നിങ്ങൾ ഒരുപക്ഷേ അത് ചെയ്യേണ്ടതില്ല.

പ്രാധാന്യമുള്ള കാര്യങ്ങളിൽ എന്റെയും എന്റെ ടീമിന്റെയും ശ്രദ്ധ നിലനിർത്താൻ ഈ രീതി സഹായകമാണെന്ന് ഞാൻ കാണുന്നു. 'എന്തുകൊണ്ട്' എന്ന് ചോദിക്കുന്നത് നമ്മൾ യഥാർത്ഥത്തിൽ ശ്രദ്ധ കേന്ദ്രീകരിക്കേണ്ട കാര്യങ്ങളെക്കുറിച്ച് ആവർത്തിച്ച് നമ്മെ ഓർമ്മിപ്പിക്കുന്നു – ഒപ്പം അതിൽ നങ്കൂരമിടാൻ നമ്മെ സഹായിക്കുന്നു. പെട്ടെന്നു തന്നെ, അപ്രസക്തമായ വേവലാതിയുള്ള പ്രവൃത്തികൾക്ക് പ്രാധാന്യം കുറവാണെന്ന് കാണാം. ഏറ്റവും വലിയ ഉദ്ദേശ്യം – ആ വലിയ 'എന്തുകൊണ്ട്' – കൃത്യമായും വ്യക്തമാകുന്നു.

'എന്ത്?' എന്ന് ചോദിക്കുക

നിങ്ങളുടെ 'എന്തുകൊണ്ട്' നിങ്ങൾ തിരിച്ചറിഞ്ഞുകഴിഞ്ഞാൽ, നിങ്ങൾ അതിനെ കുറച്ചുകൂടി മൂർത്തമായ ഒന്നാക്കി മാറ്റേണ്ടതുണ്ട്. എല്ലാത്തിനുമുപരി, ഒരു പദ്ധതി ആരംഭിക്കുന്നതിന് ഒരു അസ്പഷ്ടമായ ലക്ഷ്യബോധം മതിയാകില്ല; നിങ്ങൾക്ക് ഒരു വിശദമായ പ്രവർത്തന പദ്ധതിയും ആവശ്യമാണ്, അല്ലെങ്കിൽ എവിടെ നിന്നാണ് തുടങ്ങേണ്ടതെന്ന് അറിയാതെ പോകും.

എന്നാൽ പ്രായോഗികമായി നിങ്ങൾ എന്താണ് ചെയ്യേണ്ടതെന്ന് തിരിച്ചറിയുന്നത് എല്ലായ്പ്പോഴും ലളിതമല്ല.

ജോലിസ്ഥലത്ത് നിന്ന് ഒരു ഉദാഹരണം എടുക്കുക. ജിമ്മും അവന്റെ പുതിയ മേലധികാരി ചാൾസും തമ്മിലുള്ള ഔദ്യോഗിക ബന്ധം നന്നായി പോകുന്നില്ല. ജിം എന്തുതന്നെ ചെയ്താലും, ചാൾസ് അവനെ മടിയനും ഗൗരവമില്ലാത്തവനും ജോലിക്കു പറ്റാത്തവനുമായി കണ്ടു. അയാൾക്ക് ഒരു നല്ല മതിപ്പ് ഉണ്ടാക്കാൻ കഴിയാതെ പോയി.

ഒരു ദിവസം രാവിലെ, ചാൾസ് ജിമ്മിനോട് ജിമ്മിന്റെ എല്ലാ ഉപഭോക്താക്കളുടെയും ഒരു 'വിശകലനം' തരാൻ ആവശ്യപ്പെട്ടു. നിർഭാഗ്യവശാൽ, ഒരു വിശകലനം എന്താണെന്ന് ജിമ്മിന് അക്ഷരാർത്ഥത്തിൽ അറിയില്ലായിരുന്നു. ശിഷ്ടദിവസം, തന്നോട് എന്താണ് ചോദിച്ചതെന്ന് എങ്ങനെയെങ്കിലും മനസ്സിലാക്കാൻ ജിം ഓഫീസിൽ അലഞ്ഞു തിരിഞ്ഞു, ചാൾസിനോട് ഒന്നും ചോദിക്കാതെ. ദിവസാവസാനം വരെ ജിമ്മിന് ഒന്നും കിട്ടിയിരുന്നില്ല. അവൻ ചാൾസിന്റെ ഓഫീസിലേക്ക് നടന്നു, നേരെ ഇരുന്നു, ഒടുവിൽ, തന്റെ മേലധികാരി എങ്ങനെ പ്രതികരിച്ചാലും അത് സ്വീകാര്യമാണെന്ന നിലയിൽ ചോദിച്ചു, 'എന്താണ് ഈ വിശകലനം?'

ഞാൻ ഇവിടെ വിശദീകരിക്കുന്നത് *ദി ഓഫീസ്* എന്ന

അമേരിക്കൻ പരമ്പരയുടെ യുഎസ് പതിപ്പ് സീസൺ 5 ഭാഗം 23-ന്റെ കഥയാണ്. ഇത് എക്കാലത്തെയും ഏറ്റവും കൂടുതൽ ശ്രദ്ധിക്കപ്പെട്ട പരമ്പരകളിൽ ഒന്നാണ്, കാരണം അതിൽ ആധുനിക ജോലിസ്ഥലത്തെ ദൈനംദിന ഭീകരതകളെ ഹാസ്യരൂപത്തിൽ വളരെ കൃത്യതയോടെ ചിത്രീകരിച്ചിരിക്കുന്നു : സൂക്ഷ്മമായി നിയന്ത്രിക്കുന്ന മേലധികാരികൾ, ജോലിസ്ഥല രാഷ്ട്രീയം, കൂടാതെ എല്ലാറ്റിനുമുപരിയായി, നിങ്ങൾ ചെയ്യേണ്ടതായിരിക്കുന്ന പ്രവൃത്തിയെക്കുറിച്ച് ഒരു ധാരണയുമില്ലെന്ന വേദനിപ്പിക്കുന്ന തിരിച്ചറിവ്.

'എന്ത്'' എന്നതിനെക്കുറിച്ചുള്ള അനിശ്ചിതത്വം കൊണ്ട് ഞാൻ ഉദ്ദേശിക്കുന്നത് ഇതാണ്. സങ്കൽപ്പിക്കുക, നിങ്ങൾ ഒരു പാഠാഭ്യാസത്തിന്റെ അർത്ഥം മനസ്സിലാക്കാൻ പാടുപെടുന്ന ഒരു വിദ്യാർത്ഥിയാണ്, നിങ്ങളുടെ മേലധികാരിയിൽ നിന്നുള്ള അവ്യക്തമായ നിർദ്ദേശങ്ങളിൽ ആശയക്കുഴപ്പത്തിലാകുന്ന ഒരു ജീവനക്കാരനാണ്, അല്ലെങ്കിൽ നിങ്ങൾക്ക് ഗിറ്റാർ വായിക്കാൻ പഠിക്കുന്നത് പോലുള്ള ഒരു വ്യക്തിഗത പദ്ധതിയുണ്ട്, പക്ഷേ എവിടെ തുടങ്ങണമെന്ന് അറിയില്ല. ഈ ഓരോ സാഹചര്യത്തിലും, നിങ്ങൾ കൃത്യമായി എന്താണ് ചെയ്യേണ്ടത് എന്നതിനെക്കുറിച്ചുള്ള അനിശ്ചിതത്വം, ആരംഭിക്കുന്നതിന് പോലും ഒരു തടസ്സമായി പ്രവർത്തിക്കും – ഇത് നിങ്ങളുടെ ഊർജ്ജം കുറയ്ക്കുകയും നിങ്ങൾ ആരംഭിക്കുന്നതിന് മുമ്പുതന്നെ നിങ്ങളെ ക്ഷീണിതനാക്കുകയും ചെയ്യുന്നു.

പരിഹാരം? നിങ്ങളുടെ അസ്പഷ്ടമായ ഉദ്ദേശ്യത്തെ ഒരു കൂട്ടം സ്പഷ്ടമായ ലക്ഷ്യങ്ങളിലേക്കും പ്രവർത്തനങ്ങളിലേക്കും മാറ്റുക എന്നത്. 'എന്തുകൊണ്ട്'' എന്നതിൽ നിന്ന് 'എന്ത്'' എന്നതിലേക്ക് നീങ്ങുക.

പരീക്ഷണം 3 :
ആകർഷകമായ (NICE) ലക്ഷ്യങ്ങൾ

നിങ്ങളുടെ ലക്ഷ്യത്തെ ഒരു പദ്ധതിയാക്കി മാറ്റുന്നതിനുള്ള ആദ്യ ചുവടുവെപ്പിൽ ചില ലക്ഷ്യനിർണ്ണയം ഉൾക്കൊള്ളുന്നു. നിങ്ങളുടെ ആത്യന്തികമായ 'എന്തുകൊണ്ട്'' എന്താണെന്ന് നിങ്ങൾക്കറിയാമായിരിക്കും; എന്നാൽ വ്യക്തമായ ഒരു അന്തിമ-ലക്ഷ്യമില്ലാതെ, അവിടെയെത്തുന്നത് എങ്ങനെയെന്നറിയാൻ നിങ്ങൾ പാടുപെടും.

എന്നാൽ ലക്ഷ്യനിർണ്ണയം ബുദ്ധിമുട്ടുള്ള കാര്യമാണ്. തീർച്ചയായും, ലക്ഷ്യങ്ങൾ പ്രധാനമാണെന്ന് എല്ലാവരും സമ്മതിക്കും. പ്രശ്നം എന്തെന്നാൽ, ലക്ഷ്യങ്ങൾ ഏത് രൂപത്തിൽ ആവണമെന്നത് ആർക്കും യോജിക്കാൻ കഴിയില്ല.

1981-ൽ, വാഷിംഗ്ടൺ വാട്ടർ പവർ കമ്പനിയുടെ വിദഗ്ദ്ധോപദേശകനുംമുൻകച്ചവടആസൂത്രണമേധാവിയുമായജോർജ്ടി.ഡോറൻ, ഭരണനിർവ്വഹണ അവലോകനം എന്ന ഒരു വിഷയത്തിന്റെ ഭാഗമായി

SMART ലക്ഷ്യങ്ങൾ എന്ന ആശയം അവതരിപ്പിച്ചു. ഈ ചുരുക്കെഴുത്ത് സൂചിപ്പിക്കുന്നത്, Specific (പ്രത്യേകമായ), Measurable (അളക്കാവുന്ന), Assignable (ചുമതലപ്പെടുത്താവുന്ന), Relevant (പ്രസക്തമായ), Time-related (സമയബന്ധിതമായ) എന്നതിനെയാണ് - ഭരണനിർവ്വഹണ, വ്യക്തിഗത വികസന വൃത്തങ്ങളിൽ പെട്ടെന്ന് പ്രസക്തി നേടിയ ലളിതവും അവിസ്മരണീയവുമായ ഒരു സൂത്രവാക്യം. വർഷങ്ങൾ കഴിഞ്ഞപ്പോൾ, എണ്ണമറ്റ മറ്റ് ചുരുക്കെഴുത്തുകൾ രംഗത്തെത്തി, ഓരോന്നും ഒരു ലക്ഷ്യത്തെ ഫലപ്രദമാക്കുന്നതിനെക്കുറിച്ചുള്ള സ്വന്തം ഭാഷ്യവുമായി. ഇതിൽ പേരെടുത്തു പറയേണ്ട ചിലവ FOCUSED-ഉം, {Flexible (വഴക്കമുള്ള), Observable (നിരീക്ഷിക്കാവുന്ന), Consistent (സ്ഥിരമായ), Universal (സാർവ്വത്രികം), Simple (ലളിതം), Explicit (സ്പഷ്ടം), Directed (നിർദ്ദേശിക്കാവുന്ന)}, HARD-ഉം {Heartfelt (ഹൃദയപൂർവ്വം), Animated (ഊർജ്ജസ്വലമായത്), Required (ആവശ്യമുള്ളത്), Difficult (ബുദ്ധിമുട്ടുള്ളത്)}, പിന്നെ BANANA {Balanced (സന്തുലിതമായ), Absurd (അസംബന്ധം), Not Attainable (നേടാനാവാത്തത്), Nutty (ഭ്രാന്തമായത്), Ambitious (ഉത്കർഷേച്ഛയുള്ള)} പോലും ഉൾപ്പെടുന്നു. (ശരി, അവസാനത്തേത് ഞാനിപ്പോൾ പടച്ചതാണ്).

ഈ ചുരുക്കെഴുത്തുകളെല്ലാം ചില പൊതുവായ കാര്യങ്ങൾ പങ്കിടുന്നു. ഒന്നാമതായി, ഓരോ ലക്ഷ്യവും വ്യക്തവും അളക്കാവുന്നതു മാകേണ്ടതിന്റെ പ്രാധാന്യം അവ ഊന്നിപ്പറയുന്നു. അവ 'നിർദ്ദിഷ്ടമോ' 'വ്യക്തമോ' ആകട്ടെ, നിങ്ങളുടെ ലക്ഷ്യങ്ങൾ എളുപ്പത്തിൽ പിന്തുടരാനും പരിശോധിക്കാനും കഴിയണം. രണ്ടാമതായി, അവ ഫലങ്ങളിൽ വളരെയധികം ശ്രദ്ധ കേന്ദ്രീകരിക്കുന്നു: 'അളക്കാവുന്നത്', 'നിരീക്ഷിക്കാവുന്നത്' തുടങ്ങിയ പദങ്ങളുടെ പ്രവർത്തനം, നിങ്ങൾ ആഗ്രഹിച്ച അന്തിമ അവസ്ഥയിൽ എത്തുമ്പോൾ, വസ്തുനിഷ്ഠമായി, നിങ്ങൾക്ക് പറയാൻ കഴിയും എന്നതാണ്.

അതിനാൽ അത്യന്തം പിന്തുടരാവുന്നതും അനന്തരഫല-കേന്ദ്രീകൃതവുമായ ലക്ഷ്യനിർണ്ണയം ഫലപ്രദമല്ലെന്ന് ഉരുത്തിരിഞ്ഞു വന്നാൽ അത് ഖേദകരമാണ്. ചിലപ്പോൾ, ഇത്തരത്തിലുള്ള ലക്ഷ്യങ്ങൾ ഉൽപാദനക്ഷമതയ്ക്കല്ല, മറിച്ച് അതിന് ഒരു തടസ്സമായാണ് ഉരുത്തിരിയാറുള്ളത്.

നിർഭാഗ്യവശാൽ, ഗവേഷണങ്ങളുടെ ഒരു പുതിയ തരംഗം സൂചിപ്പിക്കുന്നത് അതാണ്. നിർദ്ദിഷ്ടവും വെല്ലുവിളി നിറഞ്ഞതുമായ ലക്ഷ്യങ്ങൾ ചില തരത്തിലുള്ള ആളുകളുടെയും പ്രവൃത്തികളുടെയും പ്രകടനം വർദ്ധിപ്പിക്കുമെങ്കിലും, അവയ്ക്ക് അപ്രതീക്ഷിതമായ പ്രത്യാഘാതങ്ങളും ഉണ്ടായേക്കാമെന്നാണ് പഠനങ്ങൾ കണ്ടെത്തിയിരിക്കുന്നത്.

ഈ വാദത്തെ ആദ്യമായി അഭിമുഖീകരിച്ചപ്പോൾ എനിക്ക് വിശ്വസിക്കാൻ കഴിഞ്ഞില്ല. SMART ലക്ഷ്യങ്ങൾ സജ്ജീകരിക്കാൻ ഞാൻ വർഷങ്ങൾ ചെലവഴിച്ചു. പെട്ടെന്നാണ്, എല്ലാവരും മുമ്പ് പറഞ്ഞതിന് വിപരീതമായി, അവ ഉപയോഗപ്രദമല്ലെന്ന് എന്നോട് പറയുന്നത്.

NICE ലക്ഷ്യങ്ങൾ

എന്നാൽ ശാസ്ത്രം കൂടുതൽ വ്യക്തമാവുകയാണ്. ഒരു പ്രശ്നം ഇടുങ്ങിയ കാഴ്ചയാണ് (tunnel-vision) – വളരെ കൃത്യമായ ഒരു അന്തിമ-ലക്ഷ്യം കൈവരിക്കുന്നതിൽ നമ്മൾ അമിതമായി ശ്രദ്ധ കേന്ദ്രീകരിക്കുമ്പോൾ, നമ്മുടെ മൂല്യങ്ങളോട് വിശ്വസ്തത പുലർത്തുന്നത് പോലെയുള്ള മറ്റ് പ്രധാന ഘടകങ്ങളുടെ കാഴ്ച നമുക്ക് നഷ്ടപ്പെട്ടേക്കാം. എന്നാൽ ഏറ്റവും വലുത് നമ്മുടെ പ്രചോദനത്തിന്മേൽ അവ ചെലുത്തുന്ന സ്വാധീനമാണ്: ഒരു ലക്ഷ്യത്തെക്കുറിച്ച് നാം അമിതമായി ശ്രദ്ധാലുക്കളായാൽ, ഒരു പ്രവൃത്തി ആസ്വദിക്കുന്നതിൽ നിന്ന് ഉണ്ടായേക്കാവുന്ന ആന്തരിക ആനന്ദ ത്തിന്റെ ചരണപഥം നമുക്ക് നഷ്ടപ്പെട്ടേക്കാം. 2009-ൽ, ഹാർവാർഡ്, നോർത്ത് വെസ്റ്റേൺ, പെൻസിൽവാനിയ, അരിസോണ സർവ്വകലാ ശാലകളിലെ ഗവേഷകർ സഹകരിച്ച് 'ഭ്രാന്തമാകുന്ന ലക്ഷ്യങ്ങൾ: ലക്ഷ്യ നിർണ്ണയ ഔഷധക്കുറിപ്പിന്റെ ആധിക്യം കൊണ്ടുള്ള വ്യവസ്ഥി തമായ ദോഷഫലങ്ങൾ' ('Goals gone wild: the systematic side effects of overprescribing goal setting') എന്ന തലക്കെട്ടിൽ ഒരു പ്രബന്ധം രചിച്ചു. അവർ ലക്ഷ്യനിർണ്ണയത്തെ ഒരു ആസക്തിയും വിനാശകരവുമായ പ്രക്രിയയായി വിവരിക്കുന്നു, ഒരു വൈദ്യന്റെ നിർദ്ദേശപ്രകാരം മാത്രം കൊടുക്കേണ്ട ഔഷധം ('prescription-grade medication') ആയ ഇത്, 'പ്രചോദനത്തിനായുള്ള, കടയിൽ നിന്നു കുറിപ്പില്ലാതെ വാങ്ങുന്ന (over-the-counter) അപകടകരമല്ലാത്ത ഒരു മരുന്നായി' കണക്കാക്കരുത്.

എല്ലാ ലക്ഷ്യ-നിർണ്ണയങ്ങളും മോശമാണെന്നോ SMART അല്ലെങ്കിൽ SMART-സമാനമായ ലക്ഷ്യങ്ങൾ ഫലപ്രദമല്ലെന്നോ ഞാൻ നിർദ്ദേശിക്കുന്നില്ല. ചില വ്യക്തികളുടെയും ചില പ്രവൃത്തികളുടെയും പ്രകടനത്തെ പ്രചോദിപ്പിക്കുന്നതിന് അവ തീർച്ചയായും ഫലപ്രദമാണ്. എന്നാൽ അവയ്ക്ക് ദോഷകരമായ പാർശ്വഫലങ്ങൾ ഉണ്ട്. നിങ്ങൾ നീട്ടിവെക്കലുമായി പോരാടുകയാണെങ്കിൽ, ഒരു ബദൽ സമീപനത്തിൽ നിന്ന് നിങ്ങൾക്ക് പ്രയോജനം ലഭിച്ചേക്കാം.

ഞാൻ തിരഞ്ഞെടുത്ത രീതിയിൽ ഒരു ബാഹ്യ ഫലമോ ലക്ഷ്യസ്ഥാനമോ നിശ്ചയിക്കുന്നത് ഉൾപ്പെടുന്നില്ല, പകരം ആ സുഖ-അനുഭവകരമായ യാത്രയ്ക്ക് ഊന്നൽ നൽകുന്നു. ഇത് ഞാൻ NICE ലക്ഷ്യങ്ങൾ എന്ന് വിളിക്കുന്നതിനെ അടിസ്ഥാനമാക്കിയുള്ളതാണ്.

- **സമീപകാല ലക്ഷ്യങ്ങൾ** (Near-term): നമ്മുടെ യാത്രയിൽ ഉടനടി സ്വീകരിക്കേണ്ട നടപടികളിൽ നാം ശ്രദ്ധ കേന്ദ്രീകരിക്കുന്നുണ്ടെന്ന് സമീപകാല ലക്ഷ്യങ്ങൾ ഉറപ്പാക്കുന്നു. കാര്യങ്ങളുടെ മൊത്തത്തിലുള്ള ചിത്രം കണ്ട് ശ്രദ്ധ മാറിപ്പോകാതിരിക്കാൻ അവ നമ്മെ സഹായിക്കുന്നു. പ്രതിദിന അല്ലെങ്കിൽ പ്രതിവാര ലക്ഷ്യമാണ് ഏറ്റവും സഹായകരമായ സമയ ചക്രവാളമെന്ന് ഞാൻ കണ്ടെത്തി.
- **നിക്ഷേപ-അധിഷ്ഠിതം** (Input-based): നിക്ഷേപ-അധിഷ്ഠിത ലക്ഷ്യങ്ങൾ ചില വിദൂരവും അമൂർത്തവുമായ അന്തിമ-ലക്ഷ്യത്തിനു പകരം പ്രക്രിയയ്ക്ക് പ്രാധാന്യം നൽകുന്നു. ഒരു ഫല-അധിഷ്ഠിത (output-based) ലക്ഷ്യം അന്തിമ ഫലത്തിൽ ശ്രദ്ധ കേന്ദ്രീകരിക്കുമ്പോൾ – 'വർഷാവസാനത്തിന് മുൻപായി 5 കിലോ കുറയ്ക്കുക', 'എന്റെ പുസ്തകത്തിലൂടെ ഏറ്റവും കൂടുതൽ വിറ്റഴിക്കപ്പെടുന്ന ഗ്രന്ഥകാരന്മാരുടെ പട്ടികയിൽ ഇടം നേടുക' – ഒരു നിക്ഷേപ-അധിഷ്ഠിത ലക്ഷ്യം ഇപ്പോൾ ഇവിടെ നമുക്ക് ചെയ്യാൻ കഴിയുന്ന കാര്യങ്ങളിൽ ശ്രദ്ധ കേന്ദ്രീകരിക്കുന്നു – 'എല്ലാ ദിവസവും പത്ത് മിനിറ്റ് നടക്കാൻ പോകുക', 'എന്റെ നോവലിനായി ഓരോ പ്രഭാതത്തിലും 100 വാക്കുകൾ എഴുതുക'.
- **നിയന്ത്രിക്കാവുന്നത്** (Controllable): നമ്മുടെ നിയന്ത്രണത്തിലുള്ള ലക്ഷ്യങ്ങളിൽ ശ്രദ്ധ കേന്ദ്രീകരിക്കാൻ നാം ആഗ്രഹിക്കുന്നു. 'എന്റെ നോവലിനായി ഒരു ദിവസം എട്ട് മണിക്കൂർ ചെലവഴിക്കുക' എന്നത് നിങ്ങൾക്ക് യഥാർത്ഥത്തിൽ ചെയ്യാൻ കഴിയുന്ന ഒന്നായിരിക്കില്ല, കാരണം അത്തരമൊരു നിക്ഷേപം സാധ്യമാകുന്നതിന് നിരവധി ബാഹ്യ ഘടകങ്ങൾ ഒത്തുചേരേണ്ടതുണ്ട്. കുറേക്കൂടെ ശരിയായി നിയന്ത്രിക്കാവുന്ന ഒരു ലക്ഷ്യം സജ്ജീകരിക്കുന്നത് (പ്രതിദിനം ഇരുപത് മിനിറ്റ് പ്രവൃത്തിക്ക് അനുവദിക്കുന്നത് പോലുള്ളവ) വളരെ യാഥാർത്ഥ്യമായതാണ്.
- **ഊർജ്ജസ്വലമാക്കുന്നത്** (Energising): നമ്മുടെ പദ്ധതികളും പ്രവൃത്തികളും ചുമതലകളും കൂടുതൽ ഊർജ്ജസ്വലമാക്കുന്നതിനുള്ള ധാരാളം സിദ്ധാന്തങ്ങളും നയങ്ങളും നമ്മൾ ഇതിനകം ചർച്ച ചെയ്തിട്ടുണ്ട്. നിങ്ങൾ സ്വയം നിശ്ചയിച്ച ലക്ഷ്യങ്ങളിലേക്ക് കളി, അധികാരം, ആളുകൾ എന്നിവയെ സമന്വയിപ്പിക്കാൻ എന്തെങ്കിലും വഴിയുണ്ടോ?

നിങ്ങളുടെ ദീർഘകാല ലക്ഷ്യത്തിനായി ഒരു SMART ലക്ഷ്യം ഉപയോഗിക്കാൻ പോലും നിങ്ങൾ ആഗ്രഹിച്ചേക്കാം, എന്നാൽ ഇവിടെ ഇപ്പോഴുള്ളതിന് ഒരു NICE ലക്ഷ്യവും. കുറച്ച് ഉദാഹരണങ്ങൾ പരിഗണിക്കാം :

	SMART ലക്ഷ്യം	NICE ലക്ഷ്യം
ശാരീരിക സ്വാസ്ഥ്യം	അടുത്ത മൂന്ന് മാസത്തിനുള്ളിൽ 20 പൗണ്ട് ഭാരം കുറയ്ക്കുക.	ആസ്വാദ്യകരവും കൈകാര്യം ചെയ്യാവുന്നതുമായ പ്രവർത്തനങ്ങളിൽ ശ്രദ്ധ കേന്ദ്രീകരിച്ചു കൊണ്ട് ദിവസവും 30 മിനിറ്റ് വ്യായാമം ചെയ്യുക.
ഔദ്യോഗിക ജീവിതം	രണ്ട് വർഷത്തിനുള്ളിൽ മുതിർന്ന മാനേജ്മെന്റ് സ്ഥാനത്തേക്ക് ഉദ്യോഗക്കയറ്റം നേടുക.	ഒരു പ്രധാന വൈദഗ്ധ്യം മെച്ചപ്പെടുത്തുന്നതിനോ മുതിർന്ന വ്യവസായികളുമായുള്ള സമ്പർക്കത്തിനോ ഓരോ ആഴ്ചയും ഒരു മണിക്കൂർ നീക്കിവയ്ക്കുക.
വിദ്യാഭ്യാസം	രണ്ട് വർഷത്തിനുള്ളിൽ ഒരു ബിരുദാനന്തര ബിരുദം പൂർത്തിയാക്കുക.	ഓരോ ദിവസവും 30 നിമിഷങ്ങൾ പാഠഭാഗങ്ങൾ അവലോകനം ചെയ്യാനും കൈകാര്യം ചെയ്യാവുന്ന അളവിൽ പാഠാഭ്യാസത്തിന്മേൽ പ്രവർത്തിക്കാനും ചെലവഴിക്കുക.

നിങ്ങളുടെ ഊർജ്ജവും ഉൽപാദനക്ഷമതയും വർദ്ധിപ്പിക്കുന്ന ലക്ഷ്യങ്ങളായിരിക്കും ഫലം. എന്നാൽ നിങ്ങൾ അവ നേടുന്നതിൽ പരാജയപ്പെട്ടാൽ നിങ്ങളുടെ ജീവിതം താറുമാറാകുന്നില്ല.

പരീക്ഷണം 4 :
സ്ഫടിക പന്ത് രീതി

നിങ്ങളുടെ NICE ലക്ഷ്യം മുന്നിലുള്ളപ്പോൾ, നിങ്ങൾ എന്താണ് ചെയ്യേണ്ടത് എന്നതിനെക്കുറിച്ച് വ്യക്തമായ ധാരണ ഉണ്ടായിരിക്കണം – അത് ആരംഭം എളുപ്പമാക്കും. എന്നാൽ നിങ്ങളുടെ യാത്ര ആരംഭിക്കുന്നതിന് മുമ്പ്, ഒരു ചെറിയ പ്രശ്നപരിഹാരത്തിൽ നിന്ന് നിങ്ങൾക്ക് പ്രയോജനം ലഭിച്ചേക്കാം.

ഇപ്പോൾ മുതൽ ഒരാഴ്ച സ്വയം സങ്കൽപ്പിക്കുക. നിങ്ങൾ എന്താണ് ചെയ്യേണ്ടതെന്നും എന്തിനാണ് ഇത് ചെയ്യുന്നതെന്നും നിങ്ങൾ വ്യക്തമാക്കിയിട്ടുണ്ട്. എന്നിട്ടും, ഇത്രയും തയ്യാറെടുപ്പുകൾ നടത്തിയിട്ടും, നിങ്ങൾ തുടങ്ങിയിട്ടില്ല. എന്താണ് തെറ്റിയത്?

ഞാൻ ഇതിനെ 'സ്ഫടിക പന്ത് രീതി' എന്ന് വിളിക്കുന്നു, ചിലപ്പോൾ

ഇത് മുൻകൂർ വിശകലനം ('pre-mortem') എന്നും അറിയപ്പെടുന്നു. നിങ്ങളുടെ പദ്ധതികളെ പാളം തെറ്റിക്കുന്നതിന് മുമ്പ് നിങ്ങളുടെ ലക്ഷ്യത്തിലേക്കുള്ള വലിയ തടസ്സങ്ങളെ തിരിച്ചറിയാനുള്ള ഒരു മാർഗ്ഗം ഇത് വാഗ്ദാനം ചെയ്യുന്നു.

ആശയം ലളിതമാണ്. എന്ത് തെറ്റ് സംഭവിക്കാനിടയുണ്ട് എന്ന് നിങ്ങൾ ചിന്തിക്കുന്നതിനാൽ, അത് യഥാർത്ഥത്തിൽ സംഭവിക്കാനുള്ള സാധ്യത നിങ്ങൾ നാടകീയമായി കുറയ്ക്കുന്നു. വാസ്തവത്തിൽ, വാർട്ടൺ സർവ്വകലാശാലയിലെ അദ്ധ്യാപിക ഡെബോറ മിച്ചലിന്റെ ശ്രേഷ്ഠമായ ഒരു പഠനമനുസരിച്ച്, 'പ്രതിശ്രുത പിൻബുദ്ധി' (Prospective hindsight) – ഒരു സംഭവം ഇതിനകം സംഭവിച്ചതായി സങ്കൽപ്പിക്കുന്ന പ്രക്രിയ – എന്തുകൊണ്ട് കാര്യങ്ങൾ ശരിയായി (അല്ലെങ്കിൽ തെറ്റായി) ഭാവിയിൽ സംഭവിക്കും എന്ന് തിരിച്ചറിയാനുള്ള നമ്മുടെ കഴിവ് 30 ശതമാനം വർദ്ധിപ്പിക്കുന്നു.

എന്നെ സംബന്ധിച്ചിടത്തോളം, സ്ഫടിക പന്ത് രീതി ഏറ്റവും ശക്തമാകുന്നത് നിങ്ങൾ കുറച്ച് ലളിതമായ ചോദ്യങ്ങളിലേക്ക് ആഴത്തിൽ കടക്കുമ്പോഴാണ് – എന്റെ സംഘത്തോട് ചോദിക്കാൻ ഞാൻ തുടങ്ങിയതും എന്നോട് ചോദിക്കാൻ ഞാൻ അവരെ പ്രോത്സാഹിപ്പിക്കുന്നതുമായവ.

1. ഒരാഴ്ച കഴിഞ്ഞെന്ന് സങ്കൽപ്പിക്കുക, നിങ്ങൾ ഉദ്ദേശിച്ച പ്രവൃത്തി നിങ്ങൾ യഥാർത്ഥത്തിൽ ആരംഭിച്ചിട്ടില്ല. നിങ്ങൾ അതിലേക്ക് എത്താതിരിക്കുന്നതിന്റെ പ്രധാന മൂന്ന് കാരണങ്ങൾ എന്തൊക്കെയാണ്?
2. നിങ്ങളെ വഴിതെറ്റിക്കുന്ന പ്രധാന മൂന്ന് കാരണങ്ങളുടെ അപകടസാധ്യത ലഘൂകരിക്കാൻ നിങ്ങൾക്ക് എന്തുചെയ്യാൻ കഴിയും?
3. ഈ പ്രതിബദ്ധതയിൽ ഉറച്ചുനിൽക്കാൻ നിങ്ങൾക്ക് ആരോട് സഹായം ചോദിക്കാനാകും?
4. യഥാർത്ഥത്തിൽ പ്രവൃത്തി നിർവ്വഹിക്കാനുള്ള സാധ്യത വർദ്ധിപ്പിക്കാൻ സഹായിക്കുന്ന എന്ത് നടപടിയാണ് ഇപ്പോൾ നിങ്ങൾക്ക് സ്വീകരിക്കാൻ കഴിയുക?

നാം നേടിയെടുക്കാൻ പാടുപെടുന്ന ഏതൊരു ലക്ഷ്യത്തിനും ഈ രീതി പ്രയോജനപ്പെടുന്നു. കാരണം ചില പദ്ധതികൾ ആസൂത്രണം ചെയ്തതനുസരിച്ച് നടക്കില്ല എന്നത് നിങ്ങൾക്ക് ഉറപ്പിക്കാൻ കഴിയുന്ന ഒരു കാര്യമാണ്. അതിനാൽ അതിനായുള്ള ഒരു പദ്ധതി ഉണ്ടാക്കേണ്ടതുണ്ട്. ജനറൽ ഐസൻഹോവർ പറഞ്ഞതുപോലെ, 'ഒരു യുദ്ധവും ആസൂത്രണം ചെയ്തതനുസരിച്ച് ഒരിക്കലും വിജയിച്ചിട്ടില്ല, പക്ഷേ ഒരു ആസൂത്രണമില്ലാതെ ഒരു യുദ്ധവും വിജയിച്ചിട്ടുമില്ല.'

'എപ്പോൾ?' എന്ന് ചോദിക്കുക

നിങ്ങൾ എപ്പോഴൊക്കെ ഒരു പ്രവൃത്തിയിൽ ഏർപ്പെടുന്നതിനെക്കുറിച്ച് ആലോചിച്ചിരിക്കുമ്പോൾ, 'ഞാൻ എങ്ങനെ സമയം കണ്ടെത്തുമെന്ന് എനിക്കറിയില്ല' എന്ന് ചിന്തിച്ചിട്ടുണ്ട്?

തത്ത്വചിന്തകനായ ഒലിവർ ബർക്ക്മാന്റെ വാക്കുകളിൽ, 'എല്ലായ്പ്പോഴും ഇതിനോടകം തന്നെ തീർന്നു കഴിഞ്ഞു' എന്നതാണ് സമയം. ചിലർക്ക് അത് മറ്റുള്ളവരേക്കാൾ വേഗത്തിൽ തീരുന്നു. നമുക്കെല്ലാവർക്കും ഒരു ദിവസത്തിൽ ഒരേ 24 മണിക്കൂർ ഉണ്ടെന്ന് നമ്മൾ പലപ്പോഴും പറയാറുണ്ടെങ്കിലും, ഇത് വാസ്തവത്തിൽ ശരിയല്ല. എല്ലാ ദിവസവും 24 മണിക്കൂർ ഉണ്ടായിരിക്കാം, എന്നാൽ അവയിൽ എത്ര മണിക്കൂറുകൾ നിങ്ങളുടെ നിയന്ത്രണത്തിലുണ്ട് എന്നത് വളരെ അധികം കാര്യങ്ങളെ ആശ്രയിച്ചിരിക്കുന്നു. ഒരു പാചകക്കാരൻ, ഒരു ഡ്രൈവർ, രണ്ട് മുഴുവൻസമയ ആയമാർ, മൂന്ന് വ്യക്തിപര സഹായികൾ എന്നിവരുള്ള ഒരു പ്രശസ്ത വ്യക്തിക്ക് അവരുടെ 24 മണിക്കൂറിൽ കൂടുതൽ സമയവും അവർക്കിഷ്ടമുള്ള രീതിയിൽ ചെലവഴിക്കാനുണ്ട്. ബാക്കിയുള്ള മനുഷ്യർ ഓരോ ദിവസവും നിരവധി മണിക്കൂറുകൾ സാമാന്യ ജീവിത പരിപാലനത്തിനായി ചെലവഴിക്കേണ്ടതുണ്ട് – ജോലിസ്ഥലത്തേക്കുള്ള യാത്ര, ജോലിയിൽ ചെലവാക്കുന്ന സമയം, മടക്കയാത്ര, ശിശുപരിപാലനം, പാചകം, വൃത്തിയാക്കൽ, സാധനങ്ങൾ വാങ്ങാൻ കടയിലേക്കുള്ള പോക്ക്, അലക്കൽ തുടങ്ങിയവ.

ഇതെല്ലാം അർത്ഥമാക്കുന്നത് സമയം എപ്പോഴും കുറവാണ് എന്നൊരു അനുഭവം നമുക്ക് ഉണ്ടാകുന്നു എന്നാണ്. അതുപോലെ, അനിശ്ചിതത്വത്തിന്റെ മൂടൽമഞ്ഞ് മായ്ക്കുന്നതിനുള്ള അവസാന പടിയാണ് സമയത്തിന്റെ കാര്യക്ഷമമായ വിനിയോഗത്തിനെക്കുറിച്ചുള്ള ചോദ്യങ്ങൾ.

ഇതുവരെ, നമ്മുടെ ആകമാനമായ ഉദ്ദേശ്യം എങ്ങനെ പ്രവർത്തിപ്പിക്കണമെന്ന് നമ്മൾ പരിശോധിച്ചു – 'എന്തുകൊണ്ട്' എന്ന് ചോദിച്ച് കൊണ്ട് – ഒപ്പം അന്തിമ-ലക്ഷ്യങ്ങളും പ്രവൃത്തികളും തിരിച്ചറിഞ്ഞു – 'എന്ത്' എന്ന് ചോദിച്ച് കൊണ്ട്. എന്നാൽ നാം ഇതുവരെ ഉത്തരം പറയാത്ത ഒരു ചോദ്യം കൂടിയുണ്ട്. നിങ്ങൾ ഒരു കാര്യം ചെയ്യാൻ പോകുന്നത് *എപ്പോഴാണെന്ന്* നിങ്ങൾക്ക് അറിയില്ലെങ്കിൽ, നിങ്ങൾ അത് ചെയ്യാതിരിക്കാനുള്ള സാധ്യതയേറെയാണ്.

നിങ്ങൾ ഒരു കാര്യം ചെയ്യുന്നത് എപ്പോഴാണെന്ന് നിങ്ങൾക്ക് അറിയില്ലെങ്കിൽ, നിങ്ങൾ അത് ചെയ്യാതിരിക്കാനുള്ള സാധ്യതയാണുള്ളത്.

ഒരു തലത്തിൽ, 'എപ്പോൾ' എന്ന് ചോദിക്കുന്നത് നിങ്ങളുടെ

പരിമിതികൾ അംഗീകരിക്കുന്നതാണ്. നിങ്ങളുടെ ആഴ്ചയിൽ നിങ്ങൾക്ക് ഒരുപിടി ഒഴിവുള്ള മണിക്കൂറുകൾ മാത്രമേ ലഭിച്ചിട്ടുള്ളുവെങ്കിൽ, 'ഉൽപാദനക്ഷമത'യുടെ നിർദ്ദേശങ്ങൾക്കനുസരിച്ച് സാധ്യമായ എല്ലാ നേട്ടങ്ങൾക്കും നിങ്ങൾ അവ ഉപയോഗിക്കുന്നില്ലെങ്കിൽ, നിങ്ങൾ നീട്ടിവെക്കുകയല്ല; ഒരുപക്ഷേ നിങ്ങൾ മുൻഗണന നൽകുകയായിരിക്കും.

എന്നാൽ നാം നിജമായി പ്രതിജ്ഞാബദ്ധം ആകാൻ ആഗ്രഹിക്കുന്ന പദ്ധതികളുടെ കാര്യം വരുമ്പോൾ, 'എപ്പോൾ' എന്ന ചോദ്യത്തിന് ചില കഠിനമായ ഉത്തരങ്ങൾ കണ്ടെത്തേണ്ടതുണ്ട്. അങ്ങനെ ചെയ്യുന്നതിനുള്ള നമ്മുടെ ആദ്യ രീതി 2010-കളുടെ മധ്യത്തിൽ ബോസ്റ്റൺ സർവ്വകലാശാലയിൽ നിന്ന് ഉത്ഭവിച്ചതാണ്.

പരീക്ഷണം 5 :
നിർവ്വഹണ ഉദ്ദേശ്യങ്ങൾ

2015-ലെ ശരത്ത്കാലത്ത്, 'വ്യായാമത്തിനായി മതിയായ സമയം കണ്ടെത്താൻ കഴിയുന്നില്ല' എന്ന തോന്നുന്ന ആളുകളെ അഭിസംബോധന ചെയ്തുകൊണ്ട് ബോസ്റ്റണിന് ചുറ്റും പത്രികകൾ പ്രത്യക്ഷപ്പെടാൻ തുടങ്ങി. കൂടുതൽ വ്യായാമം ചെയ്യാൻ ആളുകളെ പ്രേരിപ്പിക്കുന്നതിന് ഏറ്റവും ഫലപ്രദമായ മാർഗ്ഗങ്ങൾ മനസ്സിലാക്കുക എന്നതായിരുന്നു ഉത്തരവാദപ്പെട്ട ഗവേഷണ സംഘത്തിന്റെ ഉദ്ദേശ്യം.

പ്രതികരിച്ച ആളുകളെ അവർ ഓരോ ആഴ്ചയും നടക്കുന്ന ചുവടുകളുടെ എണ്ണം കൂട്ടുക എന്ന ലക്ഷ്യമിടുന്ന ഒരു പഠനത്തിൽ പങ്കെടുക്കാൻ ക്ഷണിച്ചു. അവർക്ക് ഓരോരുത്തർക്കും ഒരു ഫിറ്റ്ബിറ്റ് നൽകി, ഇത് ദൈനംദിന ചുവടുകളുടെ എണ്ണം പോലുള്ള ആരോഗ്യ അളവുകളുടെ കണക്കെടുക്കാൻ സഹായിക്കുന്ന ഒരു ഉപകരണമാണ്, അത് അഞ്ച് ആഴ്ചകളോളം ധരിക്കണമെന്നും അവരോടു നിർദ്ദേശിച്ചു.

പങ്കെടുക്കുന്നവർ അറിയാതെ തന്നെ, അവരെ ഇതിനകം രണ്ട് സംഘങ്ങളായി വിഭജിച്ചിരുന്നു. ആദ്യ സംഘത്തിന് കേവലം ഫിറ്റ്ബിറ്റ് നൽകി, മറ്റ് നിർദ്ദേശങ്ങളൊന്നുമില്ലാതെ. രണ്ടാമത്തെ സംഘത്തിന് ഫിറ്റ്ബിറ്റും സൂചനകളുടെ ഒരു പരമ്പരയും നൽകിയിരുന്നു, അവർ അവരുടെ ദിവസത്തിൽ എപ്പോഴാണ് ചുവടുകൾ വെക്കുന്നതെന്ന് വിശദീകരിക്കാനുള്ള അഭ്യർത്ഥനയോടെ ആരംഭിക്കുന്നു. അതിനുശേഷമുള്ള ഓരോ വൈകുന്നേരവും, അടുത്ത ദിവസത്തെ പരിപാടികൾ പര്യാലോചന ചെയ്യാനും കർമ്മത്തിൽ ഏർപ്പെടാൻ കഴിയുന്ന നിശ്ചിത സമയം തിരഞ്ഞെടുക്കാനുമുള്ള അഭ്യർത്ഥനയുമായി അവർക്ക് ഒരു ഇമെയിൽ ലഭിച്ചിരുന്നു.

ഈ ചെറിയ ഇടപെടലിന്റെ ഫലങ്ങൾ പരിവർത്തനാത്മകമായിരുന്നു. അഞ്ച് ആഴ്ചയുടെ അവസാനത്തോടെ, ആദ്യ സംഘം (നിർദ്ദേശങ്ങളൊന്നുമില്ലാതെ ഫിറ്റ്ബിറ്റ് ലഭിച്ചവർ) അവരുടെ യഥാർത്ഥ

ചുവടുകളുടെ എണ്ണത്തിൽ യാതൊരു മാറ്റവും കണ്ടില്ല. മറിച്ച്, രണ്ടാമത്തെ സംഘം (നിർദ്ദിഷ്ട നിർദ്ദേശങ്ങളോടെ ഫിറ്റ്ബിറ്റ് ലഭിച്ചവർ) അവരുടെ ചുവടുകൾ പ്രതിദിനം ശരാശരി 7,000 -ൽ നിന്ന് ഏകദേശം 9,000 വരെ വർദ്ധിപ്പിച്ചു.

കർമ്മത്തിലേക്കുള്ള ഈ ചെറിയ ഉത്തേജകങ്ങളെ 'നിർവ്വഹണ ഉദ്ദേശ്യങ്ങൾ' (implementation intentions) എന്ന് വിളിക്കുന്നു. പെരുമാറ്റ മാറ്റത്തിന്റെ ശാസ്ത്രം സൂചിപ്പിക്കുന്നത് അവ വിപ്ലവകരമായിരിക്കുമെന്ന് തന്നെയാണ്.

ന്യൂ യോർക്ക് സർവ്വകലാശാലയിലെ മനഃശാസ്ത്ര പ്രൊഫസറായ പീറ്റർ ഗോൾവിറ്റ്സറിന്റെ ഗവേഷണ വിഷയമാണ് നിർവ്വഹണ ഉദ്ദേശ്യങ്ങൾ. ആ ബോസ്റ്റൺ പഠനത്തിലെ സൂചനകൾ പോലെ, നിങ്ങളുടെ ദിനചര്യയിലേക്ക് നിങ്ങളുടെ പുതിയ പെരുമാറ്റത്തിനുള്ള നിമിഷങ്ങൾ നിർമ്മിക്കുന്ന ഒരു രീതി അവർ വാഗ്ദാനം ചെയ്യുന്നു. നിങ്ങൾ എന്തെങ്കിലും ചെയ്യാൻ പോകുമ്പോൾ, അത് *എപ്പോൾ* ചെയ്യാൻ ഉദ്ദേശിക്കുന്നുവെന്ന് മുൻകൂട്ടി തീരുമാനിച്ചാൽ, നിങ്ങൾ അത് ചെയ്യാൻ വളരെ കൂടുതൽ സാധ്യതയുണ്ട്. ഗോൾവിറ്റ്സർ പറയുന്നതനുസരിച്ച്, നിർവ്വഹണ ഉദ്ദേശ്യങ്ങൾക്കുള്ള ഏറ്റവും മികച്ച സൂത്രവാക്യം ഒരു നിബന്ധനാപരമായ പ്രസ്താവനയാണ് : 'X സംഭവിക്കുമ്പോൾ, ഞാൻ Y ചെയ്യും.'

നിങ്ങൾക്ക് ധ്യാനം പരിശീലിക്കണമെങ്കിൽ, ഈ പരിശീലനം നിങ്ങളുടെ കാര്യപരിപാടികളിൽ എങ്ങനെ ഉൾപ്പെടുത്തണമെന്ന് ഉറപ്പില്ലെങ്കിൽ, ഒരു ഉത്തേജനം സൃഷ്ടിക്കുക : 'ഇന്ന് ഞാൻ ഉച്ചയ്ക്കുള്ള പതിവ് ചായ കുടിക്കാനായി ജീവനക്കാരുടെ അടുക്കളയിലേക്ക് നടക്കുന്നതിന് മുമ്പ് ഞാൻ അഞ്ച് ആഴത്തിലുള്ള ശ്വാസോച്ഛ്വാസം ചെയ്യും.'

പഴങ്ങൾ കഴിക്കുന്നത് ഒരു ദീർഘകാല പെരുമാറ്റമാക്കാൻ നിങ്ങൾ ആഗ്രഹിക്കുന്നുവെങ്കിൽ, ഒരു പ്രേരണ ഉണ്ടാക്കുക : 'ഞാൻ അടുക്കളയിലേക്ക് പോയാൽ, ഞാൻ ഒരു ആപ്പിൾ കഴിക്കും.'

ദീർഘകാലത്തേക്ക് നിങ്ങളുടെ കുടുംബത്തോടൊപ്പം കൂടുതൽ സമയം ചെലവഴിക്കാൻ നിങ്ങൾ ആഗ്രഹിക്കുന്നുവെങ്കിൽ, ഒരു പ്രേരണ സൃഷ്ടിക്കുക : 'ഞാൻ ജോലി കഴിഞ്ഞ് വീട്ടിലെത്തുമ്പോൾ, ഞാൻ എന്റെ അമ്മയെ ഫോണിൽ വിളിക്കും.'

ഈ ചെറിയ പ്രേരണകൾക്ക് ശ്രദ്ധേയമായ ഫലങ്ങൾ നൽകാൻ കഴിയും. 2006-ൽ, ഗോൾവിറ്റ്സർ തൊണ്ണൂറ്റി നാല് വ്യത്യസ്ത പഠനങ്ങളിൽ പങ്കെടുത്ത 8,000-ത്തിലധികം ആളുകളെ ഉൾപ്പെടുത്തി ഒരു സഹ-എഴുത്തുകാരനായി സൂക്ഷ്മ വിശകലനം എഴുതി, അതു പ്രകാരം 'അങ്ങനെ സംഭവിച്ചാൽ, ഇങ്ങനെ ചെയ്യും' എന്ന സൂചനകൾ ആളുകളുടെ ദീർഘകാല സ്വഭാവത്തെ അടിസ്ഥാനപരമായി മാറ്റാൻ പ്രേരിപ്പിക്കുന്നു. നമുക്ക് പിന്തുടരാൻ വേണ്ടി, നമ്മൾ മനഃപൂർവ്വം 'അങ്ങനെ സംഭവിച്ചാൽ, ഞാൻ ഇങ്ങനെ ചെയ്യും' എന്ന സൂചന നിശ്ചയിക്കുമ്പോൾ, നമുക്ക്

ഒരു സാഹചര്യത്തെ മുൻകൂട്ടി മനസ്സിലാകുന്ന രീതി ശക്തിപ്പെടുത്തുക യാണെന്ന് ഈ പഠനം സംഗ്രഹിക്കുന്നു. ഉത്തേജനം സംഭവിക്കുമ്പോൾ, അത് അവഗണിക്കാൻ പ്രയാസമാണ്. ഒരു സാഹചര്യത്തിലൂടെ നീങ്ങാൻ നിങ്ങൾ ഉപയോഗിക്കുന്ന മാനസിക മാതൃകയുടെ ഭാഗമാക്കി നിങ്ങൾ ഇതിനകം തന്നെ ഇതിനെ മാറ്റിയിരിക്കുന്നു.

നിങ്ങൾ അത് എപ്പോൾ ചെയ്യുമെന്ന് ഇനി ചിന്തിക്കേണ്ടതില്ല. നിങ്ങൾ ചെയ്യുകയേ വേണ്ടൂ.

ഫലം ശ്രദ്ധേയമാണ്. നിങ്ങൾ അത് എപ്പോൾ ചെയ്യുമെന്ന് ഇനി ചിന്തിക്കേണ്ടതില്ല. നിങ്ങൾ ചെയ്യുക മാത്രമേ വേണ്ടൂ.

പരീക്ഷണം 6 :

സമയം മാറ്റിവെക്കൽ/തടയൽ

നിങ്ങൾ വിലമതിക്കുന്ന കാര്യങ്ങൾ ചെയ്യാനുള്ള സമയം കണ്ടെത്തു ന്നതിന് കൂടുതൽ ലളിതമായ ഒരു മാർഗ്ഗം കൂടിയുണ്ട്. എന്നാൽ ഇത് വളരെ കുറച്ച് മാത്രം ഉപയോഗിക്കപ്പെട്ടിട്ടുള്ള രീതിയാണ് : സമയം മാറ്റിവെക്കൽ.

സമയം മാറ്റിവെക്കലിനെ ആലങ്കാരികമായി ഇങ്ങനെ പറയാവുന്ന താണ് : 'നിങ്ങൾക്ക് എന്തെങ്കിലും ചെയ്യണമെങ്കിൽ, അത് നിങ്ങളുടെ കലണ്ടറിൽ എഴുതുക.' എന്നാൽ ഞാൻ യോഗങ്ങളെക്കുറിച്ച് മാത്രമല്ല സംസാരിക്കുന്നത്; തീവ്രമായ ജോലിക്കുള്ള സമയം, നിയന്ത്രിക്കാനുള്ള സമയം, ഓടാൻ പോകാനുള്ള സമയം എന്നിവയെക്കുറിച്ചാണ് ഞാൻ സംസാരിക്കുന്നത്. ഇത് വളരെ പ്രത്യക്ഷമാണ്. എങ്കിലും നമ്മളിൽ ഭൂരിഭാഗം ആളുകളും ഉപയോഗിക്കാത്ത ഒരു ലളിതമായ ഉപകരണ മാണിത്.

എനിക്ക് അറിയാവുന്ന, വളരെ ചിട്ടയും ഉയർന്ന പ്രചോദനവും വ്യക്തമായ ജീവിത ലക്ഷ്യങ്ങളുമുള്ള ഒരുപാട് ആളുകൾ, അവർ ഏറ്റവും വിലമതിക്കുന്ന കാര്യങ്ങൾ അവരുടെ കലണ്ടറുകളിൽ ഉൾപ്പെടുത്താൻ യാതൊരു ശ്രമവും നടത്തിയിട്ടില്ല എന്നത് എന്നെ എപ്പോഴും അമ്പരപ്പിക്കുന്നു. ഇത് എന്നെ ശരിക്കും അതിശയിപ്പിക്കുന്നു. നിങ്ങൾ ചെയ്യാൻ ആഗ്രഹിക്കുന്ന കാര്യങ്ങൾ നിങ്ങളുടെ കലണ്ടറിൽ ഉൾപ്പെടുത്തിയില്ലെങ്കിൽ, അവ നടക്കില്ല എന്നുള്ളത് ഞാൻ കഠിനമായ വഴിയിലൂടെ പഠിച്ചതാണ്.

ഒരു കലണ്ടർ പൂർണ്ണമായി ഉപയോഗിക്കുന്നതിൽ ആളുകൾ ഇത്രയധികം പ്രതിരോധം കാണിക്കുന്നത് എന്തുകൊണ്ടാണെന്ന് ഞാൻ പലപ്പോഴും ചിന്തിച്ചിട്ടുണ്ട്. നിങ്ങളുടെ ദിവസം ഈ അളവിൽ ഘടനാപര മായി രൂപപ്പെടുത്തുക എന്ന ആശയത്തോട് ആളുകൾക്ക് അൽപ്പം

ചെറുത്തുനിൽപ്പ് അനുഭവപ്പെടുന്നുണ്ടെന്ന് ഞാൻ ഊഹിക്കുന്നു. 'കായികാഭ്യാസക്കളരിയിൽ പോകുക' അല്ലെങ്കിൽ 'ഒരു മണിക്കൂർ എന്റെ നോവൽ എഴുതുക' എന്നെഴുതുന്നത് 'ജോലി' എന്ന് നമ്മൾ കരുതാത്ത കാര്യമായതു കൊണ്ട് വളരെ കർക്കശവും ഘടനാപരവുമാണെന്ന് തോന്നിയേക്കാം.

എന്നാൽ സത്യാവസ്ഥയിങ്ങനെയാണ്, ഘടന നിങ്ങൾക്ക് കൂടുതൽ സ്വാതന്ത്ര്യം നൽകുന്നു, കുറച്ചല്ല. വ്യത്യസ്ത പ്രവർത്തനങ്ങൾക്കായി പ്രത്യേക സമയം കണ്ടെത്തുന്നതിലൂടെ, നിങ്ങൾക്ക് പ്രധാനപ്പെട്ട എല്ലാത്തിനും സമയമുണ്ടെന്ന് നിങ്ങൾ ഉറപ്പാക്കുന്നു : ജോലി, വിനോദവൃത്തികൾ, വിശ്രമം, ബന്ധങ്ങൾ. ഒരു ദിവസം നിങ്ങളുടെ നേരെ വരുന്നതോ അല്ലെങ്കിൽ എറിയപ്പെടുന്നതോ ആയ എന്തിനോടും നിങ്ങൾ പ്രതികരിക്കുകയല്ല. പകരം, നിങ്ങളുടെ മുൻഗണനകൾക്കനുസൃതമായി നിങ്ങൾ നിങ്ങളുടെ ജീവിതം രൂപകൽപ്പന ചെയ്യുകയാണ്.

സമയം മാറ്റിവെക്കൽ നിങ്ങളുടെ സമയത്തിനുള്ള ഒരു ബജറ്റായി കരുതുക. വാടക, പലചരക്ക് സാധനങ്ങൾ, വിനോദം, സമ്പാദ്യം എന്നിങ്ങനെ വ്യത്യസ്ത വിഭാഗങ്ങളിലേക്ക് നിങ്ങളുടെ വരുമാനം നീക്കി വെക്കുന്നതുപോലെ, നിങ്ങളുടെ 24 മണിക്കൂറും വ്യത്യസ്ത പ്രവർത്തനങ്ങൾക്കായി നീക്കിവയ്ക്കുന്നു. സാമ്പത്തിക ബജറ്റ് നിങ്ങൾക്ക് സാമ്പത്തിക സ്വാതന്ത്ര്യം നൽകുന്നതുപോലെ, സമയം മാറ്റിവെക്കുന്നത് നിങ്ങൾക്ക് സമയ സ്വാതന്ത്ര്യം നൽകും.

സമയം മാറ്റിവെക്കൽ ആരംഭിക്കാൻ നിങ്ങൾക്ക് താൽപ്പര്യമുണ്ടെങ്കിൽ, അത് ചെയ്യാൻ നിങ്ങളെ സഹായിക്കുന്നതിന് ഞാൻ ഒരു മൂന്ന്-ഘട്ട ഘടന സൃഷ്ടിച്ചിട്ടുണ്ട്.

നിങ്ങൾ ഒഴിവാക്കിക്കൊണ്ടിരിക്കുന്ന നിർദ്ദിഷ്ട പ്രവൃത്തികളിൽ സമയം-തടയൽ നടത്തുക എന്നതാണ് ഘട്ടം 1. ഈ തലത്തിൽ, നിങ്ങൾ ചെയ്യേണ്ടുന്ന കാര്യങ്ങളുടെ പട്ടികയിൽ വളരെക്കാലമായി ഇരിക്കുന്ന ആ പ്രവൃത്തികളെ നിങ്ങൾ അഭിസംബോധന ചെയ്യാൻ തുടങ്ങുന്നു. നിങ്ങളുടെ ഇമെയിൽ ഇൻബോക്സ് ചിട്ടപ്പെടുത്തുക, നിങ്ങളുടെ ജോലിസ്ഥലം വൃത്തിയാക്കുക, അല്ലെങ്കിൽ നിങ്ങൾ മാറ്റിവെച്ചു കൊണ്ടിരുന്ന ആ റിപ്പോർട്ടിന്മേൽ പണിയെടുക്കുക എന്നിവയിൽ നിന്ന് എന്തും ആകാം. നിങ്ങളുടെ കലണ്ടറിൽ ഈ പ്രവൃത്തികൾക്കായി ഒരു പ്രത്യേക സമയം അനുവദിക്കുക. നിങ്ങളുടെ ഇമെയിൽ ഇൻബോക്സ് ചിട്ടപ്പെടുത്തുന്നതിനായി ചൊവ്വാഴ്ച രാവിലെ 9 മുതൽ 10 വരെ നിങ്ങൾക്ക് മാറ്റിവെക്കാനായേക്കും. മറ്റേതൊരു പ്രവർത്തിയും ചെയ്യുന്നതുപോലെ ഈ സമയം അതിനു വേണ്ടി മാത്രം മാറ്റിവെക്കുക. അനുവദിച്ചിരിക്കുന്ന സമയം ആകുമ്പോൾ, നിങ്ങളുടെ ചുമതലയിലുള്ള ആ പ്രവൃത്തിയിൽ മാത്രം ശ്രദ്ധ കേന്ദ്രീകരിക്കുക.

നിങ്ങളുടെ ദിവസത്തിന്റെ ഭൂരിഭാഗവും സമയം-തടയൽ ചെയ്യുക എന്നതാണ് ഘട്ടം 2. ഒറ്റയായ പ്രവൃത്തികൾ സമയബന്ധിതമായി ചെയ്യുന്നതിൽ നിങ്ങൾ കുറച്ച് പരിശീലനം നേടിയ ശേഷം, മുഴുവൻ

ദിവസത്തിനു വേണ്ടിയുള്ള സമയം-തടയൽ ആസൂത്രണം ചെയ്തുകൊണ്ട് നിങ്ങളുടെ പ്രഭാതം ആരംഭിക്കണം. ഉണർന്ന് നിങ്ങളുടെ ദിവസം ഇതുപോലെ ആസൂത്രണം ചെയ്യുന്നതായി സങ്കൽപ്പിക്കുക : രാവിലെ 7-8 വരെ വ്യായാമത്തിനാണ്, 8-9 വരെ പ്രഭാതഭക്ഷണത്തിനും കുടുംബത്തോടൊപ്പം ചെലവിടുന്നതിനും, 9-11 വരെ നിങ്ങളുടെ ഏറ്റവും പ്രധാനപ്പെട്ട പദ്ധതിയുടെ തീവ്രമായ പ്രവർത്തനത്തിനാണ്, 11-11:30 am ഇമെയിലുകൾക്കുള്ളതാണ്, അങ്ങനെ മുന്നോട്ട്.

നിങ്ങളുടെ ചെയ്യേണ്ട കാര്യങ്ങളുടെ പട്ടികയെ ഒരു കാര്യപരിപാടിയാക്കി മാറ്റുകയാണ് നിങ്ങൾ അടിസ്ഥാനപരമായി ചെയ്യുന്നത്. ഓരോ പ്രവൃത്തിക്കും പ്രത്യേകം സമയം അനുവദിക്കുന്നതിലൂടെ, നിങ്ങളുടെ ദിവസത്തെ ജോലി എപ്പോൾ, എങ്ങനെ പൂർത്തിയാക്കും എന്നതിനുള്ള വ്യക്തമായ ആസൂത്രണം നിങ്ങൾ സൃഷ്ടിക്കുകയാണ്.

ഒടുവിൽ ഘട്ടം 3 വരുന്നു, നിങ്ങളുടെ 'ആദർശ വാരം' (ideal week) സമയം-തടയൽ. ഇവിടെ, നിങ്ങൾ ഒരു ദിവസം മാത്രമല്ല ആസൂത്രണം ചെയ്യുന്നത്; ഏഴ് ദിവസത്തെ മുഴുവൻ നിങ്ങൾ മുൻകൂട്ടി ആസൂത്രണം ചെയ്യുന്നു. നിങ്ങളുടെ ജീവിതത്തിന്റെ എല്ലാ വശങ്ങളും അവ അർഹിക്കുന്ന ശ്രദ്ധ നേടുന്നുവെന്ന് ഉറപ്പാക്കുക. നിങ്ങൾക്ക് പ്രധാനപ്പെട്ട എല്ലാ കാര്യങ്ങളെയും തിരിച്ചറിയുക : ജോലി, കുടുംബം, വിനോദം, വ്യായാമം, വിശ്രമം, വ്യക്തിഗത വികസനം എന്നിവ. തുടർന്ന്, അവയിൽ ഓരോന്നിനും നിങ്ങളുടെ ആഴ്ചയിൽ പ്രത്യേകം സമയം കണ്ടെത്തുക.

ഉദാഹരണത്തിന്, എല്ലാ പ്രവൃത്തിദിവസവും വൈകുന്നേരം 6-7 വരെ വ്യായാമം ചെയ്യാനും രാത്രി 7-8 വരെ കുടുംബ അത്താഴ സമയമാണെന്നും രാത്രി 8-9 വരെ വ്യക്തിപരമായ വായനയ്ക്ക് വേണ്ടിയാണെന്നും നിങ്ങൾ തീരുമാനിച്ചേക്കാം. അതുപോലെ, ആഴത്തിലുള്ള ജോലികൾക്കായി തിങ്കൾ, ചൊവ്വ പ്രഭാതവും ടീം യോഗങ്ങൾക്കായി ബുധനാഴ്ച ഉച്ചതിരിഞ്ഞും വ്യക്തിഗത വികസനത്തിനായി വെള്ളിയാഴ്ച ഉച്ചതിരിഞ്ഞും നിങ്ങൾക്ക് മാറ്റി / തടഞ്ഞു വെക്കാം. നിങ്ങൾക്കു വേണ്ടി പ്രവർത്തിക്കുന്ന ഒരു സമതുലനാവസ്ഥ സൃഷ്ടിക്കുക എന്നതാണ് പ്രധാനം – നിങ്ങളുടെ മുൻഗണനകളും അഭിലാഷങ്ങളും വ്യക്തിപരമായ സാഹചര്യങ്ങളും പ്രതിഫലിപ്പിക്കുന്ന നിങ്ങളുടെ ആദർശ വാരം.

നിങ്ങളുടെ ആദർശ വാരത്തെ നിങ്ങൾ ഒരിക്കലും പൂർണ്ണമായും പാലിക്കാനിടയില്ല; അതാണ് 'ആദർശം' എന്ന് പറയുമ്പോൾ ഞാൻ ഉദ്ദേശിക്കുന്നത്. അനിവാര്യമായും, നിങ്ങളെ വഴിതെറ്റിക്കുന്ന കാര്യങ്ങൾ വരും – അത് സാരമില്ല. സമയം-തടയൽ നിങ്ങളെ സമ്മർദ്ദത്തിലാക്കുന്ന ഒരു കർക്കശമായ ആസൂത്രണം സൃഷ്ടിക്കുന്നതിനെക്കുറിച്ചല്ല; ഇത് ഒരു ഘടന നൽകുന്നതിനും നിങ്ങൾക്ക് ഏറ്റവും പ്രധാനപ്പെട്ട കാര്യങ്ങൾക്കായി പ്രത്യേക സമയം ഉണ്ടെന്ന് ഉറപ്പാക്കുന്നതിനും വേണ്ടിയാണ്.

നിങ്ങൾക്കത് ലഭിച്ചുകഴിഞ്ഞാൽ, അനിശ്ചിതത്വത്തിന്റെ മൂടൽ മഞ്ഞ് കുറച്ചുകൂടി തെളിയുന്നതായിരിക്കും.

സംക്ഷിപ്തമായി...

- നമ്മൾ നീട്ടിവെക്കലിനെ തെറ്റായി മനസ്സിലാക്കുന്നു. പലപ്പോഴും, അടിസ്ഥാന കാരണങ്ങളേക്കാൾ രോഗലക്ഷണങ്ങളെ ചികിത്സിച്ചു കൊണ്ട് നമ്മൾ നീട്ടിവെക്കലിനെ സമീപിക്കുന്നു. പലപ്പോഴും, ആ കാരണങ്ങൾ നമ്മുടെ മാനസികാവസ്ഥയുമായി ബന്ധപ്പെട്ടിരിക്കുന്നു : നമുക്ക് *മോശം തോന്നുമ്പോൾ*, നമുക്ക് കുറച്ച് മാത്രമേ നേടാൻ കഴിയൂ. അതിനാൽ തടസ്സ ദൂരീകരണ രീതി നിങ്ങളുടെ നല്ല മനോഭാവത്തെ *ശരിക്കും* തടയുന്നത് എന്താണെന്ന് കണ്ടെത്തി, അത് നീക്കം ചെയ്യുന്നതിനുള്ള മാർഗ്ഗം കണ്ടെത്തുക എന്നതാണ്.
- ആദ്യത്തെ വൈകാരിക തടസ്സം ഏറ്റവും ലളിതമാണ്: അനിശ്ചിതത്വം. പരിഹാരം? നിങ്ങൾ യഥാർത്ഥത്തിൽ എന്താണ് ചെയ്യുന്നത് എന്നതിനെക്കുറിച്ച് വ്യക്തത നേടുക. അതിന് 'എന്തുകൊണ്ട്?' എന്ന് ചോദിക്കുകയും, അത് ഉപയോഗിച്ച് 'എങ്ങനെ' എന്ന് കണ്ടെത്തുകയും ചെയ്യുക.
- അടുത്തതായി, 'എന്ത്?' എന്ന് ചോദിക്കുക. അതിന്റെയർത്ഥം ലക്ഷ്യ-നിർണ്ണയത്തിനുള്ള ഒരു ബദൽ സമീപനം എന്നാണ്. SMART ലക്ഷ്യങ്ങൾ മറക്കുക. നിങ്ങൾക്ക് വേണ്ടത് NICE (സമീപകാല, നിക്ഷേപ-അധിഷ്ഠിത, നിയന്ത്രിക്കാവുന്ന, ഊർജ്ജസ്വലമായ) ആണെന്ന് തോന്നുന്ന ലക്ഷ്യങ്ങളാണ്.
- അവസാനമായി, 'എപ്പോൾ?' എന്ന് ചോദിക്കുക. നിങ്ങൾ എപ്പോഴാണ് എന്തെങ്കിലും ചെയ്യാൻ പോകുന്നതെന്ന് നിങ്ങൾക്കറിയില്ലെങ്കിൽ, നിങ്ങൾ അത് ചെയ്യാതിരിക്കാനുള്ള സാധ്യതയാണുള്ളത്. നിർവ്വഹണ ഉദ്ദേശ്യങ്ങൾ ഉപയോഗിക്കുക എന്നതാണ് ഒരു പരിഹാരം – ഇവിടെ നിങ്ങളുടെ പൊതുവായ ദൈനംദിന ശീലങ്ങൾ നിങ്ങൾ പ്രവർത്തിക്കാൻ ഉദ്ദേശിക്കുന്ന കാര്യങ്ങൾക്ക് ഉത്തേജനമാകുന്നു : ഉദാഹരണത്തിന്, ഞാൻ പല്ല് തേക്കുകയാണെങ്കിൽ, ഞാൻ വ്യായാമം ചെയ്യും.

അദ്ധ്യായം 5

ധൈര്യം കണ്ടെത്തുക

അലക്സ് ഹോണോൾഡ് തന്റെ വിരലുകളുടെ അറ്റങ്ങളാൽ പാറയിൽ മുറുകെപ്പിടിച്ചു നിന്നു.

ആയിരക്കണക്കിന് അടി താഴെ, യോസെമൈറ്റ് താഴ്വരയുടെ വനപ്രദേശത്ത്, അദ്ദേഹത്തിന്റെ സുഹൃത്തുക്കൾ വേദനയോടെ നോക്കിനിന്നു. അദ്ദേഹം കയറാൻ ശ്രമിച്ച 3,000 അടി പാറ മതിലായ എൽ ക്യാപിറ്റനുമായി അദ്ദേഹത്തെ ഒരു വിധത്തിലും ബന്ധിപ്പിച്ചിട്ടില്ല. പക്ഷേ, ഇപ്പോൾ, തിരിച്ചുപോകാൻ അദ്ദേഹത്തിന് സാധ്യമല്ല. കയറ്റം തുടരുക മാത്രമാണ് ഒരേയൊരു വഴി.

കയറില്ലാതെ എൽ ക്യാപിറ്റനിൽ കയറാനുള്ള ഹോണോൾഡിന്റെ ചരിത്രം തിരുത്തിയ ശ്രമത്തെ ചിത്രീകരിക്കുന്ന *ഫ്രീ സോളോ* എന്ന ഡോക്യുമെന്ററി 2018-ൽ പുറത്തിറങ്ങിയപ്പോൾ ഒരു പ്രതിഭാസമായി മാറി. നമ്മുടെയെല്ലാം മനസ്സിലുള്ള ഒരു ചോദ്യത്തെക്കുറിച്ച് ചിന്തിക്കാൻ ഈ ചലച്ചിത്രം നമ്മെ പ്രേരിപ്പിക്കുന്നു : നമ്മിൽ മിക്കവരും സ്വപ്നത്തിൽ പോലും കാണാത്ത കാര്യങ്ങൾ ചെയ്യാൻ ചിലർ ധൈര്യപ്പെടുന്നത് എന്തുകൊണ്ടാണ്?

ഈ സാഹചര്യത്തിൽ, അതിന്റെ ഉത്തരം ഹൊണോൾഡിന്റെ ശരീരഘടനയുടെ ഒരു പ്രത്യേക സവിശേഷതയുമായി ബന്ധപ്പെട്ടതായിരിക്കാം. അദ്ദേഹത്തിന് നമ്മിൽ പലർക്കും ഇല്ലാത്ത പ്രത്യേകമായ എന്തോ ഉണ്ട് അതല്ലെങ്കിൽ നമുക്കുള്ളത് എന്തോ അദ്ദേഹത്തിനില്ല. ഒരു രംഗത്തിൽ, ഡോക്യുമെന്ററി സംഘം അലക്സിനെ ഒരു ഡോക്ടറുടെ ഓഫീസിലേക്ക് പിന്തുടരുന്നു, അവിടെ അദ്ദേഹം ഒരു എംആർഐ സ്കാൻ നടത്തുന്നു. മിക്ക ആളുകളുടേതുമായി താരതമ്യപ്പെടുത്തുമ്പോൾ അലക്സിന്റെ തലച്ചോറിന്റെ ഒരു ഭാഗം പ്രവർത്തനരഹിതമാണെന്ന് അദ്ദേഹത്തിന്റെ ഡോക്ടർ വിശദീകരിക്കുന്നു, അമിഗ്ഡാല എന്ന് വിളിക്കപ്പെടുന്ന ഒരു ചെറിയ ഘടന.

അമിഗ്ഡാലയെ 'ഭീഷണി കണ്ടെത്തുന്നയാൾ' എന്നാണറിയപ്പെടുന്നത്, അതിജീവിക്കാൻ നമ്മെ സഹായിക്കുന്ന വികാരങ്ങൾ സൃഷ്ടിക്കു

ന്നതിന് ഉത്തരവാദിയാണ് – ഭയം പോലുള്ള വികാരങ്ങൾ. അമിഗ്ഡാലയിൽ തകരാറുള്ള ആളുകൾക്ക് യാതൊരു ഭയവും തോന്നുകയില്ല, പൊതുപ്രസംഗത്തിനോ, ഒരു തിരക്കേറിയ റോഡിന്റെ നടുവിലൂടെ നടക്കുന്നതിനോ പോലും. വായുവിൽ 3,000 അടി ഉയരമുള്ള മിനുസ്സമാർന്ന പാറയുടെ ലംബമായ പാളിയിൽ അസ്വസ്ഥത അനുഭവപ്പെടാതെ മുറുകെപ്പിടിക്കാനുള്ള ഹോണോൾഡിന്റെ കഴിവ് ഇത് വിശദീകരിക്കുന്നു.

അമിഗ്ഡാലയുടെ ഗുണം അത് നമ്മെ അതിജീവിക്കാൻ സഹായിക്കുന്നു എന്നതാണ്. കടുവകളും പാമ്പുകളും അതിവേഗ വാഹനങ്ങളും ഒഴിവാക്കാൻ പ്രേരിപ്പിക്കുന്ന നമ്മുടെ തലച്ചോറിന്റെ ആ ഭാഗം ഇല്ലായിരുന്നുവെങ്കിൽ, മനുഷ്യവർഗ്ഗം ഇത്രയും കാലം നിലനിൽക്കില്ലായിരുന്നു. ദോഷകരമായ കാര്യം, അമിഗ്ഡാലയ്ക്ക് മിഥ്യാബോധമുള്ള ഭീഷണികളെയും തിരിച്ചറിയാൻ കഴിയും എന്നതാണ്. ഗവേഷകർ ഇതിനെ 'അമിഗ്ഡാല ഹൈജാക്ക്' എന്ന് വിളിക്കുന്നു. നമ്മുടെ സുരക്ഷയ്ക്ക് ഗുരുതരമായ ഭീഷണി ഇല്ലെങ്കിൽപ്പോലും, ഒഴിവാക്കാനും ഓടിപ്പോകാനും അമിഗ്ഡാല നമ്മോട് പറയുമ്പോൾ സംഭവിക്കുന്നത് ഇതാണ്.

അമിഗ്ഡാല ഹൈജാക്ക് നമ്മുടെ രണ്ടാമത്തെ പ്രധാന തടസ്സത്തിനെ പിന്താങ്ങുന്നു : ഭയം. ഒരു കൂട്ടം അപരിചിതരെ കണ്ടുമുട്ടുക, അല്ലെങ്കിൽ ഒരു നിശ്ചിത സമയപരിധിക്കുള്ളിൽ പൂർത്തിയാക്കേണ്ട ഒരു പ്രവൃത്തി ഏറ്റെടുക്കുക, അല്ലെങ്കിൽ ഒരു പ്രധാന പരീക്ഷയിൽ വിജയിക്കുക എന്നിങ്ങനെയുള്ള നമ്മുടെ സുരക്ഷിതത്വബോധത്തെ ഭീഷണിപ്പെടുത്തുന്ന വെല്ലുവിളികൾ ഉണ്ടാകുമ്പോൾ – അമിഗ്ഡാല ആ പ്രവൃത്തിയെ ഒരു ഭീഷണിയായി വ്യാഖ്യാനിക്കുന്നു. ആ ചുമതല മാറ്റിവയ്ക്കുന്നത് ഭാവിയിൽ കൂടുതൽ സമ്മർദ്ദം സൃഷ്ടിക്കുമെന്ന് യുക്തിസഹമായി നമുക്കറിയാമെങ്കിലും, വർത്തമാനകാലത്തെ ഭീഷണി നീക്കം ചെയ്യുന്നതിൽ കൂടുതൽ ശ്രദ്ധാലുവായിരിക്കുന്ന തരത്തിലാണ് നമ്മുടെ മസ്തിഷ്കം ഇപ്പോഴും പ്രവർത്തിക്കുന്നത്. അതിന് ഏറ്റവും ലളിതമായ മാർഗ്ഗം? ഒന്നും ചെയ്യാതിരിക്കുക.

നിരസിക്കപ്പെടുമെന്ന ഭയത്താൽ നിങ്ങൾ എപ്പോഴെങ്കിലും ഒരു ജോലിയ്ക്കോ സ്ഥാനക്കയറ്റത്തിനോ അപേക്ഷിക്കാൻ മടിച്ചിട്ടുണ്ടോ? അല്ലെങ്കിൽ നിങ്ങൾക്ക് അധികം ആളുകളെ പരിചയമില്ലാത്ത ഒരു പൊതുപരിപാടിയിൽ പങ്കെടുക്കുന്നത് മാറ്റിവെച്ചിട്ടുണ്ടോ? അതുമല്ലെങ്കിൽ നിങ്ങൾക്ക് വൈദഗ്ധ്യം ഇല്ലെന്ന് നിങ്ങൾ വിഷമിക്കുന്നതിനാൽ ഒരു സർഗ്ഗാത്മക പദ്ധതി ആരംഭിക്കാൻ കഴിയാതെ പോയിട്ടുണ്ടോ? അവിടെയെല്ലാം ഓരോ തവണയും നിങ്ങളുടെ അമിഗ്ഡാലയാണ് സംസാരിക്കുന്നത്.

കഴിവിന്റെയോ പ്രചോദനത്തിന്റെയോ കുറവല്ല നിങ്ങളെ പിന്നോട്ട് നയിക്കുന്നത്. ഭയമാണ്.

നമ്മുടെ ഉൽപാദനക്ഷമതയെ തടയുന്ന മറ്റൊരു നകാരാത്മക വികാരമാണ്

ഭയം. ഇത് നമ്മുടെ സുഖ-അനുഭവ ഹോർമോണുകളെ തടസ്സപ്പെടുത്തുകയും നമ്മുടെ ചിന്തയും പ്രശ്ന-പരിഹാരവും മേഘാവൃതമാക്കുകയും ചെയ്യുന്നു. ഭയമുള്ളപ്പോൾ നീട്ടിവെക്കൽ സ്വാഭാവികമാണ്.

പരിഹാരം എന്താണ്? ധൈര്യം കണ്ടെത്തുക. നമ്മുടെ ഭയത്തെ നോക്കുക, അത് അംഗീകരിക്കുക, അതിനെ മറികടക്കുക.

ഇപ്പോൾ എന്നെ തെറ്റിദ്ധരിക്കരുത്. ഈ അദ്ധ്യായത്തിന്റെ ലക്ഷ്യം നിങ്ങളുടെ ഉത്കണ്ഠകളും സ്വയം-സംശയങ്ങളും മാന്ത്രികമായി 'ശമിപ്പിക്കുകയോ' 'മാറ്റുകയോ' ചെയ്യാൻ സഹായിക്കുക എന്നതല്ല. നിങ്ങൾ അലക്സ് ഹോണോൾഡ് അല്ലാത്തപക്ഷം, നിങ്ങളുടെ ഭയം ഒരിക്കലും പൂർണ്ണമായും ഇല്ലാതാകില്ല. എന്നാൽ നമ്മുടെ ഭയങ്ങളെ അഭിമുഖീകരിക്കാനും അവ മനസ്സിലാക്കാനുമുള്ള ധൈര്യം വളർത്തിയെടുക്കുന്നതിലൂടെ, ജീവിതകാലം മുഴുവൻ നീട്ടിവെക്കുന്നതിലേക്ക് നയിച്ചേക്കാവുന്ന വൈകാരിക തടസ്സങ്ങളെ നമുക്ക് മറികടക്കാൻ കഴിയും. ഭയം നമ്മുടെ കഴിവുകളിൽ ഒരു പൂട്ടിടുമ്പോൾ, ധൈര്യം അത് തുറക്കാനുള്ള താക്കോൽ ആകുന്നു.

നിങ്ങളുടെ ഭയത്തെ അറിയുക

എനിക്ക് എന്റെ കച്ചവടം ആരംഭിക്കാൻ ഏഴു വർഷം വേണ്ടിവന്നു.

2010 മുതൽ ഒരു യൂട്യൂബ് ചാനൽ തുടങ്ങാൻ ഞാൻ ആഗ്രഹിച്ചിരുന്നു. എന്നാൽ ആ ആദ്യ വീഡിയോ പകർത്തുന്നതിനെക്കുറിച്ച് ചിന്തിച്ചപ്പോഴെല്ലാം – അത് എന്റെ കലണ്ടറിൽ ചേർത്തിട്ട് ചലച്ചിത്രം ചെയ്യാൻ ഇരിക്കുമ്പോൾ പോലും – ചില ശക്തികൾ എന്നെ ആ ഉദ്യമത്തിൽ നിന്ന് തടയുന്നതായി എനിക്ക് അനുഭവപ്പെട്ടു. ആദ്യം, എന്റെ കൃത്യതാപ്രിയത്വം കാരണം ഞാൻ അത് മാറ്റിവയ്ക്കുകയാണെന്ന് ഞാൻ കരുതി. എല്ലാത്തിനുമുപരി, എനിക്ക് ഉയർന്ന മാനദണ്ഡങ്ങളാണ് ഉണ്ടായിരുന്നത്. തീർത്തും മോശമായ ചലച്ചിത്രങ്ങൾ നിർമ്മിക്കാൻ ഞാൻ ആഗ്രഹിച്ചില്ല.

എന്നാൽ തിരിഞ്ഞു നോക്കുമ്പോൾ, ഞാൻ തെറ്റായിരുന്നുവെന്ന് ഇപ്പോൾ ഞാൻ മനസ്സിലാക്കുന്നു. പരീക്ഷകൾ, ചങ്ങാതിമാരെ ഉണ്ടാക്കൽ, എന്റെ ജാലവിദ്യകൾ – പല കാര്യങ്ങളിലും ഞാൻ ഒരു പൂർണ്ണതയുള്ളയാളായിരുന്നു, പക്ഷേ അത് അവയൊന്നും ആരംഭിക്കുന്നതിൽ നിന്ന് എന്നെ തടഞ്ഞില്ല. മറ്റെന്തോ എന്നെ തടഞ്ഞുനിർത്തി : ഭയം. പരാജയ ഭയം, വിധിയെക്കുറിച്ചുള്ള ഭയം, വേണ്ടത്ര നല്ലതല്ലെന്ന ഭയം. വർഷങ്ങളോളം, എന്റെ മനസ്സിലെ ഭയത്തിന്റെ ശബ്ദം 'ഇതൊന്നും നടക്കാൻ വഴിയില്ല' എന്നും, 'ഇത് സാധ്യമാക്കാൻ നിങ്ങൾ യോഗ്യനല്ല, പിന്നെ എന്തിന് ശ്രമിക്കണം?' എന്നും പറഞ്ഞുകൊണ്ടിരുന്നു. അവസാനം 2017-ലാണ് ഞാൻ ഒരു ചലച്ചിത്രം സൃഷ്ടിച്ചത്.

ഒരുപക്ഷേ ഈ ഭയം മറികടക്കാൻ എനിക്ക് ഏകദേശം ഒരു ദശാബ്ദമെടുത്തതിന്റെ പ്രധാന കാരണം എനിക്ക് അത് മനസ്സിലായിരുന്നില്ല എന്നതാണ്. ആ ചലച്ചിത്രങ്ങൾ ചിത്രീകരിക്കാൻ എന്നെ തടഞ്ഞത് എന്താണെന്ന് വിശദീകരിക്കാൻ എനിക്ക് വാക്കുകളില്ലായിരുന്നു. ഞാൻ മടിയനാണെന്നും അല്ലെങ്കിൽ വേണ്ടത്ര പ്രതിജ്ഞാബദ്ധനല്ലെന്നും ഞാൻ കരുതി, അത് എന്റെ സ്വയം-സംശയത്തിനും നിഷേധാത്മകമായ സ്വയം-സംസാരത്തിനും ആക്കം കൂട്ടി. എന്നാൽ എന്റെ ജീവിതത്തിൽ ഭയം വഹിക്കുന്ന പങ്ക് ഞാൻ മനസ്സിലാക്കാൻ തുടങ്ങിയപ്പോൾ, എനിക്കും എന്റെ അഭിലാഷങ്ങൾക്കും ഇടയിൽ നിൽക്കുന്ന പ്രാഥമിക തടസ്സമായി അതിനെ എനിക്ക് തിരിച്ചറിയാൻ കഴിഞ്ഞു.

നമ്മുടെ ഭയങ്ങളെ അറിയുക എന്നതാണ് അവയെ മറികടക്കാനുള്ള ആദ്യപടി.

അറിവ് ശക്തിയാണ്. നമ്മുടെ ഭയങ്ങളെ അറിയുക എന്നതാണ് അവയെ മറികടക്കാനുള്ള ആദ്യപടി. ശരിയായി കൈകാര്യം ചെയ്താൽ, അതിന് ഏഴ് വർഷത്തിൽ താഴെ സമയമേ എടുക്കൂ.

പരീക്ഷണം 1 :
വികാര നാമകരണം

എൺപത്തിയെട്ട് അരാക്നോഫോബുകളും (ചിലന്തിയെ പേടിയുള്ള ആളുകൾ) നിരവധി ശാസ്ത്രജ്ഞരും ഒരു ചിലിയൻ ടാരന്റുലയും (ഒരിനം വിഷചിലന്തി) ചേർന്ന് 2016-ൽ നമ്മുടെ ഭയം അറിയാനുള്ള ആദ്യ മാർഗ്ഗം യുക്ത്യാനുസാരം സ്ഥാപിച്ചു.

തുടിക്കുന്ന ഹൃദയങ്ങളും വിയർക്കുന്ന കൈപ്പത്തികളുമായി, ഭൂമിയിലെ ഏറ്റവും വലിയ ചിലന്തികളിൽ ഒന്നിനെ കാണാൻ ഭയചകിതരായ സന്നദ്ധപ്രവർത്തകരുടെ സംഘം അണിനിരന്നു. അവർ ഓരോരുത്തരായി ആറിഞ്ച് വലുപ്പമുള്ള ടാരന്റുലയുടെ അടുത്തെത്തി, അതിന്റെ വിശാലമായ കാലുകൾ അതിന്റെ കൂടിന്റെ ഭിത്തിയിൽ ഒരു ഭയാനകമായ നിഴൽ വീഴ്ത്തി. അവസാനം, ഏറ്റവും ഹൃദയസ്തംഭനമുണ്ടാക്കുന്ന നിമിഷം : ചിലന്തിയെ കൈ നീട്ടി ചൂണ്ടുവിരലിന്റെ അറ്റം കൊണ്ട് തൊടാൻ അവരോട് ആവശ്യപ്പെട്ടു.

ഈ വ്യക്തികൾ ആത്മപീഡന ത്വരയാൽ പ്രചോദിതരായിരുന്നില്ല. ഭയത്തിന്റെ ശാസ്ത്രത്തെക്കുറിച്ചുള്ള ഒരു നൂതന പഠനത്തിൽ അവർ പങ്കാളികളായിരുന്നു. പ്രത്യേകിച്ചും, നമ്മുടെ ഭയങ്ങളെ മറികടക്കുന്നതിനായി അവയെ നാമകരണം ചെയ്യുകയെന്ന നിഗൂഢമായ കഴിവിനെ പരീക്ഷിച്ചറിയാനാണ് അവർ അവിടെ സന്നിഹിതരായത്.

ടരാന്റുലയെ കാണുന്നതിന് മുമ്പ്, പങ്കെടുക്കുന്നവരെ പല

സംഘങ്ങളായി തിരിച്ചിരുന്നു. പരീക്ഷണം നടത്തുന്ന യുസിഎൽഎ ശാസ്ത്രജ്ഞർ ചില ലളിതമായ നിർദ്ദേശങ്ങൾ ഓരോരുത്തർക്കും കൊടുത്തിരുന്നു. ചിലരോട് സ്വയം ശ്രദ്ധ തിരിക്കാനോ ചിലന്തിയെ ക്കുറിച്ച് കുറഞ്ഞ നിഷേധാത്മക രീതിയിൽ മാത്രം ചിന്തിക്കാനോ പറഞ്ഞു. എന്നാൽ ഒരു കൂട്ടരോട് വളരെ കൃത്യമായി ഒരു കാര്യം ചെയ്യാൻ നിർദ്ദേശിച്ചു : അവർ ടരാന്റുലയെ അഭിമുഖീകരിക്കുമ്പോൾ അവരുടെ വികാരങ്ങൾക്കു പേരിടാൻ, ഉദാഹരണത്തിന്, ഈ 'വെറുപ്പുളവാക്കുന്ന ടരാന്റുല എന്റെ മേൽ ചാടുമെന്ന് എനിക്ക് ആശങ്ക തോന്നുന്നു.'

പഠനത്തിനൊടുവിൽ, എല്ലാ സംഘങ്ങളും അനുഭവത്തെക്കുറിച്ച് അരിഷ്ടത അനുഭവിക്കുന്നതായി രേഖപ്പെടുത്തി. എന്നാൽ ചിലർ മറ്റുള്ള വരേക്കാൾ മികച്ച പ്രകടനം കാഴ്ചവച്ചു. അവരിൽ ഏറ്റവും മികച്ച പ്രകടനം കാഴ്ചവച്ചത് തങ്ങളുടെ ഭയം വാക്കുകളിലാക്കി പറഞ്ഞവരായിരുന്നു. അവർ ചിലന്തിയോട് അടുത്ത് നിൽക്കുവാനുള്ള സാധ്യത കൂടുതലായിരുന്നു. കൂടാതെ തങ്ങളുടെ ഭയം ക്രമേണ കുറയുകയും അതിനൊപ്പം പുതിയ ഒരു നിയന്ത്രണബോധം ഉയർന്നുവെന്നും അവർ രേഖപ്പെടുത്തി. ഈ അനുഭവം പ്രാഥമിക പരീക്ഷണത്തിന് ശേഷം ഒരാഴ്ച വരെ നീണ്ടുനിന്നു.

നമ്മുടെ ഭയം യഥാർത്ഥത്തിൽ എന്താണെന്ന് കാണാനുള്ള ശക്തമായ മാർഗ്ഗത്തെക്കുറിച്ച് ഈ പഠനം സൂചന നൽകുന്നു. നിങ്ങളുടെ അമിഗ്ഡാലയുടെ പ്രവർത്തനം പൂർണ്ണമായും തടയുക എന്നതല്ല ഇവിടെ ലക്ഷ്യം (അത് നിങ്ങളെ ഒരു ലോറി ഇടിക്കുന്നതിനുള്ള സാധ്യത നാടകീയമായി വർദ്ധിപ്പിക്കും). പകരം, എപ്പോഴാണ് ഒരു അമിഗ്ഡാല ഹൈജാക്ക് സംഭവിക്കുന്നതെന്ന് തിരിച്ചറിയുക എന്നതാണ്.

ഈ സാങ്കേതികതയെ 'വൈകാരിക നാമകരണം' (affective labelling) എന്ന് വിളിക്കുന്നു. ലളിതമായി പറഞ്ഞാൽ, ഇത് നിങ്ങളുടെ വികാരങ്ങളെ വാക്കുകളിലേക്ക് കൊണ്ടുവരുന്ന പ്രവർത്തനമാണ്, ഇത് നിങ്ങൾ അനുഭവിക്കുന്ന സംവേദനങ്ങൾ തിരിച്ചറിയാനും മനസ്സിലാക്കാനും നിങ്ങളെ നിർബന്ധിതരാക്കുന്നു. ഇത് രണ്ട് തരത്തിൽ പ്രവർത്തിക്കുന്നു. ഒന്നാമതായി, ഇത് നമ്മുടെ സ്വയം-അവബോധം വർദ്ധിപ്പിക്കുന്നു. നമ്മുടെ ഭയങ്ങൾക്ക് പേരിടുകയും അംഗീകരിക്കുകയും ചെയ്യുന്നതിലൂടെ, നമ്മുടെ വൈകാരിക രൂപചിന്തകളെ നന്നായി മനസ്സിലാക്കാൻ സഹായിക്കുന്ന ആഴത്തിലുള്ള സ്വയം-അവബോധം നമ്മൾ വളർത്തിയെടുക്കുന്നു. രണ്ടാമതായി, ഇത് നമ്മുടെ വീണ്ടും വീണ്ടുമുള്ള അതിരുകവിഞ്ഞ ചിന്ത കുറയ്ക്കുന്നു. നമ്മുടെ ഭയത്തെക്കുറിച്ചുള്ള ചാക്രിക ചിന്തകൾ ഭയം ന്യായമാണെന്ന് പൂർവ്വാധികമായി നമ്മെ ബോധ്യപ്പെടുത്തും. നമ്മുടെ വികാരങ്ങളെ നാമകരണം ചെയ്യുമ്പോൾ, അവയെ പരിണാമം ചെയ്യാനും പുറത്താക്കാനും നമുക്ക് നന്നായി കഴിയും – അങ്ങനെ കാര്യങ്ങൾ നീട്ടിവെക്കുന്ന ചാക്രിക ചിന്തകളിൽ നിന്ന് രക്ഷ നേടാം.

പ്രശ്നം എന്തെന്നാൽ, നമ്മുടെ വികാരങ്ങളെ നാമകരണം ചെയ്യുന്നത്

എല്ലായ്പ്പോഴും ലളിതമല്ല. നിങ്ങൾ എന്നെപ്പോലെയുള്ള ആളാണെങ്കിൽ, നിങ്ങളെ തടഞ്ഞുനിർത്തിയേക്കാവുന്ന ഭയങ്ങളും വികാരങ്ങളും തിരിച്ചറിയാൻ പോലും നിങ്ങൾക്ക് ബുദ്ധിമുട്ടായിരിക്കും. കാര്യങ്ങൾ ചെയ്യാതിരിക്കുന്നതിനുള്ള 'ന്യായമായ' കാരണങ്ങൾ യുക്തിസഹമാക്കുന്നതിൽ നമ്മൾ വളരെ മിടുക്കരാണ്. 'എനിക്ക് എന്തെങ്കിലും പേടിയുള്ളതിനാൽ അല്ല ഞാൻ എന്റെ കച്ചവടം ആരംഭിക്കുന്നത് മാറ്റിവയ്ക്കുന്നത്, ഞാൻ ഇതുവരെ ശരിയായ ആ ആശയം കണ്ടെത്തിയിട്ടില്ല.' 'ഭയം കാരണം അല്ല ഞാൻ എന്റെ നോവൽ എഴുതുന്നതിൽ പുരോഗതി കൈവരിക്കാത്തത്, എനിക്ക് സമയമില്ലാത്തതുകൊണ്ടായിരുന്നു.'

അപ്പോൾ നമുക്ക് എങ്ങനെ നമ്മുടെ ഭയങ്ങൾക്ക് പേരിടുന്ന ശീലം നേടാം – അതുവഴി അവയെ പരിണാമം ചെയ്യാൻ പഠിക്കാം? സ്വയം കുറച്ച് ചോദ്യങ്ങൾ ചോദിക്കുന്നത് ഉൾപ്പെടുന്നതാണ് ഒരു രീതി. നിങ്ങൾ നീട്ടിവെക്കുമ്പോൾ, നിങ്ങളോട് തന്നെ ചോദിക്കുക, 'ഞാൻ എന്തിനെയാണ് ഭയപ്പെടുന്നത്?' നമ്മുടെ പ്രധാന പരാധീനതകളും അരക്ഷിതാവസ്ഥയുമാണ് പലപ്പോഴും നീട്ടിവെക്കലിന്റെ കാതൽ. അവയിലൂടെ പ്രവർത്തിക്കാൻ, നമ്മൾ ആദ്യം അവയെ തിരിച്ചറിയണം.

അടുത്തതായി, ഒരു പടി കൂടി മുന്നോട്ട് പോയി സ്വയം ചോദിക്കുക, 'ഈ ഭയം എവിടെ നിന്ന് വന്നു?' ഇത് 'ഞാൻ' കാരണമാണോ അതോ 'അവർ' കാരണമാണോ? നിങ്ങളുടെ കഴിവിനെക്കുറിച്ചുള്ള നിങ്ങളുടെ ധാരണയുമായി ബന്ധപ്പെട്ട ഭയങ്ങളാണ് 'ഞാൻ' കാരണങ്ങൾ. ഉദാഹരണത്തിന്, നിങ്ങൾ വേണ്ടത്ര നല്ലവരല്ലെന്നോ അല്ലെങ്കിൽ ആരംഭിക്കാൻ വേണ്ടത്ര തയ്യാറായിട്ടില്ലെന്നോ ഉള്ള ഭയം. നിങ്ങൾ ചെയ്യുന്ന കാര്യങ്ങളോട് മറ്റുള്ളവർ എങ്ങനെ പ്രതികരിക്കും എന്നതുമായി ബന്ധപ്പെട്ട ഭയമാണ് 'അവർ' കാരണങ്ങൾ. ഉദാഹരണത്തിന്, ആളുകൾ നിങ്ങളുടെ ജോലി ഇഷ്ടപ്പെടില്ല, അല്ലെങ്കിൽ നിങ്ങൾ ഇതുമായി മുന്നോട്ടു വന്നതിന് അവർ നിങ്ങളെ വിലയിരുത്തും എന്ന ഭയം. ഓരോ സാഹചര്യത്തിലും, നിങ്ങളുടെ ഭയം യഥാർത്ഥത്തിൽ എന്തിനെക്കുറിച്ചാണെന്നും അത് എവിടെ നിന്നാണ് വരുന്നതെന്നും ആന്തരികമായി വ്യക്തമാക്കാൻ ശ്രമിക്കുക.

നിങ്ങളുടെ ഭയം നിസ്സംഗതയോടെ മനസ്സിലാക്കാൻ നിങ്ങൾ ഇപ്പോഴും ബുദ്ധിമുട്ടുകയാണെങ്കിലോ? എനിക്ക് സഹായകരമായ ഒരു തന്ത്രം, ഞാൻ കടന്നുപോകുന്ന അനുഭവം എന്നോട് തന്നെ പറയുക എന്നതാണ്, എന്നാൽ മറ്റൊരാളെക്കുറിച്ചുള്ള ഒരു കഥ എന്ന നിലയിൽ. തീർച്ചയായും ഞാൻ ഭയപ്പെടുന്നില്ല, ഞാൻ സ്വയം പറയുന്നു. പക്ഷേ, എന്റെ സ്ഥാനത്ത്, എന്തിനെയോ ഭയന്ന് ഈ ദൗത്യം നീട്ടിവെക്കുന്ന, എന്നെപ്പോലെയുള്ള ഒരാളെക്കുറിച്ച് ഞാൻ ഒരു സാങ്കൽപ്പിക കഥ എഴുതുകയാണെങ്കിൽ, അവർ എന്തിനെയായിരിക്കും ഭയപ്പെടുക? ഈ സാങ്കൽപ്പിക കഥാപാത്രത്തെ അവരുടെ പ്രവൃത്തി ആരംഭിക്കുന്നതിൽ നിന്ന് എന്ത് ഭയമായിരിക്കും തടയുന്നത്?

പരീക്ഷണം 2 :
സ്വത്വ നാമകരണം

ചില സമയങ്ങളിൽ, നമ്മുടെ ഭയം വളരെ കൃത്യമായ ഒന്നിനെക്കുറിച്ചായിരിക്കും : ഒരു പദ്ധതി ആരംഭിക്കുകയോ അല്ലെങ്കിൽ ആ വലിയ ടരാന്റുലയെ അഭിമുഖീകരിക്കുകയോ ചെയ്യുക. എന്നാൽ ചിലപ്പോൾ, നമ്മുടെ ഭയം വിശാലമാണ് : കൃത്യമായ പ്രശ്നങ്ങളെക്കുറിച്ച് കുറവും, നമ്മുടെ വിശാലമായ സ്വത്വബോധത്തെക്കുറിച്ച് ഏറെയും. ആരംഭിക്കാൻ കഴിയാത്തത്ര ഭയാനകമാക്കുന്ന നാമകരണങ്ങൾ നാം സ്വയം നൽകുന്നു : 'ഞാൻ ഒരു ഓട്ടക്കാരനല്ല.' 'എനിക്ക് ഗണിതം പേടിയാണ്'. 'എനിക്ക് സൃഷ്ടിപരമായ പ്രവൃത്തികൾ ഇഷ്ടമല്ല.'

ഈ സ്വത്വബോധം, കൂടുതൽ കൃത്യമായ ഭയങ്ങൾക്ക് കഴിയുന്ന അതേ രീതിയിൽതന്നെ നമ്മെ ആരംഭിക്കാൻ ഭയപ്പെടുന്നവരാക്കുന്നു. 1960-കളിൽ, മനഃശാസ്ത്രജ്ഞനായ ഹോവാർഡ് ബെക്കർ അഭിപ്രായപ്പെട്ടത്, സമൂഹം നമ്മുടെമേൽ പതിക്കുന്ന നാമകരണങ്ങൾ നമ്മുടെ പെരുമാറ്റരീതിയെ ആഴത്തിൽ സ്വാധീനിക്കുമെന്നാണ്. ആ സമയത്ത്, അപരാധിത്വത്തിന്റെ പശ്ചാത്തലത്തിലുള്ള നാമകരണങ്ങളിൽ ബെക്കർ ശ്രദ്ധ കേന്ദ്രീകരിച്ചു : ആദ്യത്തെ കുറ്റകൃത്യത്തിന് ശേഷം 'അപരാധി' എന്ന് നാമകരണം ചെയ്യപ്പെടുന്ന ആളുകൾ വീണ്ടും കുറ്റകരമായ പെരുമാറ്റത്തിൽ ഏർപ്പെടാനുള്ള സാധ്യത കൂടുതലാണെന്ന് അദ്ദേഹം കണ്ടെത്തി.

1990-കളോടെ, ഈ പ്രശ്നം അപരാധിത്വത്തെ മാത്രം ബാധിക്കുന്നതല്ലെന്ന് ഒരു കൂട്ടം പഠനങ്ങൾ തെളിയിച്ചു. സ്കൂളുകൾ മുതൽ യുവജനങ്ങൾക്കുള്ള തടങ്കൽ കേന്ദ്രങ്ങൾ മുതൽ സൈന്യം വരെ എല്ലായിടത്തും, നകാരാത്മക നാമകരണങ്ങൾ ലഭിച്ചിട്ടുള്ള ആളുകൾ പ്രശ്നകരമായ പെരുമാറ്റങ്ങൾ ആവർത്തിക്കാനുള്ള സാധ്യത കൂടുതലാണ്. നമുക്ക് നാം നൽകുന്ന നാമകരണങ്ങൾ നമ്മുടെ പെരുമാറ്റത്തെ ബാധിക്കുന്നു എന്ന് ബെക്കർ കാണിച്ചു തന്നു.

ബെക്കർ തന്റെ ഉൾക്കാഴ്ചയെ 'നാമകരണ സിദ്ധാന്തം' (labelling theory) എന്ന് വിളിച്ചു, ഇത് നാമകരണങ്ങൾ സ്വയം ഫലപ്രദമായ ഒരു പ്രവചനമായി മാറുമെന്ന് സൂചിപ്പിക്കുന്നു. നിങ്ങൾ ഒരുപക്ഷേ ഇത് സ്വയം അനുഭവിച്ചിരിക്കാം. നിങ്ങൾ ഒരു മോശം ബന്ധത്തിൽ പെട്ടു, അതുകൊണ്ട് നിങ്ങൾ ബന്ധങ്ങൾ കൈകാര്യം ചെയ്യാൻ യുക്തമായ ആളല്ല എന്ന് നിശ്ചയിക്കുന്നു. നിങ്ങൾ ഒരു പരീക്ഷയിൽ പരാജയപ്പെട്ടു, അപ്പോൾ നിങ്ങൾ പഠനവിഷയത്തിൽ എക്കാലവും ഒരു പരാജയമാണ് എന്ന് സ്വയം നാമകരണം ചെയ്യുന്നു. നിങ്ങൾക്ക് ഒരു സമയാധിഷ്ഠിത പ്രവൃത്തി പൂർത്തിയാക്കാൻ കഴിയാതെ പോകുന്നു, അതിനാൽ സ്വയം ഒരു നീട്ടിവെക്കൽക്കാരനായി നാമകരണം ചെയ്യപ്പെടുന്നു.

ശുഭവാർത്തയെന്തെന്നാൽ നാമകരണത്തിന് മറുവശത്തേക്കും മാറാം എന്നതാണ്. ഒരു നകാരാത്മക നാമകരണത്തിന് നമ്മുടെ ഭയം വർദ്ധിപ്പിക്കാൻ കഴിയുന്നതുപോലെ, ഒരു സകാരാത്മക നാമകരണത്തിന് അവയെ മറികടക്കാനും കഴിയും.

ഉദാഹരണത്തിന്, എനിക്ക് സ്വയം-സംശയം അനുഭവപ്പെടുമ്പോൾ, എനിക്ക് പ്രിയപ്പെട്ട ഒരു നാമകരണം 'ആജീവനാന്ത പഠിതാവ്' ആണ്. പഠിക്കാനും വളരാനുമുള്ള എന്റെ സന്നദ്ധത ഈ നാമകരണം എടുത്തുകാണിക്കുന്നു. നാണക്കേട്, പശ്ചാത്താപം തുടങ്ങിയ നീട്ടിവയ്ക്കലിന്റെ നിഷേധാത്മക വശങ്ങളിൽ നിന്ന് ഇത് എന്റെ ശ്രദ്ധ മാറ്റുന്നു, പകരം മുന്നോട്ട് പോകാനും പഠനം തുടരാനുമുള്ള ആത്മവിശ്വാസം നൽകുന്നു. ഒരു ആജീവനാന്ത പഠിതാവ് സ്വയം മെച്ചപ്പെടുത്താനുള്ള പുതിയ വഴികൾ നിരന്തരം തിരയുന്നു. ഒരു ആജീവനാന്ത പഠിതാവ് ഒരിക്കലും ഒരു നീട്ടിവെക്കൽ ചക്രച്ചാലിൽ ദീർഘനാൾ കുടുങ്ങില്ല.

നിങ്ങൾക്ക് ഈ രീതി സ്വയം ഉപയോഗിക്കാവുന്നതാണ്. നിങ്ങൾ കാര്യങ്ങൾ മാറ്റിവയ്ക്കുകയാണെന്ന് കണ്ടെത്തുമ്പോൾ, നിങ്ങൾ ഉപയോഗിക്കുന്ന നാമകരണങ്ങൾ നോക്കുക. നിങ്ങൾ പ്രശ്നവുമായി അമിതമായി സ്വയം താരതമ്യം ചെയ്യുന്നുണ്ടോ? 'ഞാൻ ഒരു ചിരകാലിക നീട്ടിവെപ്പുകാരനാണ്' അല്ലെങ്കിൽ 'ഞാൻ കൃത്യസമയത്ത് അതിന് എത്തുമെന്ന് എനിക്ക് വാഗ്ദാനം ചെയ്യാൻ കഴിയില്ല, ഞാൻ ശരിക്കും വൈകും' എന്നിങ്ങനെയുള്ള കാര്യങ്ങൾ നിങ്ങൾ എത്ര തവണ പറയുന്നു? ഇനി, താരതമ്യം ചെയ്യുന്നതിനുള്ള മെച്ചപ്പെട്ട സകാരാത്മകമായ മാർഗ്ഗം എന്തായിരിക്കും? കഠിനാധ്വാനം ചെയ്യുന്ന ഒരാൾ? മുമ്പ് ഒരുപാട് നേട്ടങ്ങൾ കൈവരിച്ച ഒരാൾ? തന്റെ സമയപരിധിക്കുള്ളിൽ ജോലി കൃത്യമായി തീർക്കുന്നയാൾ?

ഇതൊരു ചെറിയ മാറ്റമായി തോന്നാം. എന്നാൽ അങ്ങനെയല്ല. നാമകരണം മറ്റുള്ളവർ നമ്മിൽ പതിക്കുന്ന വെറും നിർജ്ജീവ മുദ്രകളല്ല. നമ്മൾ ആരാണെന്ന് മനസ്സിലാക്കാൻ സഹായിക്കുന്ന ഉപകരണങ്ങളാണ് അവ. നമുക്ക് നമ്മുടെ നാമകരണങ്ങൾ മാറ്റാൻ കഴിയുമെങ്കിൽ, നമുക്ക് നമ്മുടെ പെരുമാറ്റം ഒരുപാട് മാറ്റാൻ കഴിയും.

നിങ്ങളുടെ ഭയം കുറയ്ക്കുക

പീറ്റർ ഡെലിയോ കാലിഫോർണിയയിലെ ഒലാഞ്ചയിലെ റാഞ്ച് ഹൗസ് കഫേയിൽ എത്തുമ്പോഴേക്കും, അദ്ദേഹം വളരെ ക്ഷീണിതനായിരുന്നു, തിരിച്ചറിയാൻ പോലും പ്രയാസം തോന്നുംവിധം. ഒമ്പത് ദിവസമായി അദ്ദേഹം നടക്കുകയായിരുന്നു.

അദ്ദേഹത്തിന്റെ ഒറ്റ-യന്ത്ര വിമാനം സിയറ നെവാഡയിൽ തകർന്നിട്ട് ഏകദേശം രണ്ടാഴ്ച കഴിഞ്ഞു. അത്ഭുതകരമെന്നു പറയട്ടെ,

മൂന്ന് യാത്രക്കാരും രക്ഷപ്പെട്ടു, പക്ഷേ ഡെലിയോ മാത്രമാണ് സഹായം തേടാൻ തുടങ്ങിയത്. പോറലും ചതവുമുള്ള അദ്ദേഹം ആരെയെങ്കിലും കാണാനായി അവശിഷ്ടങ്ങൾക്കിടയിൽ നിന്ന് അകലേക്ക് നടക്കാൻ തുടങ്ങി. നടത്തം എളുപ്പമായിരുന്നില്ല : ഏകദേശം 9,000 അടി ഉയരത്തിലാണ് വിമാനം തകർന്നത്, പിന്നെ സിയറ പർവ്വതനിരകളിലെ മഞ്ഞുമൂടിയ കുന്നിലൂടെ ഡെലിയോയ്ക്ക് നടക്കേണ്ടി വന്നു. ഒടുവിൽ, അദ്ദേഹം ഒരു കുന്നിനപ്പുറം പ്രകാശം കാണുകയും, പ്രധാനപാതയിലേക്ക് പോകുമ്പോൾ ഇരുട്ടിൽ വഴിതെറ്റി താഴേയ്ക്ക് ഇടറി നീങ്ങി, കടന്നു പോകുന്ന ഒരു കാറിനെ കൈകാണിച്ച് നിറുത്തി.

കഫേയിൽ എത്തിയപ്പോൾ ഡെലിയോ ചികിത്സക്ക് വിസമ്മതിച്ചു. അദ്ദേഹത്തിന്റെ രണ്ട് യാത്രക്കാരെ തിരയാൻ ഒരു രക്ഷാപ്രവർത്തക സംഘത്തിനെ എത്തിക്കേണ്ടത് വളരെ അടിയന്തിരമായിരുന്നു. അദ്ദേഹം ഒരു വിമാനത്തിൽ കയറി തിരച്ചിൽ പ്രവർത്തകരെ അപകട സ്ഥലത്തേക്ക് നയിച്ചു. പക്ഷെ അത് വളരെ വൈകിയിരുന്നു – അദ്ദേഹത്തിന്റെ സുഹൃത്തുക്കൾ മരിച്ചിരുന്നു.

സഹായം തേടിയുള്ള യാത്രയിൽ ഡെലിയോയെ ജീവനോടെ നിലനിർത്തിയത് എന്താണ്, അദ്ദേഹത്തിന്റെ രണ്ട് യാത്രക്കാർ അവർ കാത്തിരുന്നിടത്ത് മരിക്കാൻ കാരണം എന്താണ്? ഈ ചോദ്യത്തിനുത്തരം കണ്ടെത്താൻ അതിജീവന മനഃശാസ്ത്രജ്ഞനായ ജോൺ ലീച്ച് വർഷങ്ങളായി ശ്രമിച്ചു വരുന്നു. 'അദ്ദേഹത്തിന്റെ മരിച്ച രണ്ട് കൂട്ടാളികൾക്ക് പത്രങ്ങളിൽ ചരമ താളിലെ ഒരു വരി മാത്രമാണ് ലഭിച്ചത്,' ലീച്ച് ഒരിക്കൽ എഴുതി. 'ഈ പുരുഷന്മാരിൽ ഒരാൾക്ക് അപകടത്തെത്തുടർന്ന് ഉപരിപ്ലവമായ മുറിവുകൾ മാത്രമേ ഉണ്ടായിരുന്നുള്ളൂ. പിന്നെ എന്തുകൊണ്ട് അയാൾ മരിച്ചു? അഭയത്തിനുള്ള സാമഗ്രി അവിടെ ഉണ്ടായിരുന്നു; തീ ഉണ്ടാക്കാൻ സാധിക്കുമായിരുന്നു, വെള്ളം ലഭ്യമായിരുന്നു, പതിനൊന്ന് ദിവസം അവൻ പട്ടിണി കിടക്കേണ്ടതില്ലായിരുന്നു.'

ദുരന്തങ്ങളിൽ ആളുകൾ എങ്ങനെ പ്രതികരിക്കുന്നു എന്നതിനെക്കുറിച്ചുള്ള ലീച്ചിന്റെ ഗവേഷണം മനുഷ്യപ്രകൃതത്തെക്കുറിച്ചുള്ള ഒരു കാതലായ സത്യം വെളിപ്പെടുത്തുന്നു : നാം ഭയപ്പെടുമ്പോൾ, നാം തളർന്നു പോകുന്നു. ദുരന്തസമയത്ത്, ഇരകൾ സാധാരണയായി വൈജ്ഞാനിക പക്ഷാഘാതം കാണിക്കുന്നു, അതിനർത്ഥം അവർ ചിന്തിക്കാനോ തീരുമാനങ്ങൾ എടുക്കാനോ പ്രവർത്തിക്കാനോ കഴിയാത്ത അവസ്ഥയിലായി തീരുന്നു.

വൈജ്ഞാനിക പക്ഷാഘാതം നമുക്ക് കുറയ്ക്കാൻ കഴിയുന്ന ഒന്നാണ് എന്നതാണ് നല്ല വാർത്ത. എടുത്തു പറയേണ്ടത്, എല്ലാവരും ഭയത്തിന്റെ അശക്തമാക്കുന്ന ഫലങ്ങൾ അനുഭവിക്കുന്നില്ലെന്നതാണ്. പീറ്റർ ഡെലിയോയെപ്പോലെയുള്ള ചില ആളുകൾക്ക്, നമ്മിൽ ചിലരെ മരവിപ്പിക്കുന്ന അഡ്രിനാലിനെ കൂടുതൽ ശക്തിമത്തായ ഒന്നാക്കി മാറ്റാൻ കഴിയുമെന്നാണ് കാണപ്പെടുന്നത് : പർവ്വതങ്ങൾ താണ്ടാനും

സഹായം തേടാനും തുടർച്ചയായി മുന്നോട്ടു പോകാനുമുള്ള കഴിവ്. അനുയോജ്യമായ ഉപകരണങ്ങളാൽ, ഭയം നമ്മിൽ ചെലുത്തുന്ന സ്വാധീനം നമുക്ക് കുറയ്ക്കാൻ കഴിയും.

പരീക്ഷണം 3 :
10/10/10 നിയമം

നമ്മുടെ മേൽ ഭയത്തിനുള്ള നിയന്ത്രണശക്തി കുറയ്ക്കാനുള്ള ആദ്യത്തെ മാർഗ്ഗം ചില നിലപാടുകൾ സ്വീകരിക്കുക എന്നതാണ്.

ഭയം അത്രയ്ക്ക് തളർത്താനുള്ള ഒരു കാരണം നാം അതിനെ അത്യാപത്തായി കാണുന്നു എന്നതാണ്. നമ്മുടെ തലയ്ക്കുള്ളിൽ, ചില ചെറിയ തിരിച്ചടികൾ വലിയ പ്രാധാന്യമുള്ളവയായി മാറുന്നു. സാധ്യമായ ഓരോ പരാജയത്തിനും നമ്മുടെ മുഴുവൻ ജീവിതത്തെ നശിപ്പിക്കാനും നമ്മെ എന്നെന്നേക്കുമായി നിർവ്വചിക്കാനുമുള്ള കഴിവുണ്ട്. ഇനിപ്പറയുന്നവ എടുക്കുക :

- നിങ്ങൾ ഇഷ്ടപ്പെടുന്ന ഒരാൾ നിങ്ങളെ നിരസിച്ചു. തൽഫലമായി, നിങ്ങൾ പ്രേമിക്കപ്പെടാൻ യോഗ്യമല്ലെന്നും, നിങ്ങളുടെ ജീവിതം ഒറ്റയ്ക്ക് ചെലവഴിക്കാമെന്നും നിങ്ങൾ തീരുമാനിക്കുന്നു.
- നിങ്ങൾക്ക് ഒരു ജോലിയുടെ നിയമനം ലഭിച്ചില്ല. തൽഫലമായി, ഒരു സ്ഥാപനത്താലും നിയമിക്കപ്പെടാൻ നിങ്ങൾ അർഹനല്ലെന്നും തൊഴിൽരഹിതനും ഭവനരഹിതനുമായി അവശേഷിക്കുമെന്നും നിങ്ങൾ തീരുമാനിക്കുന്നു.
- നിങ്ങളുടെ ആദ്യ ഡ്രൈവിംഗ് പരീക്ഷയിൽ നിങ്ങൾ പരാജയപ്പെടുന്നു. തൽഫലമായി, നിങ്ങൾ ഒരു മോശം ഡ്രൈവറാണെന്നും ഇനി ഒരിക്കലും ഡ്രൈവ് ചെയ്യില്ലെന്നും നിങ്ങൾ തീരുമാനിക്കുന്നു.

ഈ വിധത്തിൽ നിങ്ങൾ സ്വയം വിനാശകരമാകുമ്പോൾ, ഒരു പടി പിന്നോട്ട് പോയി കാര്യങ്ങളെ മൊത്തത്തിൽ കാണാൻ ശ്രമിക്കുക. അനുയോജ്യമായ പണിയായുധപ്പെട്ടി ഉപയോഗിച്ചാൽ, കാര്യങ്ങൾ കാണപ്പെടുന്നത്ര മോശമല്ലെന്ന് നമുക്ക് തിരിച്ചറിയാൻ കഴിയും – അതിനാൽ ഭയത്തിന്റെ തീവ്രത കുറയുന്നു.

ഈ പ്രക്രിയയുടെ ശാസ്ത്രീയ നാമം 'വൈജ്ഞാനിക പുനർമൂല്യനിർണ്ണയം' (കോഗ്നിറ്റീവ് റീഅപ്രൈസൽ) എന്നാണ് : ഒരു സാഹചര്യത്തിന്റെ വ്യാഖ്യാനം മാറ്റുന്നതിലൂടെ നമുക്ക് വൈകാരികമായി സുഖം തോന്നുന്നു. വൈജ്ഞാനിക പുനർമൂല്യനിർണ്ണയത്തിന്റെ പ്രധാന ലക്ഷ്യം ഒരു സംഭവം, ചിന്ത അല്ലെങ്കിൽ വികാരം എന്നിവയെക്കുറിച്ചുള്ള നമ്മുടെ കാഴ്ചപ്പാട് മാറ്റി, വളരെ നല്ല വൈകാരിക പ്രതികരണം അനുഭവിക്കാൻ നമ്മെ അനുവദിക്കുന്നു എന്നതാണ്.

വൈജ്ഞാനിക പുനർമൂല്യനിർണ്ണയം പ്രയോഗത്തിൽ വരുത്തുന്നതിനുള്ള ഒരു ലളിതമായ മാർഗ്ഗം, നിങ്ങൾക്ക് വളരെ മോശമായി തോന്നുന്ന ആ കാര്യത്തിന്, ഒരുപക്ഷേ ഭാവിയിൽ അത്രയധികം പ്രാധാന്യമുണ്ടായിരിക്കില്ല എന്ന് സ്വയം ഓർമ്മപ്പെടുത്തുക എന്നതാണ്. ഇനിപ്പറയുന്ന മൂന്ന് ചോദ്യങ്ങൾ സ്വയം ചോദിക്കുന്നതിലൂടെ നിങ്ങൾക്ക് ഇത് ചെയ്യാൻ കഴിയും, ഇവയെ 10/10/10 നിയമം എന്ന് ഞാൻ വിളിക്കുന്നു. സ്വയം ചോദിക്കുക :

10 മിനിറ്റുകൾക്കുള്ളിൽ ഇതിന് എന്തെങ്കിലും പ്രാധാന്യമുണ്ടോ?

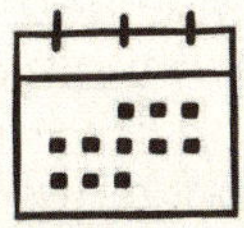

10 ആഴ്ചകൾക്കുള്ളിൽ ഇതിന് എന്തെങ്കിലും പ്രാധാന്യമുണ്ടോ?

10 വർഷങ്ങൾക്കുള്ളിൽ ഇതിന് എന്തെങ്കിലും പ്രാധാന്യമുണ്ടോ?

മുമ്പത്തെ ഉദാഹരണങ്ങളിൽ ഇത് എങ്ങനെ പ്രവർത്തിക്കുമെന്ന് നോക്കാം.

- **പ്രേരണ :** നിങ്ങൾ ഇഷ്ടപ്പെടുന്ന ഒരാൾ നിങ്ങളെ നിരസിച്ചു. *10 മിനിറ്റുകൾക്കുള്ളിൽ ഇതിന് എന്തെങ്കിലും പ്രാധാന്യമുണ്ടോ?* എനിക്ക് ഇപ്പോഴും അൽപ്പം വിഷമം തോന്നുന്നുണ്ടാവും, ആ വ്യക്തിക്ക് മുഖം കൊടുക്കാൻ ഞാൻ ആഗ്രഹിക്കുന്നില്ലായിരിക്കാം. *10 ആഴ്ചകൾക്കുള്ളിൽ ഇതിന് എന്തെങ്കിലും പ്രാധാന്യമുണ്ടോ?* ഉണ്ടാകാം, പക്ഷേ അപ്പോഴേക്കും എന്റെ അസ്വസ്ഥത കുറഞ്ഞിരിക്കും. ധാരാളം കാര്യങ്ങൾ സംഭവിക്കാം. *10 വർഷങ്ങൾക്കുള്ളിൽ ഇതിന് എന്തെങ്കിലും പ്രാധാന്യമുണ്ടോ?* ഒരുപക്ഷേ ഉണ്ടാവുകയേ ഇല്ല – എന്റെ ജീവിതത്തെ പൂർണ്ണമായും മാറ്റിമറിക്കാൻ കഴിയുന്ന നിരവധി ആളുകളെ ഞാൻ ഇതിനിടയ്ക്ക് കണ്ടുമുട്ടും.
- **പ്രേരണ :** നിങ്ങൾക്ക് ഒരു ജോലി ലഭിക്കുന്നില്ല. *10 നിമിഷങ്ങൾക്കുള്ളിൽ ഇതിന് എന്തെങ്കിലും പ്രാധാന്യമുണ്ടോ?* ഒരുപക്ഷേ. ശേഷിക്കുന്ന ദിവസം വളരെ ശോകമായി എനിക്ക് തോന്നിയേക്കാം. *10 ആഴ്ചകൾക്കുള്ളിൽ ഇതിന് എന്തെങ്കിലും പ്രാധാന്യമുണ്ടോ?* ഒരുപക്ഷേ ഇല്ല, കാരണം ഞാൻ അപ്പോഴേക്കും മറ്റ് ജോലികൾക്ക് അപേക്ഷിച്ചിട്ടുണ്ടാകും. *10 വർഷങ്ങൾക്കുള്ളിൽ ഇതിന് എന്തെങ്കിലും പ്രാധാന്യമുണ്ടോ?* തീർച്ചയായും ഇല്ല. ഏതാനും ആളുകളേ അവരുടെ ഔദ്യോഗിക ജീവിതത്തിൽ ഒരു തിരിച്ചടിയും കൂടാതെ വിജയിക്കുന്നുള്ളൂ, ഇത് ഒരു ചെറിയ തടസ്സമായിരുന്നെന്ന് കാണാൻ ഞാൻ പഠിക്കും.

- **പ്രേരണ :** നിങ്ങളുടെ ആദ്യ ഡ്രൈവിംഗ് പരീക്ഷയിൽ നിങ്ങൾ പരാജയപ്പെടുന്നു. *10 നിമിഷങ്ങൾക്കുള്ളിൽ ഇതിന് എന്തെങ്കിലും പ്രാധാന്യമുണ്ടോ?* ഒരുപക്ഷേ. ഞാൻ എന്റെ ആശാനോട് കാര്യം പറയേണ്ടി വരും, കുറച്ച് നാണക്കേട് നേരിടേണ്ടിവരും. *10 ആഴ്ചകൾക്കുള്ളിൽ ഇതിന് എന്തെങ്കിലും പ്രാധാന്യമുണ്ടോ?* ഒരുപക്ഷേ ഇല്ല. ഞാൻ മറ്റൊരു പരീക്ഷയ്ക്ക് അപേക്ഷിച്ചിട്ടുണ്ടാകും, അപ്പോഴേക്കും വിജയിച്ചിട്ടുണ്ടാകും. *10 വർഷങ്ങൾക്കുള്ളിൽ ഇതിന് എന്തെങ്കിലും പ്രാധാന്യമുണ്ടോ?* തീർച്ചയായും ഇല്ല. നാണക്കേടും ലജ്ജയും എല്ലാം ഞാൻ ഒരുപക്ഷേ മറന്നുപോവാൻ ഇടയുണ്ട് – ഞാനത് ഓർക്കുന്നുണ്ടെങ്കിൽ അതൊരു തമാശ കഥയായിട്ടായിരിക്കും.

10/10/10 നിയമം നമ്മൾ ആശങ്കപ്പെടുന്ന പ്രശ്നത്തിന്റെ വ്യാപ്തി തിരിച്ചറിയാൻ നമ്മെ സഹായിക്കുന്നു. സാധാരണയായി, ഇപ്പോൾ നമ്മെ വിഷമിപ്പിക്കുന്ന പരാജയങ്ങൾ എല്ലായ്പ്പോഴും നമ്മെ നിർവ്വചിക്കുന്നവയല്ലെന്ന് നമ്മൾ കണ്ടെത്തുന്നു. കൂടാതെ ഇപ്പോൾ നമുക്കുള്ള ഭയം എല്ലായ്പ്പോഴും അത്ര പ്രാധാന്യം വഹിക്കുന്നില്ലെന്നും.

പരീക്ഷണം 4 :
ആത്മവിശ്വാസ സമവാക്യം

'എന്റെ ജീവിതം എന്നെന്നേക്കുമായി നശിപ്പിക്കപ്പെടും' എന്നതുപോലുള്ള നാടകീയമായ രൂപങ്ങളിൽ ഭയം എപ്പോഴും വരുന്നില്ല, തീർച്ചയായും. നമ്മൾ അനുഭവിക്കുന്ന ചില ഭയങ്ങൾ, നമുക്കും നമ്മുടെ ലക്ഷ്യങ്ങൾക്കുമിടയിൽ നിലകൊള്ളുന്ന ആത്മ-സംശയത്തിന്റെ താഴ്ന്ന മനോഭാവമാണ് – നമ്മൾ വേണ്ടത്ര നല്ലവരല്ല എന്ന ഭയം.

ഈ തരത്തിലുള്ള ആത്മ-സംശയത്തെ ഞാൻ പലപ്പോഴും ചലനമില്ലാത്ത ചലച്ചിത്രമായി കരുതുന്നു. പരസ്പരവിരുദ്ധമായ രണ്ട് വിശ്വാസങ്ങൾക്കിടയിൽ കുടുങ്ങിക്കിടക്കുകയാണ് നമ്മൾ. നമ്മുടെ ഒരു ഭാഗം, 'എനിക്ക് ഇത് ചെയ്യാൻ ശരിക്കും ആഗ്രഹമുണ്ട്' എന്ന് ചിന്തിക്കുന്നു, എന്നാൽ നമ്മുടെ മറ്റൊരു ഭാഗം പറയുന്നു, 'എനിക്കിത് ചെയ്യാൻ കഴിയുകയേയില്ല.' ഫലം സ്തംഭനമാണ്.

ഉദാഹരണത്തിന്, ഞാൻ എഴുതുന്നത് നീട്ടിവെക്കുമ്പോൾ (പലപ്പോഴുമുണ്ടാകാറുണ്ട്), അത് രണ്ട് പരസ്പര വിരുദ്ധ ആദർശങ്ങൾക്കിടയിൽ ഞാൻ കുടുങ്ങിയതുകൊണ്ടാണ്. ഒരു വശത്ത്, എന്റെ പുസ്തകം എഴുതുവാനുള്ള സത്യമായ ആഗ്രഹമുണ്ട് – *മനോഹരമായ എന്തെങ്കിലും സൃഷ്ടിക്കുക! ജനങ്ങളെ സഹായിക്കുക!* – മറുവശത്ത്, എന്റെ തലയിൽ ഒരു ചെറിയ ശബ്ദം പറയുന്നുണ്ട്, 'ഞാൻ എഴുതുന്നതെന്തും അസംബന്ധമായിരിക്കും, അതിനാൽ അത് ചെയ്യുന്നതിൽ അർത്ഥമില്ല!' അല്ലെങ്കിൽ, 'ഞാൻ ഒരു നല്ല എഴുത്തുകാരനല്ല, എന്തിന് ഞാൻ ഇതിന് മുതിരുക പോലും ചെയ്യുന്നു?'

സംശയം പ്രയോജനകരവും ഉറപ്പുനൽകുന്നതുമായ ചില സന്ദർഭങ്ങൾ തീർച്ചയായും ഉണ്ട്. ഒരു വിമാനം ഓടിക്കാനോ റോക്കറ്റ് രൂപകൽപ്പന ചെയ്യാനോ ഉള്ള എന്റെ കഴിവിനെക്കുറിച്ച് എനിക്ക് ഒരുപാട് ആത്മ-സംശയമുണ്ട്. എന്നാൽ നമ്മുടെ മിക്ക സംശയങ്ങളും സാധാരണയായി യുക്തിസഹമല്ല. സാധാരണയായി, ആത്മ-സംശയം നീട്ടിവെക്കുന്നതിന് കാരണമാകുമ്പോൾ, അത് അവിടെ യഥാർത്ഥമായ എന്തെങ്കിലും ഉള്ളതുകൊണ്ടല്ല. ഇത് ധാരണയുടെ ഫലമാണ് : എന്റെ സ്വന്തം കഴിവിലുള്ള എന്റെ വിശ്വാസം, ആവശ്യമാണെന്ന് ഞാൻ വിശ്വസിക്കുന്ന കഴിവിനേക്കാൾ കുറവാണ്. നിങ്ങൾക്ക് ഗണിതീയ സൂചകത്തിൽ താൽപ്പര്യമുണ്ടെങ്കിൽ, നിങ്ങൾ അത് ഇതുപോലെ എഴുതിയേക്കും :

ആത്മവിശ്വാസം = കഴിവിനെക്കുറിച്ചുള്ള ധാരണ –
മാനദണ്ഡങ്ങളെക്കുറിച്ചുള്ള ധാരണ

നമ്മുടെ കഴിവ് ആവശ്യമായ നിലവാരത്തേക്കാൾ ഉയർന്നതാണെന്ന് നമ്മൾ വിശ്വസിക്കുന്നുവെങ്കിൽ, നമുക്ക് ആത്മവിശ്വാസമുണ്ട്. നമ്മുടെ കഴിവ് ആവശ്യമായ നിലവാരത്തേക്കാൾ താഴെയാണെന്ന് നമ്മൾ വിശ്വസിക്കുന്നുവെങ്കിൽ, നമുക്ക് സംശയമുണ്ട്.

ആത്മ-സംശയത്തിന്റെ ഫലങ്ങൾ കുറയ്ക്കുന്നതിന് ഇതെല്ലാം എന്താണ് പരാമർശിക്കുന്നത്? ശരിയായ ഉപകരണങ്ങൾ ഉപയോഗിച്ച് നിങ്ങൾക്ക് കർമ്മത്തെ ഉണർത്തുന്ന വിധത്തിൽ ആത്മവിശ്വാസ സമവാക്യം പുനഃസന്തുലനം ചെയ്യാൻ കഴിയും. ആത്മവിശ്വാസം വർദ്ധിപ്പിക്കുന്നതിനായി അധികാരത്തെക്കുറിച്ചുള്ള അദ്ധ്യായത്തിൽ നൽകിയ പരാമർശങ്ങൾ നമുക്ക് ആത്മ-സംശയം ഇല്ലാതാക്കാൻ ഒരുപാട് സഹായകമാകുന്നു. എന്നാൽ ഒരു സ്വയം-പ്രഖ്യാപിത ഉൽപാദനക്ഷമത ഗുരു ആയിട്ടു പോലും, ആത്മ-സംശയം മൂലമുണ്ടാകുന്ന കാലതാമസം ഞാൻ ഇപ്പോഴും അനുദിനം നേരിടുന്നു. ഈ പുസ്തകം എഴുതുമ്പോൾ, ആത്മ-സംശയമാണ് എഴുത്തുകാരന്റെ പ്രധാന തടസ്സമായി നിന്നത് : എനിക്ക് ഇതു ചെയ്യാൻ കഴിയില്ലെന്ന് എനിക്ക് തോന്നിയ ദിവസങ്ങൾ (ആഴ്ചകൾ പോലും!) ഉണ്ടായിട്ടുണ്ട്.

അത്തരം നിമിഷങ്ങളിൽ, നിങ്ങളുടെ ആത്മവിശ്വാസം വളർത്തിയെടുക്കുന്നത് എളുപ്പമുള്ള പരിഹാരമായിരിക്കില്ല. ആത്മവിശ്വാസം തീർച്ചയായും നല്ലതും, തീർച്ചയായും ഒരു പ്രവൃത്തി ആരംഭിക്കുന്നത് എളുപ്പവുമാക്കുന്നു. എന്നാൽ നിങ്ങൾ നീട്ടിവെക്കുന്നത് നിർത്താൻ വേണ്ടി സ്വയം പ്രേരിതനാകാൻ ആഗ്രഹിക്കുന്നുവെങ്കിൽ, നിങ്ങൾക്ക് ഒരു എളുപ്പമുള്ള മാർഗ്ഗമാണ് ആവശ്യമായി വരുക.

എന്റെ കാര്യത്തിൽ, ഇത് പലപ്പോഴും ഒരു ലളിതമായ രീതിയിലാണ് പ്രവർത്തിക്കുന്നത് : എന്റെ താഴ്ന്ന ആത്മവിശ്വാസത്തെ അത്ഭുതകരമായി മറികടക്കുകയല്ല, മറിച്ച് അതിനെ ഒരു പ്രശ്നമല്ലാതാക്കി

പരിവർത്തനം ചെയ്യുകയാണ്. എന്റെ പ്രിയപ്പെട്ട രീതി ലളിതമാണ്. സ്വയം ചോദിക്കാൻ ശ്രമിക്കുക : 'ഇത് ആരംഭിക്കാൻ ശരിക്കും എനിക്ക് എത്രമാത്രം ആത്മവിശ്വാസം വേണം? എനിക്ക് ആത്മവിശ്വാസക്കുറവ് അനുഭവപ്പെടുന്നുണ്ടെങ്കിലും എനിക്ക് ആരംഭിക്കാനാകുമോ?' മിക്ക സാഹചര്യങ്ങളിലും, ഉത്തരം ഏറെക്കുറെ 'അതെ' എന്നായിരിക്കും. തീർച്ചയായും, നാഡീവ്യൂഹ ശസ്ത്രക്രിയ ചെയ്യാൻ എന്നോട് ആവശ്യപ്പെട്ടാൽ, ആരംഭിക്കുന്നതിന് എന്റെ കഴിവുകളിൽ എനിക്ക് നല്ല ആത്മവിശ്വാസം തോന്നേണ്ടതുണ്ട്. എന്നാൽ യാഥാർത്ഥ്യത്തിൽ, എനിക്ക് ആത്മ-സംശയം അനുഭവപ്പെടുന്ന ദൈനംദിന മേഖലകളിൽ – കായികാഭ്യാസക്കളരിയിൽ പോകുക, സ്വന്തമായി കച്ചവടം ചെയ്യുക, ഈ പുസ്തകം എഴുതുക – ഇവ ആരംഭിക്കുന്നതിന് എനിക്ക് ആത്മവിശ്വാസം തോന്നേണ്ടതില്ല.

തുടക്കം കുറിക്കുക. ഏറ്റവും മികച്ചത് ആക്കേണ്ട ആവശ്യം വളരെക്കാലത്തേയ്ക്ക് ഇല്ല.

അതിനാൽ എനിക്ക് ഒരു തുടക്കം കുറിക്കാൻ കഴിയും, അത് പതറിയതാണെങ്കിലും. ഒരു മണിക്കൂർ വ്യായാമം ചെയ്യുന്നതിനായി ഷ്വാർസെനെഗർ-രീതിയിൽ ദൃഢപേശികളുള്ള ഒരു ആളാണെന്ന് എനിക്ക് തോന്നേണ്ടതില്ല. എന്റെ കച്ചവടതന്ത്രത്തിലെ ആദ്യത്തെ ഉദ്യമം ഒരു ദീർഘവീക്ഷണമുള്ള കോർപ്പറേറ്റ് പ്രതിഭയുടെ യത്നം ആകേണ്ട ആവശ്യമില്ല. അതുപോലെ എന്റെ പുസ്തകത്തിന്റെ ആദ്യ കരട് ഒരു ശ്രേഷ്ഠമായ കൃതി ആകേണ്ട ആവശ്യമില്ല.

നിങ്ങൾ പുതിയ എന്തെങ്കിലും ശ്രമിക്കുമ്പോൾ, ആരംഭിക്കാൻ നിങ്ങൾക്ക് ആത്മവിശ്വാസം തോന്നുമ്പോൾ മാത്രമേ ആരംഭിക്കാവൂ എന്ന ആശയം തന്നെ അതിന്റെ ഒരു തടസ്സമാണ്. പരിഹാരം? അത് ചെയ്യുക, നിങ്ങൾ അത് മോശമായി ചെയ്യുന്നതായി തോന്നിയാൽ പോലും.

ഒരു തുടക്കം കുറിക്കുക. ഏറ്റവും മികച്ചത് ആക്കേണ്ട ആവശ്യം വളരെക്കാലത്തേയ്ക്ക് ഇല്ല.

നിങ്ങളുടെ ഭയത്തെ മറികടക്കുക

നാടകരംഗത്തിന്റെ വിളക്കുകളുടെ പ്രകാശം അരങ്ങിനെ തെളിയിക്കാൻ തുടങ്ങിയപ്പോൾ, തന്റെ കൈപ്പത്തികൾ വിയർപ്പിൽ നനഞ്ഞിരിക്കുന്നതായി അഡെൽ മനസ്സിലാക്കി. ആയിരക്കണക്കിന് ആളുകളുടെ ഒരു കടലിനെ അവൾ അഭിമുഖീകരിക്കാൻ പോവുകയായിരുന്നു. ഇത് അവൾ മുൻപ് ഏതാനും തവണ ചെയ്തിട്ടുണ്ട്. എന്നാൽ ഇത്തവണ

അവൾ ഭയന്നുപോയി. ഇത്രയും വലിയ ഒരു സദസ്സിനു മുന്നിൽ പ്രകടനം നടത്തുന്നതിനുള്ള ഭയം അവളെ പൂർണ്ണമായും വിഴുങ്ങുമെന്ന ഭീഷണിയുണ്ടാക്കി.

അഡെൽ ഒരു ആഗോള ചിഹ്നമായി മാറുന്നതിനു മുമ്പ്, അവൾ അവതരണ ഭയം കീഴടക്കാൻ പാടുപെടുന്ന കഴിവുള്ള ഒരു കലാകാരിയായിരുന്നു. അവളുടെ ആദ്യകാല കച്ചേരികളിലൊന്നിൽ, ഉത്കണ്ഠ അവളുടെ തൊഴിലിനെ പാളം തെറ്റിക്കുമെന്ന് ഭീഷണിപ്പെടുത്തിയപ്പോഴാണ്, അവളുടെ ജീവിതത്തെ എന്നെന്നേക്കുമായി മാറ്റിമറിക്കുന്ന, ഭയത്തെ മറികടക്കാനുള്ള ഒരു സാങ്കേതികവിദ്യ അവൾ കണ്ടെത്തിയത്.

അഡെൽ, ബിയോൺസെയിൽ നിന്ന് പ്രചോദനം ഉൾക്കൊണ്ടു. 2008-ൽ ബിയോൺസെ തന്റെ മൂന്നാമത്തെ സ്റ്റുഡിയോ ആൽബം തന്റെ അപര വ്യക്തിത്വമായ (alter ego) സാഷ ഫിയേഴ്സ് എന്ന നാമത്തിൽ പ്രകാശനം ചെയ്തു. സാഷ ഫിയേഴ്സ് എന്നത് കൂടുതൽ ആത്മവിശ്വാസവും കൂടുതൽ ശക്തിയും ഉണ്ടാകാനും തടസ്സങ്ങളൊന്നുമില്ലാതെ പ്രകടനം നടത്താനും തനിക്ക് വേദിയിൽ ഉപയോഗിക്കാൻ കഴിയുന്ന ഒരു വ്യക്തിത്വമാണെന്ന് ബിയോൺസെ പറഞ്ഞു. 'ഞാൻ ജോലി ചെയ്യുമ്പോഴും വേദിയിലായിരിക്കുമ്പോഴും പ്രകടമാകുന്ന രസകരവും, കൂടുതൽ ഇന്ദ്രിയപരവും കൂടുതൽ ആക്രമണാത്മകവും കൂടുതൽ തുറന്ന് പറയുന്നതും കൂടുതൽ പകിട്ടേറിയതുമായ വശമാണ് സാഷ ഫിയേഴ്സ്,' അവൾ പറഞ്ഞു.

ബിയോൺസെയിൽ നിന്ന് പ്രചോദനം ഉൾക്കൊണ്ട്, സാഷ ഫിയേഴ്സിന്റെയും ഇതിഹാസ നാടൻ ഗായിക ജ്യൂൺ കാർട്ടറിന്റെയും സംയോജനമായ സാഷ കാർട്ടർ എന്ന തന്റെ സ്വന്തം അപര വ്യക്തിത്വം അഡെൽ സൃഷ്ടിച്ചു. അഡെൽ വേദിയിൽ കൊണ്ടുവരാൻ ആഗ്രഹിച്ച എല്ലാ ഗുണങ്ങളും ഒരുമിപ്പിച്ചതായിരുന്നു സാഷ കാർട്ടർ : നിർഭയത്വവും, അസാമാന്യ ധൈര്യവും, ആത്മവിശ്വാസം പ്രസരിപ്പിക്കുന്നതും. സാഷ കാർട്ടറിന്റെ വ്യക്തിത്വത്തിലേക്ക് ചുവടുവെക്കുന്നതിലൂടെ, അവൾക്ക് തന്റെ ഭയങ്ങളിൽ നിന്ന് മാനസികമായി അകന്നുനിൽക്കാനും താൻ എപ്പോഴും സ്വപ്നം കണ്ടിരുന്ന ആത്മവിശ്വാസിയായ ശക്തയായ പ്രകടനക്കാരിയാകാനും അവൾക്ക് സാധിച്ചു.

ഭയത്തിന്റെ ദുർബ്ബലപ്പെടുത്തുന്ന ഫലങ്ങളെ മറികടക്കാൻ കഴിയുന്ന ആ അവസാന വഴിയെക്കുറിച്ച് അഡെലിന്റെ അപര വ്യക്തിത്വം സൂചന നൽകുന്നു. നമ്മുടെ നീട്ടിവെക്കലിനെ നയിക്കുന്ന ഏറ്റവും സാധാരണമായ ശക്തികളിലൊന്ന് കാണപ്പെടുമോ എന്ന ഭയമാണ്. അത് ഒരു അവതരണം ചെയ്യുന്നതോ, നമ്മൾ ചെയ്ത ഒരു പുതിയ വീഡിയോ ഇന്റർനെറ്റിൽ അപരിചിതർക്കൊപ്പം പങ്കിടുന്നതോ, അല്ലെങ്കിൽ വരുന്ന എല്ലാവരെയും അറിയാൻ പാടില്ലാത്ത ഒരു വിരുന്നിന് പോകുന്നതോ ആകട്ടെ, നമ്മളെ കാണുമോ അഥവാ നമ്മൾ യഥാർത്ഥത്തിൽ ആരാണെന്ന് 'കണ്ടുപിടിക്കപ്പെടുമോ' എന്ന ഭയം നമ്മെ നമ്മുടെ ദന്തഗോപുരത്തിനു പുറത്തേക്ക് വളരുന്നത് തടയുന്നു.

എന്നാൽ മറ്റുള്ളവർ നമ്മെക്കുറിച്ച് ശ്രദ്ധിക്കുമെന്ന് നമ്മൾ ഭയപ്പെടുന്നത് – നമ്മുടെ തെറ്റുകൾ, ചെറിയ പിശകുകൾ, നമ്മുടെ ഏറ്റവും മോശം ഗുണങ്ങൾ – സാധാരണയായി മറ്റുള്ളവരിൽ നമ്മൾ ശ്രദ്ധിക്കുന്നതല്ല. നാം നമ്മെത്തന്നെ നോക്കുമ്പോൾ, ഈ കാര്യങ്ങൾ യഥാർത്ഥത്തിൽ ഉള്ളതിനേക്കാൾ വളരെ വലുതും പ്രധാനപ്പെട്ടതുമായി കാണപ്പെടും.

ഇത്, ഭയത്തിന്റെ ഫലങ്ങൾ തരണം ചെയ്യാനുള്ള ഒരു അന്തിമ മാർഗ്ഗം ആവശ്യപ്പെടുന്നു. ഈ അദ്ധ്യായത്തിൽ ഇതുവരെ, നമ്മുടെ ഭയം അറിയുന്നതിനെക്കുറിച്ചും നമ്മുടെ മേലുള്ള അതിന്റെ പിടി കുറയ്ക്കുന്നതിനെക്കുറിച്ചും നമ്മൾ സംസാരിച്ചു. എന്നാൽ ഏറ്റവും ബുദ്ധിമുട്ടുള്ള ജോലികൾക്ക്, ഈ രീതികൾ മതിയാകില്ല. നമ്മുടെ എല്ലാ ഭയങ്ങളും ഇല്ലാതാക്കാൻ നമുക്ക് കഴിയില്ല. നാം അവയെ മറികടക്കേണ്ടതുണ്ട്.

അതിന്റെ അർത്ഥം ഭയത്തിൽ നിന്ന് ധൈര്യത്തിലേക്ക് നീങ്ങാനുള്ള വഴി കണ്ടെത്തുക എന്നാണ്. നിങ്ങളുടെ ജീവിതത്തിലെ ഏറ്റവും പ്രധാനപ്പെട്ട വ്യക്തി നിങ്ങളെ കാണുന്ന രീതി മാറ്റുന്നതിലൂടെയാണ് ഇത് ആരംഭിക്കുന്നത് : നിങ്ങൾ.

പരീക്ഷണം 5 :
ശ്രദ്ധാകേന്ദ്രമാകുന്നത് നിർത്തുക

എന്നെ സംബന്ധിച്ച്, ഈ പ്രക്രിയ ആരംഭിച്ചത് എന്റെ സുഹൃത്ത് ജേക്കിന്റെ അത്താഴ വിരുന്നിലാണ്.

ജേക്കിന്റെ വീട്ടിലെ സജീവമായ ഒരു ശനിയാഴ്ച വൈകുന്നേരമായിരുന്നു, ചിരിയുടെയും സജീവമായ സംഭാഷണത്തിന്റെയും ശബ്ദത്തിൽ മുറി നിറഞ്ഞു. ജേക്ക് ആഴ്ചകളായി വിരുന്ന് ആസൂത്രണം ചെയ്യുകയായിരുന്നു. അതൊരു വലിയ കാര്യമായിരുന്നു. അവൻ യൂബർ ഈറ്റ്സ് (Uber Eats) മൂലമാണ് ജീവൻ നിലനിർത്തുന്നതെന്ന് മേശയ്ക്ക് ചുറ്റുമുള്ള എല്ലാവർക്കും അറിയാമായിരുന്നു. തന്റെ സുഹൃത്തുക്കൾക്ക് രുചികരമായ ഭക്ഷണങ്ങൾ പാചകം ചെയ്യുന്നത് ഇതാദ്യമായിരുന്നു.

അതിൽ ഒരു രസകരമായ തമാശയ്ക്ക് അവസരമുണ്ട്, ഞാൻ വിചാരിച്ചു. ജേക്ക് ഭക്ഷണം കൊടുക്കുമ്പോൾ, സംഭാഷണത്തിൽ ഒരു വിരാമത്തിനായി ഞാൻ ആകാംക്ഷയോടെ കാത്തിരുന്നു – അവൻ തീൻമേശയിൽ രുചികരമായ വിഭവങ്ങൾ അടുക്കിയപ്പോൾ ഞാൻ എന്റെ അവസരം കണ്ടെത്തി. 'ഈ സ്വാദിഷ്ടമായ ഭക്ഷണം യൂബർ ഈറ്റ്സ് വഴി വാങ്ങിയതിന് നന്ദി, ജേക്ക്,' ഞാൻ പറഞ്ഞു.

അവിടെ ഒരു നിമിഷം നിശബ്ദത. പിന്നെ കുറേക്കൂടെ നിശബ്ദത. ആരും ചിരിച്ചില്ല. പിന്നെ, പ്ലേറ്റുകൾക്ക് നേരെ കത്തികളുടെയും

മുള്ളുകളുടെയും ചില ശബ്ദങ്ങൾ. എന്റെ മുഖം ചുവന്നു, എനിക്ക് പെട്ടെന്ന് ചൂട് തോന്നി. അത് ശരിയായില്ല. അത് രസകരമായിരുന്നില്ല, അതിലും മോശമായത്, മണിക്കൂറുകളോളം അടുക്കളയിൽ നിന്ന് പണിയെടുത്ത എന്റെ ആതിഥേയനെ ഞാൻ വ്രണപ്പെടുത്തിയിട്ടുണ്ടാകാം എന്നതാണ്.

വൈകുന്നേരമായപ്പോഴേക്കും, അപ്പോഴും നാണക്കേട് കൊണ്ട് തളർന്നിരുന്ന ഞാൻ, എന്റെ കൂട്ടുകാരി കാതറിനുമായി സംസാരിക്കുമ്പോൾ വികാരഭരിതനായി. ഞാൻ എന്നെത്തന്നെ തീർത്തും അപമാനിച്ചോ? എന്റെ എല്ലാ സുഹൃത്തുക്കളെയും ഒറ്റയടിക്ക് ഞാൻ അകറ്റിയോ? ഇനിയൊരിക്കലും എന്നെ ആരും അത്താഴത്തിന് ക്ഷണിക്കില്ലേ? അവൾ അത്ഭുതത്തോടെ എന്നെ നോക്കി. ഞാനൊരു തമാശ പറഞ്ഞതായി അവൾ തിരിച്ചറിഞ്ഞതു പോലുമില്ല. 'ഞാൻ ഭക്ഷണം വിളമ്പുന്ന തിരക്കിലായിരുന്നു,' അവൾ പറഞ്ഞു. 'അവന്റെ പാചകം അതിശയകരമാംവിധം മികച്ചതാണ്, അല്ലേ?'

എന്റെ മണ്ടത്തരം എന്നെ ശക്തമായ ഒരു പാഠം പഠിപ്പിച്ചു. എന്റെ പ്രവൃത്തികൾ മറ്റുള്ളവർ ശ്രദ്ധിക്കുകയും വിലയിരുത്തുകയും ചെയ്യുന്ന അളവ് ഞാൻ അമിതമായി വിലയിരുത്തി. രാത്രി തുടരുമ്പോൾ, ഞാൻ മുറിയിൽ ചുറ്റും നോക്കി, ലോകം എന്റെ ഓരോ നീക്കത്തിലും ശ്രദ്ധ കേന്ദ്രീകരിക്കുന്നില്ലെന്ന് ഞാൻ മനസ്സിലാക്കി. എല്ലാവരും അവരവരുടെ ആശങ്കകളും ചിരിയും സംഭാഷണവും ശ്രദ്ധിക്കുന്നതിൽ വളരെ തിരക്കിലായിരുന്നു.

'ശ്രദ്ധാകേന്ദ്ര പ്രതീതി' (spotlight effect) എന്നറിയപ്പെടുന്ന രസകരമായ ഒരു പ്രതിഭാസത്തിന് ഞാൻ ഇരയായിരുന്നു. മറ്റുള്ളവർ നമ്മെക്കുറിച്ച് എന്താണ് ചിന്തിക്കുന്നതെന്നതിന് നാം വളരെയധികം ചെവി കൊടുക്കുന്നു. ഇത് അർത്ഥവത്താണ് – സാമൂഹിക ജീവികൾ എന്ന നിലയിൽ, നമ്മുടെ നിലനിൽപ്പിന് ഭീഷണിയുണ്ടോ എന്ന വേട്ടയിലാണ് നമ്മുടെ അമിഗ്ഡാല എല്ലായ്പ്പോഴും. എന്നാൽ ഇതിനർത്ഥം, ഒരു വൈദ്യുത ദീപം (spotlight) എല്ലായ്പ്പോഴും നമ്മിൽ പതിയുന്നു, ചുറ്റുമുള്ള എല്ലാവരും നമ്മെ നിരന്തരം നോക്കുന്നു, നമ്മുടെ പെരുമാറ്റങ്ങൾ വിശകലനം ചെയ്യുന്നു, മനുഷ്യർ എന്ന നിലയിൽ നമ്മുടെ മൂല്യത്തെ വിലയിരുത്തുന്നു എന്നൊക്കെ വിശ്വസിച്ച് നമ്മൾ നമ്മുടെ ജീവിതം ചെലവഴിക്കുന്നു എന്നാണ്.

2000-ത്തിന്റെ തുടക്കത്തിൽ, മനഃശാസ്ത്ര പ്രൊഫസർ തോമസ് ഗിലോവിച്ചും അദ്ദേഹത്തിന്റെ സഹ-രചയിതാക്കളും പ്രസിദ്ധീകരിച്ച ഒരു പരമ്പരയിൽ, മറ്റുള്ളവർ തങ്ങളെക്കുറിച്ച് ചിന്തിക്കുകയോ അഭിപ്രായപ്പെടുകയോ ചെയ്യുന്ന അളവിനെ അമിതമായി വിലയിരുത്തുന്ന ഒരു ശ്രദ്ധേയമായ പ്രവണത വ്യക്തികൾക്ക് ഉണ്ടെന്ന് വീണ്ടും വീണ്ടും തെളിയിച്ചു. 'ആളുകൾ പലപ്പോഴും അവരുടെ കർമ്മങ്ങളുടെയും ബാഹ്യ രൂപത്തിന്റെയും ഏറ്റവും ചെറിയ വിശദാംശങ്ങൾ മറ്റുള്ളവർക്ക്

എങ്ങനെ കാണപ്പെടുന്നു എന്നതിനെക്കുറിച്ച് ഉത്കണ്ഠാകുലരാണ്,' അദ്ദേഹം എഴുതുന്നു. 'ഈ ഉത്കണ്ഠയിൽ കുറേയൊക്കെ അസ്ഥാനത്താ യേക്കാം. നാം പ്രസാദിപ്പിക്കാൻ ശ്രമിക്കുന്ന പ്രേക്ഷകർ നമ്മുടെ രൂപത്തിന്റെയും അവതരണത്തിന്റെയും പല വിശദാംശങ്ങളും ശ്രദ്ധിക്കാ തിരിക്കാനാണ് സാദ്ധ്യത.'

സത്യമെന്തെന്നാൽ, എല്ലാവരും അവരവരെക്കുറിച്ചാണ് ആശങ്ക പ്പെടുന്നത്, തങ്ങൾ എങ്ങനെ കാണപ്പെടുന്നു എന്നതിനെക്കുറിച്ച്. *അവർ* നമ്മളെക്കുറിച്ച് ചിന്തിക്കാൻ അധികം സമയം (ഉണ്ടെങ്കിൽ) ചെലവഴിക്കുന്നില്ല.

ഇത് സൂചിപ്പിക്കുന്നത്, ആരും ശ്രദ്ധിക്കുന്നില്ല എന്ന ലളിതമായ ഓർമ്മപ്പെടുത്തൽ ഉപയോഗിച്ച് ശ്രദ്ധാകേന്ദ്ര പ്രതീതി കുറയ്ക്കാൻ കഴിയും എന്നതാണ്. ഭയം നിങ്ങളെ എന്തെങ്കിലും ചെയ്യുന്നതിൽ നിന്ന് വിലക്കുമ്പോൾ, ഇത് നിങ്ങൾക്ക് അഗാധമായി വിമോചനം നൽകും.

- എന്റെ ആദ്യത്തെ കുറച്ച് YouTube വീഡിയോകൾ ഭയങ്കരവും അലോസരവും ആണെങ്കിൽ, അത് *ആരും കാര്യമാക്കുന്നില്ല.*
- എനിക്ക് എഴുത്തിൽ വലിയ പരിചയമില്ലാത്തതിനാൽ ഞാൻ ബ്ലോഗ് പോസ്റ്റുകൾ അൽപ്പം അഴകൊഴമ്പൻ രീതിയിൽ എഴുതിയാലും അത് *ആരും ശ്രദ്ധിക്കുന്നില്ല.*
- ഒരു പങ്കാളിയില്ലാതെ ഒരു തുടക്കക്കാരനായി ഞാൻ ഈ സൽസ നൃത്ത ക്ലാസിൽ എത്തിയാൽ അത് *ആരും കാര്യമാക്കുന്നില്ല.*
- ഞാൻ ഈ വിരുന്നിൽ പങ്കെടുക്കുമ്പോൾ എന്റെ അരപ്പട്ട എന്റെ പാദുകങ്ങളുമായി പൊരുത്തപ്പെടുന്നില്ലെങ്കിൽ അത് *ആരും ശ്രദ്ധിക്കുന്നില്ല.*

'ആരും ശ്രദ്ധിക്കുന്നില്ല' എന്ന മനോഭാവം തികച്ചും പരിവർത്തനാ ത്മകമാണ്. എന്റെ ഉത്കണ്ഠയുമായി ബന്ധപ്പെട്ട നീട്ടിവെയ്ക്കൽ കുറയ്ക്കാൻ ഞാൻ തിരിച്ചറിഞ്ഞ ഏറ്റവും ലളിതമായ മാർഗ്ഗങ്ങളിലൊന്നാണിത്.

ഇതൊരു മാന്ത്രിക വെടിയുണ്ടയല്ല, മനസ്സിലാക്കുക. ഭയം കൈകാര്യം ചെയ്യുന്നത് ഒരു ആജീവനാന്ത പരിശ്രമമാണ്, ഈ പുസ്തകം വായിച്ചതിനുശേഷം മറ്റുള്ളവർ നിങ്ങളെയും നിങ്ങളുടെ പ്രവർത്തി കളെയും കുറിച്ച് എന്ത് ചിന്തിക്കുമെന്ന നിങ്ങളുടെ ഭയം പൂർണ്ണമായും അപ്രത്യക്ഷമാകുമെന്ന് ഞാൻ പ്രതീക്ഷിക്കുന്നില്ല.

എന്നാൽ ഭയത്തിന്റെ ഒരു ആരോഗ്യകരമായ തലമുണ്ട്. പിന്നെ അതിനു മീതെ നമ്മളെ തളർത്തുന്ന ഒരു തലവുമുണ്ട്. ശ്രദ്ധാകേന്ദ്ര പ്രതീതി മനസ്സിലാക്കുക എന്നതിനർത്ഥം നിങ്ങൾക്ക് ഇപ്പോൾ തന്നെ ഒരു തുടക്കം കുറിക്കാനാകുമെന്നാണ്. അത് ചവറാണോ എന്ന് നിങ്ങളല്ലാതെ മറ്റാരും ശ്രദ്ധിക്കുന്നില്ല.

പരീക്ഷണം 6 :
ബാറ്റ്മാൻ ഫലം

ചിലപ്പോൾ, ആരും ശ്രദ്ധിക്കുന്നില്ലെന്ന് ഓർക്കുന്നത് പൊതു ഇടങ്ങളിലെ നാണക്കേടിനെക്കുറിച്ചുള്ള നമ്മുടെ ഭയങ്ങളെ മറികടക്കാൻ പര്യാപ്തമല്ല. അഡെൽ ആ രംഗത്തേക്ക് ചുവടുവെച്ചപ്പോൾ, അവൾ ഒരുപക്ഷേ പരിഭ്രാന്തിയിലായിരുന്നു, കാരണം, തുറന്നുപറഞ്ഞാൽ, ധാരാളം ആളുകൾ ശ്രദ്ധിക്കുന്നുണ്ടായിരുന്നു.

ഈ നിമിഷങ്ങളിൽ, നമുക്ക് സാഷ കാർട്ടറുടെ പുസ്തകത്തിൽ നിന്ന് ഒരു താൾ വായിക്കാം. അപര വ്യക്തിത്വത്തിലേക്ക് ചുവടുവെക്കുന്ന അഡെലിന്റെ രീതി ഭയത്തെ മറികടക്കാനുള്ള ഒരു ശക്തമായ ഉപകരണമാണ്. ഇതിന് രസകരമായ ഒരു ശാസ്ത്രീയ നാമം പോലുമുണ്ട് : 'ബാറ്റ്മാൻ പ്രഭാവം' (Batman effect).

പെൻസിൽവാനിയ സർവ്വകലാശാലയിലെ പ്രൊഫസർ റേച്ചൽ വൈറ്റിന്റെ നേതൃത്വത്തിലുള്ള ഒരു സംഘം ഗവേഷകരാണ് ബാറ്റ്മാൻ പ്രഭാവം ആദ്യമായി തിരിച്ചറിഞ്ഞത്. ഒരു അപര വ്യക്തിത്വം സ്വീകരിക്കുന്നത് ഒരു പ്രവൃത്തിയോടുള്ള ഒരു കുട്ടിയുടെ സമീപനം മെച്ചപ്പെടുത്തുമോ എന്നതിനെക്കുറിച്ച് വൈറ്റും അവരുടെ ടീമും ജിജ്ഞാസയുള്ളവരായിരുന്നു. നാല് മുതൽ ആറ് വയസ്സ് വരെ പ്രായമുള്ള ഒരു കൂട്ടം കുട്ടികളെ ഉൾപ്പെടുത്തി അവർ ഒരു പഠനത്തിന് രൂപം നൽകി. കുട്ടികൾ ശ്രദ്ധ കേന്ദ്രീകരിച്ച് ചെയ്യേണ്ട ഒരു ദൗത്യം അവരെ ഏൽപ്പിച്ചു, ഒപ്പം സമീപമുള്ള കൂടുതൽ രസകരമായ ഒരു പ്രവൃത്തിയിൽ ഏർപ്പെടാനുള്ള പ്രലോഭനത്തെ ചെറുക്കുകയും വേണം.

കുട്ടികളെ മൂന്ന് സംഘങ്ങളായി തിരിച്ചിട്ടുണ്ട്. ഒരു സംഘത്തിന് പ്രത്യേക നിർദ്ദേശങ്ങളൊന്നും നൽകിയിട്ടില്ല. രണ്ടാമത്തെ സംഘത്തിനോട് സ്വന്തം വികാരങ്ങളെയും സങ്കൽപ്പങ്ങളെയും കുറിച്ച് ചിന്തിക്കാൻ ആവശ്യപ്പെട്ടു. മൂന്നാമത്തെ സംഘത്തിനോട് സ്വയം തങ്ങളെ ഒരു വീരനായകൻ അല്ലെങ്കിൽ *ബാറ്റ്മാൻ, ഡോറ ദി എക്സ്പ്ലോറർ* പോലെ അവർ വിസ്മയത്തോടെ കാണുന്ന മറ്റൊരു കഥാപാത്രമായി ചിന്തിക്കുവാൻ ആവശ്യപ്പെട്ടു. തുടർന്ന് കുട്ടികൾ ദൗത്യം പൂർത്തിയാക്കാൻ ശ്രമിക്കുമ്പോൾ അവരെ നിരീക്ഷിച്ചു.

ഈ ഗവേഷകർക്ക് കൗതുകകരമായ ഒരു ഉൾക്കാഴ്ചയാണ് ലഭിച്ചത്. തങ്ങളെ വീരനായകരോ മറ്റ് കഥാപാത്രങ്ങളോ ആയി സങ്കൽപ്പിക്കാൻ ആവശ്യപ്പെട്ട കുട്ടികൾ മറ്റ് രണ്ട് സംഘത്തിനേക്കാൾ മികച്ച ആത്മനിയന്ത്രണവും ശ്രദ്ധയും സ്ഥിരോത്സാഹവും പ്രകടിപ്പിച്ചു.

ഈ കണ്ടെത്തൽ, ബാറ്റ്മാൻ ഫലത്തിന്റെ സാധ്യതയെ ഫലപ്രദമായി നമ്മുടെ പരാജയത്തെക്കുറിച്ചുള്ള ഭയത്തെ മറികടക്കുന്നതിനുള്ള ഒരു ഉപകരണമായി ഉപയോഗിക്കാൻ കഴിയുമെന്ന് ചൂണ്ടിക്കാട്ടുന്നു – അതാകട്ടെ നമ്മുടെ നീട്ടിവെക്കലിനെ ഒഴിവാക്കാനും സഹായകര

മാണ്. നാം ഒരു നിർഭയവും ആത്മവിശ്വാസമുള്ളതുമായ അപര വ്യക്തിത്വത്തിന്റെ സ്വഭാവവിശേഷങ്ങൾ ഉൾക്കൊള്ളുമ്പോൾ, നമ്മുടെ പതിവ് സ്വഭാവത്തിൽ ഇല്ലാത്ത ധൈര്യത്തിന്റെയും നിശ്ചയദാർഢ്യത്തിന്റെയും ഒരു കലവറയിലേക്ക് നമുക്ക് പ്രവേശിക്കാൻ കഴിയും.

വർഷങ്ങളായി എന്റെ സ്വന്തം അരക്ഷിതാവസ്ഥ മറികടക്കാൻ ഞാൻ ബാറ്റ്മാൻ ഫലം ഉപയോഗിക്കുന്നു. പൊതുവേദിയിൽ സംസാരിക്കുമ്പോൾ ഇത് വളരെ പ്രയോജനപ്രദമാണെന്ന് ഞാൻ കാണുന്നു. പലപ്പോഴും, ഞാൻ അരക്ഷിതാവസ്ഥയും സ്വയം-സംശയവും കൊണ്ട് വലയുന്നു, വർഷങ്ങളായി ഞാൻ ക്ലാസുകൾ എടുക്കുകയും അവതരണങ്ങൾ കൊടുക്കുകയും ചെയ്യുന്നുണ്ടെങ്കിലും, പൊതുസ്ഥലത്ത് പ്രവർത്തിക്കുന്നതുമായി ബന്ധപ്പെട്ട ഭയം ചിലപ്പോഴൊക്കെ സ്വയം എനിക്ക് അനുഭവപ്പെടുന്നു. ഈ സന്ദർഭങ്ങളിൽ, ജെയിംസ് മക്കാവോയ് അവതരിപ്പിച്ച എക്സ്-മെൻ പരമ്പരയിലെ യുവ ചാൾസ് സേവ്യർ (പ്രൊഫസർ എക്സ്) ആണ് എന്റെ അപര വ്യക്തിത്വം.

ചാൾസ് സേവ്യറിന്റെ വ്യക്തിത്വത്തിലേക്ക് ചുവടുവെക്കാനുള്ള എന്റെ ശാരീരിക ഉത്തേജനം ഞാൻ എന്റെ വ്യാജ കണ്ണട ധരിക്കുമ്പോഴാണ്. അതുകൊണ്ടാണ് എനിക്ക് ലേസർ നേത്ര ശസ്ത്രക്രിയ നടത്തിയിട്ടുണ്ടെങ്കിലും പല പൊതുസ്ഥലങ്ങളിലും ഞാൻ ഇപ്പോഴും കണ്ണട ധരിക്കുന്നത് : ഒരു പ്രസംഗം നടത്തുമ്പോൾ എനിക്ക് പലപ്പോഴും ഉണ്ടാകുന്ന ആൾമാറാട്ട ലക്ഷണത്തെ (imposter syndrome) മറികടക്കാൻ ആവശ്യമായ ഒരു വിദഗ്ധമായ, ബൗദ്ധിക അപര വ്യക്തിത്വം സ്വീകരിക്കാൻ അവ എന്നെ സഹായിക്കുന്നു.

നിങ്ങളുടെ സ്വന്തം ഭയത്തിന് ഈ രീതി ഉപയോഗിക്കുന്നതിന് നിങ്ങൾ ഒരു എക്സ്-മെൻ ആരാധകനാകേണ്ടതില്ല. സ്വയം-സംശയം നിമിത്തം നിങ്ങൾ നീട്ടിവെക്കുന്ന ഒരു കാര്യത്തെക്കുറിച്ച് ചിന്തിക്കുക : ഒരു പുതിയ വിനോദവൃത്തിയിൽ ഏർപ്പെടുക, അല്ലെങ്കിൽ ഒരു ഉപതൊഴിൽ ആരംഭിക്കുക. ഇനി, അതിന് ഒരു പ്രശ്നവുമില്ലാത്ത ഒരു അപര വ്യക്തിത്വം കണ്ടെത്തുക. നിങ്ങൾക്ക് ഉണ്ടായിരിക്കാൻ ആഗ്രഹിക്കുന്ന ഗുണങ്ങൾ, ആത്മവിശ്വാസം, ധൈര്യം, ദൃഢനിശ്ചയം, അല്ലെങ്കിൽ (പറയാൻ ഞാൻ ധൈര്യപ്പെടുന്നു) അച്ചടക്കം പോലുള്ള ഗുണങ്ങൾ ഉൾക്കൊള്ളുന്നത് ആരാണ്?

അടുത്തതായി, നിങ്ങളുടെ അപര വ്യക്തിത്വത്തിലേക്ക് പ്രവേശിക്കുക. നിങ്ങൾക്ക് തനിച്ചായിരിക്കാൻ കഴിയുന്ന ഒരു ശാന്തമായ ഇടം കണ്ടെത്തുകയും ആ ബദൽ 'നിങ്ങൾ' ആയി സ്വയം മാറുന്നത് ദൃശ്യവത്കരിക്കാൻ കുറച്ച് നിമിഷങ്ങളെടുക്കുകയും ചെയ്യുക. അവരുടെ ഭാവവും ശബ്ദവും മനോഭാവവും നിങ്ങൾ സ്വീകരിക്കുന്നതായി സങ്കൽപ്പിക്കുക. നിങ്ങൾ എത്രത്തോളം പരിശീലിക്കുന്നുവോ അത്രത്തോളം നിങ്ങൾക്ക് ഭയമോ നീട്ടിവെക്കലോ മറികടക്കേണ്ടിവരുമ്പോൾ ബാറ്റ്മാൻ ഫലത്തിലേക്ക് പ്രവേശിക്കുന്നത് എളുപ്പമാകും.

അവസാനമായി, ഒരു മന്ത്രമോ സത്യവാചകമോ സൃഷ്ടിക്കുന്നത് സഹായകരമാണെന്ന് ഞാൻ കാണുന്നു : നിങ്ങളുടെ അപര വ്യക്തിത്വത്തെ പ്രതിനിധീകരിക്കുന്ന ഒരു ഹ്രസ്വവും ശാക്തീകരിക്കുന്നതുമായ വാക്യം. നിങ്ങൾക്ക് ധൈര്യമോ പ്രചോദനമോ ആവശ്യമുള്ളപ്പോൾ ഈ മന്ത്രം സ്വയം ആവർത്തിക്കുക.

എനിക്ക് ആത്മവിശ്വാസമുണ്ട്.
ഞാൻ നിർഭയനാണ്.
എന്നെ തടയാനാകില്ല.

ഈ മന്ത്രങ്ങൾ മതിയാവില്ലെന്ന് തോന്നിയേക്കാം. എന്നാൽ അവ വിശേഷാൽ ഫലപ്രദമാണ്. നമുക്ക് സങ്കൽപ്പിക്കാൻ കഴിയുന്നതിനപ്പുറം ശക്തിയുടെ കരുതൽ നമുക്ക് (അല്ലെങ്കിൽ നമ്മുടെ അപര വ്യക്തിത്വത്തിന്) ഉണ്ടെന്ന് അവ നമ്മെ ഓർമ്മിപ്പിക്കുന്നു.

സംക്ഷിപ്തമായി...

- നമ്മുടെ രണ്ടാമത്തെ വൈകാരിക തടസ്സം ഇനിയും കഠിനമാണ്: ഭയം. നിങ്ങൾ എപ്പോഴെങ്കിലും ഒരു ബ്രഹ്മാണ്ഡ ജോലിക്ക് അപേക്ഷിക്കുകയോ അല്ലെങ്കിൽ നിങ്ങൾ ഇഷ്ടപ്പെടുന്ന ഒരാളോട് അത് പറയുകയോ ചെയ്യുന്നത് മാറ്റിവെച്ചിട്ടുണ്ടെങ്കിൽ, നിങ്ങൾ ഈ സവിശേഷമായ രാക്ഷസനെ നേരിട്ടിട്ടുണ്ട്. ഭയത്തിൽ നിന്ന് മുക്തി നേടുക എന്നതല്ല പരിഹാരം – പകരം, അതിനെ നേരിടാനുള്ള ധൈര്യം വളർത്തിയെടുക്കുക എന്നതാണ്.
- ആ ധൈര്യം മൂന്ന് ഉറവിടങ്ങളിൽ നിന്നാണ് വരുന്നത്. നിങ്ങളുടെ ഭയം മനസ്സിലാക്കുക എന്നതാണ് ആദ്യത്തേത്. സ്വയം ചോദിക്കുക : എന്തുകൊണ്ട് ഞാൻ ഇതുവരെ ആ പ്രവൃത്തിയോ പദ്ധതിയോ ആരംഭിച്ചില്ല? ഞാൻ എന്തിനെയാണ് ഭയപ്പെടുന്നത്? ഈ ഭയം എവിടെ നിന്ന് വരുന്നു?
- രണ്ടാമത്തേത് നിങ്ങളുടെ ഭയം കുറയ്ക്കുക എന്നതാണ്. നമ്മുടെ ഭയം പലപ്പോഴും അനാവശ്യമായി വലുതാക്കപ്പെടുന്നു. ദുരന്തത്തിൽ നിന്ന് സ്വയം രക്ഷ നേടാൻ ഈ ചോദ്യങ്ങൾ സ്വയം ചോദിക്കുക : 10 നിമിഷങ്ങൾക്കുള്ളിൽ ഇതിന് എന്തെങ്കിലും പ്രാധാന്യമുണ്ടോ? 10 ആഴ്ചകൾക്കുള്ളിൽ ഇതിന് എന്തെങ്കിലും പ്രാധാന്യമുണ്ടോ? 10 വർഷങ്ങൾക്കുള്ളിൽ ഇതിന് എന്തെങ്കിലും പ്രാധാന്യമുണ്ടോ?
- മൂന്നാമത്തേത് നിങ്ങളുടെ ഭയത്തെ മറികടക്കുക എന്നതാണ്. മറ്റുള്ളവർ എന്താണ് ചിന്തിക്കുന്നതെന്ന് നിങ്ങൾ ഭയപ്പെടുന്നുവെങ്കിൽ, മിക്ക ആളുകളും നിങ്ങളെക്കുറിച്ച് ചിന്തിക്കുന്നില്ലെന്ന് സ്വയം ഓർമ്മിപ്പിക്കുക. നമ്മൾ സ്വയം-ബോധമുള്ള ഒരു ജീവിവർഗ്ഗമാണ്, പക്ഷേ നമ്മൾ സാധാരണഗതിയിൽ ഒരു മുൻവിധി അധിഷ്ഠിത ജീവിവർഗ്ഗമല്ല.

അദ്ധ്യായം 6

ആരംഭിക്കുക

1684-ൽ, ഐസക് ന്യൂട്ടൺ തന്റെ ഇതുവരെയുള്ളതിൽ വെച്ച് ഏറ്റവും വലിയ ദൗത്യം ആരംഭിച്ചു. അടുത്ത പതിനെട്ട് മാസങ്ങളിൽ, അദ്ദേഹം രാത്രി മുഴുവൻ ജോലി ചെയ്തു, പലപ്പോഴും ഉറക്കവും ഭക്ഷണവും ഉപേക്ഷിച്ചു, തന്റെ മഹത്തായ ജോലി പൂർത്തിയാക്കുന്നതിനായി : *ഫിലോസഫിയേ നാച്ചുറലിസ് പ്രിൻസിപ്പിയ മാത്തമാറ്റിക്ക.*

1687 ജൂലൈയിൽ *പ്രിൻസിപ്പിയ* പ്രസിദ്ധീകരിച്ചപ്പോൾ, അത് അന്തരീക്ഷത്തിലൂടെ വസ്തുക്കൾ എങ്ങനെ നീങ്ങുന്നുവെന്ന് വിശദീകരിക്കുന്ന ആദ്യത്തെ ശാസ്ത്രീയ ശ്രമത്തെ പ്രതിനിധീകരിച്ചു. ന്യൂട്ടന്റെ ആദ്യ ചലന നിയമത്തിൽ സംക്ഷിപ്തമായി സംഗ്രഹിച്ചിരിക്കുന്ന ഒരു ലളിതമായ നിരീക്ഷണം അതിന്റെ ഹൃദയത്തിൽ ഉണ്ടായിരുന്നു, അതിനെ പലപ്പോഴും ജഡത്വ നിയമം (law of inertia) എന്ന് വിളിക്കുന്നു : 'നിശ്ചലാവസ്ഥയിലുള്ള ഒരു വസ്തു നിശ്ചലാവസ്ഥയിൽ തുടരുന്നു, അതേസമയം ചലനത്തിലുള്ള ഒരു വസ്തു ചലനം തുടരുന്നു, അതിന്മേൽ ഒരു ബാഹ്യ അസന്തുലിത ശക്തി പ്രവർത്തിക്കുന്നില്ലെങ്കിൽ.'

മറ്റൊരു വിധത്തിൽ പറഞ്ഞാൽ, ഒരു വസ്തു നിശ്ചലമാണെങ്കിൽ, അത് നിശ്ചലമായി തുടരും; ഒരു വസ്തു ചലിക്കുന്നുണ്ടെങ്കിൽ, മറ്റൊരു ശക്തി (ഗുരുത്വാകർഷണം അല്ലെങ്കിൽ വായു പ്രതിരോധം പോലെ) അതിൽ നിന്ന് അതിനെ തടയുന്നില്ലെങ്കിൽ അത് ചലിക്കുന്നത് തുടരും.

നാല് പതിറ്റാണ്ടുകൾക്ക് ശേഷം ന്യൂട്ടൺ മരിക്കുമ്പോഴേക്കും, അദ്ദേഹത്തിന്റെ സമകാലികരായ പലരും *പ്രിൻസിപ്പിയ* ഒരു അതുല്യ മാതൃകയാണെന്ന് മനസ്സിലാക്കി, പ്രകൃതി പ്രപഞ്ചത്തിന്റെ ഭൗതിക സവിശേഷതകൾ വിവരിക്കുന്നതിനുള്ള ഏറ്റവും വലിയ ശ്രമം. പക്ഷേ, അവർ തിരിച്ചറിഞ്ഞില്ല, ന്യൂട്ടന്റെ ആദ്യ നിയമം മനുഷ്യ പെരുമാറ്റത്തിന്റെ പ്രധാന കൗതുകങ്ങളിലൊന്ന് വിവരിക്കുന്നുവെന്ന്. കാരണം, ജഡത്വ നിയമം ഭൗതികശാസ്ത്രത്തിലെന്നപോലെ ഉൽപാദനക്ഷമതയ്ക്കും ബാധകമാണ്.

ഇതുവരെ, നമുക്ക് മോശം തോന്നിപ്പിക്കുകയും ഒരുപാട്

നീട്ടിവെപ്പിക്കുകയും ചെയ്യു രണ്ട് പ്രധാന തടസ്സങ്ങളെ നമ്മൾ നേരിട്ടു : അനിശ്ചിതത്വവും, ആരംഭിക്കുന്നതിന് നമ്മൾ എന്താണ് ചെയ്യേണ്ടത് എന്നതിനെക്കുറിച്ച് ഇത് ആശയക്കുഴപ്പമുണ്ടാക്കുന്നു; ഭയവും, നമുക്ക് ആരംഭിക്കാൻ കഴിയുമെന്ന് നമുക്ക് തോന്നാത്ത തരത്തിൽ അത് നമ്മെ ഉത്കണ്ഠാകുലരാക്കുന്നു. എന്നാൽ നമ്മുടെ മൂന്നാമത്തേതും അവസാനത്തേതുമായ തടസ്സം ഒരുപക്ഷേ ഏറ്റവും തന്ത്രപ്രധാനമാണ്: ജഡത്വം.

ന്യൂട്ടൺ തിരിച്ചറിഞ്ഞതുപോലെ, തുടങ്ങുന്നതിന് തുടരുന്നതിനേക്കാൾ കൂടുതൽ ഊർജ്ജം ആവശ്യമാണ്. നിങ്ങൾ ഒന്നും ചെയ്യാതിരിക്കുമ്പോൾ,ഒന്നുംചെയ്യാതെതുടരുന്നത്എളുപ്പമാണ്.നിങ്ങൾപ്രവർത്തിച്ചുകൊണ്ടിരിക്കുമ്പോൾ, പ്രവൃത്തി തുടരുന്നത് വളരെ എളുപ്പമാണ്. സ്വയം പ്രചോദിപ്പിക്കാൻ നിങ്ങൾ എല്ലാം ശ്രമിച്ചുവെന്നും എന്നാൽ നിങ്ങൾ ഇപ്പോഴും നീട്ടിവെക്കുകയാണെന്നും തോന്നുമ്പോൾ, ആരംഭിക്കുന്നതിന് നിങ്ങൾക്ക് ഒരു അന്തിമ ഉത്തേജനം ആവശ്യമാണ്.

ജഡത്വം നമ്മുടെ വൈകാരിക ഭൂപ്രകൃതിയെ തരിശാക്കുന്നു; അത് നമ്മെ നിസ്സഹായരും കുടുങ്ങിയവരുമാക്കുന്നു, ഒപ്പം നമ്മുടെ സുഖ-അനുഭവ വികാരങ്ങളെ ഇല്ലാതാക്കുകയും ചെയ്യുന്നു. എന്നാൽ അതിനെ മറികടക്കാനാകും.ഞാൻജഡത്വത്തിന്റെതത്വത്തെഅക്ഷരാർത്ഥത്തിൽ ഒരു വഴിയിലെ ചെറുകുന്ന് ആയി കണക്കാക്കാൻ ആഗ്രഹിക്കുന്നു. നിങ്ങൾ സൈക്കിളിൽ കുന്നിറങ്ങാൻ പോകുകയാണെന്ന് സങ്കൽപ്പിക്കുക. നിങ്ങൾ ശിരോകവചം ധരിച്ചിരിക്കുന്നു, യന്ത്രഭാഗങ്ങളിൽ വേണ്ടത്ര എണ്ണയിട്ടിട്ടുണ്ട്, ആരംഭിക്കാൻ നിങ്ങൾ വെമ്പൽകൊണ്ട് നിൽക്കുന്നു. ഒരു പ്രശ്നം മാത്രമേ ഉള്ളൂ. താഴേക്കുള്ള നീണ്ട ഇറക്കത്തിലേക്ക് എത്തുന്നതിന് മുമ്പ് നിങ്ങൾ സൈക്കിളിൽ കുന്ന് കയറേണ്ടതുണ്ട്. ആ കുന്നിനെ മറികടക്കുന്നതിന് ഒരു വലിയ ഊർജ്ജം ആവശ്യമാണ്, ആ ഊർജ്ജം ഉപയോഗിക്കുക എന്നത് ലോകത്തിലെ ഏറ്റവും സന്തോഷകരമായ കാര്യവുമല്ല.

എന്നാൽ ഒരിക്കൽ നിങ്ങൾ അതിനെ മറികടന്നാൽ, നിങ്ങൾ കുന്നിന്റെ താഴേക്ക് സൈക്കിൾ ചവിട്ടുന്നു, നിങ്ങളുടെ തലമുടി കാറ്റത്ത് പറക്കുന്നു, എന്നത്തേക്കാളും മെച്ചപ്പെട്ടതായി അനുഭവപ്പെടുന്നു, വീട്ടിലേക്ക് ഒരുഗ്രൻ സവാരി ലഭിക്കുന്നു.

ഘർഷണം കുറയ്ക്കുക

അപ്പോൾ നമ്മൾ എങ്ങനെ ഈ കുന്നിനെ മറികടക്കും? നമുക്ക് ചുറ്റുമുള്ള ലോകത്തെ നോക്കി, ആരംഭം ബുദ്ധിമുട്ടാക്കുന്നത് എന്താണെന്നു മനസ്സിലാക്കാൻ ശ്രമിക്കുന്നതാണ് ആദ്യ രീതി. നിങ്ങളുടെ പരിത സ്ഥിതിയിൽ ചില ചെറിയ ക്രമീകരണങ്ങൾ വരുത്തുന്നത് വലിയ മാറ്റങ്ങളുണ്ടാക്കുന്നതായി നിങ്ങൾ കണ്ടെത്തിയേക്കാം. ഞാൻ എന്താണ് അർത്ഥമാക്കുന്നതെന്ന് കാണാൻ, പച്ചക്കറി വാങ്ങുന്നതിന്റെ മനഃശാസ്ത്രത്തെക്കുറിച്ച് ഒരു ഡച്ച് പഠനത്തിന് നേതൃത്വം നൽകിയ ഗവേഷകയായ മർലൈൻ ഹ്യൂടിങ്ക്-ന്റെ (Marlijn Huitink) പ്രവർത്തനത്തിലേക്ക് തിരിയാം.

ഒരു സൂപ്പർമാർക്കറ്റ് ശൃംഖലയും നിരവധി പൊതു സംഘടനകളും ജനങ്ങളുടെ ആരോഗ്യാവസ്ഥ മെച്ചപ്പെടുത്തുന്നതിനുള്ള ചെലവുകുറഞ്ഞ മാർഗ്ഗങ്ങൾ കണ്ടെത്താൻ ഹ്യൂടിങ്കിനെയും അവളുടെ ടീമിനെയും ചുമതലപ്പെടുത്തിയിരുന്നു. അതിനായി, നമ്മുടെ പരിസ്ഥിതി നമ്മുടെ വാങ്ങൽ തീരുമാനങ്ങളെ എങ്ങനെ ബാധിക്കുന്നു എന്ന് പര്യവേക്ഷണം ചെയ്യുന്നതിനുള്ള ഒരു ലളിതമായ രീതി അവർ വികസിപ്പിച്ചെടുത്തു. ആഴ്ചയിലെ ചില ദിവസങ്ങളിൽ (ചികിത്സ ദിനങ്ങൾ), ഷോപ്പിംഗ് ഉന്തുവണ്ടികളിൽ ഗവേഷകർ ഒരു പച്ച കൂട വെച്ചു, അത് ഉന്തുവണ്ടിയുടെ ഉള്ളിലെ പകുതിയോളം സ്ഥലമെടുത്തു. പച്ച കൂട ഉപഭോക്താക്കൾ വാങ്ങിയ പച്ചക്കറികൾ വെക്കാനുള്ള സ്ഥലത്തെ സൂചിപ്പിക്കുന്നു. കടയിലെ മറ്റ് ഉപഭോക്താക്കൾ പച്ചക്കറികൾ വാങ്ങുമ്പോൾ എന്താണ് ചെയ്യുന്നതെന്ന് അവരെ അറിയിക്കുന്ന ഒരു സന്ദേശവും കൂടയിൽ അച്ചടിച്ചിരുന്നു. ഒരു സന്ദേശം ഇപ്രകാരമാണ് : ‘ഈ കടയിലെ ഏറ്റവും ജനപ്രിയമായ മൂന്ന് പച്ചക്കറികൾ വെള്ളരിക്ക, വെണ്ണപ്പഴം, മുളക് എന്നിവയാണ്.’ മറ്റൊന്ന് ഇപ്രകാരമാണ് : ‘മിക്ക ഉപഭോക്താക്കളും കുറഞ്ഞത് ഏഴ് പച്ചക്കറി ഇനങ്ങൾ വാങ്ങുന്നു.’ ആഴ്ചയിലെ മറ്റ് ദിവസങ്ങളിൽ (നിയന്ത്രണ ദിനങ്ങൾ) ഗവേഷകർ ആ പച്ച കൂട നീക്കം ചെയ്തു.

നമ്മുടെ പരിതസ്ഥിതിയിലെ ഈ സൂക്ഷ്മവും – എന്നാൽ വളരെ ചെലവുകുറഞ്ഞതുമായ മാറ്റങ്ങൾ – (ഷോപ്പിംഗ് ഉന്തുവണ്ടിയിലെ പച്ച കൂടയും സന്ദേശവും പോലെ) വാങ്ങാൻ വരുന്നവരുടെ പെരുമാറ്റത്തിൽ മാറ്റം വരുത്തുമോ എന്ന് പരിശോധിക്കാൻ ഗവേഷകർ ആഗ്രഹിച്ചു.

തീർച്ചയായും മാറ്റം വന്നു. പച്ചക്കുടകൾ ഉള്ള ദിവസങ്ങളിൽ, ഉപഭോക്താക്കൾ അതില്ലാത്ത ദിവസങ്ങളേക്കാൾ ശരാശരി 50 ശതമാനം അധികം പച്ചക്കറികൾ വാങ്ങി.

ഒരു പ്രവൃത്തി ആരംഭിക്കുന്നതിന് ആവശ്യമായ ഊർജ്ജത്തിന്റെ അളവ് കുറയ്ക്കുന്നതായി ഈ മാറ്റങ്ങളെക്കുറിച്ച് നമുക്ക് ചിന്തിക്കാം. നമുക്കും നാം അന്വേഷിക്കുന്ന ലക്ഷ്യത്തിനും ഇടയിൽ നിലനിൽക്കുന്ന ഘർഷണത്തെ അവ ഇല്ലാതാക്കുന്നു. പച്ചക്കറി വാങ്ങാൻ നിങ്ങളെ നിരന്തരം ഓർമ്മിപ്പിക്കുകയാണെങ്കിൽ, അത് ഓർക്കാൻ വളരെ കുറച്ച് ഊർജ്ജം മാത്രമേ എടുക്കൂ. നിങ്ങളുടെ ചുറ്റുവട്ടത്തെ ഏറ്റവും ജനപ്രിയമായ പച്ചക്കറികൾ ഏതാണെന്ന് നിങ്ങളോട് പറഞ്ഞാൽ, ഏതൊക്കെ തിരഞ്ഞെടുക്കണമെന്ന് തീരുമാനിക്കാൻ വളരെ കുറച്ച് ഊർജ്ജം മാത്രമേ എടുക്കൂ.

പരീക്ഷണം 1 :

പരിസ്ഥിതി ഘർഷണം കുറയ്ക്കുക

ഈ ഘർഷണങ്ങൾ നമ്മെ മന്ദഗതിയിലാക്കുന്ന പ്രഥമ വഴിയാണ് നമ്മുടെ ഭൗതിക പരിസ്ഥിതി. നാം ശരിക്കും എന്തെങ്കിലും ചെയ്യേണ്ടതുണ്ടെന്ന് നമുക്ക് അറിയാമെങ്കിലും, ആരംഭിക്കുന്നതിനെ അനാവശ്യമായി ബുദ്ധിമുട്ടിക്കുന്ന സ്ഥലങ്ങളിൽ നാം പലപ്പോഴും സ്വയം കണ്ടെത്തുന്നു.

2018-ൽ, ഒരു മുഴുവൻ സമയ ഡോക്ടറായി ജോലി ചെയ്യുമ്പോൾ, വൈകുന്നേരങ്ങളിൽ ഗിറ്റാർ പരിശീലനം പതിവാക്കുന്നതിൽ എനിക്ക് പ്രയാസമുണ്ടായിരുന്നു. ഞാൻ ഇടയ്ക്കിടെ വിചാരിക്കും, 'എനിക്ക് എപ്പോഴെങ്കിലും കുറച്ച് ഗിറ്റാർ പ്രാക്ടീസ് ചെയ്യണം.' എന്നാൽ, ഞാൻ അത് എല്ലായ്പ്പോഴും നീട്ടിവെച്ചു കൊണ്ടിരുന്നു. സ്വീകരണമുറിയിലെ ഇരിപ്പിടത്തിൽ ഞാൻ ഫോണിൽ സാമൂഹ്യ മാധ്യമം നോക്കിക്കൊണ്ടിരിക്കുകയോ ടിവി കാണുകയോ ചെയ്യും. എന്റെ ഗിറ്റാർ മുറിയുടെ മൂലയിൽ എന്റെ പുസ്തക ഷെൽഫിന് പിന്നിൽ മറഞ്ഞിരുന്നു, എന്റെ കാഴ്ചയിൽ പെടാത്ത വിധം. ഞാൻ ജെയിംസ് ക്ലിയറിന്റെ *അറ്റോമിക് ഹാബിറ്റ്സ്* എന്ന പുസ്തകം വായിച്ചപ്പോൾ മാത്രമാണ് ആ വ്യക്തമായ പരിഹാരം തിരിച്ചറിഞ്ഞത് : സ്വീകരണമുറിയുടെ മധ്യത്തിൽ ഗിറ്റാർ വെക്കുക. പൊടുന്നനെ, ഗിറ്റാർ എടുക്കുന്നത് നാടകീയമായി എളുപ്പമായി.

ഇതുപോലുള്ള ക്രിയകൾ – അല്ലെങ്കിൽ ഡച്ച് ഷോപ്പിംഗ് പഠനം – നമ്മുടെ പരിസ്ഥിതിയെ ക്രമപ്പെടുത്തുന്നവയായി കണക്കാക്കാം. ലക്ഷ്യം : ഘർഷണം കുറയ്ക്കുക – അങ്ങനെ ആരംഭിക്കുന്നത് എളുപ്പമാക്കുക.

പ്രത്യേകിച്ചും, പെരുമാറ്റശാസ്ത്രജ്ഞർ നമ്മുടെ *സ്വാഭാവിക തിരഞ്ഞെടുപ്പുകൾ* (default choices) എന്ന് വിളിക്കുന്നതിൽ ശ്രദ്ധ കേന്ദ്രീകരിക്കുന്നത് ഇതിൽ ഉൾപ്പെടുന്നു. നിങ്ങൾ ഒരു തിരഞ്ഞെടുപ്പ് സജീവമായി

നടത്തുന്നില്ലെങ്കിൽ ഈ യാന്ത്രികമായ ഫലം നടപ്പാകും. ആ ഡച്ച് ഉപഭോക്താക്കളുടെ കാര്യത്തിൽ, കായ്കനികൾക്കായി സമർപ്പിച്ചിരിക്കുന്ന ആ പച്ചക്കട പച്ചക്കറികളെ സ്വാഭാവികമാക്കി : കായ്കനികൾ ഒരു തള്ളുവണ്ടിയിൽ കയറ്റാൻ ശരിക്കും ചിന്തിക്കേണ്ട ആവശ്യമില്ല.

ഇത് പ്രായോഗിക തലത്തിൽ എങ്ങനെ കാണപ്പെടുന്നു? നിങ്ങൾ ആരംഭിക്കാൻ ആഗ്രഹിക്കുന്ന കാര്യത്തെ ഏറ്റവും പ്രത്യക്ഷവും സ്വാഭാവികവുമായ തീരുമാനമാക്കുന്നതിനു വേണ്ടി നിങ്ങളുടെ ചുറ്റുപാടിൽ മാറ്റം വരുത്തുക എന്നതാണ് ഇവിടുത്തെ തന്ത്രം. കൂടാതെ, നിങ്ങൾ ചെയ്യാൻ ആഗ്രഹിക്കാത്ത കാര്യങ്ങളെ കൂടുതൽ ബുദ്ധിമുട്ടുള്ള തീരുമാനം ആക്കി മാറ്റുകയും ചെയ്യുക. ചില ഉദാഹരണങ്ങൾ പരിഗണിക്കാം :

- **ഗിറ്റാർ പരിശീലിക്കുന്നത് :** നിങ്ങളുടെ സ്വീകരണമുറിയിലേക്ക് നിങ്ങളുടെ ഗിറ്റാർ സ്റ്റാൻഡ് നീക്കുന്നത് അതിനെ സ്വാഭാവിക തിരഞ്ഞെടുപ്പാക്കി മാറ്റുന്നു. ഇപ്പോൾ വ്യക്തമായ തീരുമാനം, നിങ്ങൾക്ക് ഒരു പത്ത് മിനിറ്റ് ഇടവേള ആവശ്യമുള്ളപ്പോഴെല്ലാം ചിന്തിക്കാതെ ഗിറ്റാർ എടുക്കുക എന്നതാണ്.
- **ശ്രദ്ധ കേന്ദ്രീകരിക്കാൻ പാടുപെടുന്നത് :** നിങ്ങളുടെ പഠനമോ ജോലി സാമഗ്രികളോ ക്രമീകരിച്ച് കാണുന്നിടത്ത് സൂക്ഷിക്കുന്നത് – ഉദാഹരണത്തിന്, നിങ്ങളുടെ ലാപ്ടോപ്പിന് അടുത്തായി ഒരു നോട്ടുപുസ്തകം വെക്കുക – പഠനം സ്വാഭാവിക തിരഞ്ഞെടുപ്പാക്കി മാറ്റുന്നു. നിങ്ങൾ നിങ്ങളുടെ മേശയിലായിരിക്കുമ്പോഴെല്ലാം പഠിക്കുക എന്നതാണ് ഇപ്പോൾ വ്യക്തമായ തീരുമാനം.
- **ഫോൺ ഉപയോഗം കുറയ്ക്കുന്നത് :** അറിയിപ്പുകൾ ഓഫ് ചെയ്തു വെയ്ക്കുന്നത് നിങ്ങൾ ഫോൺ എടുത്തുപയോഗിക്കുന്നത് സ്വാഭാവിക തിരഞ്ഞെടുപ്പല്ലാതാക്കുന്നു. ഇപ്പോൾ വ്യക്തമായ തീരുമാനം നിങ്ങളുടെ ഫോൺ പരിശോധിക്കേണ്ടതില്ല എന്നതാണ്.

നിങ്ങളുടെ പരിസരത്തെ ക്രമീകരിക്കുന്നത്, നിങ്ങളെ ശരിയായ തീരുമാനം എടുക്കാൻ പ്രേരിപ്പിക്കുന്നു, നിങ്ങൾ യഥാർത്ഥത്തിൽ എടുക്കാൻ ആഗ്രഹിക്കുന്ന തീരുമാനം. ചിന്തിക്കാതെ എടുക്കുന്ന മോശം തീരുമാനമല്ല.

പരീക്ഷണം 2 :

വൈകാരിക ഘർഷണം കുറയ്ക്കുക

തീർച്ചയായും നിങ്ങളുടെ ചുറ്റുപാട് മാത്രമല്ല, ഒരു പ്രവൃത്തി ആരംഭിക്കുന്നത് പ്രയാസകരമാക്കുന്നത്. നിങ്ങളുടെ മാനസികാവസ്ഥയും പ്രധാന ഘടകമാണ്. ഈ പുസ്തകത്തിൽ ഇതുവരെ, ആരംഭിക്കുന്നതിൽ നിന്ന് നമ്മെ തടയുന്ന വലിയ, പലപ്പോഴും സമ്മർദ്ദപൂരിതമായ വൈകാരിക

തടസ്സങ്ങളെക്കുറിച്ച് നമ്മൾ വളരെയധികം സംസാരിച്ചു: നമ്മൾ എന്താണ് ചെയ്യുന്നതെന്നതിനെക്കുറിച്ചുള്ള അവ്യക്തത, ഒരു പ്രവൃത്തി എന്താണെന്നതിനെക്കുറിച്ചുള്ള ഉത്കണ്ഠ. എന്നാൽ അതിലുമപ്പുറം വളരെ സാധാരണമായ ഒരു തടസ്സമുണ്ട്. എന്റെ മാതൃരാജ്യമായ ബ്രിട്ടനിൽ, ഇതിനെ സാധാരണയായി CBA അല്ലെങ്കിൽ 'ചെയ്യാൻ മനസ്സില്ല' (can't be arsed) എന്നാണ് വിളിക്കുന്നത്.

എന്റെ അറിവിൽ, ഈ ആശയം ഇങ്ങനെ സംക്ഷിപ്തമാക്കുന്ന സമാന വാക്കുകളൊന്നും അമേരിക്കൻ-ഇംഗ്ലീഷിൽ ഇല്ല. ഇത് ഒരു ദൌർഭാഗ്യമാണ്, കാരണം ഇത് വളരെ വ്യാപകമായ ഒരു വികാരമാണ്. ആ ഉപന്യാസം എഴുതാൻ എനിക്ക് CBA. ഗിറ്റാർ പഠിക്കാൻ എനിക്ക് CBA. എന്റെ പുസ്തകത്തിന്മേൽ പണിയെടുക്കുന്നത് എനിക്ക് ശരിക്കും ശരിക്കും CBA.

ആരംഭിക്കുന്നതിനുള്ള ഏറ്റവും സാധാരണമായ–ഏറ്റവും തളർത്തുന്ന – തടസ്സം CBA ആണ്. എന്നാൽ ഇതിനെ വിവേകവും ഏറ്റവും പുരാതനവുമായ ഒരു ഉൽപാദനക്ഷമത കൌശലമായ, 'പഞ്ച-നിമിഷ നിയമം' (five-minute rule) ഉപയോഗിച്ച്, എളുപ്പത്തിൽ കൈകാര്യം ചെയ്യാൻ കഴിയും.

പഞ്ച-നിമിഷ നിയമം എന്നത് ലളിതവും എന്നാൽ ശക്തവുമായ ഒരു സാങ്കേതികത്വമാണ്, അത് ഒരു പ്രവൃത്തിയിൽ വെറും അഞ്ച് നിമിഷങ്ങൾ പ്രവർത്തിക്കാൻ നിങ്ങളെ പ്രോത്സാഹിപ്പിക്കുന്നു. ഈ നിയമത്തിന് പിന്നിലെ ആശയം, ആദ്യ ചുവടുവെപ്പ് പലപ്പോഴും ഏതൊരു പ്രവൃത്തിയുടെയും ഏറ്റവും വെല്ലുവിളി നിറഞ്ഞ ഭാഗമാണ് എന്നതാണ്. ആ അഞ്ച് നിമിഷങ്ങളിൽ, നിങ്ങൾ അവഗണിക്കുന്ന കാര്യത്തിൽ മാത്രം ശ്രദ്ധ കേന്ദ്രീകരിക്കുകയും അതിന് നിങ്ങളുടെ പൂർണ്ണ ശ്രദ്ധ നൽകുകയും ചെയ്യുന്നു. അഞ്ച് നിമിഷങ്ങൾ കഴിഞ്ഞാൽ, തുടരണോ അതോ ഇടവേള എടുക്കണോ എന്ന് നിങ്ങൾക്ക് തീരുമാനിക്കാം.

എന്റെ അനുഭവത്തിൽ, പഞ്ചനിമിഷ നിയമം അസാധാരണമാം വിധം ഫലപ്രദമാണ്. സാധാരണഗതിയിൽ, നിങ്ങൾ നീട്ടിവെക്കുന്ന കാര്യം അഞ്ച് നിമിഷങ്ങൾ മാത്രം ചെയ്യുന്നതായി സ്വയം സങ്കൽപ്പിക്കുന്നത്, അതിൽ പൂർണ്ണമായും മുഴുകുന്നത്ര ഭയാനകമല്ല. പ്രത്യേകിച്ചും, നമ്മുടെ തലയിൽ, ആ പ്രതിബദ്ധത 'എന്റെ ജീവിതത്തിന്റെ ശിഷ്ടകാലം മുഴുവൻ ആ കാര്യത്തിൽ ഏർപ്പെടണം' എന്നപോലെ തോന്നുമ്പോൾ.

ഏകദേശം 80 ശതമാനം സമയത്തും, ആ അഞ്ച് നിമിഷങ്ങൾ കഴിഞ്ഞും ഞാൻ തുടരും. ഒരിക്കൽ ഞാൻ, *ലോർഡ് ഓഫ് ദ റിംഗ്സ്* പടത്തിൽ നിന്നുള്ള 'കൺസേനിംഗ് ഹോബിറ്റ്സ്' എന്ന തന്ത്രിവാദ്യ സംഗീതത്തിന് തലയാട്ടിക്കൊണ്ട്, എഴുത്തുകുത്തുകൾ ആരംഭിച്ചപ്പോൾ, ഞാൻ സ്വയം ആസ്വദിക്കാൻ തുടങ്ങിയതായി ഞാൻ കണ്ടെത്തി – അല്ലെങ്കിൽ കുറഞ്ഞപക്ഷം അത് ഞാൻ കരുതിയത്ര മോശമല്ലെന്ന് തിരിച്ചറിഞ്ഞു.

എന്നിരുന്നാലും, പ്രവൃത്തി തുടരാൻ നിങ്ങൾ സ്വയം നിർബന്ധിക്കരുത് എന്നത് നിർണ്ണായകമാണ്, അല്ലാത്തപക്ഷം പഞ്ചനിമിഷ നിയമം നിരർത്ഥകമാകും. അതിനാൽ ശേഷിക്കുന്ന 20 ശതമാനം സമയത്ത്, അഞ്ച് നിമിഷങ്ങൾക്കു ശേഷം നിർത്തുവാൻ ഞാൻ ആത്മാർത്ഥമായി സ്വയം അനുവദിക്കുന്നു. അതെ, എന്റെ നികുതി കുടിശ്ശിക സമർപ്പിക്കുന്നത് മറ്റൊരു ദിവസത്തേക്ക് ഞാൻ മാറ്റിവെച്ചേക്കാം എന്നാണ് ഇതിനർത്ഥം. പക്ഷേ നോക്കൂ, കുറഞ്ഞപക്ഷം ഞാൻ അതിൽ അഞ്ച് നിമിഷങ്ങളുടെ പുരോഗതി കൈവരുത്തിയിട്ടുണ്ട്.

ഞാൻ സ്വയം നിർത്തുവാൻ അനുവദിക്കുന്നു എന്നതിന്റെ അർത്ഥം ഞാൻ സ്വയം കള്ളം പറയുന്നില്ല എന്നാണ്. അഞ്ച് നിമിഷങ്ങൾ മാത്രമേ ഞാൻ എന്തെങ്കിലും ചെയ്യാൻ പോകുന്നുള്ളുവെന്ന് ഞാൻ സ്വയം പറയുകയും തുടർന്ന് തുടരാൻ ബാധ്യസ്ഥനാണെന്ന് തോന്നുകയും ചെയ്താൽ, പഞ്ചനിമിഷ നിയമത്തിന് അതിന്റെ മാന്ത്രികത നഷ്ടപ്പെടും.

നടപടി എടുക്കുക

മാറ്റ് മോച്ചാരിയുടെ ഇടപാടുകാരുടെ പട്ടിക കണ്ടാൽ സിലിക്കൺ വാലിയിലെ *പ്രമുഖരുടെ പട്ടിക* പോലെ തോന്നും. നിക്ഷേപ സ്ഥാപനമായ വൈ കോമ്പിനേറ്ററിലെ മാനേജിംഗ് പങ്കാളികളും ഓപ്പൺഎഐ പോലുള്ള വ്യവസായ ഭീമൻമാരുടെ തലവൻമാരും അവരുടെ കഴിവുകൾ എങ്ങനെ തിരിച്ചറിയാം എന്നതിനെക്കുറിച്ചുള്ള ഉപദേശത്തിനായി അദ്ദേഹത്തിന്റെ അടുത്തേക്ക് ഒഴുകുന്നു. റെഡ്ഡിറ്റിന്റെ തലവൻ സ്റ്റീവ് ഹഫ്മാൻ, തന്റെ കമ്പനിയുടെ മൂല്യം ഒരു ലക്ഷം കോടി ഡോളർ കൂട്ടിയതിന് മൊച്ചാരിയെ പുകഴ്ത്തി.

എനിക്ക് കഴിഞ്ഞ കുറച്ച് വർഷങ്ങളായി എന്റെ സ്വന്തം കച്ചവട ഉപദേഷ്ടാക്കൾ ഉണ്ടെങ്കിലും, മോചാരിയുമൊത്തുള്ള ഒരു പരിശീലന വേള (ന്യായീകരിക്കാനാവാത്ത വണ്ണം ചിലവേറിയതാണെന്ന് ഞാൻ സംശയിക്കുന്നു) എങ്ങനെയായിരിക്കുമെന്ന് ഞാൻ എപ്പോഴും ആലോചിക്കാറുണ്ട്. ഏതാനും കൂടിക്കാഴ്ചകൾക്കുള്ളിൽ നിങ്ങൾ എങ്ങനെയാണ് ഒരു സ്ഥാപനത്തിന്റെ മൂല്യത്തിലേക്ക് ഒരു ലക്ഷം കോടി ഡോളർ കൂട്ടുന്നത്? ഈ യോഗങ്ങളിൽ അദ്ദേഹം എന്ത് അത്ഭുതകരവും പരിവർത്തനാത്മകവുമായ നുറുങ്ങുകൾ വാഗ്ദാനം ചെയ്യുന്നു?

അതിനുത്തരം, ഞാൻ ഊഹിച്ചത്, ചില ബൃഹത്തായ, വെളിപ്പെടുത്തലായി ഉള്ള രഹസ്യമായിരിക്കുമെന്നാണ്. അതുകൊണ്ട് എന്റെ പ്രിയപ്പെട്ട പോഡ്കാസ്റ്റർ ടിം ഫെറിസുമായുള്ള അദ്ദേഹത്തിന്റെ ആത്മാർത്ഥമായ അഭിമുഖം കേട്ടപ്പോൾ, ഞാൻ അൽപ്പം നിരാശനായി. 'ഒരുപാട് ആളുകൾ എന്നോട് ചോദിക്കാറുണ്ട്, "മാറ്റ്, എന്താണ് നിങ്ങളുടെ പ്രത്യേകത?" ' അദ്ദേഹം പറയുന്നു. 'ചോദ്യത്തിന് ഉത്തരം

നൽകാൻ എനിക്ക് ബുദ്ധിമുട്ടാണ്, കാരണം ഞാൻ ചെയ്യുന്നത് വളരെ ലളിതമാണെന്ന് ഞാൻ കരുതുന്നു... നിങ്ങൾ ഒന്നോ രണ്ടോ മൂന്നോ നടപടികളെങ്കിലും എടുക്കാതെ നമ്മൾ ഒരു സംഭാഷണം നിർത്താൻ പോകുന്നില്ല.'

'അത് മതിയോ?' ഞാൻ ചിന്തിച്ചു. 'ഒന്നോ രണ്ടോ മൂന്നോ പ്രവൃത്തികൾ' ചെയ്താൽ മതിയോ ഒരു കച്ചവടത്തിനെ മുകളിലേക്ക് കൊണ്ടുവരാൻ? എന്നിട്ട് ഞാൻ എന്റെ സ്വന്തം ജീവിതത്തെക്കുറിച്ച് ചിന്തിച്ചു. പലപ്പോഴും, കാര്യങ്ങൾ നടക്കാൻ എനിക്ക് ബുദ്ധിമുട്ട് തോന്നുന്നത്, എനിക്ക് ഇപ്പോൾ പിന്തുടരാൻ വ്യക്തവും ലളിതവുമായ ഒരു കൂട്ടം നടപടികൾ ഇല്ല എന്നതാണ്. അതിനാൽ ജഡത്വം. അതിനാൽ നീട്ടിവെക്കലും.

'ക്രിയയിലേക്കുള്ള ചായ്‌വ്' (bias to action) എന്ന് മൊച്ചാരി തന്റെ തത്വത്തെ വിളിക്കുന്നു. കക്ഷികളോടൊപ്പം ചെലവഴിക്കുന്ന സമയം വിലപ്പെട്ടതാണെന്ന് അദ്ദേഹം തിരിച്ചറിയുന്നു (അദ്ദേഹത്തിനും അവർക്കും), മാത്രമല്ല അവയെ പ്രവർത്തനക്ഷമമായ നടപടികളാക്കി മാറ്റാതെ ആഴത്തിലുള്ള ചിന്തകളായി മാത്രം ധ്യാനിക്കുന്നത് ഒരു പാഴ്വേലയാകും. വിദൂരമായ, അമൂർത്തമായ ലക്ഷ്യങ്ങളേക്കാൾ വ്യക്തവും മൂർത്തവുമായ നടപടികളാണ് നമുക്ക് വേണ്ടത്. അല്ലാത്തപക്ഷം നമുക്ക് ഒന്നും ചെയ്യാൻ കഴിയില്ല.

ഈ ക്രിയയിലേക്കുള്ള ചായ്‌വാണ് ജഡത്വത്തെ മറികടക്കാനുള്ള രണ്ടാമത്തെ മാർഗ്ഗം. ആരംഭിക്കുന്നതിന് ആവശ്യമായ ഊർജ്ജം കുറയ്ക്കുന്നതിനെക്കുറിച്ച് നാം സംസാരിച്ചുവല്ലോ, എന്നാൽ ഇപ്പോൾ നിങ്ങൾ ശരിക്കും ഒരു ആദ്യ ചുവട് വെയ്ക്കേണ്ടതുണ്ട്. അത് തിരിച്ചറിയാൻ, നമുക്ക് ഡോ. ടിം പൈചിലിന്റെ ഗവേഷണത്തിലേക്ക് പോകാം.

പരീക്ഷണം 3 :
അടുത്ത ചുവട് നിർവ്വചിക്കുക

ടിം പൈചിലിന് മറ്റാരെക്കാളും നന്നായി നീട്ടിവെക്കൽ അറിയാം.

രണ്ട് പതിറ്റാണ്ടുകളായി, അദ്ദേഹം ഈ വിഷയത്തിൽ ഇരുപത്തിയഞ്ചിലധികം പ്രബന്ധങ്ങൾ പ്രസിദ്ധീകരിച്ചു, കാനഡയിലെ കാൾട്ടൺ സർവ്വകലാശാലയിലെ അദ്ദേഹത്തിന്റെ നീട്ടിവെക്കൽ ഗവേഷണ സംഘം (Procrastination Research Group), എന്തുകൊണ്ടാണ് നമ്മൾ കാര്യങ്ങൾ മാറ്റിവയ്ക്കുന്നത് എന്നതിനെക്കുറിച്ചുള്ള ശാസ്ത്രീയ ഉൾക്കാഴ്ചയുടെ ലോകത്തിലെ ഏറ്റവും സ്വാധീനമുള്ള ഉറവിടമാണ്. അത് അദ്ദേഹത്തെ സ്വാധീനിച്ചിരിക്കുന്നു. 'ഞാൻ ഏതാണ്ട് ഒരിക്കലും നീട്ടിവെക്കാറില്ല,' അദ്ദേഹം എന്നോട് പറഞ്ഞു, 'നിങ്ങൾ ഒരിക്കൽ നീട്ടിവെക്കുന്നതിനെക്കുറിച്ച് കുറച്ച് കാര്യങ്ങൾ പഠിച്ചുകഴിഞ്ഞാൽ, നിങ്ങൾക്ക് വേണമെങ്കിൽ അത് കുറയ്ക്കാൻ കഴിയും എന്ന ചൊല്ലിന്റെ പ്രതിനിധിയാണ് ഞാൻ.'

'അപ്പോൾ എന്താണ് തന്ത്രം?' ഞാൻ അദ്ദേഹത്തോട് ചോദിച്ചു. നീട്ടിവെക്കൽ മറികടക്കാൻ ആളുകളെ സഹായിക്കുന്നതിന് നിങ്ങൾ അവർക്ക് നൽകുന്ന ഒരു ഉപദേശം എന്താണ്? അദ്ദേഹത്തിന്റെ പ്രതികരണം അതിശയിപ്പിക്കുന്നതായിരുന്നു. താൻ എന്തിനും ഏതിനും സമയം നീട്ടിവെക്കുന്നതായി കാണുമ്പോഴെല്ലാം അദ്ദേഹം സ്വയം ചോദിക്കാറുണ്ടെന്ന് പൈചിൽ എന്നോട് പറഞ്ഞു, 'അടുത്ത ചുവടുവെയ്പ്പ് എന്താണ്?' ഉദാഹരണത്തിന്, താൻ യോഗ ചെയ്യുന്നത് നീട്ടിവെക്കുകയാണെന്ന് അറിയുമ്പോൾ, തന്റെ അടുത്ത പ്രവർത്തന നടപടി, തന്റെ യോഗ പായ വിരിച്ച് അതിൽ കയറി നിൽക്കുക എന്നതാണ്. അത്രയേയുള്ളൂ.

ഈ സമീപനം സംശയാസ്പദമായി ലളിതമാണ്, പക്ഷേ ഇത് പ്രവർത്തിക്കുന്നു. പ്രവർത്തനത്തിലേക്കുള്ള അമൂർത്ത പക്ഷപാതത്തെ മൂർത്തമായ അടുത്ത പടിയാക്കി മാറ്റുന്നതിനുള്ള ഒരു മാർഗ്ഗമാണ് പൈചിലിന്റെ രീതി.

കുറച്ച് വ്യത്യസ്തമായ സാഹചര്യങ്ങളിൽ ഇത് എങ്ങനെയായിരിക്കുമെന്ന് ചിന്തിക്കുക :

- നിങ്ങൾ ഒരു പരീക്ഷയ്ക്കായി പഠിക്കുന്നത് നീട്ടിവെക്കുകയാണെങ്കിൽ, നിങ്ങളുടെ അടുത്ത പ്രവർത്തന നടപടി നിങ്ങളുടെ പാഠപുസ്തകം പുറത്തെടുത്ത് നിങ്ങൾ ആരംഭിക്കാൻ പോകുന്ന പേജ് തുറക്കുക എന്നതാണ്.
- നിങ്ങൾ കായികാഭ്യാസക്കളരിയിൽ പോകുന്നത് നീട്ടിവെക്കുകയാണെങ്കിൽ, നിങ്ങളുടെ അടുത്ത നടപടി നിങ്ങളുടെ വ്യായാമ വേഷത്തിലേക്ക് മാറുക എന്നതാണ്.
- നിങ്ങൾ ഒരു പുസ്തകം എഴുതുന്നത് നീട്ടിവെക്കുകയാണെങ്കിൽ, നിങ്ങളുടെ ലാപ്ടോപ്പ് ഓണാക്കി ഗൂഗിൾ ഡോക്സ് തുറക്കുക എന്നതാണ് നിങ്ങളുടെ അടുത്ത നടപടി.

എല്ലാ സാഹചര്യത്തിലും, ഈ രീതി, ഭയപ്പെടുത്തുന്ന വലിയ ദീർഘകാല ലക്ഷ്യത്തിൽ നിന്ന് (ഒരു പുസ്തകം എഴുതുക) നമ്മുടെ കണ്ണുകളെ അകറ്റുകയും കൂടുതൽ കൈവരിക്കാവുന്ന ഒന്നിലേക്ക് (അടുത്ത കുറച്ച് വാക്കുകൾ എഴുതുക) നമ്മുടെ മനസ്സിനെ കേന്ദ്രീകരിക്കുകയും ചെയ്യുന്നു. പൈചിൽ വിവരിക്കുന്നതുപോലെ, 'ആത്മ-വഞ്ചനയുടെ ഒരു തലം' അനുവദിച്ചുകൊണ്ട് ഇത് നമ്മുടെ ഞരമ്പുകളെ ശാന്തമാക്കാൻ സഹായിക്കുന്നു. ആത്യന്തികമായി നിങ്ങൾ പരീക്ഷ എഴുതണം, വ്യായാമ യന്ത്രത്തിൽ കയറണം, പുസ്തകം എഴുതണം. പക്ഷേ നിങ്ങൾ ഇപ്പോൾ അതിനെക്കുറിച്ച് വിഷമിക്കേണ്ടതില്ല.

പരീക്ഷണം 4 :
നിങ്ങളുടെ പുരോഗതി പിന്തുടരുക

ലോകത്ത് ഏറ്റവുമധികം വിറ്റഴിക്കപ്പെടുന്ന സാങ്കൽപിക നോവലെഴുത്തുകാരിൽ ഒരാളെന്ന നിലയിൽ, എഴുതുവാൻ തടസ്സമുള്ള ഒരാളെപ്പോലെ ബ്രാൻഡൻ സാൻഡേഴ്സണെ കണ്ടാൽ തോന്നില്ല. കുട്ടിക്കാലത്ത് ഒരു നല്ല വായനക്കാരനായിരുന്നു, ഹൈസ്കൂളിൽ പഠിക്കുമ്പോഴേക്കും അദ്ദേഹം സ്വന്തം സാങ്കൽപിക കഥകൾ എഴുതുവാൻ തുടങ്ങിയിരുന്നു. അദ്ദേഹത്തിന് ഒരിക്കലും അതിൽ നിന്നും ഒരിടവേള കിട്ടിയില്ല. 2003 ആയപ്പോഴേക്കും, സാൻഡേഴ്സൺ തന്റെ ആദ്യ പ്രസിദ്ധീകരണ കരാറിൽ ഏർപ്പെടുന്നതിന് മുമ്പ് പന്ത്രണ്ട് നോവലുകൾ (മിക്കവാറും ഒരു ഹോട്ടൽ റിസപ്ഷനിൽ രാത്രി സമയം ജോലി ചെയ്യുമ്പോൾ) എഴുതിയിരുന്നു. അതിനുശേഷം, പതിനാറ് നോവലുകളും പത്ത് ചെറുകഥകളും മൂന്ന് ചിത്രകഥാ നോവലുകളും അദ്ദേഹം പ്രസിദ്ധീകരിച്ചു.

അതിനാൽ, സാൻഡേഴ്സൺ യഥാർത്ഥത്തിൽ പലപ്പോഴും എഴുത്തുകാരന്റെ തടസ്സത്തിൽ നിന്ന് കഷ്ടപ്പെടാറുണ്ടെന്ന് അറിഞ്ഞപ്പോൾ ഞാൻ അൽപ്പം ആശ്ചര്യപ്പെട്ടു. 'എനിക്ക് എഴുത്തുകാരന്റെ തടസ്സം വരുന്നത്, ഞാൻ കുറച്ച് അധ്യായങ്ങൾ എഴുതിക്കഴിഞ്ഞ് കഥ ഒഴുകാതിരിക്കുകയോ അല്ലെങ്കിൽ എനിക്ക് പുസ്തകത്തിന്റെ നടുവിൽ എവിടെയെങ്കിലുമുള്ള ഒരു അധ്യായം മുഴമിക്കാൻ കഴിയാതെ വരുമ്പോഴോ ആണ്,' അദ്ദേഹം പറഞ്ഞു. ആ നിമിഷങ്ങളിൽ, എഴുത്ത് നിർത്തുവാനുള്ള ത്വര അടക്കാനാവാത്തതാണ്.

അദ്ദേഹം എന്താണ് ചെയ്യുന്നത്? അദ്ദേഹത്തിനറിയാം ഏറ്റവും മോശമായ കാര്യം എഴുതുന്നത് നിർത്തി, എഴുതാൻ വീണ്ടും തോന്നുന്നതു വരെ കാത്തിരിക്കുകയാണെന്ന് – അങ്ങനെ ചെയ്യുന്നത് ഒരിക്കലും ഒന്നും എഴുതാതിരിക്കാനുള്ള ഒരു കാരണമാകും. പകരം, അവൻ തന്റെ പുരോഗതി നിരീക്ഷിക്കുന്നു. എഴുത്തുകാരന്റെ തടസ്സമുണ്ടെങ്കിലും ഇല്ലെങ്കിലും, സാൻഡേഴ്സൺ അദ്ദേഹത്തിന്റെ പദങ്ങളുടെ എണ്ണം നിരീക്ഷിക്കുന്നു, കൂടാതെ എല്ലാ ദിവസവും 2,000 വാക്കുകൾ എത്തുന്നതുവരെ എഴുത്ത് നിർത്തില്ല. മാത്രമല്ല വാക്കുകളുടെ എണ്ണം 2,000, 4,000, 6,000 എന്നിങ്ങനെ ഉയരുമ്പോൾ അദ്ദേഹം അതും നിരീക്ഷിക്കുന്നു.

ഒരു ബ്രാൻഡൻ സാൻഡേഴ്സൺ സാങ്കൽപിക നോവൽ 400,000 വാക്കുകൾ വരെ നീളാം. എന്നിട്ടും, തന്റെ ലക്ഷ്യത്തിലേക്കുള്ള നിരന്തരമായ പുരോഗതിയിൽ ശ്രദ്ധ കേന്ദ്രീകരിക്കുന്നതിലൂടെ, സാൻഡേഴ്സൺ യാത്ര എളുപ്പമാക്കുന്നു. ഫലം : ലോകമെമ്പാടുമുള്ള കോടിക്കണക്കിന് വിശ്വസ്തരായ ആരാധകരോട് അദ്ദേഹം എപ്പോഴും തന്റെ നോവലുകൾ പ്രകാശനം ചെയ്യുമെന്ന് താൻ പറയുന്ന തീയതിയിൽ തന്നെ കൃത്യമായി ചെയ്യുന്നു.

ഈ പുരോഗതി-നീരീക്ഷണം ആഴത്തിലുള്ള സ്വാധീനം ചെലുത്തും.

2016-ൽ, ഗവേഷകർ 138 പഠനങ്ങൾ സംയോജിപ്പിച്ച് ഏകദേശം 20,000 പങ്കാളികൾ അടങ്ങുന്ന അതിന്റെ ഫലങ്ങളുടെ മെറ്റാ അനാലിസിസ് നടത്തി. പുരോഗതിയെ പിന്തുടരുന്നത്, അത് പുരോഗമിക്കുന്ന ലക്ഷ്യങ്ങളെക്കുറിച്ച് എഴുതുന്നതോ (നിങ്ങൾ ചെയ്യാൻ ഉദ്ദേശിച്ച പരിശീലന പരിപാടികൾ പൂർത്തിയാക്കിയോ എന്നതു പോലുള്ള) അല്ലെങ്കിൽ ഫല-അധിഷ്ഠിത ലക്ഷ്യങ്ങൾ എഴുതുന്നതോ (നിങ്ങൾ 5 കി.മീ പൂർത്തിയാക്കാൻ എടുക്കുന്ന സമയം പോലുള്ള) ആകട്ടെ, അത് യഥാർത്ഥത്തിൽ ആ ലക്ഷ്യം നേടാനുള്ള നിങ്ങളുടെ സാധ്യതകളെ നാടകീയമായി വർദ്ധിപ്പിക്കുമെന്ന് അവർ കണ്ടെത്തി.

എന്തുകൊണ്ട്? ആദ്യ കാരണം നിങ്ങളുടെ പുരോഗതി പിന്തുടരുന്നത് നിങ്ങൾ പിന്നാക്കം പോയേക്കാവുന്ന അല്ലെങ്കിൽ നിങ്ങൾ ക്രമീകരണങ്ങൾ നടത്തേണ്ടുന്ന ഏതെങ്കിലും മേഖലകളെ തിരിച്ചറിയാൻ നിങ്ങളെ സഹായിക്കുന്നു. നിങ്ങളുടെ പുരോഗതി നിരീക്ഷിക്കുന്നതിലൂടെ, നിങ്ങളുടെ പുരോഗതിയെ തടസ്സപ്പെടുത്തുന്ന ക്രമങ്ങളോ ശീലങ്ങളോ തടസ്സങ്ങളോ നിങ്ങൾക്ക് തിരിച്ചറിയാനാകും. ഈ പുസ്തകം എഴുതുന്നതിനിടയിൽ, എന്റെ സമയപരിധി ക്രമീകരിക്കേണ്ടതുണ്ടെന്ന് ഞാൻ ക്രമേണ മനസ്സിലാക്കി : ചില അദ്ധ്യായങ്ങളിൽ, എന്റെ വാക്കുകളുടെ എണ്ണത്തിന്റെ ലക്ഷ്യങ്ങൾ കൈവരിക്കുന്നത് എളുപ്പമായിരുന്നെങ്കിലും, മറ്റു ചില അദ്ധ്യായങ്ങളിൽ, അത് അത്ര എളുപ്പമായിരുന്നില്ല. രണ്ടാമതായി, പുരോഗതി പിന്തുടരുന്നത് നിങ്ങളുടെ ചെറുതും വലുതുമായ വിജയങ്ങൾ ആഘോഷിക്കാൻ സഹായിക്കുന്നു. ഉദാഹരണത്തിന്, ഞാൻ എപ്പോഴെല്ലാം മറ്റൊരു 8,000 വാക്കുകൾ കൂടി എഴുതുമ്പോൾ, ഞാൻ സ്വയം ഒരു പാരിതോഷികം കൊടുക്കും : ലണ്ടനിലെ എന്റെ പ്രിയപ്പെട്ട ഇന്ത്യൻ ഭക്ഷണശാലയായ ഡിഷൂമിലേക്ക് ഒരു യാത്ര.

എല്ലാറ്റിനുമുപരിയായി, നിങ്ങളുടെ പുരോഗതി പിന്തുടരുന്നത് നിങ്ങൾ നിങ്ങളുടെ ലക്ഷ്യങ്ങളിലേക്ക് അടുക്കുന്നു എന്നതിന് വ്യക്തമായ തെളിവുകൾ നൽകുന്നു. ഓരോ വാക്കുകളും ഞാൻ എഴുതുമ്പോൾ എന്റെ വാക്കുകളുടെ എണ്ണം നിത്യേന ഉയരുന്നതും, പൂർത്തിയായ ഒരു കൈയെഴുത്തുപ്രതിയോട് ഞാൻ അടുത്തുകൊണ്ടിരിക്കുകയാണെന്നും എനിക്കറിയാം. ഈ പുരോഗമന ബോധം എന്റെ വേഗത നിലനിർത്താൻ എന്നെ സഹായിക്കുകയും തുടരാൻ എന്നെ കൂടുതൽ പ്രതിജ്ഞാബദ്ധനാക്കുകയും ചെയ്തു. മറ്റൊന്നിനും നൽകാനാവാത്ത ഒരു സവിശേഷ ഉത്തേജനമാണിത്.

നിങ്ങളുടെ പുരോഗതിയെ പിന്തുടരുന്നത് നിങ്ങൾ നിങ്ങളുടെ ലക്ഷ്യങ്ങളിലേക്ക് നീങ്ങുന്നു എന്നതിന് വ്യക്തമായ തെളിവുകൾ നൽകുന്നു.

പുരോഗതി പിന്തുടരുന്നതിന് നിങ്ങൾ ഒരു പുസ്തകം എഴുതണമെന്നില്ല.

വാസ്തവത്തിൽ, നമ്മുടെ ജീവിതത്തിന്റെ എല്ലാ മേഖലകളിലും പുരോഗതി പിന്തുടരാൻ കഴിയും.

നിങ്ങളുടെ ലക്ഷ്യം ആരോഗ്യകരമാകുക എന്നതാണെങ്കിൽ, നിങ്ങൾക്ക് ഒരു വ്യായാമ കുറിപ്പ് പുസ്തകം സൂക്ഷിക്കാം. നിങ്ങൾ ചെയ്ത വ്യായാമത്തിന്റെ തരം, എത്ര നേരം ചെയ്തു, പിന്നെ വ്യായാമ വേളയിൽ നിങ്ങൾക്കുണ്ടായ അനുഭവങ്ങളെയും മറ്റും കുറിച്ചുള്ള കുറിപ്പുകളും എഴുതുക. കാലക്രമേണ നിങ്ങളുടെ ശക്തിയും സഹിഷ്ണുതയും എങ്ങനെ മെച്ചപ്പെടുന്നുവെന്ന് കാണാൻ ഇത് നിങ്ങളെ സഹായിക്കും.

നിങ്ങൾ ഒരു പുതിയ വൈദഗ്ദ്ധ്യം പഠിക്കുകയാണെങ്കിൽ, നിങ്ങൾ എന്താണ് പഠിക്കുന്നത്, നിങ്ങൾക്കുണ്ടായ സംശയങ്ങൾ, നിങ്ങളുടെ എന്തെങ്കിലും മുന്നേറ്റങ്ങൾ അല്ലെങ്കിൽ നിങ്ങൾ അനുഭവിക്കുന്ന 'നിർവൃതി' നിമിഷങ്ങൾ എന്നിവ എഴുതാൻ ഒരു പഠന കുറിപ്പ് സൂക്ഷിക്കുന്നതിലൂടെ നിങ്ങളുടെ പുരോഗതി പിന്തുടരാൻ കഴിയും. ഇത് നിങ്ങളുടെ പ്രചോദനം വർദ്ധിപ്പിക്കുക മാത്രമല്ല, നിങ്ങൾ ഇനിയും പഠിക്കേണ്ട കാര്യങ്ങളെക്കുറിച്ചുള്ള മികച്ച ഉൾക്കാഴ്ച ലഭിക്കാൻ സഹായിക്കുകയും ചെയ്യും.

നിങ്ങൾ ഒരു പരീക്ഷയ്ക്കായി പഠിക്കുകയാണെങ്കിൽ, എത്ര അദ്ധ്യായങ്ങൾ പഠിച്ചു എന്നത് ഒരു ലംബരേഖ ചിത്രത്തിൽ നിറം കൊടുത്ത് നിങ്ങളുടെ പുരോഗതി പിന്തുടരാനാവുന്നതാണ്, ഇത് നിങ്ങളുടെ പഠനം പൂർത്തിയാക്കുന്നതിനുള്ള വഴിയിൽ നിങ്ങൾ എത്ര ദൂരെയാണെന്ന് കാണിക്കുന്നു. പ്രവൃത്തി എത്ര ബുദ്ധിമുട്ടാണെന്ന് തോന്നിയാലും നിങ്ങൾ എല്ലായ്പ്പോഴും ശരിയായ ദിശയിലാണ് നീങ്ങുന്നതെന്ന് ഇത് ഒരു ചെറിയ ഓർമ്മപ്പെടുത്തൽ നൽകുന്നു.

സ്വയം പിന്തുണയ്ക്കുക

ഈ പുസ്തകത്തിലെ ഈ ഘട്ടത്തിൽ, ജഡത്വത്തെക്കുറിച്ചുള്ള എന്റെ ഉപദേശങ്ങളിൽ പലതും മുന്നിൽ നിന്നുള്ളതാണെന്ന് നിങ്ങൾ ശ്രദ്ധിച്ചിരിക്കാം. നിങ്ങൾ ആരംഭിക്കുമ്പോൾ, ആദ്യ നടപടി ചെയ്തു തുടങ്ങുന്നതിലൂടെയോ അല്ലെങ്കിൽ ഘർഷണം കുറയ്ക്കുന്നതിലൂടെയോ, നീട്ടിവെക്കൽ എങ്ങനെ ഒഴിവാക്കാം എന്നതിനെക്കുറിച്ച് ധാരാളം ഉൾക്കാഴ്ചകളുണ്ട്. എന്നാൽ ദീർഘകാല നീട്ടിവെക്കൽ എങ്ങനെ ഒഴിവാക്കാം എന്നതിനെക്കുറിച്ച് വളരെ കുറച്ച് ഉൾക്കാഴ്ചകൾ മാത്രമേ ഞാൻ നിങ്ങൾക്ക് നൽകിയിട്ടുള്ളൂ.

എനിക്ക് അതറിയാം. എന്റെ ജീവിതത്തിന്റെ ഒരുപാട് സമയം ഒരു പദ്ധതിയുടെ മികച്ച തുടക്കം ഉണ്ടാക്കാനായി ഞാൻ ചെലവഴിച്ച്, ജഡത്വ പ്രശ്നത്തെ ഞാൻ അതിജീവിച്ചുവെന്ന് കരുതി. എന്നാൽ വളരെ വേഗത്തിൽ അതിന്റെ ആക്കം കുറഞ്ഞു. ഉദാഹരണത്തിന് : ഈ പുസ്തകം. എന്റെ ആദ്യത്തെ രണ്ട് മാസത്തെ എഴുത്തിൽ, ഞാൻ 30,000

വാക്കുകൾ എഴുതി. അടുത്ത പന്ത്രണ്ട് മാസത്തിനുള്ളിൽ ഞാൻ 10,000 മാത്രമാണ് എഴുതിയത്.

അതുകൊണ്ടാണ് ജഡത്വത്തെ മറികടക്കാനുള്ള അവസാന മാർഗ്ഗം ആരംഭിക്കുന്നതിലല്ല, മറിച്ച് പിന്നീട് ആരംഭിക്കുന്ന നീട്ടിവെക്കലുമായി ബന്ധപ്പെട്ടിരിക്കുന്നത് : അതായത് നിങ്ങളുടെ നല്ല പുരോഗതി ഒന്നും ചെയ്യാത്ത കട്ടിയുള്ള കാടത്തമായി മാറുന്ന നിമിഷങ്ങൾ. ഈ സാഹചര്യങ്ങളിൽ, പ്രചോദനം നിലനിർത്താൻ നിങ്ങൾക്ക് മറ്റൊരു മാർഗ്ഗം ആവശ്യമാണ്.

സ്വയം പിന്തുണയ്ക്കാൻ പഠിക്കുക എന്നതാണ് പരിഹാരം. അതൊരു അവ്യക്തമായ ആശയം പോലെ തോന്നാം. എന്നാൽ നീട്ടിവെക്കൽ കൈകാര്യം ചെയ്യുന്ന സന്ദർഭത്തിൽ, അതിന് വളരെ പ്രത്യേക അർത്ഥമുണ്ട്. നിങ്ങളുടെ ലക്ഷ്യങ്ങൾക്കായി പ്രവർത്തിക്കുമ്പോൾ സ്വയം പ്രോത്സാഹിപ്പിക്കാനുള്ള വഴികൾ കണ്ടെത്തുക എന്നതാണ് നിങ്ങളുടെ ഉദ്ദേശ്യം. എല്ലാറ്റിനുമുപരിയായി, നിങ്ങൾ മുന്നോട്ട് പോകവേ സ്വയം ഉത്തരവാദിത്വം ഏറ്റെടുക്കുക എന്നതും. ലളിതവും എന്നാൽ ശ്രദ്ധേയവും ഫലപ്രദവുമായ ഒരു ഉപകരണം ഉപയോഗിച്ച് നമുക്ക് ആരംഭിക്കാം : ഒരു ഉത്തരവാദിത്വം പങ്കിടുന്ന സുഹൃത്തിനെ കണ്ടെത്തുക.

പരീക്ഷണം 5 :
ഒരു ഉത്തരവാദിത്വം പങ്കിടുന്ന കൂട്ടുകാരനെ കണ്ടെത്തുക

ആർ/ഗെറ്റ്മോട്ടിവേറ്റഡ്ബഡീസ് (r/GetMotivatedBuddies) എന്ന റെഡ്ഡിറ്റ് ഫോറത്തിൽ 179,000-ലധികം അംഗങ്ങളുണ്ട്, എല്ലാവരും 'ആരോഗ്യം, ശാരീരിക ക്ഷമത, പഠനം, ജോലി, ആരോഗ്യകരമായ ശീലങ്ങൾ വളർത്തിയെടുക്കൽ എന്നിവയ്ക്കായി ഉത്തരവാദിത്ത പങ്കാളികളെ കണ്ടെത്തുന്നതിനായി' അന്വേഷിക്കുന്നു. ഇത്, കായികാഭ്യാസക്കളരിയിൽ പോകാനും, ഗിറ്റാർ പഠിക്കാനും, പരീക്ഷയ്ക്ക് ഹൃദ്യസ്ഥമാക്കാനും, കോഡിംങ് പഠിക്കാനും, കൃത്യസമയത്ത് ഉറങ്ങാനും, അവരവരുടെ അമ്മമാരെ വിളിക്കാൻ ഓർക്കാനും പരസ്പരം പ്രോത്സാഹിപ്പിക്കാൻ പങ്കാളികളെ ബന്ധിപ്പിക്കുന്നു.

ഈ ആളുകളെല്ലാം മനുഷ്യ പ്രേരണയുടെ ഒരു കൗതുകകരമായ സവിശേഷത ശ്രദ്ധിച്ചിട്ടുണ്ട് : ഒറ്റയ്ക്ക് എന്തെങ്കിലും ആരംഭിക്കുന്നത് ഒരുമിച്ച് ആരംഭിക്കുന്നതിനേക്കാൾ തീർച്ചയായും കൂടുതൽ ബുദ്ധിമുട്ടാണ്. നമ്മെ ഉത്തരവാദിയാക്കുന്ന ഒരു പങ്കാളിയെ കണ്ടെത്തുമ്പോൾ, നമ്മൾ ജഡത്വത്തെ മറികടക്കാൻ കൂടുതൽ സാധ്യതയുണ്ട്.

ഇത്, ഒരു തലത്തിൽ, ആളുകളുടെ ഊർജ്ജസ്വലമായ സ്വാധീനം മൂലമാണ് (അദ്ധ്യായം 3-ൽ നാം കണ്ടത്). ആളുകൾ നമ്മുടെ സുഖ-അനുഭവവികാരങ്ങൾ വർദ്ധിപ്പിക്കുകയും ആരംഭിക്കാൻ നമ്മളെ പ്രേരിപ്പിക്കുകയും ചെയ്യുന്നു. സുഹൃത്തുക്കൾ ചുറ്റുമുള്ളപ്പോൾ ജീവിതം മികച്ചതാണ്.

എന്നാൽ ഉത്തരവാദിത്ത പങ്കാളികൾക്ക് ഒരു രണ്ടാമത്തെ, അല്ലെങ്കിൽ അതിലും ശക്തമായ സ്വാധീനമുണ്ട്. അവർ നമ്മുടെ കർത്തവ്യ ബോധം ആയുധമാക്കുന്നു. മനുഷ്യർ സാമൂഹിക ജീവികളാണ്, പരസ്പരം നിരാശപ്പെടുത്താതിരിക്കാൻ നമ്മൾ ആഗ്രഹിക്കുന്നു. നിങ്ങൾ മാത്രമാണെങ്കിൽ കായികാഭ്യാസക്കളരിയിൽ ഒരു തവണ പോകുന്നത് ഒഴിവാക്കാനായേക്കും, എന്നാൽ നിങ്ങളുടെ സുഹൃത്ത് നിങ്ങളുടെ വീടിന് പുറത്ത് അതിരാവിലെ നിങ്ങളെ കാത്ത് ദേഷ്യത്തോടെ അവരുടെ വാച്ചിലേക്ക് നോക്കി നിൽക്കുമ്പോൾ അത് ഒഴിവാക്കുന്നത് വളരെ ബുദ്ധിമുട്ടാണ്.

ഈ അടിസ്ഥാന സാമൂഹിക വസ്തുതയെ ഒരു ഔപചാരിക സംവിധാനമാക്കി മാറ്റുന്ന ഒരു രീതി മാത്രമാണ് ഉത്തരവാദിത്ത പങ്കാളിത്തം. സമ്മതിച്ച ഒരു പ്രവൃത്തിക്കായി സമ്മതിച്ച സമയത്ത് പരസ്പരം ഉത്തരവാദിത്തം വഹിക്കാൻ നിങ്ങളും മറ്റൊരു വ്യക്തിയും പരസ്പരം സമ്മതിക്കുന്നു. രാവിലെ 6 മണിക്ക് കളരി സുഹൃത്ത് നിങ്ങളുടെ ജനലിൽ മുട്ടുന്നത് അതിൽ ഉൾപ്പെട്ടേക്കാം. നിങ്ങൾ ശരിക്കും പഠിക്കുകയാണോ എന്നറിയാൻ ഒരു സുഹൃത്ത് ഒരു നിശ്ചിത സമയത്ത് നിങ്ങൾക്ക് ഒരു ഫോൺ ചെയ്യും എന്ന് ഇതിനർത്ഥമുണ്ടായേക്കാം. അല്ലെങ്കിൽ, ആഴ്ച മുഴുവൻ പരിശീലനത്തിനായി ചെലവഴിക്കുമെന്ന് നിങ്ങൾ ഉറപ്പ് നൽകിയ ആ ഗിറ്റാർ പാഠങ്ങൾ നിങ്ങൾ പഠിച്ചിട്ടുണ്ടോയെന്ന് പരിശോധിക്കാൻ ആരെങ്കിലും നിങ്ങളുടെ വീട്ടിലേക്ക് വന്നേക്കാം. എല്ലാ സാഹചര്യങ്ങളിലും, ജഡത്വത്തെ മറികടക്കാൻ നിങ്ങളുടെ സാമൂഹിക കടപ്പാട് ബോധത്തെ നിങ്ങൾ ആശ്രയിക്കുകയാണ്.

അത്തരമൊരു ഉത്തരവാദിത്ത പങ്കാളിത്തം സ്ഥാപിക്കുന്നതിനുള്ള ഏറ്റവും നല്ല മാർഗ്ഗം ഏതാണ്? ഞാൻ പലപ്പോഴും പ്രക്രിയയെ മൂന്ന് ഘട്ടങ്ങളായി വിഭജിക്കുന്നു. ആദ്യം, നിങ്ങളുടെ പങ്കാളിയെ കണ്ടെത്തുക. ആദർശപരമായി, ഇത് ഒരേ വീക്ഷണമുള്ള ഒരാളായിരിക്കും – അതിനർത്ഥം നിങ്ങളുടെ സുഹൃത്തുക്കൾ ഒരു നല്ല തുടക്കമാണ്. എന്നിരുന്നാലും, പലപ്പോഴും, നിങ്ങൾക്കുള്ള അതേ ലക്ഷ്യം പങ്കിടുന്ന അപരിചിതരാണ് മികച്ച പങ്കാളികൾ. ആഴ്ചയിൽ മൂന്ന് തവണ കളരിയിൽ പോകാനോ ഗിറ്റാർ വായിക്കാനോ ഉള്ള നിങ്ങളുടെ അഭിലാഷം പങ്കിടുന്ന ഒരു വ്യക്തിയുമായി നിങ്ങൾ ജോടിയാകുമ്പോൾ, നിങ്ങളെ കേവലം ഉത്തരവാദിയാക്കാൻ മാത്രം പോന്ന ഒരാളെയല്ല നിങ്ങൾക്ക് ലഭിക്കുന്നത് – നിങ്ങളുടെ വിഷമങ്ങൾ മനസ്സിലാക്കുകയും നിങ്ങളുടെ വിജയങ്ങളിൽ അഭിനന്ദിക്കുകയും ചെയ്യുന്ന ഒരാളെയാണ് നിങ്ങൾക്ക് ലഭിക്കുന്നത്. ഈ പ്രക്രിയയിൽ നിങ്ങൾക്ക് ഒരു പുതിയ സുഹൃത്തിനെ നേടാൻ പോലും കഴിഞ്ഞേക്കും.

സുഹൃത്തിനെ യഥാവിധി കണ്ടെത്തിയതിനു ശേഷം, അടുത്തതായി നിങ്ങൾ സൃഷ്ടിക്കാൻ ആഗ്രഹിക്കുന്ന *ഉത്തരവാദിത്ത സംസ്കാരത്തിൽ* ധാരണയിലെത്തുക. സഹായകരമായ സ്ഥിരോത്സാഹിയായ സുഹൃത്തും

പ്രകോപിപ്പിക്കും വിധം ശല്യപ്പെടുത്തുന്ന ഒരാളും തമ്മിൽ വളരെ നേരിയ വ്യത്യാസമേയുള്ളൂ. അതിനാൽ ചില അടിസ്ഥാന നിയമങ്ങളിൽ നിങ്ങൾ ധാരണയിലെത്തണം. ഒരു ഉത്തരവാദിത്തത്തോടുള്ള സകാരാത്മക സമീപനം എങ്ങനെയായിരിക്കും? എത്രമാത്രം ബന്ധമാണ് നിങ്ങൾ ആഗ്രഹിക്കുന്നത്? അവർക്ക് നിങ്ങളെ എങ്ങനെ മികച്ച രീതിയിൽ സഹായിക്കാനാകും? മികച്ച ഉത്തരവാദിത്ത പങ്കാളികൾ അഞ്ച് മാനദണ്ഡങ്ങൾ പാലിക്കുന്നുണ്ടെന്ന് ഞാൻ കണ്ടെത്തി : *അച്ചടക്കമുള്ളവർ*(അവർ നിങ്ങൾ തമ്മിലുള്ള ധാരണ പ്രകാരം ഉറച്ചുനിൽക്കണം), *വെല്ലുവിളിക്കുന്നവർ* (അടുത്ത ഘട്ടത്തിലേക്ക് നീങ്ങാൻ നിങ്ങളെ സഹായിക്കുക എന്നതിന്റെ അർത്ഥമെന്താണെന്ന് അവർക്കറിയാം), *ക്ഷമയുള്ളവർ*(അവർ ചാടിക്കേറി നിഗമനങ്ങളിൽ എത്തിച്ചേരുകയോ തീരുമാനങ്ങളെടുക്കാൻ നിങ്ങളെ തിരക്കുകൂട്ടുകയോ ചെയ്യില്ല), *പിന്തുണക്കുന്നവർ* (പ്രോത്സാഹനത്തിന്റെ വാക്കുകളുമായി അവർ അവിടെയുണ്ട്), ഒപ്പം സൃഷ്ടിപരമായവരും (നിങ്ങൾക്ക് സത്യസന്ധമായ അഭിപ്രായവും സൃഷ്ടിപരമായ വിമർശനവും എങ്ങനെ നൽകണമെന്ന് അവർ അറിഞ്ഞിരിക്കണം).

അവസാനമായി, *ഉത്തരവാദിത്ത പ്രക്രിയയെക്കുറിച്ച്* കുറച്ചുകൂടി വിശദമായി ചർച്ച ചെയ്യുക. നിങ്ങളുടെ ചങ്ങാതി നിങ്ങളെ എങ്ങനെ ഉത്തരവാദിത്തപ്പെടുത്തും, അതേപോലെ തിരിച്ചും? അവർ പ്രത്യേകമായി എന്താണ് ചെയ്യാൻ പോകുന്നത്, എപ്പോൾ? ചിലർക്ക്, ഉത്തരവാദിത്തം എന്നത് അർത്ഥമാക്കുന്നത് ആഴ്ചയിൽ ഒന്നോ രണ്ടോ തവണ പരസ്പരം കണ്ടുമുട്ടി സംവദിക്കുന്നതാണ്. അല്ലെങ്കിൽ നിങ്ങളുടെ പദ്ധതിയിൽ നിങ്ങൾ എങ്ങനെ പ്രവർത്തിക്കുന്നുവെന്ന് കാണുന്നതിനുള്ള ദൈനംദിന എഴുത്ത് അല്ലെങ്കിൽ വീഡിയോ സന്ദേശമാകാം. അതുമല്ലെങ്കിൽ, എന്താണ് നല്ലതെന്നും അല്ലാത്തതെന്നും ആലോചിക്കാൻ ഒരു കാപ്പി കുടിക്കുന്ന പ്രതിമാസ യോഗമായിരിക്കാം. അവർ യഥാർത്ഥത്തിൽ എന്ത് ചെയ്യുന്നു എന്നതിനേക്കാൾ അവർ അത് സ്ഥിരതയോടെ ധാരണയിലെത്തിയ സമയങ്ങളിൽ ചെയ്യുന്നുണ്ടെന്നതാണ് പ്രധാനം.

എന്നാൽ ശരിയായി രീതിയിൽ ചെയ്യുന്നുണ്ടെങ്കിൽ, ഒരു ഉത്തരവാദിത്തമുള്ള സുഹൃത്ത് ശക്തമായ ഫലത്തിനായി ചില ചെറു മൃദു സമ്മർദ്ദങ്ങൾ പ്രയോഗിക്കും. നിങ്ങളുടെ വിജയങ്ങൾ പങ്കിടാനും നിങ്ങളുടെ സങ്കടങ്ങളിൽ വിലപിക്കാനും നിങ്ങൾക്ക് ഇപ്പോൾ ആരെങ്കിലുമുണ്ട്. അതിനാൽ നിങ്ങൾ എഴുന്നേൽക്കും എന്നു പറഞ്ഞാൽ നിങ്ങൾ ശരിക്കും കിടക്കയിൽ നിന്ന് എഴുന്നേൽക്കും.

പരീക്ഷണം 6 :
നിങ്ങളോടു തന്നെ ക്ഷമിക്കുക

2010-ൽ, കാൾട്ടൺ സർവ്വകലാശാല മനഃശാസ്ത്രജ്ഞൻ മൈക്കൽ വോഹ്ൾ തന്റെ ഒന്നാം വർഷ വിദ്യാർത്ഥികളെക്കുറിച്ച് ആശ്ചര്യകരമല്ലാത്ത എന്തോ ശ്രദ്ധിച്ചു : അവർ നീട്ടിവെക്കാൻ ഇഷ്ടപ്പെട്ടു.

ശിക്ഷാർഹമായ മുഷിഞ്ഞ നഗരമെന്ന നിലയിൽ ഒട്ടാവയുടെ (ഒരുപക്ഷേ അന്യായമായ) പ്രശസ്തി ഉണ്ടായിരുന്നിട്ടും, വോഹ്ളിന്റെ ബിരുദധാരികൾ ആ നഗരത്തിൽ പഠനമല്ലാതെ ദശലക്ഷക്കണക്കിന് കാര്യങ്ങൾ ചെയ്യാമെന്ന കണ്ടെത്തി : ബാറുകളിൽ പോകുക, കൂട്ടായ്മകളിൽ അംഗമാകുക, ട്വിറ്റർ എന്ന വരാനിരിക്കുന്ന ആപ്പിൽ പോസ്റ്റ് ചെയ്യുക. മനഃശാസ്ത്രത്തെക്കുറിച്ച് അവർക്ക് വലുതായി അറിയില്ലായിരുന്നെങ്കിലും, മനഃശാസ്ത്രം മാറ്റിവയ്ക്കുന്നതിനെക്കുറിച്ച് അവർക്ക് എല്ലാം അറിയാമായിരുന്നു.

എന്നാൽ നീട്ടിവെക്കൽ ആയിരുന്നില്ല പ്രശ്നം, വോഹ്ൾ ചിന്തിച്ചു. അത് ആ സ്വയം-ശിക്ഷയായിരുന്നു. തന്റെ വിദ്യാർത്ഥികളുടെ ഉൽപാദനക്ഷമതയുടെ നാശകരമായ ചക്രം അവർ സ്വയം ശിക്ഷിക്കുന്നതുകൊണ്ട് ഉണ്ടായതാണ് എന്ന് വോഹ്ൾ മനസ്സിലാക്കി. പഠിക്കാൻ കഴിയാതെ വരുമ്പോഴെല്ലാം അവർ മോശം വിദ്യാർത്ഥികളാണെന്ന് സ്വയം പറഞ്ഞുകൊണ്ട് ദിവസങ്ങൾ ചെലവഴിക്കും. ഈ നാണക്കേടാണ് ഭാവിയിൽ അവർക്ക് പഠിക്കാൻ പോലും താത്പര്യമില്ലാതാക്കി മാറ്റിയത്.

വോഹ്ൾ ഒരു സിദ്ധാന്തം പരീക്ഷിക്കാൻ തീരുമാനിച്ചു : സ്വയം മർദ്ദിക്കുക എന്നത് നീട്ടിവെക്കുന്നതിനേക്കാൾ വലിയ പ്രശ്നമാണ്. വിദ്യാർത്ഥികളുടെ ഇടക്കാല പരീക്ഷകൾക്ക് തൊട്ടുമുമ്പ്, പഠിക്കാത്തതിന് അവർ എത്രത്തോളം സ്വയം ക്ഷമിച്ചുവെന്ന് വിലയിരുത്തുവാൻ അദ്ദേഹം അവരോട് ആവശ്യപ്പെട്ടു. തങ്ങളുടെ തോൽവികളെക്കുറിച്ച് സ്ഥിരമായി പരാതിപ്പെട്ടിരുന്ന വിദ്യാർത്ഥികളേക്കാൾ സ്വയം ക്ഷമിക്കുന്നവരായ വിദ്യാർത്ഥികൾ മികച്ച പ്രകടനം കാഴ്ചവെക്കുമോ?

ഫലങ്ങൾ വ്യക്തമായിരുന്നു. വോഹ്ൾ ഊഹിച്ചതുപോലെ, പഠിക്കാത്തതിന് സ്വയം ക്ഷമിക്കാൻ കഴിയുമെന്ന് പറഞ്ഞ വിദ്യാർത്ഥികൾ കൂടുതൽ ഉൽപാദനപരത ഉള്ളവരായിരുന്നു. സ്വയം-ക്ഷമ വിദ്യാർത്ഥികളെ നീട്ടിവയ്ക്കുന്നതിന് ശേഷം വരുന്ന കുറ്റബോധവും നാണക്കേടും ബാധിക്കാതിരിക്കാൻ സഹായിച്ചു. അവർക്ക് 'അവരുടെ തെറ്റായ പെരുമാറ്റം ഒഴിവാക്കാനും കഴിഞ്ഞ പ്രവൃത്തികളുടെ ഭാരമില്ലാതെ വരാനിരിക്കുന്ന പരീക്ഷയിൽ ശ്രദ്ധ കേന്ദ്രീകരിക്കാനും' കഴിഞ്ഞു. 'ഞാൻ എന്നോട് ക്ഷമിക്കുന്നു, ഇപ്പോൾ എനിക്ക് പഠിക്കാം' എന്നായിരുന്നു വോഹ്ളിന്റെ ലേഖനത്തിന്റെ പേര്.

ജഡത്വം നമ്മെ വഴിതെറ്റിക്കുന്ന അന്തിമ മാർഗ്ഗത്തെ വോഹ്ൾ നേരിട്ടു. ഒരു പ്രവൃത്തി തുടർച്ചയായി തുടരാൻ കഴിയാതെ പോകുമ്പോൾ, നാം നമ്മെത്തന്നെ ശിക്ഷിക്കുന്നു. എന്നാൽ ഇത് ആർക്കും സഹായകമാകുന്നില്ല. എന്തെങ്കിലും സംഭവിക്കുന്നെങ്കിൽ, അത് കാര്യങ്ങൾ കൂടുതൽ വഷളാകുന്നു എന്നതാണ്. ജഡത്വം ഒരു സ്വയം-വെറുപ്പിന്റെ ബോധത്തെ കൊണ്ടുവരുന്നു. ആ സ്വയം-വെറുപ്പിന്റെ ബോധം ഫലവത്തായ എന്തെങ്കിലും ചെയ്യാനുള്ള സാധ്യത പോലും നമ്മിൽ കുറയ്ക്കുന്നു.

ഈ പൊട്ട കിണറ്റിൽ നിന്ന് പുറത്തു വരാൻ എന്തെങ്കിലും

വഴിയുണ്ടോ? വോഹ്ല്യം അദ്ദേഹത്തിന്റെ സഹപ്രവർത്തകരും കണ്ടെത്തിയതുപോലെ, സ്വയം ക്ഷമിക്കുക എന്നതാണ് രക്ഷാകവാടം. പക്ഷെ എങ്ങനെ? ഒരുപക്ഷേ എന്റെ പ്രിയപ്പെട്ട മാർഗ്ഗം വിജയം കണ്ടെത്തുക എന്ന് ഞാൻ വിളിക്കുന്ന ഒരു രീതിയാണ്. ഇതിൽ എന്തിന്റെയോ ആഘോഷമുണ്ട്, എത്ര ചെറുതായിരുന്നാലും, നിങ്ങളുടെ ജോലിയുമായി എത്ര ബന്ധമില്ലാതെയിരുന്നാലും. ഞാൻ ഈ ഘടന ഉപയോഗിക്കാൻ ഇഷ്ടപ്പെടുന്നു : 'ഞാൻ X ചെയ്തില്ല, പക്ഷേ ഞാൻ Y ചെയ്തു.' ഉദാഹരണത്തിന് :

- 'ഞാൻ ഇന്ന് അതിരാവിലെ വ്യായാമ ക്ലാസ്സിന് പോയില്ല. പക്ഷേ എനിക്ക് കിടക്കയിൽ ഒരു മണിക്കൂർ അധികമായി കിട്ടി, എനിക്ക് പതിവിലും കൂടുതൽ ഉന്മേഷം തോന്നുന്നു.'
- 'ആ റിപ്പോർട്ടിന്റെ അവസാന ഭാഗം ഞാൻ പൂർത്തിയാക്കിയില്ല. പക്ഷേ അത് ഒരു നല്ല കാരണത്താലാണ്. ജീവനക്കാരുടെ അടുക്കളയിൽ വെച്ച് ഞാൻ ഒരു സഹപ്രവർത്തകനുമായി സംസാരിച്ചു, ഞങ്ങൾ കുറച്ചു മനോഹരമായ സമയം ചിലവഴിച്ചു.'
- 'ഞാൻ ആ ജോലി അപേക്ഷ ഇന്ന് പൂർത്തിയാക്കിയില്ല. പക്ഷേ എനിക്ക് പകരം എന്റെ മുത്തശ്ശിയോടൊപ്പം സമയം ചിലവഴിക്കാൻ കഴിഞ്ഞു, അതിനാൽ അത് ഇന്നത്തെ വിജയമാണ്.'

നിങ്ങൾക്ക് ചെറിയ നഷ്ടങ്ങളിൽ ശ്രദ്ധിയ്ക്കാം. അല്ലെങ്കിൽ ചെറിയ വിജയങ്ങൾ ആഘോഷിക്കാം.

നീട്ടിവെക്കൽ നമുക്ക് എപ്പോഴും നിയന്ത്രിക്കാൻ കഴിയുന്ന ഒന്നല്ല. സ്വയം ക്ഷമിക്കുക എന്നത് നമുക്ക് കഴിയുന്ന ഒന്നാണ്. നിങ്ങൾക്ക് ചെറിയ നഷ്ടങ്ങളിൽ ശ്രദ്ധ കേന്ദ്രീകരിക്കാം. അല്ലെങ്കിൽ നിങ്ങൾക്ക് ചെറിയ വിജയങ്ങൾ ആഘോഷിക്കാം. നീട്ടിവെക്കാനുള്ള നമ്മുടെ അനിവാര്യമായ പ്രവണതയെ അംഗീകരിക്കുകയും ക്ഷമിക്കുകയും ചെയ്യുന്നതിലൂടെ – പകരം ചെറിയ വിജയങ്ങൾ ആഘോഷിക്കുന്നതിലൂടെ – നമ്മുടെ മേൽ അതിനുള്ള പിടി ഇല്ലാതാക്കാൻ നമുക്ക് കഴിയും.

സംക്ഷിപ്തമായി...

- നമ്മുടെ മൂന്നാമത്തെ വൈകാരിക തടസ്സം ഏറ്റവും സാധാരണ മായതാണ് : ജഡത്വം. നിങ്ങൾ ഒന്നും ചെയ്യാതിരിക്കുമ്പോൾ, ഒന്നും ചെയ്യാതെ തുടരുന്നത് എളുപ്പമാണ്. നിങ്ങൾ ജോലി ചെയ്യുമ്പോൾ, ജോലി തുടരുന്നത് വളരെ എളുപ്പമാണ്.

- എന്നാൽ പൊരുതി മുന്നേറാൻ ചില ലളിതമായ വഴികളുണ്ട്. നിങ്ങളുടെ ജീവിതത്തിലെ ഘർഷണങ്ങൾ നോക്കുക : ഒരു തുടക്കമിടുന്നതിന് നിങ്ങളെ തടയുന്ന തടസ്സങ്ങൾ ഏതാണ്? എങ്ങനെ അവയെ ഒഴിവാക്കാം?

- ഒന്നും ചെയ്യാതിരിക്കുന്നതിനുള്ള ഏറ്റവും നല്ല മറുമരുന്ന് ശരിക്കും *എന്തെങ്കിലും* ചെയ്യുക എന്നതാണ്. നിങ്ങൾക്ക് ചെയ്യേണ്ട അടുത്ത പടി നിർവ്വചിക്കുകയും നിങ്ങളുടെ പുരോഗതി പിന്തുടരുകയും ചെയ്യാം, അങ്ങനെ നിങ്ങൾ നിങ്ങളുടെ ലക്ഷ്യങ്ങളിലേക്ക് നീങ്ങുന്നതിന്റെ ദൃശ്യമായ തെളിവുകളാൽ ചുറ്റപ്പെട്ടിരിക്കുന്നു.

- അവസാന ഘട്ടം ഏറ്റവും ദയയുള്ളതാണ് : ദീർഘ-കാലത്തേക്ക് നിങ്ങളെ പിന്തുണയ്ക്കാൻ സഹായിക്കുന്ന സംവിധാനങ്ങൾ സൃഷ്ടിക്കുന്നു. എല്ലാറ്റിനുമുപരി, സ്വയം അൽപ്പം ഇളവുകൾ അനുവദിക്കുകയും ചെറിയ വിജയങ്ങളെ ആഘോഷിക്കുകയും ചെയ്യുക.

ഭാഗം 3

നിലനിർത്തുക

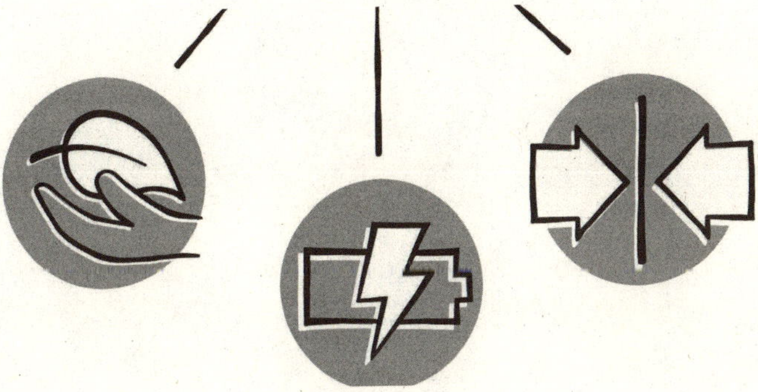

അദ്ധ്യായം 7

സംരക്ഷിക്കുക

ആളുകൾ 'അപചയം/അതിക്ഷീണം' എന്ന് പറയുമ്പോൾ, മനസ്സിൽ വരുന്നത് മാൻഹട്ടനിലെ ഒരു കെട്ടിടത്തിൽ പതിനെട്ട് മണിക്കൂർ ജോലി ചെയ്യുന്ന ഒരു നിക്ഷേപ ബാങ്കുദ്യോഗസ്ഥൻ അല്ലെങ്കിൽ വിശക്കുന്ന അഞ്ച് വയറുകൾക്ക് ഭക്ഷണം നൽകാൻ ഏഴ് ജോലികൾ ചെയ്യുന്ന ഒരു മുഴുവൻ സമയ രക്ഷിതാവാണ്.

അങ്ങനെ 2020-ലെ ക്രിസ്തുമസ് രാവിൽ എന്റെ ഇരിപ്പിടത്തിൽ മുഖം താഴ്ത്തപ്പെട്ടവനായി സ്വയം കാണപ്പെടുകയും, എനിക്ക് മറ്റൊരു ദിവസം കൂടി ജോലി ചെയ്യാൻ കഴിയില്ലെന്ന് അമ്മയോട് പറയുകയും ചെയ്യുമ്പോൾ, ഞാൻ അസ്വസ്ഥനായിരുന്നു, അൽപ്പം ആശയക്കുഴപ്പത്തിലായിരുന്നു.

ഞാൻ മെഡിക്കൽ കോളേജ് വിട്ടിട്ട് മൂന്ന് വർഷവും, ദൗർഭാഗ്യകരമായ അന്നത്തെ ക്രിസ്തുമസ് ദിന ജോലിക്ക് ശേഷം രണ്ട് വർഷവും, എന്റെ കച്ചവടത്തിൽ ശ്രദ്ധ കേന്ദ്രീകരിക്കാൻ ഞാൻ ആശുപത്രിയിൽ നിന്ന് ഇടവേള എടുത്തിട്ട് കുറച്ച് മാസങ്ങളും ആയിരിക്കുന്നു. മഹത്തായ കുറച്ച് കാര്യങ്ങൾ നടന്ന മാസങ്ങൾ ഇങ്ങനെയാണ് കലാശിച്ചത് : ക്രിസ്തുമസിന് തലേന്ന് രാത്രി എന്റെ അമ്മയുമായി ഫോണിൽ മുഖാമുഖം സംസാരിക്കുന്നു, എന്റെ ജീവിതത്തെക്കുറിച്ച് വിലപിക്കുന്നു.

ഈ സമയത്ത്, ഞാൻ എന്റെ ശ്രദ്ധ മുഴുവൻ എന്റെ സ്ഥാപനത്തിന് നൽകി. ഞാൻ എന്റെ സ്വപ്ന ജോലിയിൽ എത്തി : ഞാൻ ഇഷ്ടപ്പെടുന്ന ഒന്ന് സൃഷ്ടിക്കാൻ ഒരു ചെറിയ സംഘത്തെ നയിക്കുന്നു. കാര്യങ്ങൾ നന്നായി നടക്കേണ്ടതായിരുന്നു. എന്നാൽ എന്തുകൊണ്ടോ, അങ്ങനെയായിരുന്നില്ല.

ഒരു ഡോക്ടർ എന്ന നിലയിൽ ഞാൻ സമ്പാദിച്ചതിനേക്കാൾ കൂടുതൽ പണം എന്റെ വ്യാപാരം ഉണ്ടാക്കുന്നുണ്ടെങ്കിലും, എനിക്ക് നിരാശ തോന്നി. മാസങ്ങളോളം, കാര്യങ്ങൾ മുന്നോട്ട് കൊണ്ടുപോകാൻ സ്വയം പ്രചോദിപ്പിക്കാൻ വളരെ ബുദ്ധിമുട്ട് അനുഭവപ്പെട്ടു. ഒരിക്കൽ വളരെ ആസ്വാദ്യകരമായിരുന്നത് ഒരു ജോലിയായി തോന്നിത്തുടങ്ങി. ഞാൻ കാര്യങ്ങൾ വലിച്ചുനീട്ടുന്നതിനാൽ, എന്റെ ജോലിയിൽ കഷ്ടതകൾ വന്നുതുടങ്ങി.

എന്താണ് സംഭവിക്കുന്നത്? ഞാൻ എന്റെ ജോലി ഇഷ്ടപ്പെട്ടിരുന്നു. ഇപ്പോൾ അതിനെക്കുറിച്ച് ചിന്തിക്കുമ്പോൾതന്നെ ഞാൻ തളർന്നു പോകുന്നു.

അങ്ങനെ ഞാൻ ഈ കാര്യങ്ങൾ അമ്മയോട് പറയുകയായിരുന്നു. ആദ്യം, ഞാൻ പ്രതീക്ഷിച്ചത് കൃത്യമായി അവർ പറഞ്ഞു : 'നീ മെഡിസിനിൽ തന്നെ തുടരണമായിരുന്നു, അലി.' (അവർ ഇത് മുമ്പും പ്രയോഗിച്ചിട്ടുണ്ട്.) എന്നിട്ട് ഞാൻ ഒട്ടും പ്രതീക്ഷിക്കാത്ത ഒരു കാര്യം അവർ പറഞ്ഞു, 'നിനക്ക് അപചയമുള്ളതു പോലെയാണ് എനിക്ക് തോന്നുന്നത്.'

എന്റെ ആദ്യത്തെ ചിന്ത ഇതായിരുന്നു : 'തീർച്ചയായും അല്ല.' അപചയത്തിന്റെ ആശയം എനിക്ക് പരിചിതമായിരുന്നു, വ്യക്തമായും. പക്ഷേ ആ വാക്ക് എനിക്ക് ബാധകമാകുമെന്ന് ഞാൻ ഒരിക്കലും കരുതിയിരുന്നില്ല. രണ്ടറ്റവും കൂട്ടിമുട്ടിക്കാൻ ഞാൻ കഠിനമായി അധ്വാനിച്ചിരുന്നില്ല. ഞാൻ പ്രത്യേകിച്ച് തീവ്രമായ ഒന്നും ചെയ്തില്ല. അപചയമുള്ളതായി തോന്നാൻ എനിക്കെന്താണവകാശം?

എന്നാൽ അടുത്ത ഏതാനും നിമിഷങ്ങളിൽ, സമ്മർദ്ദപൂരിതമായ ജോലികളിൽ അമിത വേല ചെയ്യുന്ന ആളുകൾക്ക് മാത്രമല്ല അപചയം സംഭവിക്കുന്നതെന്ന് എന്റെ അമ്മ (ഒരു മനോരോഗവിദഗ്ധ) വിശദീകരിക്കുന്നത് ഞാൻ ശ്രദ്ധിച്ചു. ജോലി അർത്ഥപൂർണ്ണമോ ആസ്വാദ്യകരമോ കൈകാര്യം ചെയ്യാൻ തോന്നുന്നതോ അല്ലാതെയാകുമ്പോൾ ഇത് ആർക്കും സംഭവിക്കാം. നിങ്ങൾക്ക് അപചയമേൽക്കുമ്പോൾ, നിങ്ങൾക്ക് അമിതഭാരവും പ്രചോദനമില്ലായ്മയും അനുഭവപ്പെടുന്നു. നിങ്ങൾ എത്ര ശ്രമിച്ചാലും ഗതി നിലനിർത്താൻ കഴിയില്ലെന്ന് നിങ്ങൾക്ക് തോന്നും.

ഫോൺ വെച്ചതിന് ശേഷം, ഒരു വട്ടം അവരുടെ ഉപദേശം സ്വീകരിക്കാനും കൂടുതൽ അറിയാനും ഞാൻ തീരുമാനിച്ചു. കഴിഞ്ഞ വർഷം, ലോകാരോഗ്യ സംഘടന (ഡബ്ല്യുഎച്ച്ഓ) അപചയത്തിനെ പുനർനിർവ്വചിച്ചതായി ഞാൻ കണ്ടെത്തി. അപചയം എന്നത് കേവലം അമിതമായ ജോലി ചെയ്യുന്നവരുമായി ബന്ധപ്പെട്ട ഒരു സമ്മർദ്ദ ലക്ഷണമല്ല. അത് അതിനേക്കാൾ വളരെ സാധാരണപ്പെട്ടതായിരുന്നു. ഡബ്ല്യുഎച്ച്ഓ നിർവ്വചനം അനുസരിച്ച്, അപചയം എന്നത് ഒരു 'തൊഴിൽ പ്രതിഭാസമാണ്'', 'ഊർജ്ജം കുറയുകയോ ക്ഷീണിക്കുകയോ ചെയ്യുന്ന വികാരങ്ങൾ, ഒരാളുടെ ജോലിയിൽ നിന്നുള്ള മാനസിക അകലം, അല്ലെങ്കിൽ ഒരാളുടെ ജോലിയുമായി ബന്ധപ്പെട്ട നിഷേധാത്മകത അല്ലെങ്കിൽ അപകർഷതാബോധം; ഉദ്യോഗസംബന്ധമായ കാര്യക്ഷമത കുറയുക എന്നിവയാൽ മനസ്സിലാക്കാവുന്നതാണ്.' നിർണ്ണായകമായി, ഇത് നിങ്ങൾ ജോലി ചെയ്യുന്ന മണിക്കൂറുകളുടെ എണ്ണവുമായി ബന്ധപ്പെട്ടതല്ല – ഇത് നിങ്ങൾക്ക് എങ്ങനെ *അനുഭവപ്പെടുന്നു* എന്നതിനെക്കുറിച്ചാണ്.

കാലക്രമേണ, ഇത് ഉൽപാദനക്ഷമതയെക്കുറിച്ചുള്ള ഒരു വെളി

പാടിലേക്ക് എന്നെ നയിച്ചു. കുറച്ച് വർഷങ്ങളായി, കാര്യങ്ങൾ ചെയ്യുന്ന സമയം ആസ്വദിക്കേണ്ടതിന്റെ പ്രാധാന്യത്തെക്കുറിച്ച് ഞാൻ ശ്രദ്ധിച്ചിരുന്നു. ഒരു ഡോക്ടർ എന്ന നിലയിലുള്ള എന്റെ ആദ്യ മാസങ്ങൾ മുതൽ കളി, അധികാരം, ആളുകൾ (Play, Power and People) എന്നീ മൂന്ന് P-കളുടെ സുഖ-അനുഭവങ്ങളെക്കുറിച്ച് എനിക്ക് അറിയാമായിരുന്നു. എന്റെ വ്യാപാരം ആരംഭിച്ചതിന് ശേഷമുള്ള വർഷങ്ങളിൽ, സ്വയം 'തടസ്സ ദൂരീകരണം' ചെയ്യുന്നതിൽ ഞാൻ മെച്ചപ്പെട്ടു – ഒരിക്കൽ എന്നെ വിട്ടുമാറാത്ത നീട്ടിവെപ്പുകാരനാക്കിയ അനിശ്ചിതത്വവും ഭയവും ജഡത്വവും മറികടന്നുകൊണ്ട്.

എന്നാൽ ഇപ്പോൾ എനിക്ക് മനസ്സിലായി എന്തോ ഒരു കുറവുണ്ടെന്ന്. കാരണം, എന്റെ ദിവസത്തിൽ ഞാൻ കൂടുതൽ രസകരമായ കാര്യങ്ങൾ ഉൾപ്പെടുത്തുമ്പോൾ, ഞാൻ കൂടുതൽ ചുമതലകൾ ഏറ്റെടുക്കുകയായിരുന്നു. ഞാൻ കൂടുതൽ ഏറ്റെടുക്കുംതോറും, യഥാർത്ഥ ഉൽപാദനക്ഷമതയ്ക്കുള്ള അവസാന വലിയ തടസ്സത്തിലേക്ക് ഞാൻ അടുത്തു : അപചയം. എന്റെ ജോലിയും ജീവിതവും മുന്നോട്ടു കൊണ്ടുപോകാനായി ഒരു വഴി എനിക്ക് കണ്ടെത്താൻ കഴിയുന്നില്ലെങ്കിൽ, സുഖ-അനുഭവ ഉൽപാദനക്ഷമതയുടെ രഹസ്യങ്ങളെക്കുറിച്ചുള്ള എന്റെ എല്ലാ ഗവേഷണങ്ങളും വെറുതെയാകും. ഉൽപാദനക്ഷമതയുടെ അടിസ്ഥാനകാര്യങ്ങളിൽ ഞാൻ പ്രാവീണ്യം നേടിയിരുന്നു – എന്നാൽ *സുസ്ഥിര* ഉൽപാദനക്ഷമതയിൽ ഞാൻ ഇതുവരെ പ്രാവീണ്യം നേടിയിരുന്നില്ല.

അങ്ങനെ ഞാൻ വായിക്കാൻ തുടങ്ങി. കൂടുതൽ വായിക്കുംതോറും, നമ്മെ കൂടുതൽ വഷളാക്കുന്ന മൂന്ന് പൊതുശക്തികൾ ഉണ്ടെന്ന് ഞാൻ മനസ്സിലാക്കി, അവ നമ്മെ അപചയത്തിലേക്ക് നയിക്കുന്നു. അവയെ പരസ്പരം തിരിച്ചറിയുക എളുപ്പമല്ല. എന്നാൽ അവ അടിസ്ഥാനപരമായി വ്യത്യസ്തമാണ് താനും.

ആദ്യത്തേത്, വളരെയധികം ജോലികൾ ഏറ്റെടുക്കുന്നതിലൂടെ ഉണ്ടാകുന്ന അപചയങ്ങൾ. ഓരോ ദിവസത്തിലും നിങ്ങൾ വളരെയധികം പ്രവൃത്തികൾ നിറയ്ക്കുന്നതിനാൽ നിങ്ങളുടെ മാനസികാവസ്ഥ മോശമാകുന്നു. ഞാൻ ഇവയെ *അമിത ആയാസ അപചയം* (overexertion burnouts) എന്ന് വിളിക്കുന്നു.

അടുത്തതായി, വിശ്രമത്തോടുള്ള തെറ്റായ സമീപനവുമായി ബന്ധപ്പെട്ട അപചയങ്ങൾ. നിങ്ങൾക്ക് ആവശ്യമുള്ള ആഴത്തിലുള്ള ഇടവേളകൾ നൽകാതിരുന്നതിനാൽ നിങ്ങളുടെ മാനസികാവസ്ഥ കഷ്ടപ്പെടുന്നു – ദിവസം മുഴുവൻ ചെറിയ ഇടവേളകൾ മാത്രമല്ല, നിങ്ങളുടെ മനസ്സിന്റെയും ശരീരത്തിന്റെയും ആത്മാവിന്റെയും ഊർജ്ജം വീണ്ടെടുക്കുന്ന നീണ്ട ഇടവേളകൾ. ഇവയെ ഞാൻ *ശോഷണ അപചയം* (depletion burnouts) എന്ന് വിളിക്കുന്നു.

അവസാനമായി, തെറ്റായ കാര്യങ്ങൾ ചെയ്യുന്നതുമായി ബന്ധപ്പെട്ട അപചയങ്ങൾ. ആഴ്ചകളോ വർഷങ്ങളോ പതിറ്റാണ്ടുകളോ നിങ്ങൾക്ക്

സന്തോഷമോ അർത്ഥമോ നൽകാത്ത ഒരു കാര്യത്തിലേക്ക് നിങ്ങളുടെ എല്ലാ ശ്രമങ്ങളും നടത്തുകയും അത് നിങ്ങളെ ക്ഷീണിപ്പിക്കുകയും ചെയ്യുതിനാൽ നിങ്ങളുടെ മാനസികാവസ്ഥ കഷ്ടപ്പെടുന്നു. നിങ്ങൾ നിങ്ങളുടെ ഊർജ്ജം തെറ്റായ രീതിയിൽ ഉപയോഗിച്ചു കൊണ്ടിരുന്നു. ഞാൻ ഇവയെ *പൊരുത്തപ്പെടാത്ത അപചയങ്ങൾ* (misalignment burnouts) എന്ന് വിളിക്കുന്നു.

എന്റെ അമ്മയോട് മുഖാമുഖം സംസാരിച്ചതിനു ശേഷമുള്ള ദിവസങ്ങളിൽ, ഈ മൂന്നു തരങ്ങളും ചെറിയ രീതിയിൽ എന്നെ കഷ്ടപ്പെടുത്തുന്നുണ്ടെന്ന് ഞാൻ മനസ്സിലാക്കാൻ തുടങ്ങി. ഞാൻ വളരെയധികം പണിയെടുക്കുകയും ശരിയായി വിശ്രമിക്കാതിരിക്കുകയും ചെയ്തു. എന്റെ വ്യാപാരത്തിനായി ഞാൻ ചെയ്യുന്ന പല കാര്യങ്ങളും എനിക്ക് അർത്ഥമൊന്നും നൽകുന്നില്ലായിരുന്നു. എല്ലാ വഴിക്കും, എന്റെ മാനസികാവസ്ഥ കഷ്ടത്തിലായിരുന്നു – അതുപോലെ തന്നെ എന്റെ ഉൽപാദനക്ഷമതയും.

എന്നാൽ കുറച്ച് ദിവസങ്ങൾക്ക് ശേഷം, കൂടുതൽ ഹൃദ്യമായ ഒന്ന് ഞാൻ മനസ്സിലാക്കി : ഈ പ്രശ്നങ്ങൾ ഓരോന്നും പരിഹരിക്കാവുന്നതാണെന്ന്.

അമിത ആയാസ അപചയവും അത് ഒഴിവാക്കാനുള്ള വഴികളും

എന്റെ അമിത ആയാസ ബോധത്തിൽ ശ്രദ്ധ കേന്ദ്രീകരിച്ചാണ് ഞാൻ ആരംഭിക്കാൻ തീരുമാനിച്ചത്. കുറച്ചുകാലമായി, ഞാൻ വളരെയധികം ചുമതലകൾ ഏറ്റെടുത്തിരുന്നെന്ന് ഞാൻ തിരിച്ചറിഞ്ഞു. ആദ്യം, ഇതിനെക്കുറിച്ച് എന്തുചെയ്യണമെന്ന് എനിക്ക് ഉറപ്പില്ലായിരുന്നു : എല്ലാത്തിനുമുപരി, എനിക്ക് എന്റെ വ്യാപാരം ഉപേക്ഷിക്കാൻ കഴിയില്ലല്ലോ. എന്നാൽ ഞാൻ പിന്നീട് പരിഹാരത്തിന്റെ ഒരു മിന്നൊളി കണ്ടു.

എന്റെ അമ്മയുമായുള്ള ആ വികാരനിർഭരമായ സംഭാഷണത്തിനു ശേഷം, ടിം ഫെറിസും ലോകപ്രശസ്ത ബാസ്കറ്റ്ബോൾ കളിക്കാരനായ ലെബ്രോൺ ജെയിംസും തമ്മിലുള്ള ഒരു അഭിമുഖം ഞാൻ കേൾക്കാനിടയായി. ഞാൻ ഒരിക്കലും ഒരു ബാസ്കറ്റ്ബോൾ ആരാധകനായിരുന്നില്ല, എന്നാൽ യുട്യൂബിൽ എൽഎ ലേക്കേഴ്സിന്റെ ക്ലിപ്പുകൾ കാണുന്നതിലൂടെ ഒരു ഗവേഷണത്തിനായി ഗണ്യമായ സമയം ചെലവഴിക്കുന്നതായി കാണപ്പെട്ടു. ഞാൻ കൂടുതൽ മനസ്സിലാക്കിയപ്പോൾ, കൗതുകകരമായ ഒരു ഉൾക്കാഴ്ച എനിക്കുണ്ടായി : ലെബ്രോൺ ജെയിംസിന്റെ രണ്ട് തരം പതിപ്പുകളുണ്ട് എന്നതാണ് ഏതാണ്ട് അത്.

ആദ്യത്തേത്, ഓട്ടക്കാരൻ ലെബ്രോൺ. ഒരു ബാസ്കറ്റ്ബോൾ മൈതാനത്തിന്റെ ഒരറ്റത്ത് പന്ത് കൈവശം വച്ച്, നിങ്ങൾ കണ്ണു ചിമ്മുന്നതിന് മുമ്പ്, എതിരാളിയുടെ വലയുടെ അരികിൽ നിൽക്കാൻ

കഴിയുന്ന മനുഷ്യൻ. മണിക്കൂറിൽ 17 മൈൽ വേഗത്തിൽ ഓടാൻ കഴിയുന്ന മനുഷ്യൻ. ചരിത്രത്തിലെ ഏറ്റവും വേഗതയേറിയ എൻബിഎ കളിക്കാരിൽ ഒരാൾ.

പിന്നെ ലെബ്രോൺ എന്ന പാദചാരി. പന്ത് കൈവശം ഇല്ലാതിരിക്കുമ്പോൾ അലക്ഷ്യമായി കളിസ്ഥലത്ത് അലയുന്ന മനുഷ്യൻ. അത് കിട്ടുമ്പോൾ ഓടേണ്ട ആവശ്യമില്ലാത്ത മനുഷ്യനും. 10 മീറ്ററിലധികം ദൂരെ നിന്ന് അദ്ദേഹം പതിവായി വലക്കൊട്ടയിലേക്ക് എറിയുമ്പോൾ എന്തിന് ഓടണം?

ഈ വൈരുദ്ധ്യം ലെബ്രോണിന്റെ വിചിത്രമായ ആയുർ ദൈർഘ്യത്തെ വിശദീകരിക്കുന്നതായി പല വ്യാഖ്യാതാക്കളും കരുതി. 2000-കളുടെ പകുതി മുതൽ ലെബ്രോൺ എൻബിഎ-യിൽ ആധിപത്യം പുലർത്തിയിരുന്നു. ശരാശരി നാലര വർഷവും അവരുടെ സീസണുകളിൽ ശരാശരി അൻപത് ഗെയിമുകളും കളിക്കുന്ന കായികതാരങ്ങൾ ഉള്ള ഒരു മേഖലനിൽ, ലെബ്രോൺ പത്തൊൻപത് വർഷമായി ഒരോ സീസണിലും ശരാശരി എഴുപതിലധികം ഗെയിമുകൾ കളിക്കുന്നു.

ദശാബ്ദങ്ങൾ നീണ്ട അദ്ദേഹത്തിന്റെ ഔദ്യാഗികജീവിതത്തിൽ തന്റെ സ്ഥാനം നിലനിർത്താൻ അദ്ദേഹത്തിന് എങ്ങനെ കഴിഞ്ഞു? ഉത്തരം, ആ നടത്തവുമായി ബന്ധപ്പെട്ടിരിക്കുന്നെന്ന് തോന്നുന്നു.

കായിക നിരൂപകർ ലെബ്രോണിന്റെയും മറ്റ് എൻബിഎ കളിക്കാരുടെയും ഔദ്യോഗികവും അനൌദ്യോഗികവുമായ വിവരങ്ങളിൽ നിന്നും സമാനമായ ഒന്നാണ് കണ്ടെത്തിയത്. പ്രാന്തപ്രദേശങ്ങളിലൂടെ ഒരു കാറിന്റെ വേഗതയിൽ കുതിക്കാൻ കഴിയുന്ന ഒരു മനുഷ്യനാണെങ്കിലും, ലെബ്രോൺ ശരാശരി എൻബിഎ-യിലെ ഏറ്റവും വേഗത കുറഞ്ഞ കളിക്കാരിൽ ഒരാളാണ്. 2018 സീസണിൽ, കളികളിലെ അദ്ദേഹത്തിന്റെ ശരാശരി വേഗത മണിക്കൂറിൽ 3.85 മൈൽ ആയിരുന്നു (ഏറിയ കൂറും നടത്ത വേഗത); ഒരു കളിയിൽ കുറഞ്ഞത് ഇരുപത് നിമിഷങ്ങളെങ്കിലും കളിച്ച എല്ലാ കളിക്കാരുടെയും ഏറ്റവും അവസാനത്തെ പത്തിൽ അദ്ദേഹം സ്ഥാനം നേടി. പതിവ് സീസണിൽ, അദ്ദേഹം 74.4 ശതമാനം സമയവും കളത്തിൽ നടന്നാണ് ചെലവഴിച്ചത്, ലീഗിൽ മറ്റാരും ഇതിന് സമാനമായി ഇല്ല.

അപ്രതീക്ഷിതമായി, എന്റെ ക്ഷീണം എങ്ങനെ മറികടക്കാം എന്നതിനെക്കുറിച്ച് ആദ്യ സൂചന ലെബ്രോൺ ജെയിംസ് എനിക്ക് നൽകി. അമിത ആയാസ അപചയം, ഞാൻ തിരിച്ചറിഞ്ഞത്, നമ്മൾ അമിതമായി വളരെ വേഗത്തിൽ ചെയ്യുമ്പോൾ ഉണ്ടാകുന്ന നിഷേധാത്മക വികാരങ്ങളിൽ നിന്നാണെന്നാണ്. നമുക്ക് ചെയ്യാൻ കഴിയുന്നതിനേക്കാൾ കൂടുതൽ ജോലികൾ നാം സ്വീകരിക്കുന്നു, കൂടാതെ നമ്മുടെ പ്രവർത്തി ദിവസത്തിൽ നാം ആവശ്യമായ ഇടവേളകൾ എടുക്കുന്നതിൽ പരാജയപ്പെടുന്നു. നാം എല്ലാ സമയത്തും ഓടുന്നു.

കുറച്ച് ചെയ്യുക, അതുവഴി നിങ്ങൾക്ക് കൂടുതൽ നേടാം.

പരിഹാരം? ലെബ്രോണിനെ പിന്തുടരുക. നിങ്ങളുടെ ഊർജ്ജം സംരക്ഷിക്കുക. കുറച്ച് ചെയ്യുക, അതുവഴി നിങ്ങൾക്ക് കൂടുതൽ നേടാം.

കുറച്ച് ചെയ്യുക

1997-ൽ, എല്ലാവർക്കും സ്റ്റീവ് ജോബ്സിനോട് ചോദിക്കാൻ ഒരു കാര്യം മാത്രമേ ഉണ്ടായിരുന്നുള്ളൂ : ഓപ്പൺഡോക്കിന് എന്ത് സംഭവിച്ചു? അതിന് അഞ്ച് വർഷങ്ങൾക്കു മുമ്പ്, ആപ്പിൾ എഞ്ചിനീയർമാർ ഈ സോഫ്റ്റ്വെയർ വേദിയിൽ കഠിനാധ്വാനം ചെയ്തിരുന്നു, ഇത് ഉപയോക്താക്കൾ അവരുടെ ലിഖിതങ്ങൾ സൃഷ്ടിക്കുകയും പങ്കിടുകയും സംഭരിക്കുകയും ചെയ്യുന്ന രീതിയിൽ വിപ്ലവം സൃഷ്ടിക്കുമെന്ന് അവർ കരുതി. തുടർന്ന് ജോബ്സ് ആപ്പിളിന്റെ തലവൻ ആയി തിരിച്ചെത്തി, ഏതാണ്ട് ഉടൻ തന്നെ ആ പരിപാടി റദ്ദാക്കി.

ജോബ്സ് ഒരു ചരിത്രപരമായ അബദ്ധം വരുത്തിയെന്ന് അക്കാലത്ത് പലരും കരുതി. എന്നാൽ അദ്ദേഹം അതിനെ എളുപ്പത്തിൽ ന്യായീകരിച്ചു. 'ആളുകൾ കരുതുന്നത് കേന്ദ്രീകരിക്കുക എന്നാൽ നിങ്ങൾ ശ്രദ്ധ കേന്ദ്രീകരിക്കേണ്ട കാര്യത്തിന് അതെ എന്ന് പറയുക എന്നാണ്,' അദ്ദേഹം പറഞ്ഞു. 'എന്നാൽ അതിന്റെ അർത്ഥം അതല്ല. അതിനർത്ഥം മറ്റ് നൂറുകണക്കിന് നല്ല ആശയങ്ങളോട് വേണ്ട എന്ന് പറയുക എന്നതാണ്... 1,000 കാര്യങ്ങളോട് ഇല്ല എന്നു പറയുന്നതാണ് നവീകരണം.'

ജോബ്സിന്റെ സന്ദേശം വ്യക്തമായിരുന്നു : ഇല്ല എന്നത് അതേ പോലെ തന്നെ പ്രധാനമായിരുന്നു. 'ഞാൻ ചെയ്ത കാര്യങ്ങളിൽ എന്നപോലെതന്നെ, ഞങ്ങൾ ചെയ്യാത്ത കാര്യങ്ങളിലും ഞാൻ അഭിമാനിക്കുന്നു,' ജോബ്സ് പറഞ്ഞു.

അതായിരുന്നു ശരിയായ തീരുമാനം. അടുത്ത ദശകത്തിൽ, ആപ്പിൾ ശക്തിയിൽ നിന്ന് ശക്തിയിലേക്ക് പോയി – 2011-ൽ അദ്ദേഹത്തിന്റെ മരണസമയത്ത്, ലോകത്തിലെ ഏറ്റവും മൂല്യവത്തായ പൊതു സ്ഥാപനമായി.

നമ്മൾ ബാക്കിയുള്ളവർക്കും ഈ പാഠം പ്രധാനമാണ്. താഴെപ്പറയുന്നവയിൽ ഏതെങ്കിലും പരിചിതമാണോ?

- അടുത്തയാഴ്ച അത്താഴത്തിന് വരുന്നോ എന്ന് ഒരു സുഹൃത്ത് നിങ്ങളോട് ചോദിക്കുന്നു. ആ ദിവസം നിങ്ങൾക്ക് ഒരു വലിയ ജോലി തീർക്കേണ്ടതുണ്ട്, എന്നാൽ അന്നേദിവസം അത് നിങ്ങൾ പൂർത്തി

യാക്കുമെന്ന് നിങ്ങൾക്ക് ഉറപ്പുണ്ട്. ആ ദിവസം വന്നു, നിങ്ങളുടെ ജോലിയിൽ നിങ്ങൾ മൈലുകൾ പിന്നിലാണ് – നിങ്ങൾക്ക് പോകാൻ കഴിയില്ല.

- ഒരു സഹപ്രവർത്തകൻ ഏതാനും മാസങ്ങൾക്കുള്ളിൽ വിരസമായ ഒരു യോഗം ആസൂത്രണം ചെയ്യാൻ ശ്രമിക്കുന്നു. നിങ്ങൾക്ക് തീർച്ചയായും ഇപ്പോൾ സമയമുണ്ടാകില്ല – എന്നാൽ അപ്പോഴേക്കും നിങ്ങൾക്ക്തീർച്ചയായും സമയമുണ്ടാകും, അല്ലേ? ആ യോഗം അടുത്തു വന്നു, അത് നാളെയാണ് – അത് നിങ്ങളുടെ മറ്റെല്ലാ ചുമതലകളെയും പൂർണ്ണമായും താറുമാറാക്കുന്നു.
- നിങ്ങളുടെ പ്രിയപ്പെട്ട വീഡിയോ ഗെയിം ഇപ്പോൾ കളിക്കുന്നോ എന്ന് ഒരു സുഹൃത്ത് നിങ്ങളോട് ചോദിക്കുന്നു. ആഴ്ചകൾ എടുക്കുമെന്ന് നിങ്ങൾക്കറിയാവുന്ന ഒരു വലിയ പ്രവൃത്തി നിങ്ങൾ നിലവിൽ ചെയ്യുന്നുണ്ട് – എന്നാൽ സമയപരിധി കഴിയാൻ മാസങ്ങളില്ല. സ്വാഭാവികമായും, നിങ്ങൾ ആറ് മണിക്കൂർ വേൾഡ് ഓഫ് വാർക്രാഫ്റ്റ് കളിക്കുന്നതായി സ്വയം കണ്ടെത്തും. എട്ട് ആഴ്ചകൾക്ക് ശേഷം, നിങ്ങൾക്ക് നിങ്ങളുടെ സമയപരിധി പാലിക്കാൻ കഴിഞ്ഞിട്ടില്ല.

ഈ സാഹചര്യങ്ങളിലെല്ലാം, നമ്മൾ ഒരു ലളിതമായ പ്രശ്നത്താൽ കഷ്ടപ്പെടുന്നു – അമിത പ്രതിബദ്ധത. അമിതമായ അധ്വാനത്തിലേക്കുള്ള പാതയിലേക്ക്നാം നമ്മെത്തന്നെ സജ്ജമാക്കുന്ന ആദ്യ മാർഗ്ഗമാണിത് : വർത്തമാനകാല കാര്യങ്ങളിൽ നമ്മൾ അതെ എന്ന് പറയുന്നു, എന്നാൽ ദീർഘകാലാടിസ്ഥാനത്തിൽ അവ നമ്മെ തകർക്കാൻ പോകുന്നു.

എന്തുകൊണ്ടെന്ന് കാണാൻ എളുപ്പമാണ്. അമിത പ്രതിബദ്ധത ചെയ്യുന്നത് വളരെ എളുപ്പമാണ്. എന്നാൽ അതിനെ ചെറുക്കാൻ കഴിയില്ലെന്ന് അതിനർത്ഥമില്ല.

പരീക്ഷണം 1 :
ഊർജ്ജ നിക്ഷേപ സഞ്ചി

അമിത പ്രതിബദ്ധതയെ ചെറുക്കുന്നതിനുള്ള ആദ്യ പടി നിങ്ങളുടെ ഊർജ്ജം യഥാർത്ഥത്തിൽ എവിടേക്കാണ് പോകുന്നതെന്ന ഒരു വ്യക്തമായ ബോധമുണ്ടാവുക എന്നതാണ്. നിങ്ങൾ 'ഇല്ല' എന്ന് പറയാൻ തുടങ്ങുന്നതിന് മുമ്പ്, നിങ്ങൾ 'അതെ' എന്ന് പറയാൻ ആഗ്രഹിക്കുന്നത് എന്തിനോടാണെന്ന് നിങ്ങൾ അറിയേണ്ടതുണ്ട്.

'ഊർജ്ജ നിക്ഷേപ സഞ്ചി' എന്ന ആശയം ലളിതമാണ്. നിങ്ങൾ രണ്ട് പട്ടികകൾ തയ്യാറാക്കുന്നു. നിങ്ങളുടെ എല്ലാ സ്വപ്നങ്ങളുടെയും പ്രതീക്ഷകളുടെയും അഭിലാഷങ്ങളുടെയും ഒരു പട്ടികയാണ് A. ഏതോ സമയങ്ങളിൽ നിങ്ങൾ ചെയ്യാൻ ആഗ്രഹിക്കുന്ന കാര്യങ്ങളാണിവ,

എന്തായാലും ഇപ്പോൾ ആയിരിക്കില്ല. നിങ്ങളുടെ സജീവ നിക്ഷേപങ്ങളുടെ പട്ടികയാണ് B. നിങ്ങൾ ഇപ്പോൾ ഊർജ്ജം സജീവമായി നിക്ഷേപിക്കുന്ന (അല്ലെങ്കിൽ നിക്ഷേപിക്കാൻ ആഗ്രഹിക്കുന്ന) പദ്ധതികളാണിത്. ഇപ്പോൾ എന്ന് പറയുമ്പോൾ, ഞാൻ ഉദ്ദേശിക്കുന്നത് ഈ ആഴ്ചയാണ്.

എന്റെ ഊർജ്ജ നിക്ഷേപ സഞ്ചി ഇങ്ങനെ കാണപ്പെടുന്നു :

സ്വപ്നങ്ങൾ, പ്രതീക്ഷകൾ, അഭിലാഷങ്ങൾ	സജീവ നിക്ഷേപങ്ങൾ
ചൈനീസ് ഭാഷ പഠിക്കുക	പേശികൾ വളർത്തുക
മോട്ടോർ ബൈക്ക് ഓടിക്കാൻ പഠിക്കുക	പാചകം പഠിക്കുക
അമ്പെയ്ത്ത് പഠിക്കുക	കൂടുതൽ സ്ക്വാഷ് കളിക്കുക
ഒരു വാനിൽ അമേരിക്കയിലുടനീളം ഒരു റോഡ് യാത്ര നടത്തുക	പോർച്ചുഗലിൽ ഒരു അവധിക്കാലം ചെലവഴിക്കുക
ഒരു ആഡംബര ഉല്ലാസയാത്ര സംഘടിപ്പിക്കുക	
ജലാഭ്യാസം ചെയ്യാൻ പോകുക	
അക്രോയോഗ പരിശീലിക്കുക	
തിരമാലയിൽ സവാരി ചെയ്യാൻ പഠിക്കുക	
സ്കൂബ മുങ്ങാംകുഴിയിടാനായി ബാലിയിൽ പോകുക	
ഒരു ഡിജിറ്റൽ നാടോടിയെ പോലെ ജീവിക്കുക	
വടിവൊത്ത ഉദര പേശികൾ ഉണ്ടാക്കുക	

സ്വപ്നങ്ങളുടെ പട്ടിക നിങ്ങൾക്ക് ഇഷ്ടമുള്ളത്ര നീളമുള്ളതാക്കാം – നിങ്ങളുടെ ഭാവനയാണ് നിങ്ങളുടെ പരിധി നിശ്ചയിക്കുന്നത്. ഞാൻ നിലവിൽ പ്രവർത്തിച്ചുകൊണ്ടിരിക്കുന്ന വ്യക്തിഗത പദ്ധതികളുടെ ഒരു തിരഞ്ഞെടുപ്പാണ് എന്റെ സജീവ നിക്ഷേപ പട്ടിക. നിക്ഷേപങ്ങൾ എന്ന പ്രയോഗം ഞാൻ ഇഷ്ടപ്പെടുന്നു, കാരണം ഞാൻ പദ്ധതിയിലേക്ക് ഊർജ്ജം *നിക്ഷേപിക്കുന്നു,* അതിന്റെ ആദായം അത് എനിക്ക് നൽകുന്ന (പ്രതീക്ഷിക്കുന്ന) മൂല്യമാണ്.

സജീവനിക്ഷേപപട്ടികനിങ്ങൾക്ക്അവയിൽനിക്ഷേപിക്കാൻഉള്ള സമയത്തിനും ഊർജ്ജത്തിനും അടിസ്ഥാനമാക്കി പരിമിതപ്പെടുത്തണം.

ഇത് ഓരോ വ്യക്തിയിലും വ്യത്യസ്തമായിരിക്കും. എന്റേത് ഏകദേശം അഞ്ചായിപരിമിതപ്പെടുത്താൻഞാൻആഗ്രഹിക്കുന്നു,എന്നാൽനിങ്ങൾക്ക് ചെറിയ കുട്ടികളോ തിരക്കേറിയ ജോലിയോ ഉണ്ടെങ്കിൽ, മൂന്ന് സജീവ നിക്ഷേപങ്ങൾ നിങ്ങൾക്ക് അനുയോജ്യമായേക്കും. അല്ലെങ്കിൽ രണ്ട്, അല്ലെങ്കിൽ ഒന്ന്. എന്നിരുന്നാലും, എല്ലാ സാഹചര്യങ്ങളിലും, നിങ്ങളുടെ സജീവ നിക്ഷേപം ഒറ്റ അക്കത്തിൽ സൂക്ഷിക്കുന്നതാണ് ബുദ്ധി.

നിങ്ങളുടെസജീവനിക്ഷേപപട്ടികയിലേക്ക്ഒരുസ്വപ്നംചേർക്കാൻ നിങ്ങൾ ആഗ്രഹിക്കുന്നുവെങ്കിൽ, അതിൽ നിക്ഷേപിക്കാൻ നിങ്ങൾക്ക് സമയവും ഊർജ്ജവും ഉണ്ടെന്ന് ഉറപ്പാക്കേണ്ടതുണ്ട്. നിങ്ങളുടെ സമയം ഉപയോഗിച്ച് നിങ്ങൾക്ക് ചെയ്യാനാകുന്നതിലും വലിയ അളവിലുള്ള കാര്യങ്ങൾ ചേർക്കുമ്പോൾ, ഒരു നിശ്ചിത സമയത്തിനുള്ളിൽ എന്തെങ്കിലും ചെയ്തു തീർക്കാമെന്ന് ഏൽക്കുന്നത് വളരെയധികം ബുദ്ധിമുട്ടുണ്ടാക്കും. നമ്മുടെ മസ്തിഷ്കം എപ്പോഴും ചിന്തിക്കുന്നു, 'ഞാൻ ഇപ്പോൾ X-ൽ പ്രവർത്തിക്കുന്നു,പക്ഷേഎനിക്ക്Y-ൽഅല്ലെങ്കിൽZ-ൽപ്രവർത്തിക്കാൻ കഴിയുമോ എന്ന്.' ഇത് അപകടകരമാണ്; ജോലിസ്ഥലത്ത് ഒരു വലിയ പദ്ധതിയിൽ ഏർപ്പെട്ടിരിക്കുന്നതിനിടയിൽ, നിങ്ങൾ ഒരു വീട് പുതുക്കിപ്പണിയുന്നു, ജാപ്പനീസ് ഭാഷ പഠിക്കുന്നു, നിങ്ങളുടെ ബ്ലോഗ് എഴുതുന്നു, നിങ്ങളുടെ കുട്ടികളുടെ കാൽപ്പന്തു സംഘത്തെ പരിശീലിപ്പിക്കുകയും ചെയ്യുന്നു, ഇവയെല്ലാം കൂടുതൽ സമ്മർദ്ദം അനുഭവപ്പെടുന്നതിലേക്ക് എത്തിക്കുന്നു.

അമിത പ്രതിബദ്ധതയുടെ മോഹിപ്പിക്കുന്ന യുക്തിയെ ചെറുക്കുന്നതിൽ ഊർജ്ജ നിക്ഷേപ സഞ്ചി നിർണ്ണായകമാണ്. നമുക്ക് എല്ലാം ചെയ്യാൻ കഴിയുമെന്ന് നമ്മൾ കരുതുന്നു. അതൊരു മിഥ്യയാണ്. സുസ്ഥിര ഉൽപാദനപരത എന്നാൽ നമ്മുടെ സമയത്തിന്റെ പരിമിതികൾ തിരിച്ചറിയുക എന്നതാണ്. എല്ലാവർക്കും അത് ബാധകമാണ്.

പരീക്ഷണം 2 :
'ഇല്ല' എന്നതിന്റെ ശക്തി

'ഇല്ല' എന്നു പറയുന്നതിന്റെ പ്രാധാന്യം നമുക്കറിയാമെങ്കിലും, അത് യഥാർത്ഥത്തിൽ പറയാൻ പ്രയാസമാണ് എന്നതാണ് പൊതുവായ ഒരു പ്രശ്നം. നമുക്ക് യഥാർത്ഥമായി സമയമില്ലാത്തതുകൊണ്ട് വരുന്ന വാഗ്ദാനങ്ങളെ സ്വയം നിരസിക്കാനായി നമുക്ക് എങ്ങനെ നിർബന്ധിക്കാനാകും?

എന്റെ പ്രിയപ്പെട്ട ആശയം, എഴുത്തുകാരനും സംഗീതജ്ഞനുമായ ഡെറക്സിവേഴ്സിൽനിന്നാണ്വന്നത്,അതിനെ അദ്ദേഹം 'തീർച്ചയായും അതെ, അല്ലെങ്കിൽ ഇല്ല' എന്ന് വിളിക്കുന്നു. അദ്ദേഹത്തിന്റെ ഉപദേശം ഇപ്രകാരമാണ് : ഒരു പുതിയ പദ്ധതി അല്ലെങ്കിൽ പ്രതിബദ്ധത ഏറ്റെടുക്കണോ എന്ന് നിങ്ങൾ സ്വയം ചിന്തിക്കുമ്പോൾ, നിങ്ങൾക്ക്

രണ്ട് സാധ്യതകൾ ഉണ്ട് – ഒന്നുകിൽ 'തീർച്ചയായും അതെ' അല്ലെങ്കിൽ 'ഇല്ല'. രണ്ടിനുമിടയിൽ വേറൊന്നുമില്ല.

ഈ അരിപ്പ ഉപയോഗിച്ച്, 95 ശതമാനം പ്രതിബദ്ധതകളും നിങ്ങൾ നിരസിക്കേണ്ടവയാണെന്ന് നിങ്ങൾ കണ്ടുപിടിക്കാൻ തുടങ്ങുന്നു. അപൂർവ്വമായേ കാര്യങ്ങൾ 'തീർച്ചയായും അതെ' ആകുകയുള്ളൂ. അവ സാധാരണയായി 'ഇത് ഉപയോഗപ്രദമോ അർദ്ധ-രസകരമായതോ ആകാം, അതിനാൽ, എന്തുകൊണ്ട് പാടില്ല?' എന്നിങ്ങനെയുള്ളതായിരിക്കും. ഇവ നിങ്ങളുടെ തലച്ചോറിൽ നിന്നുള്ള ന്യായീകരണങ്ങളാണ്, അത് നിങ്ങൾ മറികടക്കേണ്ടതുണ്ട്. നിങ്ങൾക്ക് ഇതിനകം എത്രത്തോളം ഉണ്ടെന്ന് ചിന്തിക്കുക. അതൊരു 'തീർച്ചയായും അതെ' അല്ലെങ്കിൽ, അത് ചെയ്യുന്നത് മൂല്യവത്തല്ല.

അതൊരു 'തീർച്ചയായും അതെ' അല്ലെങ്കിൽ, അത് മൂല്യവത്തല്ല.

രണ്ടാമത്തെ രീതി ഇതിലും ലളിതവും, കുറച്ച് പുനർചിന്ത ഉൾക്കൊള്ളുന്നതുമാണ്. ഇതിൽ സാമ്പത്തിക വിദഗ്ദ്ധർ *അവസരച്ചെലവ്* (opportunity costs) എന്ന് വിളിക്കുന്നതിനെക്കുറിച്ച് ചിന്തിക്കുന്നത് ഉൾപ്പെടുന്നു. *അവസരച്ചെലവുകൾ* ഓർമ്മിപ്പിക്കുന്നത്, നമ്മൾ ഓരോ 'അതെ' പറയുമ്പോഴും, ആ സമയവും ഊർജ്ജവും ഉപയോഗിച്ച് നമുക്ക് ചെയ്യാൻ കഴിയുമായിരുന്ന മറ്റെന്തിനോടോ 'ഇല്ല' എന്നു പറയുന്നു എന്നതാണ്.

കുറച്ച് അധികം പദ്ധതികൾ ഏറ്റെടുക്കാൻ ഒരു സഹപ്രവർത്തകൻ നിങ്ങളോട് ആവശ്യപ്പെടുന്നുവെന്ന് കരുതുക. നിങ്ങളുടെ ലക്ഷ്യം ഒരു ഉദ്യോഗക്കയറ്റമോ ശമ്പളവർദ്ധനവോ ആണെങ്കിൽ, അധിക പദ്ധതികളിൽ സഹായിക്കുക എന്നത് അവിടെയെത്താനുള്ള ഒരു മാർഗ്ഗമാണെങ്കിൽ, നിങ്ങൾക്ക് 'അതെ' എന്ന് പറയാൻ വളരെ താൽപ്പര്യമുണ്ടാകും. എന്നാൽ ഇത് നിങ്ങൾക്ക് ചെയ്യാനാകുന്ന മറ്റു കാര്യങ്ങളെ പരിഗണിക്കുന്നില്ല. നിങ്ങൾ എന്തിനോടാണ് 'ഇല്ല' എന്ന് പറയുന്നതെന്ന് സ്വയം ഓർമ്മിപ്പിക്കുക. നിങ്ങളുടെ കുട്ടികളുമായി പാർക്കിൽ കളിക്കുന്നതിനോട്? കാലങ്ങളായി കാണാതിരുന്ന ഒരു സുഹൃത്തിനൊപ്പം പുനഃസമാഗമിക്കുന്നതിനോട്? ഒരു നല്ല രാത്രിയുടെ ഉറക്കം?

അവസാനമായി, ഇല്ല എന്ന ശക്തിയെക്കുറിച്ചുള്ള ലോകത്തിലെ പ്രമുഖ വിദഗ്ധരിൽ ഒരാളായ ജൂലിയറ്റ് ഫൻടിൽ നിന്ന് വരുന്ന ഒരു രീതിയുണ്ട്. ഫോർച്യൂൺ 500 സ്ഥാപനങ്ങളുടെ തലവന്മാരുടെയും നേതാക്കളുടെയും ഉപദേഷ്ടാവായ ഫൻട്, *എ മിനിറ്റ് ടു തിങ്ക്* എന്ന പുസ്തകത്തിന്റെ രചയിതാവാണ്. സ്വയം ചിന്തിക്കാനുള്ള സമയം കൊടുക്കുന്നതാവാം സുസ്ഥിര ഉൽപാദനപരതയുടെ രഹസ്യം എന്നതിനെക്കുറിച്ചാകുന്നു ഈ പുസ്തകം. ഈ പുസ്തകത്തിനായി ഞാൻ അവരെ അഭിമുഖം നടത്തിയപ്പോൾ, അവരുടെ ഗവേഷണത്തിൽ നിന്ന് ഏറ്റവും

പ്രായോഗികവും പ്രവർത്തനക്ഷമവുമായ സന്ദേശം എന്താണെന്ന് ഞാൻ അവരോട് ചോദിച്ചു. അവർ ശക്തമായ ഒരു ആശയത്തെക്കുറിച്ച് എന്നോട് പറഞ്ഞു : 'ആറാഴ്ചത്തെ കെണി'. ഇനിയങ്ങോട്ട് ആറാഴ്ചത്തേയ്ക്കുള്ള കലണ്ടർനോക്കുമ്പോൾ, എല്ലാ ശൂന്യമായ ഇടവും കണ്ട്, 'എനിക്ക് ഇതിന് പൂർണ്ണമായും അതെ പറയാം' എന്ന് ചിന്തിക്കുമ്പോഴാണ് കെണിയിൽ പെടുന്നത്. ആഴ്ചകൾ കുറഞ്ഞുവരുമ്പോൾ, ആറ് ആഴ്ച മുമ്പ് ശൂന്യമായിരുന്ന സ്ഥലം, കൂടുതൽ നിറഞ്ഞിരിക്കുന്നതായി തോന്നിത്തുടങ്ങും. ഒടുവിൽ ആ ദിവസം വരുമ്പോഴേക്കും, പ്രതിബദ്ധതയോട് നിങ്ങൾ അതെ എന്ന് പറയേണ്ടതില്ലായിരുന്നു എന്ന് നിങ്ങൾ തിരിച്ചറിഞ്ഞിട്ടുണ്ടാവും – എന്നാൽ നിങ്ങൾ അങ്ങനെ ചെയ്തു, ഇനി വാഗ്ദാനം ലംഘിച്ചുകൊണ്ട് ആളുകളെ നിരാശപ്പെടുത്താൻ നിങ്ങൾ ആഗ്രഹിക്കുന്നില്ല.

ഒരു ലളിതമായ ചോദ്യം സ്വയം ചോദിക്കുക എന്നതാണ് അവരുടെ പരിഹാരം. ഏതാനും ആഴ്ചകൾ കഴിഞ്ഞുള്ള ഒരു അഭ്യർത്ഥന നിങ്ങൾക്ക് ലഭിക്കുമ്പോൾ, ഇങ്ങനെ ചിന്തിക്കുക : 'നാളെയാണ് ഈ പ്രതിബദ്ധത സംഭവിക്കുന്നതെങ്കിൽ എനിക്ക് ഇത് ആവേശകരമായിരിക്കുമോ? അതോ ഭാവിയിലെ എനിക്ക് ഒരു പ്രശ്നമുണ്ടാക്കുന്നത് എളുപ്പമായതു കൊണ്ടാണോ ഞാൻ അതിനോട് "അതെ" എന്നു പറയാമെന്നു ചിന്തിക്കുന്നത്?'

'ഇപ്പോൾ മുതൽ ആറാഴ്ച, എന്റെ കാര്യപരിപാടികൾ മുഴുവനും വ്യക്തമാണ്, അതിനാൽ ഇത് ചെയ്യാൻ എനിക്ക് തീർച്ചയായും സമയവും ഊർജ്ജവും ഉണ്ടാകും' എന്ന് ചിന്തിക്കുന്നത് വളരെ പ്രലോഭനകരമാണ്. നിങ്ങൾക്ക് ആവില്ല. ആറാഴ്ചകളിൽ, നിങ്ങളുടെ ജീവിതം ഇന്നുള്ളതു പോലെതന്നെ തിരക്കേറിയതായിരിക്കും. നാളെ സംഭവിക്കുന്ന ഒരു കാര്യത്തിന് നിങ്ങൾ അതെ എന്ന് പറയുന്നില്ലെങ്കിൽ, ഒരു മാസമോ അതിൽ കൂടുതലോ ഉള്ളതിന് നിങ്ങൾ അതെ എന്ന് പറയരുത്.

അശ്രദ്ധ ചെറുക്കുക

ഊർജ്ജ സംരക്ഷണത്തിനായുള്ള നമ്മുടെ അടുത്ത തന്ത്രം രണ്ട് ഉൾക്കാഴ്ചകളെ ആശ്രയിച്ചിരിക്കുന്നു. ആദ്യത്തേത് അറിയാവുന്നതാണ് : ഒരേ സമയം ഒന്നിൽ കൂടുതൽ പ്രവൃത്തികൾ ചെയ്യുന്നതിൽ മനുഷ്യർ മോശമാണ്. രണ്ടാമത്തേത് അത്ര അറിയാവുന്നതല്ല : നിങ്ങൾ കരുതുന്ന പോലെ നമ്മൾ അത്ര മോശമല്ല.

2012-ൽ കമ്പ്യൂട്ടർ ശാസ്ത്രജ്ഞരായ റേച്ചൽ അഡ്ലറും റാക്വൽ ബെൻബുനൻ-ഫിച്ചും ചേർന്ന് നടത്തിയ ഒരു പഠനത്തിൽ നിന്നാണ് ഞാൻ ഇത് മനസ്സിലാക്കിയത്. ആളുകൾക്ക് ആറ് ജോലികൾ മാറിമാറി ചെയ്യേണ്ടുന്ന ഒരു പരീക്ഷണം ഇരുവരും വികസിപ്പിച്ചെടുത്തു : ഒരു സുഡോകു വിഷമപ്രശ്നം, ചില അക്ഷരങ്ങൾ ഒരു വാക്കിലേക്ക് മാറ്റുന്നത്

ഉൾപ്പെടുന്ന ഒരു വെല്ലുവിളി, ചില 'ഒറ്റയാനെ കണ്ടെത്തുക' ദൃശ്യപ്രശ്ന ങ്ങളും മറ്റും. അടുത്തതായി, അവർ ഒരു കൂട്ടം ആളുകളെ സംഘടിപ്പിച്ച് രണ്ട് സംഘങ്ങളായി വിഭജിച്ചു. പല പ്രവൃത്തികൾ മാറിമാറി ചെയ്യേ ണ്ടാത്ത സംഘത്തിൽ പങ്കെടുക്കുന്നവർ ഓരോ ജോലികളും ക്രമത്തിൽ ചെയ്യേണ്ടതുണ്ട്. ഇതിനർത്ഥം അവർ സുഡോകു പ്രശ്നം പൂർത്തിയാക്കു കയും, പിന്നെ അക്ഷരങ്ങൾ വാക്ക് ആക്കി മാറ്റുന്ന പ്രവൃത്തിയിലേക്ക് മാറുകയും ചെയ്യേണ്ടതുണ്ടായിരുന്നു. പല പ്രവൃത്തികൾ മാറിമാറി ചെയ്യേ ണ്ടുന്ന സംഘത്തിൽ, ആറ് പ്രവൃത്തികളിൽ ഓരോന്നിനും വ്യത്യസ്ത ടാബു കൾ തുറന്നിരുന്നു, ആ ടാബുകളിൽ ക്ലിക്കുചെയ്ത് ഒരു പ്രവൃത്തിയിൽ നിന്നു മാറി അടുത്തതിലേക്ക് പോകാനാകുമെന്ന് പങ്കെടുത്തവരോട് പറഞ്ഞു.

ഫലം അതിശയിപ്പിക്കുന്നതായിരുന്നു. തീർച്ചയായും, വളരെയ ധികം ശ്രദ്ധ വ്യതിചലിച്ച ആളുകൾ – നിർബന്ധിതമായി ഒരു പ്രവർത്തി യിൽ നിന്നും മറ്റൊന്നിലേക്ക് നിരന്തരം മാറിയവർ – മോശം പ്രകടനം കാഴ്ചവെച്ചു. പക്ഷേ, ശ്രദ്ധ വ്യതിചലിക്കാത്ത സന്നദ്ധപ്രവർത്തകർ – ഒരു സമയം ഒരു പ്രവർത്തിയിൽ മാത്രം ശ്രദ്ധ കേന്ദ്രീകരിച്ചവർ – ആയിരുന്നില്ല മികച്ച പ്രകടനം കാഴ്ചവെച്ചവർ. ഗവേഷകർ 'പ്രവർത്തന ക്ഷമത' എന്നത് ലംബമായ അക്ഷത്തിലും ടാബുകൾ തമ്മിലുള്ള മാറുന്ന സമയങ്ങളുടെ എണ്ണം തിരശ്ചീന അക്ഷത്തിലും വരച്ചപ്പോൾ, അവർ ഒരു തലകീഴായ U ആകൃതിയുള്ള രേഖ കണ്ടു. മധ്യഭാഗത്ത് ഒരു ആരോഗ്യകരമായ തലത്തിലുള്ള ശ്രദ്ധ വ്യതിചലനം ഉണ്ടായിരുന്നു – ഒരു പ്രവർത്തിയിൽ നിന്നും മറ്റൊന്നിലേക്ക് അതിരുകടക്കാതെ മാറിയവരാണ് ഏറ്റവും ഉയർന്ന പ്രകടനം കാഴ്ചവെച്ചത്.

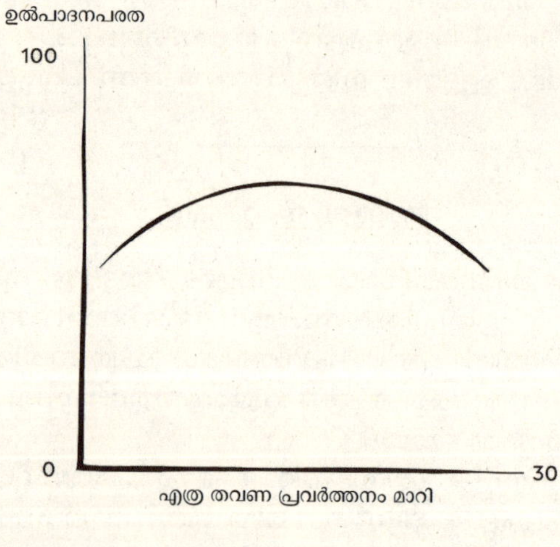

എന്തുകൊണ്ടാണ് വ്യതിചലനം ഈ പ്രഭാവം ഉണ്ടാക്കുന്നത്? ഒരു വശത്ത്, നമ്മൾ നിരവധി തവണ ശ്രദ്ധ മാറ്റുമ്പോഴുള്ള നഷ്ടങ്ങൾ മൂലം

കഴിവുകൾ കുറയുന്നതിനെ ശാസ്ത്രജ്ഞർ 'മാറ്റത്തിന്റെ വില' (സ്വിച്ചിംഗ് കോസ്റ്റ്) എന്ന് വിളിക്കുന്നു. പ്രവൃത്തികൾക്കിടയിലുള്ള പരിവർത്തന സമയത്ത് നശിപ്പിക്കപ്പെടുന്ന വൈജ്ഞാനികവും താൽക്കാലികവുമായ വിഭവങ്ങളാണ് ഇവ. ഒരു പ്രവൃത്തിയിൽ നിന്ന് വിട്ടുനിൽക്കാനും പുതിയ പ്രവൃത്തിയിലേക്ക് സ്വയം പുനഃക്രമീകരിക്കാനും അതിന്റെ ആവശ്യങ്ങളുമായി പൊരുത്തപ്പെടാനും ആവശ്യമായ മാനസിക പ്രയത്നത്തെക്കുറിച്ച് ചിന്തിക്കുക. ആ ചാർട്ടിന്റെ വലതുവശത്തുള്ള സന്നദ്ധപ്രവർത്തകരെ ബാധിക്കുന്ന പ്രശ്നമാണിത്. മറുവശത്ത്, ഒരു പ്രവൃത്തിയിൽ ശ്രദ്ധ കേന്ദ്രീകരിച്ച് കൂടുതൽ സമയം ചെലവഴിക്കുമ്പോൾ, നമ്മുടെ വൈജ്ഞാനിക വിഭവങ്ങൾ നാം ഉപയോഗിച്ചു തീർക്കുവാൻ സാധ്യതയുണ്ട് – അതു മൂലവും നമ്മുടെ ശ്രദ്ധ കുറയുന്നു. ആ ചാർട്ടിന്റെ ഇടതുവശത്തുള്ള സന്നദ്ധപ്രവർത്തകരെ ബാധിക്കുന്ന പ്രശ്നമാണിത്.

അതിനാൽ, നമ്മുടെ സമയത്തിന്റെ ഭൂരിഭാഗവും ഒരു പ്രവൃത്തിയിൽ മാത്രം ശ്രദ്ധ കേന്ദ്രീകരിക്കുക എന്നതാണ് ലക്ഷ്യം – എന്നാൽ ഇടയ്ക്കെപ്പോഴെങ്കിലും ശ്രദ്ധ നഷ്ടപ്പെട്ടാൽ സ്വയം കുറ്റപ്പെടുത്തരുത്. പക്ഷെ എങ്ങനെ?

പരീക്ഷണം 3 :
ഘർഷണം ചേർക്കുക/കൂട്ടുക

എന്റെ ആദ്യ ഉത്തരം നമ്മെ ഭൗതികശാസ്ത്ര നിയമങ്ങളിലേക്ക് തിരികെ കൊണ്ടുപോകുന്നു. 6-ാം അദ്ധ്യായത്തിൽ, പ്രവൃത്തികൾ ആരംഭിക്കുന്നതിൽ നിന്ന് നമ്മെ തടയുന്ന ഘർഷണങ്ങളെക്കുറിച്ച് നമ്മൾ പഠിച്ചു. നിങ്ങളുടെ ഗിറ്റാർ മുറിയുടെ വിദൂര കോണിൽ വയ്ക്കുമ്പോൾ, ടിവിയുടെ മുന്നിൽ വയ്ക്കുന്നതിനേക്കാൾ നിങ്ങൾ അത് എടുക്കാനുള്ള സാധ്യത വളരെ കുറവാണ്. ശ്രദ്ധ വ്യതിചലിക്കാതിരിക്കാൻ, നിങ്ങൾക്ക് ഈ യുക്തിയെ മറിച്ച് ഉപയോഗിക്കാം, നിങ്ങൾക്കും നിങ്ങളുടെ ശ്രദ്ധ തിരിക്കാൻ സാദ്ധ്യതയുള്ള പ്രവൃത്തികൾക്കും ഇടയിൽ തടസ്സങ്ങൾ സൃഷ്ടിച്ചുകൊണ്ട്. ഇതിനെ ഘർഷണം *ചേർക്കുന്നതായി* പറയാം.

കായിക ലേഖകനായ ഡേവിഡ് ലെംഗലിന്റെ ഉദാഹരണം നോക്കുക. മദ്ധ്യവയസ്സിന്റെ തുടക്കത്തിൽ, രണ്ട് ചെറിയ കുട്ടികളും എല്ലാം ഊറ്റിയെടുക്കുന്നതുമായ ഒരു ജോലിയുമുള്ളപ്പോൾ, ലെംഗൽ നിരാശാജനകമായ ഒരു കാര്യം തിരിച്ചറിഞ്ഞു. ഭാര്യയ്ക്കും കുട്ടികൾക്കുമൊപ്പം രാത്രിയിൽ രണ്ട് മണിക്കൂർ മാത്രമേ അദ്ദേഹത്തിന് ലഭിച്ചിരുന്നുള്ളൂ – അതിൽ ഭൂരിഭാഗവും അദ്ദേഹം തന്റെ ഫോണിൽ ചെലവഴിച്ചു. 'ഇങ്ങനെ എല്ലാം അവസാനിച്ചു പോകുമോ?' ഒരു വൈകുന്നേരം അദ്ദേഹം സ്വയം ചോദിക്കുന്നതായി കാണപ്പെട്ടു. 'ഇതാണോ നമ്മൾ ശിഷ്ടകാലം മുഴുവൻ ചെയ്യുക?'

Nokia ഫോൺ വാങ്ങുക എന്നതായിരുന്നു അദ്ദേഹത്തിന്റെ പരിഹാരം. ടച്ച്സ്ക്രീനും ഡസൻ കണക്കിന് ആപ്പുകളുമുള്ള ഒരു

ആധുനിക Nokia അല്ല. ഒരു പഴയകാല Nokia 3310, ആ പ്രസിദ്ധമായ 'നശിപ്പിക്കാനാകാത്ത' ഹാൻഡ്സെറ്റ്, സ്നേക് എന്ന 2D ഗെയിമും ഭാരമേറിയ സൗകുമാര്യമല്ലാത്തുമായ വലിയ പിക്സലുകളും കൊണ്ട് നിറഞ്ഞിരുന്നത്.

ഫലം നാടകീയമായിരുന്നു. ആദ്യം, അദ്ദേഹത്തിന് വിചിത്രമായി നഗ്നനായതായി അനുഭവപ്പെട്ടു – തന്റെ യാത്രാമാർഗേ മറ്റെല്ലാവരും ട്വിറ്റർ പരിശോധിക്കുന്നു, അദ്ദേഹം അവിടെ ഇരുന്ന് പെരുവിരൽ മടക്കി ഉപയോഗിക്കുന്നു. എന്നാൽ കാലക്രമേണ ആ വികാരം കുറഞ്ഞു. 'എന്നിട്ട്', അദ്ദേഹം എഴുതി, 'ആ ഇന്ദ്രജാലം സംഭവിക്കാൻ തുടങ്ങി.'

'ഞാൻ ശ്രദ്ധയോടെ യഥാർത്ഥ ടിവി പരിപാടികൾ കണ്ടു, സ്വൈപ്പ് ചെയ്യാതെ യഥാർത്ഥ പുസ്തകങ്ങൾ ഞാൻ വായിച്ചു, എന്റെ ഭാര്യയോടൊപ്പം കൂട്ടായ അനുഭവങ്ങൾ പങ്കിടുന്നത് ഞാൻ ആസ്വദിച്ചു,' ലെംഗൽ തന്റെ അനുഭവത്തെക്കുറിച്ച് ഒരു *ഗാർഡിയൻ* ലേഖനത്തിൽ അനുസ്മരിച്ചു. 'എല്ലാറ്റിനും പുറമെ, അവൾ ഇൻസ്റ്റാഗ്രാം ഉപയോഗിക്കുമ്പോൾ അവളെ ശല്യപ്പെടുത്താനും എനിക്ക് കഴിഞ്ഞു.' അദ്ദേഹത്തിന്റെ ശ്രദ്ധ കേന്ദ്രീകരിക്കാനുള്ള കഴിവിലും അദ്ദേഹത്തിന്റെ ജീവിതത്തിൽ സന്തോഷം കണ്ടെത്തുന്നതിലും പരിവർത്തനപരമായ സ്വാധീനം ഉണ്ടായി.

തന്റെ സാങ്കേതികവിദ്യയുടെ ഉപയോഗത്തിൽ ഘർഷണം ചേർക്കുന്നത് ലെംഗലിന്റെ രീതിയിൽ ഉൾപ്പെടുന്നു. എന്നാൽ ഈ രീതിയിൽ വീണ്ടും ശ്രദ്ധ കേന്ദ്രീകരിക്കാൻ നിങ്ങൾ ഒരു പഴയ ഫോൺ വാങ്ങേണ്ടതില്ല. വ്യക്തമായ കാര്യങ്ങളിൽ നിന്ന് ആരംഭിക്കുക. നിങ്ങളുടെ ഫോണിൽ നിന്ന് നിങ്ങൾ അടിമയായ സമൂഹമാധ്യമ ശൃംഖലകൾ നീക്കം ചെയ്യുക. നിങ്ങൾ അവയിലേക്ക് പ്രവേശിക്കുവാൻ ആഗ്രഹിക്കുന്നുവെങ്കിൽ, വെബ് ഇന്റർഫേസ് ഉപയോഗിച്ച് അത് ചെയ്യേണ്ടി വരും. ഈ താൽക്കാലിക വിരാമം, ചിന്തിക്കാതെ യാന്ത്രികമായി ട്വിറ്ററിലേക്കു കയറുന്നതിനു പകരം, നിങ്ങൾ യഥാർത്ഥത്തിൽ ട്വിറ്ററിൽ സമയം ചെലവഴിക്കാൻ ആഗ്രഹിക്കുന്നുണ്ടോ എന്ന് പുനർവിചിന്തനം ചെയ്യാൻ നിങ്ങളെ പ്രേരിപ്പിക്കുന്നു. അത് പ്രവർത്തിക്കുന്നില്ലെങ്കിൽ, ലോഗ് ഔട്ട് ചെയ്യുക. അങ്ങനെ, നിങ്ങൾ അടുത്ത തവണ ആപ്പിലേക്ക് പ്രവേശിക്കുമ്പോൾ, നിങ്ങൾക്ക് വീണ്ടും ലോഗിൻ ചെയ്യേണ്ടിവരും, അതിന് 30 സെക്കൻഡ് എടുക്കും; നിങ്ങളുടെ ഫീഡ് പരിശോധിക്കുന്നത് നിർത്താൻ പലപ്പോഴും ഇത് മാത്രം മതിയാകും.

അടുത്തതായി, കൂടുതൽ ദൃഢമായ ടെക്നോളജി-വിരുദ്ധ രീതികളിലേക്ക് നീങ്ങുക. നാം ഉപയോഗിക്കുന്ന സാങ്കേതികവിദ്യയെ വേദനാജനകമായി മന്ദഗതിയിലാക്കുന്ന ഉപകരണങ്ങളിൽ നിന്ന് എനിക്ക് ധാരാളം ഫലപ്രാപ്തി ലഭിച്ചു. വേഗതയേറിയ ഇന്റർനെറ്റ് സർവ്വവ്യാപിയായതിനാൽ, ഊർജ്ജം വറ്റിച്ച് ശ്രദ്ധ വ്യതിചലിപ്പിക്കുന്നവയിലേക്ക് പ്രവേശിക്കാൻ കഴിയുന്ന വേഗത ഗണ്യമായി വർദ്ധിച്ചിട്ടുണ്ട്. ഇതിനുള്ള ഒരു പരിഹാരം, ചില ആപ്പുകൾ തുറക്കാനെടുക്കുന്ന സമയം കൃത്രിമമായി

വർദ്ധിപ്പിക്കുന്ന ഉപകരണങ്ങൾ ഇൻസ്റ്റാൾ ചെയ്യുക എന്നതാണ്, അതിനാൽ നിങ്ങൾ തൊണ്ണൂറുകളിലെ ഡയൽ-അപ്പ് മോഡത്തിൽ ആണെന്ന് നിങ്ങൾക്ക് തോന്നും. ഓരോ തവണയും ഞാൻ ട്വിറ്റർ അല്ലെങ്കിൽ ഇൻസ്റ്റാഗ്രാം തുറക്കുമ്പോൾ, എന്റെ പക്കലുള്ള ആപ്പ്, 'ഒരു ദീർഘ ശ്വാസം എടുക്കുക' എന്ന് പറയുന്ന ഒരു സ്ക്രീൻ തുറക്കുന്നു, മൂന്ന് സെക്കൻഡിന് ശേഷം, എനിക്ക് ട്വിറ്ററോ ഇൻസ്റ്റാഗ്രാമോ തുറക്കാനുള്ള സ്വാതന്ത്ര്യം നൽകുന്നു.

സാധാരണഗതിയിൽ, ആ സമയമത്രയും മതിയാകും എനിക്ക് ചിന്തിക്കാൻ, 'ഇപ്പോൾ ഇത് ചെയ്യാൻ ഞാൻ ശരിക്കും ആഗ്രഹിക്കുന്നുണ്ടോ?' എന്ന്. ചിലപ്പോൾ അതെ എന്നായിരിക്കും ഉത്തരം. മിക്കവാറും, ഉത്തരം ഇതാണ് : 'തീർച്ചയായും ഇല്ല, ഞാൻ ആപ്പ് ഉപയോഗിക്കാൻ ആഗ്രഹിച്ചതുകൊണ്ടല്ല, ശീലം കൊണ്ടാണ് ഞാൻ അതിൽ ക്ലിക്ക് ചെയ്തത്.' തുടർന്ന് ഞാൻ ലോഗ് ഓഫ് ചെയ്യുന്നു.

പരീക്ഷണം 4 :
ശരിയായ ദിശ

എന്നാൽ നമ്മൾ കണ്ടതുപോലെ, ശ്രദ്ധ വ്യതിചലിക്കുന്നത് എപ്പോഴും ലോകാവസാനമല്ല. വാസ്തവത്തിൽ, ഏറ്റവും ഉൽപാദനപരതയുള്ള ആളുകൾ അൽപ്പം ശ്രദ്ധ വ്യതിചലിക്കുന്നവരായിരിക്കും – എന്നാൽ അത് അവരുടെ ഉൽപാദനപരതയെ താറുമാറാക്കുന്നില്ല. നമ്മൾ ബാക്കിയുള്ളവർക്ക് ഇത് അത്ര എളുപ്പമല്ല.

ഞാൻ ചിലപ്പോൾ ഒരു വ്യോമയാന ഉപമ ഉപയോഗിക്കാൻ ഇഷ്ടപ്പെടുന്നു. നിങ്ങൾ ലണ്ടനിൽ നിന്ന് ന്യൂയോർക്കിലേക്ക് പോകുന്ന ഒരു വിമാനത്തിലാണെന്ന് സങ്കൽപ്പിക്കുക. പാതിവഴിയായപ്പോൾ നിങ്ങൾക്ക് ഒരു അറിയിപ്പ് ലഭിക്കുന്നു, 'കനത്ത കാറ്റും പ്രക്ഷുബ്ധതയും കാരണം, ഞങ്ങൾ നമ്മുടെ പാതയുടെ ദിശ കുറച്ച് ഡിഗ്രി മാറ്റിയിട്ടുണ്ട്.' വലിയ കാര്യമൊന്നുമില്ല, നിങ്ങൾ കരുതുന്നു. പൈലറ്റ് വീണ്ടും സംസാരിക്കുന്നത് വരെ. 'ഇക്കാരണത്താൽ, നമ്മുടെ യഥാർത്ഥ ലക്ഷ്യസ്ഥാനം ഉപേക്ഷിച്ച് പകരം ബ്യൂണസ് അയേഴ്സിലേക്ക് തിരിക്കാൻ ഞങ്ങൾ തീരുമാനിച്ചു.'

നമ്മുടെ ജീവിതത്തിലെ ഒട്ടുമിക്ക വിഷയങ്ങളിലും, കാര്യങ്ങൾ ചെറുതായി തെറ്റിയെന്നു വെച്ച്, നാം നമ്മെത്തന്നെ പൂർണ്ണമായി തകർക്കാൻ അനുവദിക്കാറില്ല. നിങ്ങളുടെ സഹപ്രവർത്തകനിൽ നിന്നുള്ള അലോസരപ്പെടുത്തുന്ന ഇമെയിൽ അർത്ഥമാക്കുന്നത് പദ്ധതി ഒരു ദിവസം കൂടി വൈകുമെന്നാണ്, അല്ലാതെ പൂർണ്ണമായും റദ്ദാക്കപ്പെടുമെന്നല്ല. ഓടുന്നതിനിടെ നിങ്ങളുടെ കാലിന് പരിക്കേറ്റു, അതിനാൽ ഒരാഴ്ചത്തേയ്ക്ക് നിങ്ങൾ വ്യായാമം ചെയ്യുന്നത് നിർത്തേണ്ടതുണ്ട് – എന്നെന്നേക്കുമായി അല്ല. കനത്ത കാറ്റ് നിങ്ങൾ നേരത്തെ ആസൂത്രണം

ചെയ്തതിനേക്കാൾ അഞ്ച് നിമിഷം വൈകി ഇറങ്ങാൻ കാരണമാകും, ബ്യൂണസ് അയേഴ്സിലേക്ക് വഴിതിരിഞ്ഞുപോകേണ്ടതില്ല.

എന്നിട്ടും നമ്മുടെ ദൈനംദിന പ്രവർത്തന രീതികളിലേക്ക് വരുമ്പോൾ, നമ്മിൽ പലരും വികൃതമായ ഒരു യുക്തിയുടെ കെണിയിൽ അകപ്പെടുന്നു – ബ്ലോഗ് എഴുത്തുകാരനായ നേറ്റ് സോറസ് വിളിക്കുന്നത് 'പരാജയപ്പെട്ടാൽ ഉപേക്ഷ' എന്നാണ് :

- 'ഞാൻ സാമൂഹ്യ മാദ്ധ്യമത്തിൽ അഞ്ച് നിമിഷം ചെലവഴിച്ചു; അടുത്ത മൂന്ന് മണിക്കൂർ കൂടി ഞാൻ അങ്ങനെ ചെയ്തേക്കാം.'
- 'ഞാൻ പ്രഭാത വ്യായാമം ചെയ്യാൻ വിട്ടുപോയി; ഇന്നത്തെ ദിവസം പോക്കാണെന്ന് കരുതുന്നു, എന്തെങ്കിലും ചെയ്യുന്നതിനു പകരം ദിവസം മുഴുവനിരുന്ന് ടിവി കാണാം.'
- 'എന്റെ ഭാഷാ പഠന ആപ്പ് ക്ലാസ് ഒരു ദിവസം എനിക്കു നഷ്ടപ്പെട്ടു, അതിനാൽ ഭാഷ പഠിക്കുന്നത് പൂർണ്ണമായും ഉപേക്ഷിച്ചേക്കാം.'

പരാജയപ്പെടുമ്പോൾ ഉപേക്ഷിക്കുക എന്നത് നാം വലിയ അളവിൽ ഊർജ്ജം പാഴാക്കുന്നതിനുള്ള ഒരു സാധാരണ കാരണമാണ്. ദിശയിലേക്ക് മടങ്ങുക എന്നതാണ് പ്രധാന കാര്യം.

വീണ്ടും, പരിഹാരം ഒരു ലളിതമായ പുനർചിന്ത ആണ്. നമ്മൾ കണ്ടതുപോലെ, അശ്രദ്ധയെ പൂർണ്ണമായും ഇല്ലാതാക്കാൻ കഴിയില്ല. അതിനാൽ അശ്രദ്ധമാകാൻ നിങ്ങൾ സ്വയം അനുമതി നൽകേണ്ടതുണ്ട്. അശ്രദ്ധയെ ഒരു താത്കാലിക വഴിതെറ്റലായി കരുതുക – നിങ്ങളുടെ പദ്ധതികൾ പൂർണ്ണമായും ഉപേക്ഷിക്കാനുള്ള സമയമായി എന്നതിന്റെ സൂചനയല്ല. നാം ദിശ ശരിയാക്കുന്നിടത്തോളം, നമുക്ക് ഉദ്ദേശിച്ചിടത്തേക്ക് എത്താൻ സാധിക്കും.

ശ്രദ്ധ തിരിക്കാൻ സ്വയം അനുമതി നൽകുക.

അങ്ങനെ ചെയ്യുന്നതിന്, ധ്യാനത്തിന്റെ ലോകത്തിൽ നിന്ന് കടമെടുത്ത ഒരു ആശയം ഉൾക്കൊള്ളുന്നത് സഹായകരമാണ്. ധ്യാനിക്കുന്നത് ബുദ്ധിമുട്ടാണെന്നും മനസ്സിന് അലഞ്ഞുതിരിയാനുള്ള പ്രവണതയുണ്ടെന്നും അധ്യാപകർ തിരിച്ചറിയുന്നു. അതിനാൽ, നിരവധി ധ്യാനനിർദ്ദേശങ്ങളുടെയും ധ്യാന ക്ലാസുകളുടെയും അവസാന നിമിഷത്തിൽ, അവർ പലപ്പോഴും ഇങ്ങനെ പറയും, 'നിങ്ങൾക്ക് പരിശീലനത്തിലേക്ക് ആഴത്തിൽ പ്രവേശിക്കാൻ കഴിഞ്ഞില്ലെങ്കിൽ, അത് സാരമില്ല. വിഷമിക്കേണ്ട. നിങ്ങൾക്ക് വീണ്ടും ആരംഭിക്കാം.' ഒരു നിമിഷത്തിന്റെ ശ്രദ്ധ, ഒട്ടും ശ്രദ്ധ ഇല്ലാതിരിക്കുന്നതിലും ഭേദമാണ്.

ഞാൻ ശ്രദ്ധ തിരിക്കുന്നതായി കാണുമ്പോൾ 'വീണ്ടും ആരംഭിക്കുക' എന്ന മന്ത്രം ഞാൻ പലപ്പോഴും ചൊല്ലാറുണ്ട്. അതൊരു ശക്തമായ

ഓർമ്മപ്പെടുത്തലാണ്. പരാജയപ്പെടുമ്പോൾ ഉപേക്ഷിക്കരുത്. നിങ്ങൾ എങ്ങനെയാണ് ചെയ്യുന്നതെങ്കിലും – അല്ലെങ്കിൽ നിങ്ങൾ എങ്ങനെ ചെയ്യു വെന്നാണ് നിങ്ങൾ *ചിന്തിക്കുന്നതെങ്കിലും* – നിങ്ങൾക്ക് എല്ലായ്പ്പോഴും പ്രാധാന്യമുള്ളതിലേക്ക് മടങ്ങിയെത്താൻ കഴിയും.

കൂടുതൽ ഇടവേളകൾ എടുക്കുക

2008-ൽ, മനഃശാസ്ത്രജ്ഞരായ ജെയിംസ് ടൈലറും കാത്‌ലീൻ ബേൺസും അറുപത് ബിരുദ വിദ്യാർത്ഥികളെ അവരുടെ പരീക്ഷണ ശാലയിലേക്ക് ക്ഷണിച്ചു. വിദ്യാർത്ഥികളോട് ഓരോരുത്തരായി ഗവേഷകനിൽ നിന്ന് പിന്തിരിഞ്ഞ് ഒരു പിരിമുറുക്കമുള്ള പ്രവൃത്തി ആരംഭിക്കാൻ ആവശ്യപ്പെട്ടു : ഒറ്റ കാലിൽ നിൽക്കുക, 2000-ത്തിൽ നിന്ന് താഴോട്ട് ഏഴ് കുറച്ച് (2000, 1993, 1986, 1979...) ആറ് മിനിറ്റ് വരെ എണ്ണുക.

വിദ്യാർത്ഥികൾ അവരെ ഗണിതത്തിൽ പരീക്ഷിക്കുകയാണെന്ന് കരുതിയിരിക്കാം. വാസ്തവത്തിൽ, ടൈലറും ബേൺസും പരീക്ഷണ ത്തിന്റെ രണ്ടാം ഭാഗത്തോടാണ് കൂടുതൽ താൽപ്പര്യം പ്രകടിപ്പിച്ചത്. അവരുടെ ഒറ്റക്കാലിലുള്ള അദ്ധ്വാനത്തിനു ശേഷം, വിദ്യാർത്ഥികളെ ക്രമരഹിതമായി മൂന്ന് സംഘങ്ങളായി തിരിച്ചിരുന്നു. അടുത്ത പ്രവൃത്തി യിലേക്ക് പോകുന്നതിന് മുമ്പ് ഒരു സംഘത്തിന് ഒരു നിമിഷം വിശ്രമ ഇടവേള ലഭിച്ചു; മറ്റൊരു സംഘത്തിന് മൂന്ന് നിമിഷം ഇടവേള ലഭിച്ചു; ഏറ്റവും ഭാഗ്യമുള്ള സംഘത്തിന് മുന്നോട്ട് പോകുന്നതിന് മുമ്പ് പത്ത് നിമിഷവും ഇടവേള ലഭിച്ചു.

തുടർന്ന് പരീക്ഷകർ വിദ്യാർത്ഥികളോട് പ്രധാന പരീക്ഷണ ശാലയിലേക്ക് മടങ്ങാൻ ആവശ്യപ്പെട്ടു. ഒരിക്കൽ കൂടി, പരീക്ഷകനിൽ നിന്ന് മുഖം തിരിക്കാൻ അവരോട് ആവശ്യപ്പെട്ടു. എന്നാൽ ഇത്തവണ പ്രവൃത്തി വ്യത്യസ്തമായിരുന്നു. ഇത്തവണ അവർക്ക് ഒരു ഹാൻഡ്ഗ്രിപ്പ് നൽകുകയും അവർക്ക് വശം കുറവുള്ള കൈകൊണ്ട് കഴിയുന്നിടത്തോളം അത് ഞെക്കാൻ ആവശ്യപ്പെടുകയും ചെയ്തു. അവർ അതു ചെയ്യുമ്പോൾ, ഒരു പരീക്ഷകൻ അവർ എത്രനേരം ചെയ്യുന്നുവെന്ന് രഹസ്യമായി സമയം നോക്കി രേഖപ്പെടുത്തി.

എന്തെങ്കിലും ഞെക്കുന്നത് കൈകളുടെ ശക്തിയുടെ അളവുകോലാ ണെന്ന് നിങ്ങൾ ചിന്തിച്ചേക്കാം. എന്നാൽ ഗവേഷകർ കണ്ടെത്തിയത് അതല്ല. വാസ്തവത്തിൽ, ഹാൻഡ്ഗ്രിപ്പ് വിജയത്തിന്റെ പ്രധാന നിർണ്ണയം അവരുടെ ഇടവേളകളുടെ ദൈർഘ്യമായിരുന്നു. ആദ്യത്തെ രണ്ട് സംഘ ങ്ങൾ തമ്മിൽ വലിയ വ്യത്യാസമില്ല : ഒരു നിമിഷ സംഘം ശരാശരി 34 സെക്കൻഡ്, മൂന്ന് നിമിഷ സംഘം 43 സെക്കൻഡ് നേരത്തേക്ക് ഹാൻഡ്ഗ്രിപ്പ് ഞെക്കിപ്പിഴിഞ്ഞു. പത്തു നിമിഷ സംഘം വ്യത്യസ്ത മായിരുന്നു. ശരാശരി, അവർ 72 സെക്കൻഡ് ഹാൻഡ്ഗ്രിപ്പ് ഞെക്കി.

അവരുടെ നിഗമനം ലളിതമായിരുന്നു : ആത്മനിയന്ത്രണം ആവശ്യമുള്ള രണ്ട് പ്രവൃത്തികൾക്കിടയിൽ വെറും പത്ത് നിമിഷം ഇടവേള ചേർക്കുന്നത് അമിതമായ അധ്വാനത്തെ ചെറുക്കാൻ സഹായിക്കുന്നതായി കാണപ്പെടുന്നു.

ടൈലറുടെയും ബേൺസിന്റെയും പഠനം നമ്മുടെ ഊർജ്ജം സംരക്ഷിക്കാനുള്ള അവസാന വഴിയെക്കുറിച്ച് സൂചന നൽകുന്നു. ഇതുവരെ, ഇല്ല എന്നു പറയേണ്ടതിന്റെയും ശ്രദ്ധ വ്യതിചലിപ്പിക്കേണ്ടതിന്റെയും പ്രാധാന്യം നമ്മൾ പഠിച്ചു. ഇതല്ലാതെ, ഒരു അന്തിമ ചേരുവ കൂടിയുണ്ട്. കാരണം, എല്ലാ ദിവസവും ഒരു ഇടവേളയ്ക്കു വേണ്ട സമയം നിങ്ങൾക്ക് ആവശ്യമുണ്ട് എന്നതാണ് സത്യം. നിങ്ങൾ വിചാരിക്കുന്നതിലും കൂടുതൽ സമയം.

വാസ്തവത്തിൽ, ഒരുപാടു സമയം ഒന്നും ചെയ്യാതിരിക്കുന്നതിനെ ഒരു ലളിതകലയാക്കി മാറ്റിയവരാണ് പലപ്പോഴും ഏറ്റവും കൂടുതൽ കാര്യങ്ങൾ ചെയ്തു തീർക്കുന്നവരായി കാണപ്പെടുന്നത്. ഒരു പഠനത്തിൽ, വിവിധ പ്രവൃത്തികൾക്കായി ആളുകൾ എത്ര സമയം ചെലവഴിച്ചുവെന്നും അത് ഓരോ തൊഴിലാളിയുടെയും ഉൽപാദനപരതയുമായി എങ്ങനെ ബന്ധപ്പെട്ടിരിക്കുന്നുവെന്നും കണ്ടെത്താൻ സോഫ്റ്റ്‌വെയർ സ്ഥാപനമായ ഡ്രൗജിം ഗ്രൂപ്പ് തീരുമാനിച്ചു. ഏറ്റവും ഉൽപാദനപരതയുള്ള തൊഴിലാളികൾ അവരുടെ മേശകളിൽ സ്വയം ചങ്ങലയിടപ്പെട്ടവരല്ല. ഓരോ മണിക്കൂറിലും സ്വയം ആരോഗ്യകരമായി കാണപ്പെടുന്ന അഞ്ച് നിമിഷ ഇടവേള എടുത്തവരുമല്ല. ഏറ്റവും ഉൽപാദനക്ഷമതയുള്ള തൊഴിലാളികൾ തങ്ങൾക്ക് അവിശ്വസനീയമായ വിശ്രമ സമയം നൽകിയവരാണ് : 52 നിമിഷ ജോലിക്ക് 17 നിമിഷത്തിന്റെ വിശ്രമം എന്ന കണക്കിന് പ്രവൃത്തി-ഇടവേള അനുപാതം.

അതിനാൽ നിങ്ങളുടെ ഊർജ്ജം സംരക്ഷിക്കുന്നതിനുള്ള അവസാന ഘട്ടം ആദ്യ രണ്ടിനേക്കാൾ ലളിതമാണ് : ഒന്നും ചെയ്യാതിരിക്കുവാൻ നിങ്ങളുടെ പ്രവൃത്തി ദിവസത്തിൽ നിമിഷങ്ങൾ കണ്ടെത്തുക. അവയെ ആലിംഗനം ചെയ്യുക.

പരീക്ഷണം 5 :
നിങ്ങളുടെ ഇടവേളകൾ ആസൂത്രണം ചെയ്യുക

വിശ്രമത്തിന്റെ രക്ഷാകരമായ ശക്തി സ്വീകരിക്കാനുള്ള ആദ്യ മാർഗ്ഗം തികച്ചും ലളിതമാണ് : ഒന്നും ചെയ്യാതിരിക്കാൻ നിങ്ങളുടെ കലണ്ടറിൽ സമയം ആസൂത്രണം ചെയ്യുക. നിങ്ങൾ വിചാരിക്കുന്നതിലും കൂടുതൽ ആസൂത്രണം ചെയ്യുക.

ഇന്ന് നമ്മൾ ചെയ്യുന്ന ഒട്ടുമിക്ക വിജ്ഞാന പ്രവർത്തനങ്ങൾക്കും മനഃശാസ്ത്രജ്ഞർ 'സ്വയം-നിയന്ത്രണ പ്രയത്നങ്ങൾ' (self-regulatory exertions) എന്ന് വിളിക്കുന്ന ചില ഘടകങ്ങൾ ആവശ്യമാണ്. നമ്മുടെ

പെരുമാറ്റം, ചിന്തകൾ, വികാരങ്ങൾ എന്നിവ നിയന്ത്രിക്കാനുള്ള നമ്മുടെ കഴിവാണിത്. ഇപ്പോൾ ഈ ഖണ്ഡിക എഴുതുന്നതിന്, എഴുന്നേറ്റ് പോകാനും എളുപ്പമുള്ള മറ്റെന്തെങ്കിലും ചെയ്യാനുമുള്ള പ്രലോഭനത്തെ ചെറുത്തുകൊണ്ട് സ്വയം-നിയന്ത്രിക്കാനും ഈ പേജിലെ വാക്കുകളിൽ എന്റെ ശ്രദ്ധ കേന്ദ്രീകരിക്കാനും എന്നോട് ഞാൻ ആവശ്യപ്പെടുന്നു.

സ്വയം-നിയന്ത്രിക്കാനുള്ള നമ്മുടെ കഴിവ് പരിമിതമായ ഒരു വിഭവമാണെന്ന് മനഃശാസ്ത്രജ്ഞർ വിശ്വസിക്കുന്നു, അത് എളുപ്പത്തിൽ തീരുന്നു. ഈ പുസ്തകം എഴുതുന്നതിനായി ഈ കസേരയിൽ ഞാൻ കൂടുതൽ നേരം ഇരിക്കുമ്പോൾ, എനിക്ക് ഇരുന്ന് എഴുതിക്കൊണ്ടിരിക്കുക എന്നത് കൂടുതൽ ബുദ്ധിമുട്ടായി മാറുന്നു : ഈ വിഭവം ഞാൻ ഇതിനകം 'ഉപയോഗിച്ചു തീർത്തു'. ഒരു ജോലി സമയത്ത് നമ്മുടെ ഊർജ്ജ നിലകൾ സംരക്ഷിക്കാൻ, നമ്മുടെ ഊർജ്ജം വീണ്ടും നിറയ്ക്കാനുള്ള വഴികൾ കണ്ടെത്തേണ്ടതുണ്ട്.

ഞാൻ അത്യാഹിത വിഭാഗത്തിൽ ജോലി ചെയ്തിരുന്നപ്പോൾ, ഈ വിഷയം വയ്ക്കുന്ന പ്രാധാന്യം എനിക്ക് ആശ്ചര്യമുണ്ടാക്കിയത് ഓർക്കുന്നു. അത്യാഹിത വിഭാഗത്തിലെ എന്റെ ആദ്യത്തെ ഷിഫ്റ്റിൽ അഞ്ച് മണിക്കൂർ പൂർത്തിയാക്കിയത് ഞാൻ ഒരിക്കലും മറക്കില്ല. കാത്തിരിപ്പ് മുറിയിൽ നൂറിലധികം രോഗികളുണ്ട്, അവരിൽ ചിലർ ഇരിക്കാൻ ഇടമില്ലാത്തതിനാൽ നിൽക്കുന്നു. പുനർ-ഉത്തേജന കേന്ദ്രങ്ങൾ ഗുരുതരമായ അസുഖമുള്ള രോഗികളെക്കൊണ്ട് നിറഞ്ഞിരുന്നു, ഞങ്ങളുടെ എല്ലാ ക്ലിനിക്ക് മുറികളും അധിവസിക്കപ്പെട്ടിരുന്നുവെന്ന കാരണം കൊണ്ട് ഇടനാഴിയുടെ മധ്യത്തിൽ ചില രോഗികളെ കാണേണ്ടി വന്നു.

കാര്യങ്ങൾ എന്റെ കൈയിൽ ഒതുങ്ങുന്നുണ്ടായിരുന്നില്ല. എന്റെ ഷിഫ്റ്റ് രാവിലെ 8 മണിക്ക് ആരംഭിച്ചു, ഇപ്പോൾ ഉച്ചയ്ക്ക് 1 മണിയായി. മറ്റുള്ളവരുമായി താരതമ്യപ്പെടുത്തുമ്പോൾ വളരെ സാവധാനത്തിൽ ജോലി ചെയ്യുന്നതിൽ എനിക്ക് കുറ്റബോധം തോന്നി, അതിനാൽ ഉച്ചഭക്ഷണം ഒഴിവാക്കി രോഗികളുടെ ഇടയിൽ ജോലി തുടരാൻ ഞാൻ തീരുമാനിച്ചു. പക്ഷേ, കാത്തിരിപ്പ് പട്ടികയിൽ ആരെയാണ് അടുത്തതായി കാണേണ്ടതെന്ന് ഞാൻ താഴേക്ക് നോക്കുന്നതിനിടെ, കൺസൾട്ടന്റുമാരിൽ ഒരാളായ ഡോ. അഡ്കോക്ക് എന്റെ തോളിൽ തട്ടി.

'അലീ, എന്റെ അറിവിൽ നീ ഇതുവരെ ഇടവേള എടുത്തില്ല. എന്തുകൊണ്ട് നിനക്ക് ഇപ്പോൾ പോയി ഉച്ചഭക്ഷണം കഴിച്ചുകൂടാ?' ഡോക്ടർ അഡ്കോക്ക് ഒരു പുരികം ഉയർത്തി തല ചെരിച്ചു, 'ഗൌരവകരമായ വാർത്തകൾ നൽകുമ്പോഴുള്ള' അദ്ദേഹത്തിന്റെ പതിവ് ശൈലി.

'നന്ദി, പക്ഷേ കുഴപ്പമില്ല', ഞാൻ അദ്ദേഹത്തോട് പറഞ്ഞു. 'എനിക്ക് ഇപ്പോൾ വിശപ്പില്ല, മാത്രമല്ല ഒരുപാട് രോഗികളെ കാണാനുമുണ്ട്, അതിനാൽ തുടരാൻ എനിക്ക് സന്തോഷമേയുള്ളൂ, പിന്നീട് ഒരു കാപ്പി കഴിക്കാം.'

അദ്ദേഹം എന്റെ തോളിൽ തട്ടി, 'ശരി കുട്ടാ, ഇതാണ് ശ്രുഷ്കാന്തി,' എന്ന് പറഞ്ഞ് എന്റെ ആശ്ചര്യകരമായ തൊഴിൽ നൈതികതയോടുള്ള വർദ്ധിച്ച ബഹുമാനത്തിൽ നടന്നകലുമെന്ന് ഞാൻ ഊഹിച്ചു. അദ്ദേഹം അങ്ങനെ ചെയ്തില്ല. പകരം, അദ്ദേഹം എന്റെ തോളിനു മുകളിലൂടെ കൈയെത്തിച്ച് എന്റെ കമ്പ്യൂട്ടർ മോണിറ്റർ സ്വിച്ച് ഓഫ് ചെയ്തു.

ചെറുതായി ആശയക്കുഴപ്പത്തിലായ ഞാൻ അദ്ദേഹത്തിന്റെ നേരെ തിരിഞ്ഞപ്പോൾ അദ്ദേഹം പുഞ്ചിരിച്ചു. 'നോക്കൂ, ഇത് നിന്റെ ആദ്യ ദിനമാണെന്ന് എനിക്കറിയാം, നിന്റെ ആവേശം എനിക്കിഷ്ടമായി. എന്നാൽ രോഗികൾ എപ്പോഴും വന്നുകൊണ്ടേയിരിക്കുമെന്ന് എന്റെ പ്രവർത്തിപരിചയത്തിൽ നിന്നറിയാം. നീ ഒരു ഇടവേള എടുക്കുന്നി ല്ലെങ്കിൽ, നിനക്ക് ശ്രദ്ധ നഷ്ടപ്പെടും, നിനക്ക് ഒരു തെറ്റ് സംഭവിച്ചേക്കാം. അത് ആർക്കും നല്ലതല്ല.'

എനിക്ക് ചുറ്റുമുള്ള കുഴഞ്ഞുമറിഞ്ഞ അവസ്ഥ ഞാൻ നോക്കി. ഹാളിനു കുറുകെയുള്ള മുറികളിലൊന്നിൽ അടിയന്തിര ബസർ മുഴങ്ങി ക്കൊണ്ടിരുന്നു. ഇടനാഴിയിൽ ഉന്തുവണ്ടികളിൽ ആളുകൾ ഉണ്ടായിരുന്നു. ആകെ കുഴഞ്ഞുമറിഞ്ഞ അവസ്ഥ.

ഡോ. ആഡ്കോക്ക് എന്റെ നോട്ടം പിന്തുടർന്നു. 'നീ ക്ഷീണിതനാ ണെങ്കിൽ നിനക്ക് ആരെയും സഹായിക്കാൻ കഴിഞ്ഞേക്കില്ല, എന്നാൽ ഉന്മേഷം വീണ്ടെടുക്കാനും വീണ്ടും ശ്രദ്ധ കേന്ദ്രീകരിക്കാനും സമയമെടു ത്താൽ നിനക്ക് കൂടുതൽ ഫലപ്രദമായ തീരുമാനങ്ങൾ എടുക്കാൻ കഴിയും,' അദ്ദേഹം പറഞ്ഞു. 'നീ ഉച്ചഭക്ഷണം കഴിച്ചതുകൊണ്ട് ആരും മരിക്കാൻ പോകുന്നില്ല. അതിനായി എല്ലായ്പ്പോഴും സമയമുണ്ടാകും.'

അത്യാഹിത വൈദ്യശാസ്ത്രം എന്ന കുഴഞ്ഞുമറിയലിനിടയിൽ, എല്ലാ മുതിർന്ന ഡോക്ടർമാരും നടപ്പിലാക്കിയ ഒരു സുവർണ്ണ നിയമം ഇതായിരുന്നു. ഓരോ നാല് മണിക്കൂറിലും നിങ്ങൾ ഒരു ഇടവേള എടുക്കണം. അത്യാഹിത വിഭാഗത്തിൽ ജോലി ചെയ്യുന്നതിന് മുമ്പ്, ഇത് *പൈറേറ്റ്സ് ഓഫ് ദ് കരീബിയനിൽ* ക്യാപ്റ്റൻ ബാർബോസ 'പൈറേറ്റ്സ് കോഡ്' വിവരിക്കുന്നത് പോലെയായിരിക്കുമെന്ന് ഞാൻ കരുതി – 'യഥാർത്ഥ നിയമങ്ങളേക്കാൾ ഉപരി മാർഗ്ഗനിർദ്ദേശങ്ങൾ എന്നു നിങ്ങൾക്ക് വിളിക്കാവുന്നത്.'

എനിക്ക് തെറ്റുപറ്റി. ഒരു കൺസൽട്ടന്റിന്റെ ജോലി, യുദ്ധക്കള ത്തിൽ സൈനികരുടെ നീക്കം നിയന്ത്രിക്കുന്ന ഒരു സൈനിക മേധാവി യുടെ ജോലി പോലെയായിരുന്നു. ഇതിന്റെ വലിയൊരു ഭാഗം ഓരോ ഡോക്ടറും ഓരോ നാലു മണിക്കൂറിലും ഒരു ഇടവേള എടുക്കണമെന്നതാണ്, കൂടാതെ ഈ നിയമം കാരണം ഒരു വകുപ്പിലും ജീവനക്കാരുടെ കുറവ് ഇല്ലെന്നും ഉറപ്പുവരുത്തേണ്ടതുണ്ട്.

അത്യാഹിത വിഭാഗത്തിലെ ആ നിർഭാഗ്യകരമായ ഉച്ചഭക്ഷണ സമയത്തെക്കുറിച്ച് ഞാൻ ഇന്നും ഓർക്കുന്നു. എല്ലാ ദിവസവും, ജോലി ആരംഭിക്കുന്നതിന് മുമ്പ്, എനിക്ക് എപ്പോഴാണ് ഏറ്റവും കൂടുതൽ അമിത

ആയാസം അനുഭവപ്പെടാൻ സാധ്യതയുണ്ടെന്ന് ഞാൻ ചിന്തിക്കുന്നു, കൂടാതെ അത്തരം സാഹചര്യങ്ങളിൽ ഉപയോഗിക്കുന്നതിനായി ഒരു പതിനഞ്ച് നിമിഷ സമയം തടഞ്ഞുവെയ്ക്കും. കൂടുതൽ പണിയെടുക്കാൻ ഞാൻ സ്വയം പ്രലോഭിപ്പിക്കപ്പെടുമ്പോഴെല്ലാം, സ്വയം-നിയന്ത്രണ ത്തിന്റെ ശാസ്ത്രം ഞാൻ ഓർക്കുന്നു – നിങ്ങൾ കൂടുതൽ കഠിനാധ്വാനം ചെയ്യുംതോറും നിങ്ങൾക്ക് അമിത ആയാസമുണ്ടാകുന്നു. വിശ്രമത്തിന്റെ പ്രാധാന്യത്തെക്കുറിച്ച് ഞാൻ എന്നെത്തന്നെ ഓർമ്മിപ്പിക്കുന്നു – നിങ്ങൾക്കത് ആവശ്യമില്ലെന്ന് നിങ്ങൾ കരുതുമ്പോൾ പോലും.

ഇടവേളകൾ ഒരു പ്രത്യേക സൌജന്യങ്ങളല്ല. അവ തികച്ചും അനിവാര്യമാണ്.

ഡോ. ആഡ്കോക്കിനെ ഓർക്കുക. നിങ്ങൾ ജീവൻ രക്ഷിക്കുന്ന വ്യാപാര ത്തിൽ ആണെങ്കിലും, ഇടവേളകൾ ഒരു പ്രത്യേക സൌജന്യമല്ല. അവ തികച്ചും അനിവാര്യമാണ്.

പരീക്ഷണം 6 :
ഊർജ്ജസ്വലമായ വ്യതിചലനങ്ങൾ സ്വീകരിക്കുക

എന്നിരുന്നാലും, എല്ലാ ചെറിയ ഇടവേളകളും നിങ്ങളുടെ കലണ്ടറിൽ ചേർക്കേണ്ടതില്ല. ചില സമയങ്ങളിൽ, ആസൂത്രിതമല്ലാത്ത വിശ്രമങ്ങൾ പ്രയോജനപ്രദമാകും. ഞാൻ ഇവയെ 'ഊർജ്ജദായകമായ ശ്രദ്ധാ വ്യതിയാനങ്ങൾ' (energizing distractions) എന്ന് വിളിക്കുന്നു.

വിയറ്റ്നാമീസ് സെൻ മാസ്റ്ററായ തിക് നറ്റ് ഹനിന്റെ സൃഷ്ടികൾ കണ്ടപ്പോഴാണ് ഊർജ്ജദായകമായ ശ്രദ്ധാവ്യതിചലനങ്ങളുടെ ശക്തി യെക്കുറിച്ച് ഞാൻ ആദ്യം ചിന്തിക്കുന്നത്. 'പൂർണ്ണശ്രദ്ധയുടെ പിതാവ്' (the father of mindfulness) എന്ന് പലപ്പോഴും വിശേഷിപ്പിക്കപ്പെടുന്ന നറ്റ് ഹൻ യഥാർത്ഥത്തിൽ ഈ വിശേഷണം ഒരിക്കലും സ്വയം ഉപയോഗി ച്ചിട്ടില്ല. പകരം, ബുദ്ധമതത്തിന്റെ പ്രാചീന ജ്ഞാനം ലോകത്തെ പരിച യപ്പെടുത്തുന്നതായിട്ടാണ് അദ്ദേഹം തന്റെ പ്രവർത്തനത്തെ വീക്ഷിച്ചത്; വിയറ്റ്നാം യുദ്ധത്തെ പിന്തുണയ്ക്കാൻ വിസമ്മതിച്ചതിന് 1960-കളിൽ ദക്ഷിണ വിയറ്റ്നാമിൽ നിന്ന് നാടുകടത്തപ്പെട്ടതിന് ശേഷം അദ്ദേഹം ചെയ്യാൻ തുടങ്ങിയതാണിത്.

എന്നെ സംബന്ധിച്ചിടത്തോളം, നറ്റ് ഹന്റെ ആശയങ്ങളിൽ ഏറ്റവും ശക്തമായത് 'ഉണർവ് മണി' (awakening bell) ആണ്. 1982-ൽ ഫ്രാൻസിലെ പ്ലം വില്ലേജ് മഠം സ്ഥാപിച്ചതിനെ തുടർന്ന് പ്ലം വില്ലേജ് എന്നറിയപ്പെടുന്ന നറ്റ് ഹന്റെ ബുദ്ധമത പാരമ്പര്യത്തിൽ, ഒരു ധ്യാന സമയത്തിന്റെ തുടക്കം കുറിക്കാൻ മണികൾ ഉപയോഗിക്കുന്നു. എന്നാൽ അവ പലപ്പോഴും ദിവസം മുഴുവനും ക്രമരഹിതമായി മുഴങ്ങുന്നു. മണിയുടെ അപ്രതീക്ഷിതമായ 'ഡിംഗ്' ആളുകൾ ചെയ്യുന്നത് നിർത്താനും അവർ

എവിടെയാണെന്ന് തിരിച്ചറിയാനും ഇടയാക്കും. അത് അവരെ ഈ നിമിഷത്തിൽ ആയിരിക്കാൻ പ്രോത്സാഹിപ്പിക്കും.

നറ്റ് ഹന്റെ ഉപദേശങ്ങളെ ഞാൻ ആദ്യമായി പരിചയപ്പെട്ടപ്പോൾ, എല്ലാ ശ്രദ്ധാ വ്യതിയാനങ്ങളും തുല്യമായല്ല സൃഷ്ടിക്കപ്പെടുന്നതെന്ന് ഞാൻ തിരിച്ചറിഞ്ഞു. തീർച്ചയായും, ചില ശ്രദ്ധാ വ്യതിയാനങ്ങൾ നിങ്ങൾ ആഗ്രഹിക്കുന്ന കാര്യം നേടിയെടുക്കുന്നത് തടയുന്നു – ട്വിറ്റർ അറിയിപ്പുകൾ, അടിയന്തിര ഭരണസംബന്ധമായ ഇമെയിലുകൾ തുടങ്ങിയവ. എന്നാൽ ചില അശ്രദ്ധകൾ നമ്മുടെ ജീവിതത്തിലേക്ക് സകാരാത്മക ഊർജ്ജം കൊണ്ടുവരും, അത് താൽക്കാലികമായി നിർത്താനും ചിന്തിക്കാനും കാര്യങ്ങളെ കുറച്ചുകൂടി മിതമായ വേഗതയിൽ ചെയ്യാനും പ്രേരിപ്പിക്കുന്നു.

ചില ശ്രദ്ധാ വ്യതിയാനങ്ങളെ ഊർജ്ജദായകമായ ശ്രദ്ധാ വ്യതിയാനങ്ങളായി ഞാൻ ചിന്തിച്ചുതുടങ്ങിയപ്പോൾ, വർഷങ്ങളായി ഞാൻ അവ ഉപയോഗിച്ചുവന്നിരുന്നുവെന്ന് എനിക്ക് മനസ്സിലായി – അത് എന്താണെന്ന് തിരിച്ചറിയാതെ തന്നെ. ഞാൻ സർവ്വകലാശാലയിൽ ആയിരുന്നപ്പോൾ, സുഹൃത്തുക്കൾക്ക് എപ്പോൾ വേണമെങ്കിലും ജോലിയിൽ നിന്നുള്ള ശ്രദ്ധ വ്യതിചലിപ്പിക്കാമെന്ന് ഞാൻ തീരുമാനിച്ചു. പഠിക്കുമ്പോൾ എന്റെ വാതിൽ അടയ്ക്കുന്നതിനുപകരം, ഞാൻ അത് ഒരു ഡോർസ്റ്റോപ്പ് ഉപയോഗിച്ച് തുറന്ന നിലയിൽ തടഞ്ഞുവെയ്ക്കും, അതിനർത്ഥം ഒരു സുഹൃത്തിന് സ്വന്തം മുറിയിലേക്കുള്ള വഴിയിൽ പെട്ടെന്ന് അകത്തേക്കു കടന്നു ഒരു ഹ്രസ്വ (ഹ്രസ്വമല്ലാത്തതും) സംഭാഷണം നടത്താം എന്നാണ്. അതെ, ഇത് ഒരുപക്ഷേ കുറച്ച് ഊർജ്ജം 'പാഴാക്കുകയും' പഠിക്കുമ്പോൾ എന്റെ ഫലപ്രാപ്തി കുറയ്ക്കുകയും ചെയ്തു. എന്നാൽ അത് എനിക്ക് കൂടുതൽ ഊർജ്ജസ്വലമായ ഒന്ന് നൽകി – സുഹൃത്തുക്കളുമൊത്തുള്ള ഗുണനിലവാരമുള്ള സമയം. ഞാൻ എന്റെ സർവ്വകലാശാലാ കാലത്തെ തിരിഞ്ഞ് നോക്കുമ്പോൾ, ഞാൻ കൂടുതൽ കഠിനാധ്വാനം ചെയ്തിരുന്നെങ്കിൽ അല്ലെങ്കിൽ കൂടുതൽ കാര്യക്ഷമമായി പ്രവർത്തിക്കേണ്ടിയിരുന്നു എന്ന് ഞാൻ ആഗ്രഹിക്കുന്നില്ല. എന്റെ സുഹൃത്തുക്കളുമായി ഈ ആകസ്മിക ഇടപെടലുകൾ നടത്താൻ ഞാൻ സമയം കണ്ടെത്തിയതിൽ എനിക്ക് സന്തോഷമുണ്ട്.

ചില ശ്രദ്ധാ വ്യതിയാനങ്ങൾക്ക് ഒരു സന്തോഷമുണ്ട്. അവയെ താൽക്കാലികമായി വിരമിക്കാനുള്ള ഹ്രസ്വവും മൂർച്ചയുള്ളതുമായ ക്ഷണങ്ങളായി സങ്കൽപ്പിക്കുക – നറ്റ് ഹന്റെ ഉണർത്തൽ മണി പോലെ. എല്ലായ്പ്പോഴും ശ്രദ്ധ നിലനിർത്താനുള്ളതല്ല ജീവിതം. അത് ആകസ്മികതയുടെയും സന്തോഷത്തിന്റെയും ചെറിയ നിമിഷങ്ങൾക്ക് ഇടം നൽകുന്നതിനെക്കുറിച്ചാണ്.

സംക്ഷിപ്തമായി...

- കത്തി തീരുന്നതിന്റെ/അപചയത്തിന്റെ ഏറ്റവും വലിയ കാരണം തളർച്ചയല്ല. ഇത് താഴ്ന്ന മാനസികാവസ്ഥയാണ്. നിങ്ങൾക്ക് സ്വയം മികവ്/സന്തോഷം അനുഭവിക്കാൻ കഴിയുമെങ്കിൽ, നിങ്ങൾ കൂടുതൽ നേടുക മാത്രമല്ല – നിങ്ങൾക്ക് ദീർഘകാലം നിലനിൽക്കാനും കഴിയും.
- നമ്മുടെ ആദ്യ തരം അപചയം അമിതമായ ആയാസത്തിൽ നിന്നാണ് ഉണ്ടാകുന്നത്. പരിഹാരം : കുറച്ച് പ്രവർത്തിക്കുക.
- പ്രായോഗികമായി കുറച്ച് പ്രവർത്തിക്കാൻ മൂന്ന് വഴികളുണ്ട്. ഒന്നാമത്തേത്, അമിത പ്രതിബദ്ധതയിൽ നിന്ന് സ്വയം തടയുക എന്നതാണ്. നിങ്ങൾ പ്രവർത്തിക്കുന്ന പദ്ധതികളുടെ പട്ടിക പരിമിതപ്പെടുത്തുകയും 'ഇല്ല' എന്ന് പറയാൻ അഭ്യസിക്കുകയും ചെയ്യുക. സ്വയം ചോദിക്കുക : എന്റെ മുഴുവൻ ഊർജ്ജവും നിക്ഷേപിക്കാൻ ഞാൻ ഒരു പദ്ധതി മാത്രം തിരഞ്ഞെടുത്താൽ, അത് ഏതായിരിക്കും?
- രണ്ടാമത്തെ മാർഗ്ഗം ശ്രദ്ധാ വ്യതിയാനങ്ങളെ ചെറുക്കുക എന്നതാണ്. സ്വയം ചോദിക്കുക : എനിക്ക് എന്റെ ഫോണിലെ സാമൂഹ്യ മാധ്യമ ആപ്പുകൾ നീക്കം ചെയ്യാൻ കഴിയുമോ, അനന്തരം വെബ് ബ്രൗസറിലൂടെ മാത്രം അവയിലേക്ക് പ്രവേശിക്കാൻ കഴിയുന്ന തരത്തിൽ? എന്റെ ശ്രദ്ധ വ്യതിചലിക്കുകയാണെങ്കിൽ, എനിക്ക് എങ്ങനെ (അല്ലെങ്കിൽ, കൂടുതൽ യാഥാർത്ഥ്യബോധത്തോടെ പറയുകയാണെങ്കിൽ, എപ്പോൾ) ദിശ ശരിയാക്കി പുനരാരംഭിക്കാനാകും?
- നിങ്ങളുടെ പ്രവർത്തി ദിവസത്തിൽ ഒന്നും ചെയ്യാതിരിക്കാനുള്ള നിമിഷങ്ങൾ കണ്ടെത്തുക എന്നതാണ് മൂന്നാമത്തെ മാർഗ്ഗം. സ്വയം ചോദിക്കുക : ഞാൻ ഇടവേളകളെ ഒരു ആവശ്യകതയെക്കാൾ ഒരു പ്രത്യേക പരിപാടിയായി പരിഗണിക്കുന്നുണ്ടോ? അവ കൂടുതൽ എടുക്കാനായി എനിക്ക് എന്തുചെയ്യാൻ കഴിയും?

അദ്ധ്യായം 8

ഉന്മേഷം വീണ്ടെടുക്കുക

ഓക്സ്ഫോർഡ് സർവ്വകലാശാല അച്ചടിശാലയിലെ നിഘണ്ടു കർത്താക്കൾക്ക് 2020 ഒരു പ്രയാസകരമായ വർഷമായിരുന്നു.

അവരുടെ പ്രധാന ചുമതലയ്ക്ക് – *ഓക്സ്ഫോർഡ് ഇംഗ്ലീഷ് ഡിക്ഷ്ണറി* (ഓഇഡി) സമാഹരിക്കുക – പുറമേ, എല്ലാ വർഷവും അവരുടെ 'ഈ വർഷത്തെ വാക്ക്' നാമനിർദ്ദേശം ചെയ്യാൻ അവർ ഇഷ്ടപ്പെടുന്നു, കഴിഞ്ഞ പന്ത്രണ്ട് മാസത്തെ സത്തയെ ഉൾക്കൊള്ളുന്ന പുതിയ വാക്കുകൾ. വർഷങ്ങളായി, അവരുടെ നാമനിർദ്ദേശങ്ങൾ ആഗോള യുഗാത്മകത പിടിച്ചുപറ്റുന്നതിനാൽ വാർത്തകളിൽ ഇടം നേടിയിരുന്നു. 2008: credit crunch (സാമ്പത്തിക പ്രതിസന്ധി). 2013: selfie (സെൽഫി). 2015: 😂

എന്നാൽ 2020 മുമ്പത്തേക്കാൾ കഠിനമായിരുന്നു. കോവിഡ് പടർന്നു പിടിച്ചതോടെ, പുതിയ പദങ്ങളുടെ ഒരു ശേഖരം നിഘണ്ടുവിൽ പൊട്ടിപ്പുറപ്പെട്ടു : 'ലോക്ക്ഡൗൺ', 'സാമൂഹിക അകലം', 'സൂപ്പർ സ്പ്രെഡർ'. അവസാനം, ഓഇഡിക്ക് ഒരു വാക്കിൽ മാത്രം ഒതുക്കാനായില്ല. '2020-ലെ ഭാഷാ മാറ്റത്തിന്റെയും വികാസത്തിന്റെയും അസാധാരണമായ വ്യാപ്തി കണക്കിലെടുത്ത്', അവർ എഴുതി, 'ഒറ്റവാക്കിൽ വൃത്തിയായി ഉൾക്കൊള്ളാൻ കഴിയാത്ത ഒരു വർഷമാണിതെന്ന് ഓക്സ്ഫോർഡ് ലാംഗ്വേജസ് നിഗമനം ചെയ്തു.'

എന്നെ സംബന്ധിച്ചിടത്തോളം, ഈ വർഷത്തെ യഥാർത്ഥ വാക്ക് ഓഇഡിയുടെ റിപ്പോർട്ടിന്റെ ആറാം പേജിലാണ് : 'ഡൂംസ്ക്രോളിംഗ്'/ 'doomscrolling' (നിരന്തരം ഇന്റർനെറ്റിലെ നിഷേധാത്മക വാർത്തകളുടെ പ്രേക്ഷകനാകുക). മിക്ക ആളുകളെയും പോലെ, 2020-ൽ എന്റെ വിശ്രമ സമയത്തിന്റെ സിംഹഭാഗവും പുതിയ സാമൂഹിക മാധ്യമങ്ങളിൽ ഞാൻ ചെലവഴിച്ചു. 'എനിക്ക് വിശ്രമിക്കണം,' ഞാൻ സ്വയം ചിന്തിച്ചു. 'എന്നിട്ടും പകരം, വെർമോണ്ടിലെ ആഡംബര മെഴുകുതിരി നിർമ്മാതാക്കളിന്മേലുള്ള ലോക്ക്ഡൗണിന്റെ സാമ്പത്തിക പ്രത്യാഘാതങ്ങളെക്കുറിച്ച് ഏതാണ്ട് 2,500 ട്വീറ്റുകൾ ഞാൻ വായിച്ചിരിക്കുന്നു'.

ഡൂംസ്ക്രോളിംഗിന്റെ അപകടങ്ങൾ നമ്മളിൽ ഭ്രരിഭാഗവും അനുഭവിച്ചിട്ടുണ്ട്. ഒരു നീണ്ട ദിവസത്തെ ജോലിക്ക് ശേഷം, നിങ്ങൾ നിങ്ങളുടെ പ്രിയപ്പെട്ട സോഫയിൽ, കയ്യിൽ ഫോണുമായി, കുറച്ച് നിമിഷങ്ങളുടെ വിശ്രമത്തിനായി തയ്യാറാകുന്നു. എന്നിട്ടും, നിങ്ങൾ ആസൂത്രണം ചെയ്ത സമാധാനപരമായ ഇടവേളയ്ക്കുപകരം, നിഷേധാത്മകതയുടെ അനന്തമായ ചുഴലിക്കാറ്റിലേക്ക് നിങ്ങൾ വലിച്ചെറിയപ്പെടുന്നു, ഒന്നിനുപിറകെ ഒന്നായി അസഹ്യപ്പെടുത്തുന്ന ഒരു കഥയോ ട്വീറ്റോ വീഡിയോയോ വിഴുങ്ങിക്കൊണ്ട്. ആദ്യത്തെ ഇര : നമ്മുടെ മാനസികാവസ്ഥ. നമ്മൾ വിശ്രമിക്കുമെന്ന് നാം കരുതുന്നു, പക്ഷേ അതൊരു വിശ്രമം പോലെയൊന്നും അനുഭവപ്പെടുന്നില്ല.

കഴിഞ്ഞ അദ്ധ്യായത്തിൽ, അമിത ആയാസത്തിലൂടെ സ്വയം എരിഞ്ഞുതീരുന്നതും, അമിതമായി പ്രവൃത്തികൾ ചെയ്ത് നമ്മുടെ മാനസികാവസ്ഥ താഴേയ്ക്ക് കൊണ്ടു പോകുന്നതും, ജോലിസ്ഥലത്ത് മതിയായ ഇടവേളകൾ എടുക്കാത്തതുമായ പ്രവണതകളെക്കുറിച്ചാണ് നമ്മൾ സംസാരിച്ചത്. അതിനുള്ള പരിഹാരം, നമ്മുടെ ഊർജ്ജം കൂടുതൽ ഫലപ്രദമായി സംരക്ഷിക്കുക എന്നതായിരുന്നു. എന്നാൽ ജോലിയിൽ നിന്ന് വിട്ടുനിൽക്കുന്ന സമയത്തും നമുക്ക് സ്വയം കത്തിത്തീരാനാവും. ഡൂംസ്ക്രോളിംഗ്, അമിതമായി ടിവി ഷോകൾ കാണൽ, ഇമെയിലുകളോ വാട്ട്സ്ആപ്പ് അറിയിപ്പുകളോ അശ്രദ്ധമായി പരിശോധിക്കൽ – ഇവയാണ് നമ്മുടെ പ്രവർത്തനരഹിതമായ സമയത്ത് നമ്മുടെ സുഖ-അനുഭവ വികാരങ്ങളെ തകർക്കുന്ന രീതികൾ.

തത്ഫലമായുണ്ടാകുന്ന സമ്മർദ്ദങ്ങൾ ഞാൻ ശോഷണ അതിക്ഷീണം എന്നു വിളിക്കുന്നതിലേക്ക് സംഭാവന ചെയ്യുന്നു. യഥാർത്ഥത്തിൽ പുനരുജ്ജീവിക്കാൻ വേണ്ടത്ര സമയമോ ഇടമോ സ്വയം നൽകാത്തതിൽ നിന്നാണ് ഇത് വരുന്നത്.

ഈ ലളിതമായ പരീക്ഷണം ചെയ്യൂ. അഞ്ച് നിമിഷം ദൈർഘ്യമുള്ള ഒരു അലാറം സജ്ജീകരിച്ച് രണ്ട് പട്ടികകൾ ഉണ്ടാക്കുക. നിങ്ങൾക്ക് ഊർജ്ജം നഷ്ടപ്പെടുമ്പോൾ നിങ്ങൾ ചെയ്യുന്ന കാര്യങ്ങളുടെ ഒരു പട്ടികയാണ് ആദ്യത്തേത്. രണ്ടാമത്തേത് യഥാർത്ഥത്തിൽ ആ ഊർജ്ജം വീണ്ടെടുക്കാൻ ചെയ്യുന്ന കാര്യങ്ങളുടെ ഒരു പട്ടികയാണ്. നിങ്ങൾ എന്നെപ്പോലെയുള്ള ആളാണെങ്കിൽ, രണ്ട് പട്ടികകളും വളരെ വ്യത്യസ്തമാണെന്ന് നിങ്ങൾ കണ്ടെത്തിയേക്കാം.

എനിക്ക് ഊർജ്ജം നഷ്ടപെട്ടുമ്പോൾ ഞാൻ ചെയ്യുന്ന കാര്യങ്ങൾ	**ഞാൻ ചെയ്യുന്നവയിൽ യഥാർത്ഥത്തിൽ എന്നെ ഊർജ്ജസ്വലനാക്കുന്ന കാര്യങ്ങൾ**
ഇൻസ്റ്റാഗ്രാമിൽ കയറുക	ഒന്ന് നടക്കാൻ പോകുക
ടിക് ടോകിൽ കയറുക	കുറച്ച് ഗിറ്റാർ വായിക്കുക

സോഫയിൽ കിടന്ന് കാണുന്ന തിന് ഏതോ ഒരു സിനിമയ്ക്കായി Netflix-ൽ അനന്തമായി തിരയുക	ഒരു സുഹൃത്തിനെ അത്താഴം കഴിക്കാൻ ക്ഷണിക്കുക
ലോകത്ത് നടക്കുന്ന കാര്യങ്ങളിൽ പ്രകോപിതനായി ട്വിറ്ററിലൂടെ സ്ക്രോൾ ചെയ്യുക	കുറച്ച് യോഗയോ മറ്റ് വ്യായാമങ്ങളോ ചെയ്യുക
അനാരോഗ്യകരമായ ഭക്ഷണം ഓൺലൈനായി വാങ്ങുക	വ്യായാമത്തിനായി കളരിയിലേക്ക് പോകുക

തളർച്ച അനുഭവപ്പെടുമ്പോൾ നമ്മൾ യാന്ത്രികമായി ചെയ്യുന്നതും യഥാർത്ഥത്തിൽ നമ്മെ പുനരുജ്ജീവിപ്പിക്കുന്നതും തമ്മിലുള്ള ഈ വ്യത്യാസം കാണിക്കുന്നത് നാം വിശ്രമിക്കുന്ന രീതികൾ അപൂർവ്വമായി മാത്രമേ വിശ്രമം തരുന്നുള്ളൂ എന്നാണ്. അത് ഒരു ചോദ്യം ഉയർത്തുന്നു : നമുക്ക് എങ്ങനെ ഡൂംസ്ക്രോൾ/ടിവി കാണൽ/ഹോട്ടൽ ഭക്ഷണം തുടങ്ങിയ വലയങ്ങൾ തകർക്കാൻ കഴിയും – കൂടാതെ യഥാർത്ഥത്തിൽ നമ്മെ സന്തോഷിപ്പിക്കുന്ന പ്രവർത്തനങ്ങളിൽ ഏർപ്പെടാൻ തുടങ്ങാം? ഇത് കേൾക്കുമ്പോൾ വ്യക്തമാണ്, എന്നിട്ടും നമ്മൾ എല്ലായ്പ്പോഴും നമ്മുടെ ഇടവേളകളോ വിശ്രമവേളയോ നമ്മെ സന്തോഷിപ്പിക്കുന്ന കാര്യങ്ങൾക്ക് ഉപയോഗിക്കാറില്ല – ഇവയാണ് നമ്മുടെ ഊർജ്ജം ശരിക്കും വീണ്ടെടുക്കുകയും, അപചയം ഒഴിവാക്കാൻ സഹായിക്കുകയും ചെയ്യുന്നത്.

സർഗ്ഗാത്മകമായി ഊർജ്ജം വീണ്ടെടുക്കുക

നിങ്ങൾ എപ്പോഴെങ്കിലും സർഗ്ഗാത്മകമായ ഒരു ജോലിയിൽ മുഴുകിയിട്ടുണ്ടോ – ഒരു കവിത എഴുതുക, ഒരു പാട്ട് പഠിക്കുക, ഒരു ചിത്രം വരയ്ക്കുക – നിങ്ങൾ പൂർത്തിയാക്കിയപ്പോഴേക്കും നിങ്ങളുടെ ആശങ്കകൾ പൂർണ്ണമായും മറന്നുപോയതായി കണ്ടെത്തിയിട്ടുണ്ടോ?

സാൻ ഫ്രാൻസിസ്കോ, ഇല്ലിനോയിസ് സംസ്ഥാന സർവ്വകലാശാലകളിൽ നിന്നുള്ള ഒരു കൂട്ടം മനഃശാസ്ത്രജ്ഞരുടെ അഭിപ്രായത്തിൽ ഇത് ശാസ്ത്രീയമായി സ്ഥിരീകരിക്കാവുന്ന ഒരു പ്രതിഭാസമാണ്. സർഗ്ഗാത്മകമായ പ്രവർത്തനങ്ങൾ നമ്മെ വിശ്രമിപ്പിക്കാൻ പ്രത്യേകിച്ചും സാധ്യതയുള്ളവയാണെന്ന് അവർ വാദിക്കുന്നു. അവയ്ക്ക് നാല് സ്വഭാവസവിശേഷതകൾ ഉണ്ട്, അവ നമുക്ക് സുഖാനുഭവം തരുന്നതിന് പ്രത്യേകിച്ചും സഹായകരമാണ് – അവയെ ലളിതമായ ഒരു ചുരുക്കെഴുത്ത് ഉപയോഗിച്ച് ഞാൻ ഓർക്കാൻ ഇഷ്ടപ്പെടുന്നവ : CALM.

ഒന്നാമതായി, സർഗ്ഗാത്മകമായ പ്രവർത്തനങ്ങൾ നമ്മുടെ *കാര്യ*

ക്ഷമതാ (competence) ബോധത്തെ അനാവരണം ചെയ്യുന്നു. നമ്മൾ പുതിയ കഴിവുകൾ നേടുന്നതായി തോന്നുമ്പോൾ, നമുക്ക് ഒരു വർദ്ധിച്ച ഊർജ്ജം ലഭിക്കുമെന്ന് രണ്ടാം അദ്ധ്യായത്തിൽ നമ്മൾ മനസ്സിലാക്കി. ശരിയാണ്, നിങ്ങൾ സർഗ്ഗാത്മകമായി എന്തെങ്കിലും ചെയ്യുമ്പോൾ അതിന് പ്രത്യേകിച്ചും സാധ്യതയുണ്ട്. നിങ്ങൾ ആ കവിത എഴുതുകയോ ആ ഗാനം ചിട്ടപ്പെടുത്തുകയോ ചെയ്യുമ്പോൾ, നിങ്ങളുടെ കരകൗശലത്തിൽ മെച്ചപ്പെടുന്നു ഒരു തോന്നൽ നിങ്ങൾക്ക് അനുഭവപ്പെടുന്നു. അങ്ങനെ നിങ്ങളുടെ കാര്യക്ഷമത വളരുന്നു.

രണ്ടാമതായി, സൃഷ്ടിപരമായ പ്രവർത്തനങ്ങൾക്ക് നമ്മുടെ *സ്വയംഭരണ* (autonomy) വികാരങ്ങളുമായി ബന്ധമുണ്ട്. ഈ ആശയവും അധ്യായം 2-ൽ പരിചയപ്പെട്ടു, അവിടെ നമ്മുടെ ജോലിയുടെ മേലുള്ള ഉടമസ്ഥാവകാശ ബോധം വളരെ ഊർജ്ജദായകമാണെന്ന് നമ്മൾ മനസ്സിലാക്കി.അതുപോലെ,നമ്മൾസർഗ്ഗാത്മകമായപ്രവർത്തനങ്ങളിൽ ഏർപ്പെടുമ്പോൾ, നമുക്ക് നമ്മെ പുനരുജ്ജീവിപ്പിക്കാൻ സഹായിക്കുന്ന അതേസ്വയംഭരണബോധംഅനുഭവപ്പെടാൻസാധ്യതയുണ്ട്.ഉദാഹരണത്തിന്, നിങ്ങൾ ചായമടിക്കുന്നത് ഏറ്റെടുക്കുകയാണെങ്കിൽ, നിങ്ങൾ എന്താണ് വരയ്ക്കുന്നത്, എങ്ങനെയാണ് വരയ്ക്കുന്നത് എന്നതിന്റെ പൂർണ്ണ നിയന്ത്രണം നിങ്ങൾക്കുണ്ട്.

CALM പ്രവർത്തനങ്ങൾ

കാര്യക്ഷമത
(Competence)

സ്വയംഭരണം
(Autonomy)

സ്വാതന്ത്ര്യം
(Liberty)

പ്രസന്നത
(Mellow)

മൂന്നാമതായി, സർഗ്ഗാത്മകമായ പ്രവർത്തനങ്ങൾ നമുക്ക് ഒരു *സ്വാതന്ത്ര്യത്തിന്റെ* (liberty) വികാരം നൽകുന്നു. നമ്മുടെ ജോലിയിൽ നിന്ന് ശരിയായ രീതിയിൽ വിട്ടുനിൽക്കാൻ അവ നമ്മെ സഹായിക്കുന്നു; നിങ്ങൾ ഗിറ്റാർ വായിക്കാൻ പഠിക്കുന്നതിൽ പൂർണ്ണമായും ശ്രദ്ധ കേന്ദ്രീകരിക്കുമ്പോൾ 'തൊഴിലെന്ന ഭാവം' (work mode) തുടരുക ബുദ്ധിമുട്ടാണ്. അത് നമ്മെ അദ്ധ്വാന ജീവിതത്തിലെ ബാക്കിയുള്ള കാര്യങ്ങളിൽ നിന്ന് അകറ്റുന്ന സ്വാതന്ത്ര്യത്തിന്റെ ഒരു വികാരം നൽകുന്നു.

കൂടാതെ, സർഗ്ഗാത്മകമായ പ്രവർത്തനങ്ങൾ നമ്മെ *പ്രസന്നമാകാൻ* (mellow) സഹായിക്കുന്നു. ശരിയായി ചെയ്യുമ്പോൾ, സർഗ്ഗാത്മകമായ പ്രവർത്തനങ്ങൾ അയവുള്ളതും കുറഞ്ഞ സമ്മർദ്ദവും ഉള്ളവയാകുന്നു. കുറച്ച് മൃദുവായ പശ്ചാത്തല സംഗീതത്തോടൊപ്പം നിങ്ങളുടെ സുഹൃത്തിനായി ഒരു കമ്പിളിക്കുപ്പായം ഉണ്ടാക്കി നിങ്ങളുടെ തുന്നൽ കഴിവുകൾ പരിശീലിക്കുന്നത് (2,000 എതിരാളികളുമൊത്ത് ഒരു ഉയർന്ന

സമ്മർദ്ദ മത്സരത്തിൽ ഒരു വിഷമകരമായ സമയപരിധിക്കുള്ളിൽ കുപ്പായം തയ്ക്കുന്നതിനേക്കാൾ) ജോലി സമയത്തെ സമ്മർദ്ദങ്ങളിൽ നിന്ന് രക്ഷപ്പെടാൻ സഹായിക്കുന്നു.

അതിനാൽ സർഗ്ഗാത്മകമായ പ്രവൃത്തികൾ, ശരിയായി ചെയ്താൽ, കുറഞ്ഞത് നാല് വഴികളിലൂടെ നമ്മുടെ ഊർജ്ജത്തെ അനാവരണം ചെയ്യാൻ കഴിയും. എന്നാൽ ഇത് ചില ചോദ്യങ്ങൾ ഉയർത്തുന്നു. പ്രായോഗികമായി, ഏത് സൃഷ്ടിപരമായ പ്രവൃത്തികളാണ് നമ്മെ ശാന്തമാക്കാൻ പോകുന്നതെന്ന് നമുക്ക് എങ്ങനെ പറയാനാകും? അവയെ എങ്ങനെ നമ്മുടെ ജീവിതത്തിലേക്ക് സമന്വയിപ്പിക്കാം?

പരീക്ഷണം 1 :
ശാന്തമായ വിനോദവൃത്തികൾ

മുൻ യുഎസ് പ്രസിഡന്റ് ജോർജ്ജ് ഡബ്ല്യൂ ബുഷ്, ഇംഗ്ലണ്ടിലെ ചാൾസ് മൂന്നാമൻ രാജാവ്, പോപ്പ് താരം ടെയ്‌ലർ സ്വിഫ്റ്റ് എന്നിവർ തമ്മിൽ നിങ്ങൾ വിചാരിക്കുന്നതിലും കൂടുതൽ സാമ്യങ്ങളുണ്ട്.

തീർച്ചയായും, വ്യക്തമായ സമാനതകളുണ്ട്. ഇവരെല്ലാം അതി സമ്പന്നരാണ്. ഇവരെല്ലാം പൊതു സമൂഹത്തിൽ നിരന്തരം ചർച്ചയാകുന്ന വിഷയങ്ങളാണ്. ഇവരെല്ലാം ലോകമെമ്പാടും ആഡംബരപൂർണ്ണമായ യാത്രകൾ പോകാൻ പ്രിയമുള്ളവരാണ്. എന്നാൽ അവർ അപ്രതീക്ഷിതമായ ചിലതുംപങ്കിടുന്നു:ചിത്രകലയോടുള്ളഇഷ്ടം.സൈനികവിമുക്ത ഭടന്മാരുടെ ചിത്രങ്ങൾ ബുഷ് വരയ്ക്കുന്നു; ചാൾസ് രാജാവ് സ്കോട്ട്ലൻഡിലെ മനോഹര കാഴ്ചകളുടെ ചിത്രം വരയ്ക്കുന്നു; സ്വിഫ്റ്റ് എല്ലാ തരത്തിലുമുള്ള ചിത്രങ്ങൾ വരയ്ക്കുന്നു – കടൽത്തീരങ്ങൾ, പുഷ്പങ്ങൾ, സസ്യജാലങ്ങൾ – സാധാരണയായി തീവ്രമായ, പാരിസ്ഥിതിക വർണ്ണങ്ങളിൽ.

ചിത്രകല, എന്റെ അഭിപ്രായത്തിൽ, ഏറ്റവും മികച്ച CALM പ്രവർത്തനമാണ്. എത്ര അനുഭവപരിചയമില്ലാത്ത ഒരാൾ ചിത്രകല ആരംഭിക്കുമ്പോഴും, അതിൽ ഉറച്ചുനിൽക്കുന്നതിലൂടെ, അവർ കാലക്രമേണ കാര്യക്ഷമത വർദ്ധിപ്പിച്ചു കൊണ്ടിരിക്കും. അവർ എന്ത് വരയ്ക്കുന്നു, എങ്ങനെ വരയ്ക്കുന്നു എന്നതിൽ അവർക്ക് പൊതുവെ സ്വയംഭരണമുണ്ട്. ഇത് അവരുടെ ദൈനംദിന ജോലിയിൽ നിന്ന് അകലെയായിരിക്കും, അതിനാൽ വിനോദതൽപ്പരരായ ചിത്രകാരന്മാർ സ്വാതന്ത്ര്യത്തിന്റെ വികാരം അനുഭവിക്കുന്നു. കൂടാതെ ഇത് പൊതുവെ ഒരു മയപ്പെടുത്തുന്ന, സംതൃപ്തമായ പ്രവർത്തിയാണ്.

എന്നാൽ ചിത്രകലയെ പ്രത്യേകമായി പ്രധാനമാക്കുന്നത്, മിക്കവാറും എല്ലാവർക്കും അത് ഒരു വിനോദവൃത്തി മാത്രമായിരിക്കും എന്നതാണ്. ഒരു സമാപന ബിന്ദുവും, സാമ്പത്തിക നേട്ടങ്ങളും ഇല്ലാതെ നിങ്ങൾ അതിന്റേതായ നിബന്ധനകളിൽ മാത്രം ആസ്വദിക്കുന്ന ഒന്നാണിത്.

നമ്മുടെ ജീവിതത്തിലേക്ക് CALM പ്രവർത്തനങ്ങളെ സമന്വയിപ്പിക്കാനുള്ള ആദ്യ മാർഗ്ഗമാണ് വിനോദവൃത്തികൾ. ഒരു വിനോദവൃത്തിയെ നിർവ്വചിക്കുന്ന സ്വഭാവം അതിന് നഷ്ടസാദ്ധ്യത കുറവായിരിക്കും എന്നതാണ്; ഒരു വിനോദവൃത്തിയിൽ ജയമോ തോൽവിയോ ഇല്ല, അതിനെ ഒരു കച്ചവടമാക്കി മാറ്റുന്നതിനും ഒരു മാർഗ്ഗവുമില്ല. നമ്മിൽ വളരെ കുറച്ചുപേർ മാത്രമേ പ്രായപൂർത്തിയായതിനു ശേഷം നമ്മൾ പ്രൊഫഷണൽ നിലവാരമുള്ള ചിത്രകാരന്മാരാണെന്ന് (പ്രത്യേകിച്ചും ജോർജ്ജ് ഡബ്ല്യൂ. ബുഷ് അല്ല എന്ന്) കണ്ടെത്താൻ സാദ്ധ്യതയുള്ളൂ.

ഈ സർഗ്ഗാത്മകമായ വിനോദങ്ങളുടെ സാധ്യതകൾ നമുക്ക് എങ്ങനെ പരമാവധി പ്രയോജനപ്പെടുത്താം? വ്യക്തമായ സമാപന ബിന്ദുവും സമ്മർദ്ദവുമില്ലാതെ നിങ്ങളുടെ ജോലിയിൽ നിന്ന് വ്യത്യസ്തമായി അവ അങ്ങനെ തന്നെ തുടരുന്നുവെന്ന് ഉറപ്പാക്കുക എന്നതാണ് തന്ത്രം. ഇതിനായി, നിങ്ങളുടെ വിനോദത്തിന് വ്യക്തമായ അതിരുകൾ ഉണ്ടെന്ന് ഉറപ്പാക്കുന്നത് സഹായകമാകും. നിങ്ങളുടെ സൃഷ്ടിപരമായ പ്രവർത്തനത്തിന് പ്രത്യേക സമയങ്ങൾ നിശ്ചയിക്കുക, നിങ്ങളുടെ ജോലിയിൽ നിന്നും ദൈനംദിന ഉത്തരവാദിത്തങ്ങളിൽ നിന്നും അത് വേർതിരിച്ചറിയുക. നിങ്ങളുടെ വിനോദത്തിനായി ഒരു പ്രത്യേക മുറിയോ സ്ഥലമോ സമർപ്പിക്കാൻ ശ്രമിക്കുക, നിങ്ങളുടെ സർഗ്ഗാത്മക സമയത്ത് ജോലി അറിയിപ്പുകൾ അപ്രാപ്യമാക്കുക, അല്ലെങ്കിൽ നിങ്ങൾ തിരഞ്ഞെടുത്ത പ്രവർത്തനത്തിൽ എപ്പോൾ ഏർപ്പെടണം എന്നതിന് കൃത്യമായ ഒരു സമയപ്പട്ടിക ഉണ്ടാക്കുക.

അടുത്തതായി, ഏതെങ്കിലും തരത്തിലുള്ള ഉയർന്ന ചിലവുള്ള ലക്ഷ്യത്തിനുപകരം, ആ പ്രക്രിയ ആസ്വദിക്കാനാണ് വിനോദമെന്ന് സ്വയം നിരന്തരം ഓർമ്മിപ്പിക്കുക. നിങ്ങൾ ചിത്രകലയിലായിരിക്കുമ്പോഴോ കളിക്കുമ്പോഴോ നിർമ്മിക്കുമ്പോഴോ, ഗുണനിലവാരം പ്രശ്നമില്ലാത്ത ഒരു വേദിയാണ് ഇതെന്ന് സ്വയം ഓർമ്മിപ്പിക്കുക. അതിനാൽ തെറ്റുകൾ വരുത്താനും പരീക്ഷണങ്ങൾ നടത്താനും നിങ്ങളുടെ സ്വന്തം വേഗതയിൽ വളരാനും നിങ്ങളെ അനുവദിക്കുക. നിങ്ങളുടെ പ്രാഥമിക ലക്ഷ്യം ഒരു വിദഗ്ധനോ ഗുരുവോ ആകുക എന്നതല്ല. ഇത് ആസ്വദിക്കാനും ഒപ്പം ഊർജ്ജം വീണ്ടെടുക്കാനുമാണ്.

എല്ലാറ്റിനുമുപരിയായി, നിങ്ങളുടെ വിനോദത്തെ 'ജോലി' ആക്കി മാറ്റാനുള്ള ത്വരയെ ചെറുക്കുക. 2017-ൽ ജോർജ്ജ് ഡബ്ല്യൂ. ബുഷ് തന്റെ ചിത്രങ്ങളുടെ ഒരു ശേഖരം *പോർട്രെയ്റ്റ്സ് ഓഫ് കറേജ്* എന്ന പേരിൽ പ്രസിദ്ധീകരിച്ചു. തന്റെ ചില കഥാപാത്രങ്ങൾക്ക് അദ്ദേഹം ഏറെക്കുറെ വികൃതമായ രൂപം നൽകിയിരുന്നെങ്കിലും, വിമർശകർ പൊതുവെ അദ്ദേഹത്തിന്റെ കരകൗശല ഗുണമേന്മയിൽ ആശ്ചര്യപ്പെട്ടു. എന്നാൽ ഈ രീതിയിൽ നിങ്ങളുടെ വിനോദം പരസ്യപ്പെടുത്തുന്നത് – അത് പൊതുജനങ്ങളുടെ ശ്രദ്ധയിൽപ്പെടുത്താനോ അല്ലെങ്കിൽ ധനസമ്പാദനത്തിനോ ശ്രമിക്കുന്നത് – അപകടകരമാണ്. അതിനർത്ഥം

നിങ്ങളുടെ വിനോദത്തെ യഥാർത്ഥ നേരമ്പോക്കായി ഇനി കാണില്ല, പകരം അതിനെ മറ്റൊരു വശ്യവൃത്തിയായി കാണും എന്നാണ്.

നിങ്ങൾക്ക് യഥായോഗ്യമായി ഊർജ്ജം വീണ്ടെടുക്കാൻ താൽപ്പര്യമുണ്ടെങ്കിൽ, നിങ്ങളുടെ ജീവിതത്തിലെ വ്യക്തിപരമായ പുരോഗതി ഒട്ടും പ്രത്യക്ഷപ്പെടാത്ത മേഖലകൾ നിങ്ങൾ നിലനിർത്തേണ്ടതുണ്ട്.

പരീക്ഷണം 2 :
ശാന്തമായ പദ്ധതികൾ

നിങ്ങളുടെ ഊർജ്ജം സർഗ്ഗാത്മകമായി വീണ്ടെടുക്കുന്നതിനുള്ള മറ്റൊരു മാർഗ്ഗം ഒരു നിർദ്ദിഷ്ട പദ്ധതി ഏറ്റെടുക്കുക എന്നതാണ്. ഒരു വിശാലമായ വിനോദത്തിൽ നിന്ന് വ്യത്യസ്തമായി, ഒരു പദ്ധതിക്ക് കൃത്യമായ തുടക്കവും അവസാനവുമുണ്ട്. നമ്മുടെ ആത്യന്തിക ലക്ഷ്യത്തിലെത്തുമ്പോൾ ഒരു സംതൃപ്തിയുടെ തോന്നൽ നൽകുന്നതിനാൽ, നമ്മുടെ മാത്സര്യവും സ്വയംഭരണവും കെട്ടിപ്പടുക്കുന്നതിന് പദ്ധതികൾ പ്രത്യേകിച്ചും ഉപയോഗപ്രദമാകും.

ഞാൻ ഈ പുസ്തകം എഴുതാൻ തുടങ്ങുന്നതിനുമുമ്പ് (എന്റെ ജൂനിയർ ഡോക്ടറായിരുന്നപ്പോഴുള്ള അനുഭവങ്ങൾക്കു ശേഷം), ഉൽപാദനപരതയെക്കുറിച്ച് പഠിക്കുന്നത് എന്റെ സർഗ്ഗാത്മകമായ പദ്ധതിയായിരുന്നു. മാസങ്ങളോളം, ഞാൻ ജോലി കഴിഞ്ഞ് വീട്ടിലെത്തി, കുറച്ച് സംഗീതം കേട്ടുകൊണ്ട് കാര്യങ്ങൾ ചെയ്തുതീർക്കുന്നതിനുള്ള ശാസ്ത്രത്തെക്കുറിച്ച് വായിച്ചു. ഏറ്റവും പുതിയ മനഃശാസ്ത്ര ഗവേഷണത്തെക്കുറിച്ച് ഞാൻ നിരന്തരം പഠിച്ചിരുന്നതിനാൽ ഞാൻ കാര്യക്ഷമത വികസിപ്പിക്കുകയായിരുന്നു. എനിക്ക് സ്വയംഭരണാധികാരം ഉണ്ടായിരുന്നു, കാരണം ഈ സമയത്ത് ഞാൻ ആഗ്രഹിക്കുന്നതെന്തും ചെയ്യാൻ എനിക്ക് കഴിയുമായിരുന്നു, കൂടാതെ സ്വന്തമായ രീതികളിൽ സൃഷ്ടിപരമായി പര്യവേക്ഷണം ചെയ്യാനും കഴിയുമായിരുന്നു. ഒരു ഡോക്ടർ എന്ന നിലയിലുള്ള എന്റെ പകൽ ജോലിയിൽ നിന്ന് എനിക്ക് സ്വാതന്ത്ര്യമുണ്ടായിരുന്നു, അത് രാത്രികാല ഉൽപാദനപരതാ വിദഗ്ധനെന്ന അനുഭവത്തിൽ നിന്ന് തികച്ചും വ്യത്യസ്തമായിരുന്നു. ആ സമയത്ത്, സമ്മർദ്ദങ്ങൾ കുറവാണെന്ന് തോന്നി – അതിനാൽ വായിക്കുമ്പോൾ എനിക്ക് വിശ്രമവും സംതൃപ്തിയും തോന്നി. (ശരിക്കും പറഞ്ഞാൽ, ഞാൻ ഈ പുസ്തക കരാറിൽ ഒപ്പുവെച്ചപ്പോൾ സമ്മർദ്ദങ്ങൾ അല്പം ഉയർന്നിരുന്നു.)

ഒരു CALM പദ്ധതി വ്യക്തമായ സമാപന ബിന്ദുവുള്ള സർഗ്ഗാത്മകമായ എന്തും ആകാം. നിങ്ങൾക്ക് പടമെടുക്കാം, ഒരു വർഷത്തേക്ക് എല്ലാ ദിവസവും ഒരു ഫോട്ടോ എടുക്കുക എന്ന ലക്ഷ്യം സ്വയം സജ്ജമാക്കുക. നിങ്ങൾക്ക് കോഡ് ചെയ്യാൻ പഠിക്കാം, ഒരു ടെക്സ്റ്റ് അധിഷ്ഠിത റോൾ പ്ലേയിംഗ് ഗെയിം സൃഷ്ടിക്കുക എന്ന ലക്ഷ്യം സ്വയം സജ്ജമാക്കുക.

നിങ്ങളുടെ അമ്മയുടെ അടുത്ത ജന്മദിനത്തിന് ഒരു സമ്മാനം സൃഷ്ടിക്കുക എന്ന ലക്ഷ്യം സ്വയം സജ്ജമാക്കിക്കൊണ്ട് നിങ്ങൾക്ക് ത്തുന്നലിലുള്ള കഴിവ് വികസിപ്പിക്കാം.

നിങ്ങളുടെ CALM പദ്ധതിയുടെ ഫലങ്ങൾ കൂടുതൽ ശക്തമാക്കാൻ നിങ്ങൾ ആഗ്രഹിക്കുന്നുവെങ്കിൽ, അതിൽ ആളുകളെ ഉൾപ്പെടുത്തുന്നത് പരിഗണിക്കുക. അദ്ധ്യായം 3-ൽ നമ്മൾ കണ്ടതുപോലെ, സുഹൃത്തുക്കളുമൊത്ത് അല്ലെങ്കിൽ നമ്മുടെ വിശാലമായ സമൂഹത്തിന്റെ ഭാഗമായുള്ളവർ ഒരുമിച്ച് ഒരു പ്രവൃത്തി ഏറ്റെടുക്കുമ്പോൾ, മനുഷ്യബന്ധത്തിൽ നിന്ന് ലഭിക്കുന്ന ഊർജ്ജം നാം പ്രയോജനപ്പെടുത്തുന്നു. പരസ്പരം പഠിക്കാനും ആശയങ്ങൾ കൈമാറാനും വിജയങ്ങൾ ഒരുമിച്ച് ആഘോഷിക്കാനും കഴിയുന്ന അന്തരീക്ഷങ്ങളിലാണ് നാം അഭിവൃദ്ധി പ്രാപിക്കുന്നത്.

നിങ്ങളുടെ CALM പദ്ധതിയിൽ ചായമടിക്കുന്നതോ ചിത്രകലയോ ഉൾപ്പെടുന്നുവെങ്കിൽ, നിങ്ങളുടെ പുരോഗതി പങ്കിടാൻ കഴിയുന്ന ഒരു പ്രാദേശിക കലാലയത്തിലോ കൂട്ടായ്മയിലോ അംഗമാകാം. നിങ്ങൾക്ക് എഴുത്തിൽ താൽപ്പര്യമുണ്ടെങ്കിൽ, നിങ്ങൾക്ക് ഒരു എഴുത്ത് സംഘത്തിന്റെ ഭാഗമാകാം അല്ലെങ്കിൽ പരിശീലനക്കളരികളിൽ പങ്കെടുക്കാം, അവിടെ നിങ്ങൾ എഴുത്തുകാരായി വളരാൻ പരസ്പരം സഹായിക്കുന്നു. നിങ്ങളുടെ പദ്ധതി എന്തുതന്നെയായാലും, നിങ്ങളുടെ പദ്ധതിക്ക് ചുറ്റും ഒരു സമൂഹം കെട്ടിപ്പടുക്കുമ്പോൾ, ആളുകളുടെ ഊർജ്ജദായക ശക്തി നിങ്ങൾ പ്രയോജനപ്പെടുത്തുന്നു.

സ്വാഭാവികമായി ഊർജ്ജം വീണ്ടെടുക്കുക

ഒരു നഗരപ്രാന്ത പെൻസിൽവാനിയ ആശുപത്രിയിലെ ഒരു ശാന്തമായ വാർഡിൽ, രണ്ട് സംഘം രോഗികൾ പിത്തസഞ്ചി ശസ്ത്രക്രിയയിൽ നിന്ന് സുഖം പ്രാപിക്കുകയായിരുന്നു. എന്നാൽ അവർ ഒരേ വേഗത്തിൽ സുഖം പ്രാപിച്ചില്ല.

ഒരു സംഘത്തിന് ഇലകൾ നിറഞ്ഞ മരങ്ങളുടെ ശാന്തമായ തോപ്പിന് അഭിമുഖമായി ജനാലകളുള്ള മുറികൾ ഉണ്ടായിരുന്നു. മറ്റേ സംഘം ഒരു തണുത്ത, നിർജ്ജീവമായ ഇഷ്ടിക മതിലിനെ അഭിമുഖീകരിച്ചു. പാരിസ്ഥിതിക സൗന്ദര്യശാസ്ത്രം (environmental aesthetics) ഗവേഷണം ചെയ്യുന്ന ഒരു അസിസ്റ്റന്റ് പ്രൊഫസറായി തന്റെ ഔദ്യോഗിക ജീവിതം ആരംഭിക്കുന്ന റോജർ അൾറിച്ചിന്, ഈ വ്യത്യാസം എന്ത് ഫലമുണ്ടാക്കുമെന്നതിൽ താൽപ്പര്യമുണ്ടായിരുന്നു. ജാലകങ്ങൾ പച്ചപ്പിനെ അഭിമുഖീകരിക്കുന്ന രോഗികൾ ശരാശരി ഒരു ദിവസത്തോളം നേരത്തെ സുഖം പ്രാപിക്കുന്നതായും, മതിലിനെ ഉറ്റുനോക്കുന്ന അവരുടെ സമന്മാരേക്കാൾ വേദനാശമന മരുന്നുകൾ കുറച്ചു മാത്രം ആവശ്യമായി

വരുന്നതായും, കുറച്ച് മാത്രം സങ്കീർണ്ണതകൾ അനുഭവിക്കുന്നതായും കണ്ടത് അദ്ദേഹത്തെ അത്ഭുതപ്പെടുത്തി.

രോഗശാന്തി പ്രക്രിയയിൽ പ്രകൃതിയുടെ സ്വാധീനത്തോടുള്ള അൾറിച്ചിന്റെ ആജീവനാന്ത ആകർഷണം അങ്ങനെ ആരംഭിച്ചു. ഒരു ദശാബ്ദത്തിൽ താഴെ സമയം കഴിഞ്ഞ്, അദ്ദേഹം സ്വീഡനിലെ ഉപ്സാല സർവ്വകലാശാല ആശുപത്രിയിലെ സഹപ്രവർത്തകരുമായി ചേർന്ന്, രോഗമുക്തിയിലുള്ള പ്രകൃതിയുടെ സ്വാധീനം കൂടുതൽ പരിശോധനാ വിധേയമാക്കി. തീവ്രപരിചരണ വിഭാഗത്തിലെ 160 ഹൃദയശസ്ത്രക്രിയ രോഗികളിൽ അദ്ദേഹത്തിന്റെ സംഘം ശ്രദ്ധ കേന്ദ്രീകരിച്ചു. രോഗികളെ ക്രമരഹിതമായി ആറ് അവസ്ഥകളിൽ ഒന്നിൽ ഉൾപ്പെടുത്തി : പ്രകൃതിയെ അനുകരിക്കുന്ന ഒരു വലിയ 'ജനാല കാഴ്ച' ഫോട്ടോ ഉള്ള ഒരു മുറി, ഒന്നുകിൽ തുറന്ന വൃക്ഷങ്ങളുള്ള അരുവി അല്ലെങ്കിൽ ഒരു നിഴൽ വന ദൃശ്യം, രണ്ട് അമൂർത്ത ഛായാചിത്രങ്ങളിൽ ഒന്ന്, ചിത്രങ്ങളൊന്നുമില്ലാത്ത ഒരു വെളുത്ത പലക, അല്ലെങ്കിൽ ഒരു ശൂന്യമായ മതിൽ. അതിനാൽ മുറികൾ തമ്മിൽ വലിയ വ്യത്യാസമില്ല, നിങ്ങൾ ചിന്തിച്ചേക്കാം. എന്നിട്ടും ഫലങ്ങൾ ശ്രദ്ധേയമായിരുന്നു. ശാന്തമായ വെള്ളവും മരവും കാണാൻ നിയോഗിക്കപ്പെട്ട രോഗികൾക്ക് ഉത്കണ്ഠ ഗണ്യമായി കുറഞ്ഞു, കൂടാതെ ശക്തമായ വേദനാശമന മരുന്ന് കുറഞ്ഞ അളവിൽ മാത്രമേ ആവശ്യമായിരുന്നുള്ളൂ. ഇരുണ്ട കാടിന്റെ പടം, അമൂർത്ത കല, അല്ലെങ്കിൽ ചിത്രങ്ങളൊന്നുമില്ലാത്തവർ എന്നിവരുടെ ഫലങ്ങൾ വളരെ മോശമായിരുന്നു.

അടുത്ത നാൽപ്പത് വർഷങ്ങളിൽ, പ്രകൃതിയുടെ രോഗശാന്തി ഫലങ്ങളെക്കുറിച്ചുള്ള അൾറിച്ചിന്റെ ഗവേഷണം ആശുപത്രി വാസ്തുവിദ്യയിൽ പരിവർത്തനാത്മക സ്വാധീനം ചെലുത്തി; പൂന്തോട്ടങ്ങളും ഹരിത ഇടങ്ങളും ലോകമെമ്പാടുമുള്ള ആധുനിക ആശുപത്രികളുടെ ഒരു പൊതുവായ സവിശേഷതയായതിന്റെ ഭാഗിക കാരണമിതാണ്. പ്രകൃതി, അദ്ദേഹത്തിന്റെ ഗവേഷണം കാണിക്കുന്നത്, നമ്മെ സുഖപ്പെടുത്താൻ സഹായിക്കുന്നു – പതിറ്റാണ്ടുകളായി നടക്കുന്ന ഗവേഷണങ്ങൾ സൂചിപ്പിക്കുന്നത്, പ്രകൃതിയിൽ സമയം ചെലവഴിക്കുന്നത് സമ്മർദ്ദത്തിന്റെ തോത് കുറയ്ക്കുകയും ശ്രദ്ധ കേന്ദ്രീകരിക്കാനുള്ള നമ്മുടെ കഴിവിനെ പുനരുജ്ജീവിപ്പിക്കുകയും ചെയ്യുന്ന ഒരു ശാരീരിക പ്രതികരണത്തിന് കാരണമാകുന്നുവെന്നാണ്.

പ്രകൃതി നമ്മുടെ വൈജ്ഞാനിക കഴിവുകൾ വീണ്ടും നിറയ്ക്കുകയും നമ്മുടെ ഊർജ്ജം വർദ്ധിപ്പിക്കുകയും ചെയ്യുന്നു.

അതിനാൽ പ്രകൃതിയിലെ സൌന്ദര്യത്തിൽ നിന്നുള്ള ആനന്ദം ആസ്വദിക്കുന്നത് ശരിയായി ഊർജ്ജം വീണ്ടെടുക്കുന്നതിനുള്ള രണ്ടാമത്തെ

വഴിയാണ്. പ്രകൃതി നമ്മുടെ വൈജ്ഞാനിക കഴിവുകൾ സമ്പൂർണ്ണമാക്കുകയും നമ്മുടെ ഊർജ്ജം വർദ്ധിപ്പിക്കുകയും ചെയ്യുന്നു. പ്രകൃതി നമ്മെ സുഖപ്പെടുത്തുന്നു. അതിനെ നമ്മുടെ വിശ്രമവേളകളിലേക്ക് സംയോജിപ്പിക്കാൻ നമുക്ക് ഒരു മാർഗ്ഗം ആവശ്യമാണ്.

പരീക്ഷണം 3 :
പ്രകൃതിയിലേക്ക് വരിക

നിങ്ങൾ ചിന്തിച്ചേക്കാം, 'അതെ അലി, നമ്മൾ എല്ലാവരും പ്രകൃതിയുമായി കൂടുതൽ സമയം ചെലവഴിക്കാൻ ആഗ്രഹിക്കുന്നു. നിർഭാഗ്യവശാൽ, നമ്മിൽ പലരും പരന്നുകിടക്കുന്ന കോൺക്രീറ്റ് കാടുകളിലോ നിഷ്പ്രഭമായ ഉപനഗരാവസ്ഥയിലോ ആണ് ജീവിക്കുന്നത്.' പ്രകൃതിയെ കണ്ടെത്തണമെന്ന് പറയാൻ എളുപ്പമാണ്.

എന്നാൽ എന്നെ സംബന്ധിച്ചിടത്തോളം, അൾറിച്ചിന്റെ ഗവേഷണം വളരെ വിപ്ലവകരമായത് ഇതുകൊണ്ടാണ്. ഓർക്കുക, അൾറിച്ചിന്റെ പഠനത്തിൽ പങ്കെടുത്തവർ മരങ്ങളുടെ ചില ചിത്രങ്ങൾ മാത്രമാണ് കണ്ടത്. ആ മരങ്ങളൊന്നും അവിടെ ഉണ്ടായിരുന്നില്ല! എന്നിട്ടും ഫലങ്ങൾ പ്രാധാന്യമർഹിക്കുന്നതായിരുന്നു. ശാസ്ത്രം വ്യക്തമാണ്: പ്രകൃതിയുമായി ബന്ധപ്പെടാൻ നിങ്ങൾ വിചാരിക്കുന്നതിലും കുറച്ച് സമയം – കുറച്ച് പരിശ്രമവും – മാത്രമേ വേണ്ടൂ.

ഈ ബന്ധങ്ങൾക്ക് ഒരു നിമിഷത്തിൽ താഴെ മാത്രമേ സമയമെടുക്കുകയുള്ളൂ. ഒരു പഠനത്തിൽ, ഗവേഷകർ 150 സർവ്വകലാശാല വിദ്യാർത്ഥികളുടെ ഒരു കൂട്ടത്തെ സംഘടിപ്പിക്കുകയും അവരുടെ ശ്രദ്ധാ ശേഷി അളക്കാൻ രൂപകൽപ്പന ചെയ്ത ഒരു പരീക്ഷണത്തിലൂടെ അവരെ കടത്തിവിടുകയും ചെയ്തു. പരീക്ഷണത്തിന് മുമ്പും ശേഷവും, പങ്കെടുത്തവർക്ക് പച്ച മേൽക്കൂരയോ കോൺക്രീറ്റ് മേൽക്കൂരയോ കാണാൻ 40 സെക്കൻഡ് 'കുഞ്ഞൻ-ഇടവേള' (micro-break) കൊടുത്തു. കോൺക്രീറ്റ് മേൽക്കൂര കണ്ട തങ്ങളുടെ സമപ്രായക്കാരുമായി താരതമ്യപ്പെടുത്തുമ്പോൾ, പച്ച മേൽക്കൂരയിൽ ഒരു നോട്ടം നോക്കിയ വിദ്യാർത്ഥികൾ, ചുരുക്കം തെറ്റുകൾ മാത്രം വരുത്തുകയും, പ്രവൃത്തിയിൽ കൂടുതൽ സ്ഥിരതയോടു കൂടിയ ശ്രദ്ധ കാണിക്കുകയും ചെയ്തു.

വാസ്തവത്തിൽ, ഈ ബന്ധങ്ങൾക്ക് ദൃശ്യ പ്രദാനം പോലും ആവശ്യമില്ല. 2018-ൽ പ്രസിദ്ധീകരിച്ച ഒരു പഠനത്തിൽ പങ്കെടുത്തവർ കണ്ണുകൾ അടച്ച് പ്രകൃതിദത്തമായ ശബ്ദങ്ങൾ (പക്ഷികളുടെ പാട്ട്, ഒരു മഴക്കാടിന്റെ ശബ്ദങ്ങൾ, കടൽക്കാക്കകളുടെ ശബ്ദങ്ങൾ, വേനൽമഴയുടെ ശബ്ദങ്ങൾ) ശ്രവിക്കാൻ ആവശ്യപ്പെട്ടു. ഏഴ് മിനിറ്റ് നേരത്തേക്ക് മാത്രമേ അവർ ശാന്തമായ പ്രകൃതിദത്ത ശബ്ദങ്ങൾ ശ്രവിച്ചുള്ളുവെങ്കിലും, അതിനുശേഷം മണിക്കൂറുകളോളം അവരുടെ ജോലിയിൽ കൂടുതൽ ഊർജ്ജസ്വലത അനുഭവപ്പെടുന്നതായി അവർ വിവരം നൽകി.

അതിനാൽ പ്രകൃതിയിൽ നിന്ന് ഊർജ്ജം എടുക്കുക എന്നതി നർത്ഥം ഏഴ് മണിക്കൂർ കാൽനടയാത്രയ്ക്കായി ആ അതിഗംഭീരമായ തുറസ്സായ സ്ഥലത്ത് ചിലവഴിക്കണം എന്നല്ല. നിങ്ങളുടെ വീട്ടിൽ ഒരു ഹരിത ഇടം ഉൾപ്പെടുത്തുന്നതാണ് വ്യക്തമായ ഒരു മാർഗ്ഗം. ഒരു ചെറിയ പൂന്തോട്ടം സൃഷ്ടിക്കുക, അല്ലെങ്കിൽ ചില വീടിനകത്ത് വെയ്ക്കാവുന്ന സസ്യങ്ങൾ സ്വന്തമാക്കുക തുടങ്ങിയവ അർത്ഥമാക്കാം. എന്നാൽ നിങ്ങൾക്ക് സമയമോ വിഭവങ്ങളോ ഇല്ലെങ്കിൽ, ഭയപ്പെടേണ്ടതില്ല : നിങ്ങളുടെ കിടപ്പുമുറിയിലെ മേശയിൽ പ്രകൃതി രമണീയമായ ഒരു പടം വെക്കുന്നത് ഒരു നവീകരണ ഫലമുണ്ടാക്കും.

അല്ലെങ്കിൽ സ്വാഭാവിക ശബ്ദങ്ങൾ കേൾക്കാൻ സമയം കണ്ടെത്തു ന്നത് പരിഗണിക്കുക. നിങ്ങൾ യഥാർത്ഥത്തിൽ ഒരു മഴക്കാടുകളി ലാണെന്ന് നിങ്ങളുടെ ഉപബോധമനസ്സിനെ ബോധ്യപ്പെടുത്താൻ നിങ്ങൾ മഴക്കാടുകളിൽ നീന്തേണ്ടതില്ല. അതിനാൽ, എന്തുകൊണ്ട് കിടക്കാൻ പോകുമ്പോൾ അഞ്ച് നിമിഷം നിങ്ങളുടെ ഫോണിൽ മഴക്കാടുകളുടെ ശബ്ദങ്ങൾ കേൾക്കാൻ ചിലവഴിച്ചുകൂടാ – നിങ്ങളെ ഉറക്കത്തിലേക്ക് വിശ്രമിപ്പിച്ച് എത്തിക്കുന്നതുവരെ?

പരീക്ഷണം 4 :
നടക്കാൻ നടക്കുക

ഊർജ്ജം വീണ്ടെടുക്കാനുള്ള മറ്റൊരു മാർഗ്ഗം പ്രകൃതി ശബ്ദ ആപ്പ് ഡൗൺലോഡ് ചെയ്യുന്നതിനേക്കാൾ ലളിതമാണ് : നടക്കാൻ പോകുക.

സ്റ്റീവ് ജോബ്സ് മുതൽ വിർജീനിയ വൂൾഫ് വരെയുള്ള വ്യക്തികൾ യഥാർത്ഥ വിശ്രമം അനുഭവിക്കുന്നതിനായി അവരുടെ ദൈനം ദിന അലഞ്ഞുതിരിയലിന്റെ പ്രാധാന്യം ഊന്നിപ്പറയുന്നു. തത്ത്വചിന്ത കനും കവിയുമായ ഹെൻറി ഡേവിഡ് തോറോ ഒരിക്കൽ പറഞ്ഞു, 'ഞാൻ ദിവസത്തിൽ കുറഞ്ഞത് നാല് മണിക്കൂറെങ്കിലും – അത് സാധാര ണഗതിയായി അതിലും കൂടുതലാണ് – എല്ലാ ലൗകിക ഇടപെടലുകളിൽ നിന്നും തികച്ചും മുക്തമായി കാടുകളിലും കുന്നുകളിലും വയലുകളിലും സഞ്ചരിക്കുവാൻ ചെലവഴിച്ചില്ലെങ്കിൽ, എന്റെ ആരോഗ്യവും ആത്മാവും സംരക്ഷിക്കാൻ കഴിയില്ലെന്ന് ഞാൻ കരുതുന്നു.'

എന്തൊക്കെയായാലും, ഈ ഉപദേശവും, വലിയൊരു അനുപാതം ആളുകളുടെയും നെറ്റി ചുളിയാൻ കാരണമായേക്കാം. 1840-കളുടെ വലിയൊരു ഭാഗം മസാച്യുസെറ്റ്സിലെ തന്റെ വലിയ വനത്തിൽ വാടകയില്ലാതെ ജീവിക്കാൻ തന്റെ സുഹൃത്തായ കവി റാൽഫ് വാൾഡോ എമേഴ്സൺ ദയ കാണിച്ചതിനാൽ തോറോയ്ക്ക് ദിവസവും നാല് മണിക്കൂർ നടക്കാൻ കഴിഞ്ഞു. നാമെല്ലാവരും അത്ര ഭാഗ്യവാന്മാരല്ല; നിങ്ങളുടെ ജോലി, കുടുംബം, സുഹൃത്തുക്കൾ എന്നിവയ്ക്കിടയിൽ, 'എല്ലാ ലൗകിക ഇടപെടലുകളിൽ നിന്നും തികച്ചും സ്വതന്ത്രനായി' നാല്

മണിക്കൂർ അലഞ്ഞുതിരിയുന്നത് നിങ്ങളുടെ ദിവസത്തിലേക്ക് തിരുകാൻ അത്ര എളുപ്പമല്ല. ഞങ്ങളിൽ പലർക്കും ഉപജീവനത്തിനായി ജോലി ചെയ്യണം, ഹെൻറി.

നമ്മൾ എല്ലാവരും ഒരു ദിവസം 10,000 ചുവടുകൾ നടക്കണം എന്ന നിർദ്ദേശത്തോടും എനിക്ക് സമാനമായ വികാരമാണ് തോന്നാറ്. ഈ സംഖ്യ – ഇപ്പോൾ ലോകാരോഗ്യ സംഘടനയും അമേരിക്കൻ ഹാർട്ട് ഫൗണ്ടേഷനും മറ്റ് പലരും സ്വീകരിച്ചിരിക്കുന്ന – ആപ്പിൾ വാച്ച്, ഫിറ്റ്ബിറ്റ് എന്നിവ പോലുള്ള ഉപകരണങ്ങൾ അത് ആഴത്തിൽ സ്വീകരിച്ചിരിക്കുന്നു. ഇത് പഴങ്ങളും പച്ചക്കറികളും ദിവസവും 5 തവണ കഴിക്കണം (5-എ-ഡേ) എന്ന ശുപാർശ പോലുള്ള പൊതു പരിജ്ഞാനമായി മാറി. എന്നിരുന്നാലും – 5-എ-ഡേ പോലെ – ഈ സംഖ്യയുടെ യഥാർത്ഥ ഉത്ഭവവും ശാസ്ത്രീയ അടിത്തറയും സംശയാസ്പദമാണ്. തോറോയുടെ 'നാല് മണിക്കൂർ' എന്നതിന് തുല്യമായ ആധുനിക കാലത്തെ ഒരു സംഖ്യ പോലെയാണിത്. ചിലർ 10,000 ചുവടുകൾ വെക്കും. ചിലർക്ക് അതിനു കഴിയില്ല. എന്നാൽ എന്തുകൊണ്ട് ഇതുതന്നെ ആയിരിക്കണം ലക്ഷ്യം എന്ന് പൂർണ്ണമായും വ്യക്തമല്ല.

2011-ലെ ഒരു പഠനം കാണിക്കുന്നത്, ഒരു നല്ല നടത്തത്തിന്റെ ഫലങ്ങൾ പ്രയോജനപ്പെടുത്തുക എന്ന കാര്യം എടുത്താൽ, വെച്ച ചുവടുകൾ ആയിരിക്കില്ല ഏറ്റവും പ്രധാനപ്പെട്ട കാര്യം എന്നാണ്. ആ വർഷം, സ്വീഡനിൽ നിന്നും നെതർലാൻഡ്സിൽ നിന്നുമുള്ള ഒരു കൂട്ടം മനഃശാസ്ത്രജ്ഞർ മാനസികാരോഗ്യത്തിൽ നടത്തത്തിന്റെ ഫലത്തെക്കുറിച്ച് അന്വേഷിച്ചു. ഒരു പ്രായോഗിക പരീക്ഷണത്തിൽ പങ്കെടുക്കാൻ അവർ ഇരുപത് സർവ്വകലാശാല വിദ്യാർത്ഥികളെ നിയമിച്ചു. ആശ്ചര്യകരമല്ലെന്നു പറയട്ടെ, നടത്തം ആളുകളെ സുഖപ്പെടുത്തുകയും ഉത്കണ്ഠ കുറയ്ക്കുകയും സമയ-സമ്മർദ്ദം കുറയ്ക്കുകയും ചെയ്യുവെന്ന് ഫലങ്ങൾ കാണിച്ചു. എന്നാൽ, വ്യത്യസ്ത ചുറ്റുപാടുകളിൽ (പാർക്കിലും, തെരുവിലും), വ്യത്യസ്ത സാമൂഹിക സന്ദർഭങ്ങളിൽ (ഒറ്റയ്ക്കും ഒരു സുഹൃത്തിനൊപ്പവും), നാൽപ്പത് നിമിഷം വീതമുള്ള രണ്ട് നടപ്പുകൾ നടക്കാൻ അവർ പങ്കെടുത്തവരെ പ്രേരിപ്പിച്ചു. ഈ ഗവേഷകരുടെ കണ്ടെത്തലുകൾ വ്യക്തമാണ് : തെരുവ് നടത്തത്തേക്കാൾ പാർക്ക് നടത്തത്തിൽ പങ്കെടുത്തവർക്ക് കൂടുതൽ ശാന്തത തോന്നി. തനിച്ച് പാർക്കിൽ നടക്കുമ്പോൾ അവർക്ക് കൂടുതൽ പുനരുജ്ജീവനം അനുഭവപ്പെട്ടു – ഒരുപക്ഷേ ഇത് പ്രകൃതിയുമായി ഇഴുകിച്ചേരാൻ അവരെ അനുവദിച്ചിട്ടുണ്ടാകാം – എന്നാൽ തെരുവ് നടത്തങ്ങളിൽ ഒരു സുഹൃത്തിനോടൊപ്പമായിരിക്കുമ്പോഴാണ് കൂടുതൽ പുനരുജ്ജീവിപ്പിക്കപ്പെട്ടത് – ഒരുപക്ഷേ നമ്മുടെ ഊർജ്ജ നിലകളിലുള്ള ആളുകളുടെ സ്വാധീനം കൊണ്ടാവാം.

നിങ്ങൾക്ക് ഉടനടി പുനരുജ്ജീവനം തോന്നാനുള്ള ലളിതവും എളുപ്പവുമായ മാർഗ്ഗമാണ് നിങ്ങൾ തിരയുന്നതെങ്കിൽ, നടക്കാൻ ശ്രമിക്കുക – സമയ പരിധിയില്ല, എത്തേണ്ട ദൂരമില്ല, പ്രത്യേക സ്ഥലമില്ല.

നിങ്ങൾക്ക് കഴിയുമെങ്കിൽ, ഒരു പാർക്കിലൂടെയോ വനത്തിലൂടെയോ അല്ലെങ്കിൽ ഒരു പച്ചപ്പ് നിറഞ്ഞ തെരുവിലൂടെയോ നടക്കുക. നിങ്ങൾക്ക് വേണമെങ്കിൽ, ഒരു സുഹൃത്തിനെ കൂടെ കൊണ്ടു പോവുക. ഇത് തോറോ ശുപാർശ ചെയ്ത നാല് മണിക്കൂർ ആയിരിക്കില്ല, എന്നാൽ നിങ്ങളുടെ ഇടവേള സമയത്ത് കെട്ടിടങ്ങൾക്കിടയിലൂടെ ഒരു പത്ത്നിമിഷ നടത്തം പോലും നിങ്ങളുടെ ദിവസത്തെയും നിങ്ങളുടെ ജീവിതത്തെയും മികച്ച താക്കാൻ മതിയാകും.

അശ്രദ്ധയോടെ ഊർജ്ജം വീണ്ടെടുക്കുക

ഈ അദ്ധ്യായത്തിൽ ഇതുവരെ, നമ്മുടെ ശ്രദ്ധ കേന്ദ്രീകരിച്ചിരുന്നത് പുതിയ വിനോദങ്ങൾ കണ്ടെത്തുക, ഒരു വീട്ടുചെടി വാങ്ങുക, അല്ലെങ്കിൽ മരങ്ങൾ നിറഞ്ഞ ഒരു തെരുവിലൂടെ നടക്കുക എന്നിങ്ങനെയുള്ള ശ്രദ്ധയോടെയുള്ള ഊർജ്ജം വീണ്ടെടുക്കൽ (mindful recharging) എന്ന് ഞാൻ വിളിക്കുന്നവയിലാണ്. ഈ സമീപനങ്ങളിലെല്ലാം സജീവമായ ഇടപെടൽ ഉൾക്കൊള്ളുന്നു. ചാർജറിലേക്ക് ഫോൺ പ്ലഗ് ചെയ്യുന്നത് പോലെ, നമ്മുടെ വിശ്രമത്തിനായി ഊർജ്ജം നിക്ഷേപിക്കുന്നതിനാൽ അവ നമ്മെ വീണ്ടും ഊർജ്ജസ്വലമാക്കുന്നു.

എന്നിരുന്നാലും, നിങ്ങൾ ഊഹിച്ചിരിക്കാം, എന്റെ സജീവമായ ഊർജ്ജദായക പ്രവർത്തനങ്ങളിൽ ശ്രദ്ധ കേന്ദ്രീകരിക്കുന്നതിൽ ഞാൻ എപ്പോഴും മികച്ചവനായിരുന്നിട്ടില്ല. എന്റെ പ്രതിരോധത്തിൽ, അശ്രദ്ധയുള്ള വീണ്ടെടുക്കലിനു (mindless recharging) വേണ്ടിയും ചിലത് പറയാനുണ്ട്.

നിങ്ങൾവിശ്രമിക്കുന്നതിനെക്കുറിച്ച്അധികം ചിന്തിക്കാത്തപ്പോൾ നിങ്ങൾ ചെയ്യുന്ന ഏതൊരു പ്രവർത്തനത്തെയും അശ്രദ്ധയുള്ള വീണ്ടെടുക്കലായി ഞാൻ നിർവ്വചിക്കും. ഈ അദ്ധ്യായത്തിൽ നിങ്ങൾ നേരത്തെ ഉണ്ടാക്കിയ പട്ടികകളിൽ ആദ്യത്തേതിൽ ഉണ്ടായിരുന്ന ചില പ്രവർത്തനങ്ങളും അവയായിരിക്കാം.

ഈ അശ്രദ്ധയുള്ള പ്രവർത്തനങ്ങൾ വീണ്ടെടുക്കലിനുള്ള നല്ല ദീർഘകാല തന്ത്രങ്ങളായിരിക്കില്ലെങ്കിലും, ചെറിയ അളവിൽ അവ ഫലപ്രദമാകും. ചില സന്ദർഭങ്ങളിൽ, നിങ്ങൾക്ക് ചെയ്യാൻ കഴിയുന്ന ഏറ്റവും ഊർജ്ജസ്വലവും ഉൽപാദനപരവുമായ കാര്യം ഗിറ്റാറിൽ ഒരു പുതിയ ഗാനം പഠിക്കുന്നതിൽ ശ്രദ്ധ കേന്ദ്രീകരിക്കുക എന്നതല്ല. കട്ടിലിൽ കിടന്ന് കുറച്ച് റിയാലിറ്റി ടിവി ഷോകൾ കാണുന്നതാകാം.

എല്ലാം വാക്കുകളിലുണ്ട്. ശ്രദ്ധാപൂർവ്വമായ പ്രവർത്തനങ്ങൾ (mindful activities) മികച്ചതാണ്, പക്ഷേ അവ മനസ്സ് *നിറഞ്ഞതാകുന്നു* (mind-full). പ്രത്യേക കാര്യങ്ങളിലേക്ക് നമ്മുടെ അവബോധം ബോധ

പൂർവ്വം നയിക്കാൻ അവ ആവശ്യപ്പെടുന്നു. അതിനർത്ഥം അവ ഫലപ്രദമാകാൻ ഒരു നിശ്ചിത ഊർജ്ജം ആവശ്യമാണ് എന്നാണ്.

നിങ്ങൾക്ക് ഊർജ്ജം ഉണ്ടെങ്കിൽ, അത് വളരെ നന്ന്. എന്നാൽ ചിലപ്പോഴൊക്കെ നമുക്ക് ഇനിപ്പറയുന്ന പോലത്തെ ദിവസങ്ങളുണ്ടാകും – നാം ജോലി കഴിഞ്ഞ് വീട്ടിലെത്തുമ്പോഴോ, അമ്മായിയമ്മയോടൊപ്പമുള്ള ഒരു തീവ്രമായ ദിവസമോ, ദൗർഭാഗ്യത്തിന്റെ ചാകര നിറഞ്ഞ ഒരു ഉച്ചതിരിഞ്ഞോ, ക്ഷീണിച്ചിരിക്കുമ്പോൾ, ഒരു ചിത്രം വരയ്ക്കാനോ അല്ലെങ്കിൽ അലഞ്ഞുതിരിയാനായി പ്രത്യേകിച്ച് ഒരു ഇലകൾ നിറഞ്ഞ തെരുവ് പോയി കണ്ടെത്താനോ നമ്മെ നിർബന്ധിതരാക്കുന്നത് ഒട്ടും രസകരമായിരിക്കില്ല – ഇത് യഥാർത്ഥത്തിൽ പരിക്ക് പറ്റാൻ കാരണമാകാം.

അത്തരം സന്ദർഭങ്ങളിൽ, പ്രത്യേകിച്ച് ഒന്നും ചെയ്യാനില്ലാത്ത കുറ്റബോധ-രഹിത സമയം മാത്രമായിരിക്കാം നമുക്ക് ആവശ്യം. എന്നാൽ ഇവിടെയും, ഒന്നും ശരിയായി ചെയ്യാതിരിക്കുന്നതിനും ഒരു മിടുക്കുണ്ട്.

പരീക്ഷണം 5 :
നിങ്ങളുടെ മനസ്സ് അലഞ്ഞുതിരിയട്ടെ

'ആളുകൾ തങ്ങൾ കാണുന്ന ചിലന്തികളെ മാത്രമേ കൊല്ലുന്നുള്ളൂ എന്നതിനാൽ, മനുഷ്യർ പ്രകൃതിനിർദ്ധാരണത്തിന്റെ ഒരു കാണഭ്രതനായി പ്രവർത്തിക്കുന്നു, ഇത് വിശ്രമവും ബുദ്ധിശക്തിയുമുള്ള ചിലന്തികളെ തിരഞ്ഞെടുക്കാൻ ഇടയാക്കുന്നു. നമ്മൾ ചിലന്തികളെ മിടുക്കരാക്കുന്നു.'

'ഒരേ കാര്യത്തെ വെറുക്കുന്നതിലൂടെ നിങ്ങൾക്ക് ഒരാളുമായി എത്രത്തോളം ബന്ധം സ്ഥാപിക്കാൻ കഴിയും എന്നതിനെ അടിസ്ഥാനമാക്കി, ഡിസ്‌ലൈക്കുകളെ അടിസ്ഥാനമാക്കിയുള്ള ഒരു ഡേറ്റിംഗ് ആപ്പ് ഒരുപക്ഷേ വളരെ വിജയിച്ചേക്കാം.'

'സൗഹൃദത്തിന്റെ യഥാർത്ഥ അളവുകോൽ, അവർ നിങ്ങളുടെ വീട്ടിൽ വരുന്നതിന് മുമ്പ് നിങ്ങളുടെ വീട് എത്രത്തോളം വൃത്തിയാക്കേണ്ടതുണ്ട് എന്നതാണ്.'

ഈ പ്രതിഫലനങ്ങളെല്ലാം ഇന്റർനെറ്റിലെ എന്റെ പ്രിയപ്പെട്ട പേജുകളിലൊന്നായ റെഡ്ഡിറ്റ് ഫോറം ആർ/ഷവർതോട്ട്സിൽ നിന്ന് (r/Showerthoughts) ശേഖരിച്ചതാണ്. ആളുകൾക്ക് അവരുടെ ദൈനംദിന ശുദ്ധീകരണ സമയത്ത് അവർക്ക് വരുന്ന ഏറ്റവും അഗാധവും വിചിത്രവുമായ ചിന്തകൾ പോസ്റ്റുചെയ്യാനുള്ള ഇടമാണിത്.

പേജിൽ പോസ്റ്റുചെയ്യുന്ന റെഡ്ഡിറ്റ് ഉപയോക്താക്കളിൽ വലിയൊരു ഭാഗം അത് തിരിച്ചറിയാൻ സാധ്യതയില്ല, പക്ഷേ അവർ യഥാർത്ഥത്തിൽ ഒരു പ്രശസ്ത നാഡീവ്യൂഹ ശാസ്ത്ര സിദ്ധാന്തത്തെ ന്യായീകരിക്കുകയാണ്.

നിങ്ങൾ ഒരുപക്ഷേ അത് സ്വയം അനുഭവിച്ചിരിക്കാം. നിങ്ങൾ ഷവറിലേക്ക് ചുവടുവെക്കുന്നു, ഇളം ചൂടുവെള്ളത്തിനടിയിൽ നിൽക്കുന്നു, നിങ്ങളുടെ ഷാംപൂവിന്റെയും സോപ്പിന്റെയും സുഗന്ധം നിങ്ങളെ ശാന്തമായ അവസ്ഥയിലേക്ക് നയിക്കുന്നു. പെട്ടെന്ന്, നിങ്ങളുടെ കണ്ണുകൾ തുറക്കുന്നു – നിങ്ങൾ മല്ലിടുന്ന ചില പ്രശ്നങ്ങളുടെ പരിഹാരം അത്ഭുതകരമാംവിധം വ്യക്തമാണ്! നിങ്ങളുടെ മേലധികാരിയോട് ആ ഇമെയിലിൽ എന്താണ് പറയേണ്ടതെന്ന് നിങ്ങൾ കൃത്യമായി മനസ്സിലാക്കിയിരിക്കാം. നിങ്ങളുടെ കാറിന്റെ താക്കോൽ എവിടെയാണ് ഉപേക്ഷിച്ചതെന്ന് നിങ്ങൾ ഓർക്കുന്നുണ്ടാകാം. 'ഷവർ തത്വം' കേവലം ഒരു റെഡ്ഡിറ്റ് ഉപയോക്താവിന്റെ ഭാവനയല്ല. മസ്തിഷ്കം വേണ്ടത്ര വിശ്രമിക്കുമ്പോൾ, സൃഷ്ടിപരമായ പരിഹാരങ്ങൾ പ്രത്യക്ഷപ്പെടുന്നു.

ഇതെല്ലാം ഒരു പ്രത്യേക തരം അശ്രദ്ധയുള്ള വീണ്ടെടുക്കലിന്റെ ശക്തിയിൽ നിന്നാണ് : അതായത് മനസ്സ്-അലഞ്ഞുതിരിയൽ. സമീപകാല നാഡീവ്യൂഹ ശാസ്ത്ര ഗവേഷണമനുസരിച്ച്, നമ്മൾ 'ഒന്നും ചെയ്യാതിരിക്കുമ്പോഴും' നമ്മുടെ മസ്തിഷ്കം സജീവമാണ്. പ്രത്യേകിച്ച്, നമ്മുടെ അശ്രദ്ധ മനസ്സുകൾ പോകുന്ന വിചിത്രമായ സ്ഥലങ്ങളെ നിയന്ത്രിക്കുന്ന 'ഡിഫോൾട്ട് മോഡ് നെറ്റ്‌വർക്ക്' (ഡിഎംഎൻ) എന്ന് വിളിക്കപ്പെടുന്ന തലച്ചോറിന്റെ ഒരു മേഖലയുണ്ട്. ഓർമ്മകൾ ഓർത്തെടുക്കാനും ദിവാസ്വപ്നം കാണാനും ഭാവി സങ്കൽപ്പിക്കാനും ഡിഎംഎൻ നമ്മെ സഹായിക്കുന്നു. മാനസികമായി തളർത്തുന്ന ജോലികളിൽ നിന്ന് നാം അകലുംതോറും അത് കൂടുതൽ സജീവമാകും.

ആധുനിക ജീവിതത്തിന്റെ പ്രശ്നം എന്തെന്നാൽ നമ്മുടെ ഡിഎംഎൻ സജീവമാക്കാൻ ആവശ്യമായ സമയവും സ്ഥലവും സ്വയം നൽകുന്നില്ല എന്നതാണ്. പലപ്പോഴും സമയം പാഴാക്കുകയാണ് എന്ന ഒരു അപഖ്യാതിയാണ് മനസ്സ് അലഞ്ഞുതിരിയുന്നതിന് കിട്ടുന്നത്. നമ്മുടെ ദിവാസ്വപ്നങ്ങളിൽ നാം എന്താണ് ചിന്തിക്കുന്നതെന്ന് നമുക്ക് സാധാരണയായി ഓർക്കാൻ കഴിയാത്തതിനാൽ, അതിൽ നിന്ന് പ്രയോജനകരമായ യാതൊന്നും ഉണ്ടാകില്ലെന്ന് നമുക്ക് തോന്നുന്നു. എന്നാൽ അത് തെറ്റാണ്. ഒന്നും ചെയ്യാതിരിക്കുന്നത് ആശ്ചര്യകരമാംവിധം ഉൽപാദനക്ഷമമായിരിക്കും.

'ഒന്നുമില്ല' എന്നതിനുള്ള സമയം നമ്മുടെ ജീവിതത്തിലേക്ക് സമന്വയിപ്പിക്കുമ്പോൾ എങ്ങനെയിരിക്കും? നിങ്ങളുടെ ആഴ്ചയിലേക്ക് 'ഒന്നുമില്ലായ്മ'യുടെ നിമിഷങ്ങൾ സജീവമായി ആസൂത്രണം ചെയ്യുക എന്നതാണ് ഏറ്റവും ലളിതമായ മാർഗ്ഗം. ചില രാത്രികളിൽ, നിങ്ങൾ നടക്കാനോ ഒരു ചിത്രം വരയ്ക്കാനോ പോകേണ്ട ആവശ്യമില്ല. ചില രാത്രികളിൽ, നിങ്ങൾ സ്വയം ഒറ്റപ്പെടാൻ അനുവദിക്കണം. നിങ്ങളുടെ കലണ്ടറിൽ പോലും ചേർക്കുക : അടുത്ത ആഴ്ചയിലെ ഒരു സായാഹ്നം നിങ്ങൾക്ക് അബോധ സായാഹ്നമായിരിക്കും.

അതേസമയം, നിങ്ങളുടെ പ്രതിവാര ജോലികൾ ചെയ്യുമ്പോൾ –

പാത്രങ്ങൾ കഴുകുക, അലക്കി വിരിക്കുക, അല്ലെങ്കിൽ പലചരക്ക് കടയിൽ പോകുക – നിങ്ങളുടെ ഹെഡ്ഫോണുകളിൽ നിന്ന് നിങ്ങൾ ഒന്നും കേൾക്കാൻ പോകുന്നില്ലെന്ന് തീരുമാനിക്കാം. ഉൽപാദനക്ഷമതയിൽ താൽപ്പര്യമുള്ളവർക്കുള്ള ഒരു അവബോധജന്യവിരുദ്ധമായ (counter-intuitive) രീതിയാണിത്, അതിൽ പങ്കാളിയാകാൻ എനിക്ക് പലപ്പോഴും സ്വയം നിർബന്ധിക്കേണ്ടി വരാറുണ്ട്. എന്നിട്ടും ഇത് പ്രാവർത്തികമാണ്.

അത് ഉൽപാദനക്ഷമമല്ലെന്ന് തോന്നിയേക്കാം. എന്നാൽ ചിലപ്പോൾ, അത് നിങ്ങളുടെ മസ്തിഷ്കത്തിന് അലഞ്ഞുതിരിയാൻ വേണ്ടി മാത്രമുള്ള സമയമാണ് – അങ്ങനെ നിങ്ങൾക്കുണ്ടായിരുന്നെന്ന് നിങ്ങൾ തിരിച്ചറിയാതിരുന്ന സമീപനങ്ങളാൽ പ്രശ്നങ്ങൾ പരിഹരിക്കാൻ വേണ്ടിയും.

പരീക്ഷണം 6 :
റീറ്റോഫ് തത്വം

മനസ്സ് അലഞ്ഞുതിരിയാനുള്ള സമയം നിശ്ചയിക്കുന്നതിൽ പോലും എന്തെങ്കിലും ചെയ്യുന്നത് ഉൾപ്പെടുന്നു. നിങ്ങൾ ഇപ്പോഴും ഉൽപാദനക്ഷമത മോഡിലാണ്; കഴിയുന്നത്ര കുറച്ച് ചെയ്യുന്നതിലൂടെ നിങ്ങളുടെ ഉൽപാദനക്ഷമത സജീവമാകുമെന്ന് മാത്രം.

ചിലപ്പോൾ, ഇത് പോലും വളരെ കൂടുതലാണ്. ഒരു ജൂനിയർ ഡോക്ടർ എന്ന നിലയിലുള്ള എന്റെ മുഴുവൻ സമയ ജോലിയെയും എന്റെ കച്ചവടത്തെ വളർത്തുന്നതിനെയും ഞാൻ സന്തുലിതമാക്കുമ്പോൾ, ചിലപ്പോഴൊക്കെ ഞാൻ ഊർജ്ജസ്വലതയോടെ വീട്ടിലേക്ക് മടങ്ങും, വീഡിയോ ചിത്രീകരണത്തിലേക്കും എഡിറ്റിംഗിലും മുഴുകാൻ ആകാംക്ഷയോടെ. എന്നാൽ മറ്റ് വൈകുന്നേരങ്ങളിൽ, ആശുപത്രിയിലെ കഠിനമായ ഒരു ദിവസത്തിൽ നിന്ന് ഞാൻ തീർത്തും തളർന്നുവരുന്നു, എന്റെ ഓരോ കോശവും സോഫയിലെ സുഖസൗകര്യങ്ങളും നെറ്റ്ഫ്ലിക്സിന്റെ ബുദ്ധിശൂന്യമായ രക്ഷപ്പെടലും കൊതിക്കുന്നു.

ആ ദിവസങ്ങളിൽ, ഞാൻ സോഫയിലേക്ക് വീഴും. 'എനിക്ക് ഈ വീഡിയോ ശരിക്കും ചിത്രീകരിക്കേണ്ടതുണ്ട്,' ഞാൻ കരുതുന്നു. 'ഞാൻ മുപ്പത് നിമിഷങ്ങൾക്കുള്ളിൽ എഴുന്നേൽക്കും.' എന്നാൽ അരമണിക്കൂർ കഴിഞ്ഞ്, വീഡിയോ ചിത്രീകരിക്കുന്നത് പോകെപ്പോകെ ആകർഷകമല്ലാതായി തോന്നും.

ചിലപ്പോൾ, എന്റെ സഹവാസി മോളി (ഒരു ഡോക്ടറുമാണ്) ഒരു ഇടപെടൽ നടത്തുമായിരുന്നു. 'അലീ, നിനക്ക് ക്ഷീണമുണ്ടെങ്കിൽ ഈ സായാഹ്നം അവധിയെടുത്ത് വിശ്രമിച്ചു കൂടേ?' അവൾ ചോദിക്കും.

അവളുടെ വാക്കുകൾ എന്റെ മനസ്സിൽ ഒരു വിത്ത് പാകി. അവൾ പറഞ്ഞത് ശരിയാണെങ്കിലോ? എന്തുകൊണ്ടാണ് എനിക്ക് ആ സായാഹ്നത്തിൽ അവധിയെടുക്കാനും ശരിക്ക് വിശ്രമിക്കാനും

കഴിയാത്തത്? ഈ ആന്തരിക സംഘട്ടനവുമായി ഞാൻ മല്ലിടുമ്പോൾ, എന്റെ പുതിയ കാഴ്ചപ്പാടിനെ പൂർണ്ണമായും ഉൾക്കൊള്ളുന്ന ഒരു പദം ഞാൻ കണ്ടു : 'റീറ്റോഫ് തത്വം'.

ഒരു ദിവസം *അവധിയെടുക്കാനും* എന്തെങ്കിലും നേടുന്നതിൽ നിന്ന് മനഃപൂർവ്വം പിന്മാറാനും നമുക്ക് സ്വയം അനുമതി നൽകണമെന്ന ആശയമാണ് റീറ്റോഫ് തത്വം. നമ്മളിൽ പലർക്കും, വിശ്രമത്തിന്റെ വെല്ലുവിളി നാം ചെയ്യണമെന്ന് കരുതുന്ന കാര്യങ്ങളിൽ നിന്ന് പിന്മാറുന്നതിലാണ്. ആത്മനിയന്ത്രണം, ധൈര്യം, സ്ഥിരോത്സാഹം എന്നിവയെ വിലമതിക്കാൻ നമ്മൾ വ്യവസ്ഥ ചെയ്യപ്പെട്ടിരിക്കുന്നു. നമ്മൾ വിശ്രമത്തെ അലസത, ബലഹീനത അല്ലെങ്കിൽ പരാജയം എന്നിവയുമായി തുലനം ചെയ്യുന്നു.

റീറ്റോഫ് തത്ത്വം സ്വീകരിക്കുക എന്നതിനർത്ഥം – ചിലപ്പോൾ – ഒന്നും ചെയ്യേണ്ടതില്ലെന്ന് തിരിച്ചറിയുക എന്നതാണ്. ആഴത്തിലുള്ള കുളി ചിന്തകളില്ല. സൌമ്യമായ നടത്തം ഇല്ല. ശൂന്യം.

ഇപ്പോൾഞാൻറീറ്റോഫ്തത്വംഉപയോഗിക്കുന്നത്അവധിയെടുക്കുമ്പോഴുള്ള കുറ്റബോധം കുറയ്ക്കാൻ എന്നെ സഹായിക്കുന്നതിനാണ്. എനിക്ക് ക്ഷയവും ക്ഷീണവും തോന്നുമ്പോൾ, തുടരാനുള്ള ഊർജ്ജം കണ്ടെത്താൻ പാടുപെടുമ്പോൾ, വീഡിയോ ഗെയിമുകൾ കളിക്കുക, ഭക്ഷണം ഓർഡർ ചെയ്യുക തുടങ്ങിയ കുറ്റബോധമില്ലാത്ത മറ്റ് കാര്യങ്ങൾ ചെയ്യാൻ വേണ്ടി ആ ദിവസം അവധിയെടുക്കുന്നത് ശരിയാണെന്ന് ഞാൻ എന്നോട് തന്നെ പറയുന്നു. ഈ ഹ്രസ്വകാല 'ഉൽപാദനക്ഷമതയില്ലായ്മ' എനിക്ക് പുനഃസജ്ജമാക്കാനും ഊർജ്ജം വീണ്ടെടുക്കാനും സമയം നൽകുന്നുവെന്ന് ഞാൻ എന്നോട് തന്നെ പറയുന്നു.

ഇന്ന് കുറച്ച് കാര്യങ്ങൾ ചെയ്യുന്നതിലൂടെ, നാളെ നിങ്ങൾക്ക് പ്രാധാന്യമുള്ള കാര്യങ്ങൾ കൂടുതൽ ചെയ്യാൻ കഴിയും.

വാസ്തവത്തിൽ എനിക്ക് എല്ലാ ദിവസവും ഒരു റീറ്റോഫ് ദിവസം ആവശ്യമില്ലെന്ന് മനസ്സിലാക്കാനും ഇത് എന്നെ സഹായിക്കുന്നു. ഇടയ്ക്കിടെ താൽക്കാലികമായി നിർത്താനുള്ള ബട്ടൺ അമർത്താനും നിരന്തരമായ സമ്മർദ്ദത്തിൽ നിന്ന് മാറിനിൽക്കാനും നിങ്ങളെ അനുവദിക്കുന്നതിലൂടെ, നിങ്ങൾ വളർച്ചയ്ക്കും സൃഷ്ടിപരതയ്ക്കും ഇടം സൃഷ്ടിക്കുന്നു. ഇന്ന് കുറച്ച് ചെയ്യുന്നതിലൂടെ, നാളെ നിങ്ങൾക്ക് പ്രധാനപ്പെട്ടത് കൂടുതൽ ചെയ്യാൻ കഴിയും.

സംക്ഷിപ്തമായി...

- നമ്മുടെ രണ്ടാമത്തെ തരം അപചയം വിശ്രമ സമയവുമായി ബന്ധപ്പെട്ടിരിക്കുന്നു. യഥാർത്ഥത്തിൽ ഊർജ്ജം വീണ്ടെടുക്കാൻ മതിയായ സമയമോ സ്ഥലമോ നൽകാത്തതിന്റെ ഫലമാണ് ശോഷണ അപചയം. പരിഹാരം : നിങ്ങൾക്ക് ഊർജ്ജം പകരുന്ന രീതിയിൽ എങ്ങനെ വിശ്രമിക്കാമെന്ന് മനസ്സിലാക്കുക.
- വിശ്രമിക്കാനുള്ള ഏറ്റവും നല്ല മാർഗ്ഗം ശാന്തത അനുഭവിക്കുക എന്നതാണ്. അല്ലെങ്കിൽ CALM. നിങ്ങൾക്ക് കാര്യക്ഷമതയുള്ളതും സ്വയംഭരണാധികാരമുള്ളതും സ്വാതന്ത്ര്യമുള്ളതും പ്രസന്നതതോന്നിപ്പിക്കുന്നതുമായ ഒരു പ്രവർത്തനമോ പദ്ധതിയോ കണ്ടെത്തുക.
- രണ്ടാമത്തെ പരിഹാരം പ്രകൃതിയിൽ സമയം ചെലവഴിക്കുക എന്നതാണ്. ഒരു ചെറിയ അളവിലുള്ള പച്ചപ്പ് പോലും ഒരു പരിവർത്തന പ്രഭാവം ഉണ്ടാക്കും. അതിനാൽ നടക്കുക, അത് ചെറിയ ദൂരമാണെങ്കിൽ പോലും. പ്രകൃതിയെ വീടിനുള്ളിലേക്ക് കൊണ്ടുവരാൻ ശ്രമിക്കുക – അതൊരു പുതിയ വീട്ടുചെടിയായാലും കേവലം ചില പക്ഷികളുടെ ചിലമ്പലിന്റെ ശബ്ദട്രാക്കായാലും.
- എല്ലാ വിശ്രമവും വളരെ തന്ത്രപ്രധാനമായിരിക്കണമെന്നില്ല. ചിലപ്പോൾ, നിങ്ങൾക്ക് ചെയ്യാൻ കഴിയുന്ന ഏറ്റവും ഊർജ്ജസ്വലമായ കാര്യം ഒന്നും ചെയ്യാതിരിക്കുക എന്നതാണ്. ഇന്ന് കുറച്ച് ചെയ്യുന്നതിലൂടെ, നാളെ നിങ്ങൾക്ക് മെച്ചപ്പെട്ടതായി തോന്നും.

അദ്ധ്യായം 9

വിന്യസിപ്പിക്കുക

പസഫിക് ക്രെസ്റ്റ് നടത്താര (പസഫിക് ക്രെസ്റ്റ് ട്രെയിൽ/ പിസിടി) ധൈര്യമില്ലാത്തവർക്കു വേണ്ടിയുള്ളതല്ല. പടിഞ്ഞാറൻ അമേരിക്കൻ ഐക്യനാടുകളിലെ 2,650 മൈൽ പർവ്വതപ്രദേശങ്ങളിൽ വ്യാപിച്ചുകിടക്കുന്ന ഇത് മെക്സിക്കൻ അതിർത്തിയിലെ മരുഭൂമികൾ മുതൽ വടക്കൻ വാഷിംഗ്ടണിലെ പർവ്വതങ്ങൾ വരെ അമേരിക്കയുടെ മുഴുവൻ നീളവും ഉൾക്കൊള്ളുന്നു. അമേരിക്കയിലെ ഏറ്റവും ശ്രമകരവും ചിലപ്പോൾ അപകടകരവുമായ കാൽനട പാതകളിൽ ഒന്നായി ഇത് പ്രസിദ്ധമാണ്.

എല്ലാ വേനൽക്കാലത്തും, ആയിരക്കണക്കിന് നിർഭയരായ കാൽനടയാത്രക്കാർ വസന്തകാലത്ത് ആരംഭിച്ച് അഞ്ച് മാസത്തിന് ശേഷമല്ലാതെ കനേഡിയൻ അതിർത്തിയിൽ എത്തില്ലെന്ന് അറിഞ്ഞുകൊണ്ട് പാതയിലേക്ക് പുറപ്പെടുന്നു. മിക്ക ആളുകൾക്കും, ഇത് സഹിഷ്ണുതയുടെ നരകതുല്യമായ സാഹസകൃത്യമായി തോന്നും. മിസോറി സർവ്വകലാശാലയിലെ പ്രൊഫസർ കെന്നൻ ഷെൽഡനെ സംബന്ധിച്ചിടത്തോളം ഇത് ഒരു മനഃശാസ്ത്രപരമായ പരീക്ഷണത്തിനുള്ള മികച്ച അവസരമായി തോന്നി.

മനുഷ്യ പ്രേരണയെക്കുറിച്ചുള്ള ഗവേഷണത്തിന്റെ സമീപകാല തരംഗത്തിലെ ഒരു സമുന്നത വ്യക്തിയാണ് ഷെൽഡൻ. സഹസ്രാബ്ദത്തിന്റെ തുടക്കത്തിൽ, പ്രചോദനത്തെക്കുറിച്ചുള്ള വലിയ ചോദ്യങ്ങൾ പരിഹരിക്കപ്പെട്ടതായി ധാരാളം ആളുകൾ കരുതിയിരുന്നു. ഭാഗം 1-ൽ നമ്മൾ പഠിച്ചതുപോലെ, 1970-കൾ മുതൽ ശാസ്ത്രജ്ഞർക്ക് രണ്ട് തരത്തിലുള്ള പ്രചോദനങ്ങളെക്കുറിച്ച് അറിവുണ്ടായിരുന്നു : ആന്തരികവും (intrinsic motivation) ബാഹ്യവും (extrinsic motivation). എന്തെങ്കിലും ഒരു പ്രവൃത്തി സ്വാഭാവികമായി ആസ്വാദ്യകരമാണെന്ന് തോന്നുന്ന കാരണത്താൽ നിങ്ങൾ അത് ചെയ്യുന്നിടത്താണ് ആന്തരിക പ്രചോദനം. ബാഹ്യമായ ഒരു പ്രതിഫലം – പണം സമ്പാദിക്കുക, അല്ലെങ്കിൽ ഒരു സമ്മാനം നേടുക പോലുള്ളവ – കാരണം നിങ്ങൾ എന്തെങ്കിലും

ചെയ്യുന്നിടത്താണ് ബാഹ്യ പ്രചോദനം. പ്രചോദനത്തിന്റെ ഈ രണ്ട് രൂപങ്ങളും സിദ്ധാന്തീകരിക്കപ്പെട്ടതിന് ശേഷമുള്ള വർഷങ്ങളിൽ, എണ്ണമറ്റ പഠനങ്ങൾ കാണിക്കുന്നത്, എന്തെങ്കിലും ചെയ്യാൻ നാം ആന്തരികമായി പ്രചോദിപ്പിക്കപ്പെടുമ്പോൾ, അത് ചെയ്യുന്നതിലൂടെ നമ്മൾ കൂടുതൽ ഫലപ്രദരും ഊർജ്ജസ്വലരുമാകുമെന്ന്; ബാഹ്യമായ പ്രതിഫലങ്ങൾ, ദീർഘകാല അടിസ്ഥാനത്തിൽ, അവ നേടാനായി നമ്മെ പ്രേരിപ്പിക്കുന്നില്ല. ആന്തരിക പ്രചോദനം = നല്ലത്, ബാഹ്യം = മോശം. അത്ര തന്നെ.

എന്നാൽ ഷെൽഡന് ഒരു സംശയം ഉണ്ടായിരുന്നു – കാര്യങ്ങൾ കുറച്ചുകൂടി സങ്കീർണ്ണമായേക്കാമെന്ന്. 1990-കൾമുതൽ, പ്രചോദനത്തിന്റെ ശാസ്ത്രത്തിൽ നിർണ്ണായകമായ എന്തെങ്കിലും നാം വിട്ടു കളഞ്ഞോ എന്ന് അദ്ദേഹം ചിന്തിക്കാൻ തുടങ്ങി. അതെ, പ്രത്യക്ഷത്തിൽ, ആന്തരിക പ്രചോദനത്തേക്കാൾ ബാഹ്യമായ പ്രചോദനം 'മോശം' ആണ് എന്ന തരത്തിലുള്ള തെളിവുകൾ വ്യക്തമായി കാണപ്പെട്ടു. അതേസമയം, നമ്മുടെ ജീവിതങ്ങൾ ബാഹ്യമായ പ്രതിഫലങ്ങളാൽ പ്രചോദിപ്പിക്കപ്പെട്ടതും നന്നായി പ്രചോദിപ്പിക്കപ്പെടുന്നതുമായ സന്ദർഭങ്ങളാൽ നിറഞ്ഞിരിക്കുന്നു.

ഒരു വിദ്യാർത്ഥിനി (നമുക്ക് അവളെ കാറ്റ്നിസ് എന്ന് വിളിക്കാം) പരീക്ഷയ്ക്ക് പഠിക്കുന്നത് സങ്കൽപ്പിക്കുക. കാറ്റ്നിസ് പഠന പ്രക്രിയ തന്നെ ആസ്വദിക്കുന്നില്ല, അതിനാൽ പഠിക്കാനുള്ള അവളുടെ പ്രചോദനം അന്തർലീനമല്ല. ഇപ്പോൾ, വായിക്കുന്നതിലും പഠിക്കുന്നതിലും ഉള്ള ശുദ്ധമായ സന്തോഷത്തിനപ്പുറം മറ്റെന്തോ ആണ് അവളെ പ്രചോദിപ്പിക്കുന്നത്.

കാറ്റ്നിസ് എങ്ങനെയായിരിക്കും പഠിക്കാൻ സ്വയം പ്രേരിപ്പിക്കുന്നത്? ചില സാധ്യതകൾ ഇതാ :

- **സാദ്ധ്യത എ :** എന്റെ മാതാപിതാക്കൾ എന്നെ നിർബന്ധിക്കുന്നതിനാലാണ് ഞാൻ പഠിക്കുന്നത്. ഞാൻ ഈ വിഷയം വെറുക്കുന്നു, പക്ഷേ ഞാൻ വിജയിച്ചില്ലെങ്കിൽ, ഒരു മാസത്തേക്ക് ഞാൻ വീട്ടുതടങ്കലിലായിരിക്കും. ഈ ഭയങ്കരമായ ശിക്ഷ ഒഴിവാക്കാൻ എനിക്ക് പഠിക്കേണ്ടതുണ്ട്.

- **സാദ്ധ്യത ബി :** കുറ്റബോധം മൂലമാണ് ഞാൻ പഠിക്കുന്നത്. എനിക്ക് ഈ വിഷയം വെറുപ്പാണ്, പക്ഷേ എന്നെ ഈ സ്കൂളിലേക്ക് അയയ്ക്കാൻ എന്റെ മാതാപിതാക്കൾ കഠിനമായി പരിശ്രമിച്ചിട്ടുണ്ടെന്ന് എനിക്കറിയാം, എനിക്ക് ഒരു നല്ല കോളേജിൽ പ്രവേശിക്കുവാൻ വേണ്ടി കഴിയുന്നത്ര നന്നായി പഠിക്കുവാനുള്ള നിലവിലെ അവസരത്തെ ഞാൻ വിലമതിക്കണമെന്ന് എനിക്കറിയാം. ഞാൻ പഠിക്കാത്തപ്പോൾ എനിക്ക് ഉത്കണ്ഠയും കുറ്റബോധവും തോന്നുന്നു, അതിനാൽ ഈ പരീക്ഷയ്ക്കായി ഞാൻ ഓരോ രാത്രിയും കുറച്ച് മണിക്കൂർ പഠിക്കുന്നു.

- **സാദ്ധ്യത സി :** സ്കൂളിലെ പരീക്ഷാവിജയം ഞാൻ ആത്മാർത്ഥമായി ആഗ്രഹിക്കുന്നതിനാലാണ് ഞാൻ പഠിക്കുന്നത്. അതെ, ഞാൻ ഈ വിഷയം വെറുക്കുന്നു, എന്നാൽ അടുത്ത വർഷം ഞാൻ യഥാർത്ഥത്തിൽ പഠിക്കാൻ ആഗ്രഹിക്കുന്ന ക്ലാസുകളിലേക്ക് യോഗ്യത നേടുന്നതിന് ഈ പരീക്ഷയിൽ വിജയിക്കേണ്ടതുണ്ട്. കോളേജിൽ പോകാനും എന്റെ ചിന്താശേഷി വികസിപ്പിക്കാനും എന്നെങ്കിലും മെഡിക്കൽ കോളേജിൽ പഠിക്കാനും ഞാൻ ആഗ്രഹിക്കുന്നു എന്നതിനാൽ ഞാൻ ഈ വർഷത്തെ പഠനം നന്നായി ചെയ്യുന്നു. ഇതൊന്നും ചെയ്യാൻ എന്റെ മാതാപിതാക്കൾ എന്നെ നിർബന്ധിക്കുന്നില്ല. അതെ, ഞാൻ പരാജയപ്പെട്ടാൽ അവർ നിരാശരാകും, പക്ഷേ ഞാൻ അവർക്ക് വേണ്ടി പഠിക്കുന്നില്ല. ഞാൻ എനിക്കു വേണ്ടി പഠിക്കുന്നു.

ഈ മൂന്ന് സാദ്ധ്യതകളും 'ബാഹ്യമായ പ്രചോദന' വിഭാഗത്തിൽ പെടും : ഓരോ സാഹചര്യത്തിലും, അന്തർലീനമായി ആസ്വാദ്യകരമായതു കാരണമല്ല കാറ്റ്നിസ് പഠിക്കുന്നത്. പകരം, അവൾ ചില ബാഹ്യ ഫലങ്ങൾ (ശിക്ഷ ഒഴിവാക്കുക, കുറ്റബോധം ഇല്ലാതാക്കുക, അല്ലെങ്കിൽ അവൾ ആഗ്രഹിക്കുന്ന ഉപരിപഠനത്തിന്) നേടാൻ വേണ്ടി പഠിക്കുകയാണ്. എന്നാൽ വ്യക്തമായും, ഈ മൂന്ന് സാദ്ധ്യതകൾ ജോലിയോടും ജീവിതത്തോടും വളരെ വ്യത്യസ്തമായ മനോഭാവങ്ങളെ പ്രതിനിധീകരിക്കുന്നു. സാദ്ധ്യത സി തികച്ചും ആരോഗ്യകരമായ ഒരു പ്രചോദനമായിരിക്കാം : ആ പ്രക്രിയ ആന്തരികമായി തൃപ്തികരമല്ലെങ്കിൽപ്പോലും അവൾ വിലമതിക്കുന്ന ലക്ഷ്യങ്ങൾക്കായി പ്രവർത്തിക്കാൻ കാറ്റ്നിസിനെ പ്രോത്സാഹിപ്പിക്കുന്ന ഒന്നാണത്.

കാറ്റ്നിസിന്റെ ഉദാഹരണം തെളിയിക്കുന്നത്, വാസ്തവത്തിൽ, എല്ലാ ബാഹ്യപ്രേരണകളും അന്തർലീനമായി 'മോശം' അല്ല എന്നാണ്. കാറ്റ്നിസ് അവൾ വെറുക്കുന്ന വിഷയത്തിനായി പഠിക്കുന്നതുപോലെ, നമുക്കെല്ലാവർക്കും ചില സമയങ്ങളിൽ ഇഷ്ടപ്പെടാത്ത കാര്യങ്ങൾ ചെയ്യേണ്ടിവരും. നമ്മൾ എന്തെങ്കിലും ആസ്വദിക്കാൻ തുടങ്ങുമ്പോൾ പോലും, അത് ദീർഘനേരം ചെയ്താൽ, കഷ്ടപ്പാടിന്റെ നാളുകൾ ഉണ്ടാകും. ഇങ്ങനെയുള്ള സാഹചര്യങ്ങളിൽ, നമ്മൾ കൂടുതൽ ആസ്വദിക്കുകയാണെങ്കിൽ മാത്രമേ നമുക്ക് സ്ഥിരോത്സാഹം കാണിക്കാൻ കഴിയൂ എന്ന് പറയുന്നത് വളരെ അപൂർവ്വമായി മാത്രമേ സഹായിക്കൂ.

എല്ലാ ബാഹ്യ പ്രചോദനങ്ങളും അന്തർലീനമായി 'മോശം' അല്ല.

ഇത് നമ്മളെ ഷെൽഡണിലേക്കും പസഫിക് ക്രെസ്റ്റ് നടത്താരയിലേക്കും (പിസിടി) തിരികെ കൊണ്ടുവരുന്നു. പിസിടിയിൽ ഏർപ്പെട്ടിരിക്കുന്ന

ആർക്കും ഒരു ഘട്ടത്തിൽ ആന്തരിക പ്രചോദനത്തിൽ തകർച്ച അനുഭവപ്പെടാൻ സാധ്യതയുണ്ടെന്ന് അദ്ദേഹം സംശയിക്കാൻ തുടങ്ങി. എന്താണ് അവരെ തുടരാൻ പ്രേരിപ്പിച്ചത്? അദ്ദേഹം അശ്ചര്യപ്പെട്ടു.

അതിനാൽ അദ്ദേഹം അത് പരീക്ഷിക്കാൻ തീരുമാനിച്ചു. 2018-ൽ, പിസിടി യാത്ര ചെയ്യാൻ താൽപ്പര്യമുള്ള ഒരു സംഘം ആളുകളെ ഷെൽഡൻ നിയമിച്ചു. ഈ സംഘം കഴിവുകളുടെ ഒരു മിശ്രിതത്തെ പ്രതിനിധീകരിക്കുന്നു. ഏഴ് പേർ മുമ്പൊരിക്കലും ബാക്ക്പാക്ക് (കാൽനടയായി ദീർഘദൂര യാത്ര) ചെയ്തിട്ടില്ല; മുപ്പത്തിയേഴ് പേർ 'കുറച്ച് തവണ' ബാക്ക്പാക്ക് ചെയ്തിട്ടുണ്ട്; നാൽപ്പത്തിയാറ് പേർ 'കുറച്ചധികം' ബാക്ക്പാക്ക് ചെയ്തിട്ടുണ്ട്; നാലുപേർ അവരുടെ ജീവിതത്തിൽ ഉടനീളം ഇതാണ് ചെയ്തത്. യാത്ര തുടങ്ങുന്നതിന് മുമ്പ്, ഷെൽഡൻ ഇനിപ്പറയുന്ന പ്രസ്താവനകളുടെ കൃത്യത വിലയിരുത്താൻ പങ്കെടുത്തവരെ പ്രേരിപ്പിച്ചുകൊണ്ട് അവരുടെ പ്രചോദനം അളന്നു, ഓരോ പ്രസ്താവനയും വ്യത്യസ്ത തരത്തിലുള്ള പ്രചോദനം അളക്കുന്നു :

'ഞാൻ പിസിടി യാത്ര ചെയ്യുന്ന കാരണം...'

- പിസിടി യാത്ര രസകരമായിരിക്കും
- പിസിടി യാത്ര വ്യക്തിപരമായി എനിക്ക് പ്രധാനമാണ്
- എനിക്ക് എന്നെക്കുറിച്ച് അഭിമാനം തോന്നണം
- ഞാൻ പിസിടി ചെയ്യാതെ പോയാൽ, ഞാൻ ഒരു പരാജയമായി അനുഭവപ്പെടും
- ഞാൻ പിസിടി പൂർത്തിയാക്കിയാൽ പ്രധാനപ്പെട്ട ആളുകൾ എന്നെ കൂടുതൽ ഇഷ്ടപ്പെടും
- സത്യത്തിൽ, എന്തുകൊണ്ടാണ് ഞാൻ പിസിടി യാത്ര നടത്തുന്ന തെന്ന് എനിക്കറിയില്ല

ഷെൽഡൺ വിവരങ്ങൾ പരിശോധിച്ചപ്പോൾ, ആ മത്സര യാത്ര ക്കിടയിൽ ഏതാണ്ട് എല്ലാ കാൽനടയാത്രക്കാരുടെയും ആന്തരിക പ്രചോദനത്തിൽ കുറവുകൾ വന്നതായി അദ്ദേഹം കണ്ടെത്തി. ഇത് ആശ്ചര്യകരമല്ല – തണുത്തുറഞ്ഞ ഭൂപ്രദേശത്തുകൂടെ 2,650 മൈൽ അഞ്ചു മാസക്കാലം നിങ്ങൾ നടക്കുമ്പോൾ, ഓരോ ചുവടും ആത്മാർത്ഥമായി ആസ്വദിക്കാൻ പ്രയാസമാണ്.

കാൽനടയാത്രക്കാരുടെ ആന്തരിക പ്രചോദനം അനിവാര്യമായും കുറഞ്ഞപ്പോൾ അവർ ആശ്രയിച്ച ബാഹ്യ പ്രചോദനത്തിന്റെ രൂപത്തിൽ ഷെൽഡന് കൂടുതൽ താൽപ്പര്യമുണ്ടായിരുന്നു. 2017 ആയപ്പോഴേക്കും, കാറ്റ്നിസ് പരീക്ഷയ്ക്ക് പഠിക്കുന്നതുപോലെ, ശുദ്ധമായ ആന്തരിക രൂപത്തിന് പുറമേ മൂന്ന് വ്യത്യസ്ത തരത്തിലുള്ള ബാഹ്യ പ്രചോദനങ്ങളുണ്ടെന്ന് പല ശാസ്ത്രജ്ഞരും സംശയിക്കാൻ തുടങ്ങി.

അവ 'ആപേക്ഷിക സ്വയംഭരണ തുടർച്ച' (relative autonomy continuum / ആർഎസി) എന്നറിയപ്പെടുന്ന ഒരു അളവുകോലിൽ പെടുന്നു :

- **ബാഹ്യ പ്രചോദനം :** 'ഞാൻ ഇത് ചെയ്യുന്നു, കാരണം പ്രധാനപ്പെട്ട ആളുകൾ എന്നെ കൂടുതൽ ഇഷ്ടപ്പെടുകയും ബഹുമാനിക്കുകയും ചെയ്യും.' ഈ പ്രസ്താവനയോട് കൂടുതൽ യോജിക്കുന്ന ആളുകൾക്ക് ഉയർന്ന ബാഹ്യ പ്രചോദനമുണ്ട്.
- **ഏകീകൃതമായ പ്രചോദനം :** 'ഞാൻ ഇത് ചെയ്യുന്നതിനു കാരണം, ചെയ്യാത്തപക്ഷം എനിക്ക് കുറ്റബോധം ഉണ്ടാകുകയോ സ്വയം മോശം അനുഭവപ്പെടുകയോ ചെയ്യും എന്നതിനാലാണ്.' ഈ പ്രസ്താവനയോട് കൂടുതൽ യോജിക്കുന്ന ആളുകൾക്ക് ഉയർന്ന ഏകീകൃതമായ പ്രചോദനമുണ്ട്.
- **തിരിച്ചറിഞ്ഞ പ്രചോദനം :** 'ഈ പ്രവൃത്തി എന്നെ, ഞാൻ ആത്മാർത്ഥമായി വില മതിക്കുന്ന ഒരു ലക്ഷ്യത്തിലേക്കെത്താൻ സഹായിക്കുന്നു എന്നതിനാലാണ് ഞാൻ ഇത് ചെയ്യുന്നത്'. ഈ പ്രസ്താവനയോട് കൂടുതൽ യോജിക്കുന്ന ആളുകൾക്ക് തിരിച്ചറിഞ്ഞ പ്രചോദനമുണ്ട്.
- **ആന്തരിക പ്രചോദനം :** 'ഞാൻ ഇത് ചെയ്യുന്നതിനു കാരണം, ഞാൻ ഈ പ്രക്രിയയെ തന്നെ ഇഷ്ടപ്പെടുന്നതുകൊണ്ടാണ്.' ഈ പ്രസ്താവനയോട് കൂടുതൽ യോജിക്കുന്ന ആളുകൾക്ക് ഉയർന്ന ആന്തരിക പ്രചോദനമുണ്ട്.

നമുക്ക് ഈ നാല് രൂപങ്ങളും ഒരു അളവുകോലിൽ കുറവ് മുതൽ കൂടുതൽ സ്വയംഭരണം വരെ വരച്ചുകാണിക്കാം.

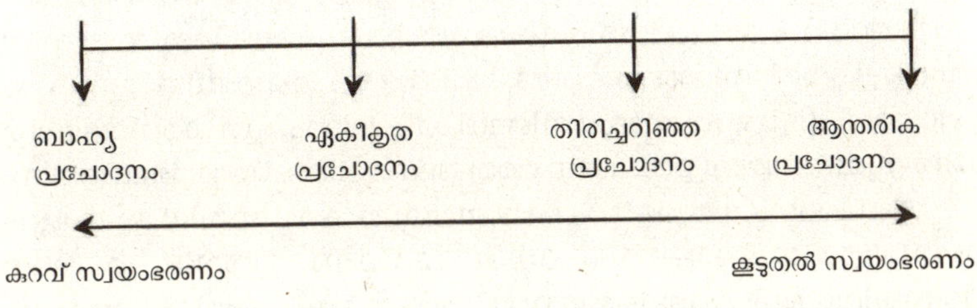

ഏറ്റവും കുറഞ്ഞ സ്വയംഭരണാധികാരമുള്ള പുറമേ നിന്നുള്ള പ്രചോദനത്തിന്റെ രൂപമാണ് ബാഹ്യ പ്രചോദനം; ഏതെങ്കിലും തരത്തിലുള്ള ആന്തരിക ശക്തിയാൽ നമ്മെ പ്രചോദിപ്പിക്കുന്നതിനു പകരം, മറ്റുള്ളവരുടെ അഭിപ്രായങ്ങൾ, നിയമങ്ങൾ, ബഹുമതികൾ എന്നിവയാൽ നിയന്ത്രിക്കപ്പെടുന്നു. അളവുകോലിൽ അകലെയായി, തിരിച്ചറിഞ്ഞ പ്രചോദനമാണ് ഏറ്റവും സ്വയംഭരണമുള്ള ബാഹ്യ പ്രചോദനത്തിന്റെ രൂപം. അതുമായി ബന്ധപ്പെട്ടിരിക്കുന്ന ബാഹ്യമായ

ബഹുമതിക്ക് വേണ്ടി നമുക്ക് എന്തെങ്കിലും ചെയ്യേണ്ടി വരുമ്പോഴും, ആ ബഹുമതിയെയോ അന്തിമ ലക്ഷ്യത്തെയോ നമ്മൾ വിലമതിക്കുന്നു – പ്രധാനമായി, ആ മൂല്യം നമ്മൾ സ്വയം നിർണ്ണയിച്ചതാണ്, മറ്റുള്ളവർ നമ്മുടെ മേൽ ചുമത്തിയതല്ല.

ഈ ചട്ടക്കൂട് ഉപയോഗിച്ച്, ഷെൽഡൺ പിസിടി യാത്രക്കാരുടെ രസകരകമായ ഒരു കാര്യം കണ്ടെത്തി. അവരുടെ പ്രകടനത്തെ ഏറ്റവും നന്നായി പ്രവചിച്ചത്, അവരുടെ ആന്തരിക പ്രചോദനം ക്ഷയിച്ചപ്പോൾ അവർ ആശ്രയിച്ച പ്രത്യേക തരത്തിലുള്ള ബാഹ്യ പ്രചോദനമായിരുന്നു. കാൽനടയാത്രക്കാരുടെ പ്രചോദനം, ക്ഷേമം, കാൽനട സമർത്ഥത എന്നിവയുടെഅദ്ദേഹംശേഖരിച്ചവിവരങ്ങൾപ്രകാരം,ഏകീകൃതമായതും തിരിച്ചറിഞ്ഞതുമായ പ്രചോദനത്തിന്റെ ഉയർന്ന തലത്തിലുള്ളവർ യാത്ര പൂർത്തിയാക്കാൻ കൂടുതൽ സാധ്യതയുണ്ടെന്നാണ് കാണിച്ചത്. യാത്ര ദുഷ്കരമാകുമ്പോഴും അവരുടെ പുരോഗതി നിലനിർത്താൻ സഹായിക്കുന്നതിന് ബാഹ്യമായ പ്രചോദനത്തിന്റെ ഈ രൂപങ്ങൾ ഉപയോഗിക്കാൻ അവർക്ക് കഴിഞ്ഞു.

അതേസമയം,ഷെൽഡൺഓരോയാത്രക്കാരോടുംനടക്കുമ്പോഴുള്ള അവരുടെ മാനസികാവസ്ഥയെക്കുറിച്ച് ചോദിച്ചു, ആത്മനിഷ്ഠമായ ക്ഷേമം (subjective well-being/എസ്ഡബ്ല്യൂബി) അഥവാ 'സന്തോഷം' അറിയാൻ ആധികാരികമായി സ്ഥാപിച്ചിരിക്കുന്ന പരീക്ഷണങ്ങളുടെ ഒരു പരമ്പര ഉപയോഗിച്ച്. അവിടെയാണ് അദ്ദേഹത്തിന്റെ രണ്ടാമത്തെ കൗതുകകരമായ ഉൾക്കാഴ്ച ഉണ്ടായിരുന്നത് : കൂടുതൽ സന്തോഷവുമായി പൊരുത്തപ്പെടുന്ന ഒരേയൊരു തരം ബാഹ്യ പ്രചോദനം തിരിച്ചറിഞ്ഞ പ്രചോദനം ആയിരുന്നു. മറ്റൊരു വിധത്തിൽ പറഞ്ഞാൽ, തങ്ങളുടെ പ്രവർത്തനങ്ങളെ അവർ യഥാർത്ഥത്തിൽ വിലമതിക്കുന്ന കാര്യങ്ങളുമായി ചേർത്തു നിർത്തിക്കൊണ്ട് സ്വയം പ്രചോദിപ്പിച്ച കാൽനടയാത്രക്കാർ, അവർ പാത പൂർത്തിയാക്കുക മാത്രമല്ല – അതിന്റെ അവസാനത്തിൽ കൂടുതൽ സന്തോഷവാന്മാരുമായിരുന്നു. ഷെൽഡൻ ഈ പദം ഉപയോഗിച്ചിട്ടില്ല, എന്നാലും നിങ്ങൾക്ക് പറയാം ഈ കാൽനടയാത്രക്കാർ സുഖ-അനുഭവ ഉൽപാദനപരത അനുഭവിക്കുകയായിരുന്നുവെന്ന്.

ഈ പഠനം നമ്മുടെ അപചയ സാധ്യത കുറയ്ക്കുന്നതിനുള്ള നമ്മുടെ അന്തിമ ഉൾക്കാഴ്ചയെക്കുറിച്ച് സൂചന നൽകുന്നു. ഇതുവരെ, ചെയ്യാൻ പറ്റുന്നതിലധികം ഏറ്റെടുക്കുമ്പോൾ ഉണ്ടാകുന്ന അമിത ആയാസ അപചയം എന്നു ഞാൻ വിളിക്കുന്നതും അതികഠിനമായി ജോലി ചെയ്യുമ്പോൾ ഉണ്ടാകുന്ന ശോഷണ അപചയവും എങ്ങനെ ഒഴിവാക്കാമെന്ന്നമ്മൾപര്യവേക്ഷണംചെയ്തു.എന്നാൽമൂന്നാമതൊരുതരംഅപചയമുണ്ട് : പൊരുത്തപ്പെടാത്ത അപചയം എന്ന് ഞാൻ വിളിക്കുന്നത്.

നമ്മുടെ ലക്ഷ്യങ്ങൾ നമ്മുടെ ആത്മബോധവുമായി പൊരുത്തപ്പെടാത്തപ്പോൾ ഉണ്ടാകുന്ന നിഷേധാത്മക വികാരങ്ങളിൽ നിന്നാണ് പൊരുത്തപ്പെടാത്ത അപചയം ഉണ്ടാകുന്നത്. നമുക്ക് മോശം തോന്നുന്ന

– അതിനാൽ കുറച്ച് മാത്രം നേടുന്നു – കാരണം നാം ആത്മാർത്ഥമായല്ല പ്രവർത്തിക്കുന്നത്. ഈ നിമിഷങ്ങളിൽ, നമ്മുടെ പെരുമാറ്റം ബാഹ്യശക്തികളാൽ നയിക്കപ്പെടുന്നു – *നമ്മൾ ആരാണെന്നതും നമ്മൾ എന്താണ് ചെയ്യുന്നതെന്നും* തമ്മിലുള്ള ആഴത്തിലുള്ള പൊരുത്തം കൊണ്ടല്ല. ഈ പൊരുത്തം ആന്തരികവും തിരിച്ചറിയുന്നതുമായ പ്രചോദനങ്ങൾക്ക് മാത്രം നൽകാൻ കഴിയുന്ന ഒന്നാണ്.

പരിഹാരം? നിങ്ങൾക്ക് ശരിക്കും എന്താണ് പ്രധാനപ്പെട്ടത് എന്ന് കണ്ടെത്തുക – നിങ്ങളുടെ പെരുമാറ്റത്തെ അതുമായി പൊരുത്തപ്പെടുത്തുക.

ഇത് ഒരു പരിവർത്തന രീതിയാണ്; നമ്മുടെ ജീവിതത്തെ അടിസ്ഥാനപരമായി മെച്ചപ്പെടുത്താൻ കഴിയുന്ന ഒരു മാർഗ്ഗം. നമുക്ക് ഇഷ്ടമില്ലാത്തതും മറ്റുള്ളവർ നമ്മിൽ നിന്ന് പ്രതീക്ഷിക്കുന്നതുമായ കാര്യങ്ങൾ നാമെല്ലാവരും ചെയ്യേണ്ടതുണ്ടെന്ന് നമ്മൾ ഇതിനോടകം പര്യവേക്ഷണം ചെയ്തു. എന്റെ കാർ നന്നാക്കാൻ കൊണ്ടു പോകുന്നതോ, ശൌചാലയം വൃത്തിയാക്കുന്നതോ, നികുതികൾ ഫയൽ ചെയ്യുന്നതോ എനിക്ക് പ്രത്യേകിച്ചും ഇഷ്ടമല്ല. ആ നിമിഷങ്ങളിൽ, നമ്മൾ ഏറ്റെടുക്കുന്ന ദൗത്യം നമുക്ക് ആസ്വദിക്കാനായേക്കില്ല – അത് നമ്മുടെ ഊർജ്ജം ചോർത്തിക്കളയും. എന്നാൽ നമ്മുടെ ഇന്നത്തെ പ്രവർത്തനങ്ങളെ ഒരു ആഴത്തിലുള്ള ആത്മബോധത്തോടൊപ്പം പൊരുത്തപ്പെടുത്തിക്കൊണ്ട് നമുക്ക് നമ്മുടെ സുഖ-അനുഭവ ഉൽപാദനപരത നിലനിർത്താൻ കഴിയും.

ദീർഘകാല ചക്രവാളം

നിങ്ങളുടെ പ്രവർത്തനങ്ങളെ നിങ്ങളുടെ മൂല്യങ്ങളുമായി പൊരുത്തപ്പെടുത്തുമ്പോൾ, ദീർഘകാലത്തെക്കുറിച്ച് ചിന്തിക്കുന്നത് സഹായകമാകും. ശരിക്കും ദീർഘകാലം.

1994-ലെ ലോസ് ആഞ്ചലസ് ഭൂകമ്പം ഉദാഹരണമായി പരിഗണിക്കുക. 1994 ജനുവരി 17-ന്, 6.7 തീവ്രത രേഖപ്പെടുത്തിയ ഭൂകമ്പം നഗരത്തെ പിടിച്ചുകുലുക്കി – അമ്പത്തിയേഴ് പേർ കൊല്ലപ്പെടുകയും ആയിരക്കണക്കിന് പേർക്ക് പരിക്കേൽക്കുകയും ചെയ്തു. അതിജീവിച്ചവരിൽ പ്രഭവ കേന്ദ്രത്തിൽ നിന്ന് 2 കിലോമീറ്റർ അകലെയുള്ള സെപൽവേദ വെറ്ററൻസ് അഫയേഴ്സ് മെഡിക്കൽ സെന്ററിലെ (വിഎഎംസി) ജീവനക്കാരും ഉൾപ്പെടുന്നു. ആശുപത്രിക്ക് സാരമായ കേടുപാടുകൾ സംഭവിക്കുകയും നിരവധി ആശുപത്രി ജീവനക്കാരുടെ വീടുകൾ നശിപ്പിക്കപ്പെടുകയും ചെയ്തു.

കെന്റക്കി സർവ്വകലാശാലയിലെ പ്രൊഫസർ എമിലി ലിക്കിൻസിന്റെ നേതൃത്വത്തിലുള്ള ഒരു കൂട്ടം ഗവേഷകർ ഈ ഭയാന

കമായ അനുഭവം ലളിതമായ ഒരു ആശയം പര്യവേക്ഷണം ചെയ്യാൻ ഉപയോഗിച്ചു : മരണത്തെക്കുറിച്ച് ചിന്തിക്കുമ്പോൾ, ജീവിതത്തെക്കുറിച്ച് നമുക്ക് വ്യക്തമായ കാഴ്ചപ്പാട് ലഭിക്കും.

മരണത്തെക്കുറിച്ച് ചിന്തിക്കുമ്പോൾ, നമുക്ക് ജീവിതത്തെക്കുറിച്ച് ഒരു വ്യക്തമായ ദൃശ്യമുണ്ടാകും.

വിവിധ ജീവിത ലക്ഷ്യങ്ങളുടെ പ്രാധാന്യം സംഭവത്തിന് മുമ്പും ശേഷവും എത്രത്തോളമായിരുന്നു എന്നു ചോദിക്കുന്ന രണ്ട് ചോദ്യാവലികൾ പൂരിപ്പിക്കാൻ ശാസ്ത്രജ്ഞർ എഴുപത്തിനാല് വിഎഎംസി ജീവനക്കാരോട് ആവശ്യപ്പെട്ടു. ലക്ഷ്യങ്ങളെ ആന്തരികവും (ഉദാഹരണത്തിന് അടുത്ത സൗഹൃദങ്ങളും വ്യക്തിഗത വളർച്ചയും വളർത്തിയെടുക്കൽ) ബാഹ്യവും (ഉദാ. : തൊഴിൽ പുരോഗതിയും ഭൗതിക സമ്പത്തും) എന്നിങ്ങനെ തരംതിരിച്ചിട്ടുണ്ട്. പങ്കെടുത്തവർ എത്രത്തോളം 'മരണഭീഷണി' അനുഭവിച്ചിട്ടുണ്ടെന്ന് മനസ്സിലാക്കാൻ, 'ഭൂകമ്പസമയത്ത് എപ്പോഴെങ്കിലും നിങ്ങൾ മരിക്കുമെന്ന് നിങ്ങൾ കരുതിയിരുന്നോ?' തുടങ്ങിയ ചോദ്യങ്ങളും അവർ പങ്കെടുത്തവരോട് ചോദിച്ചു.

ആ വിവരങ്ങളിൽ നിന്ന് ഒരു വ്യക്തമായ രീതി വെളിപ്പെട്ടു. ഭൂകമ്പത്തിനുശേഷം, ജീവനക്കാർ ബാഹ്യ ലക്ഷ്യങ്ങളേക്കാൾ ആന്തരിക ലക്ഷ്യങ്ങളെ വിലമതിക്കുന്നതായി രേഖപ്പെടുത്തി. അതിലുപരി, അവർ അനുഭവിച്ച മരണഭീഷണിയുടെ തോത് കൂടിയപ്പോൾ, ആന്തരിക ലക്ഷ്യത്തിലേക്കുള്ള മാറ്റവും കൂടി. ഉദാഹരണത്തിന്, ഒരു കാലത്ത് ഔദ്യോഗികജീവിത പുരോഗതിയും ഭൗതിക സമ്പത്തും കൊണ്ട് മാത്രം നയിക്കപ്പെട്ട ഒരു ജീവനക്കാരൻ ഇപ്പോൾ കുടുംബവുമായും സുഹൃത്തുക്കളുമായും അടുത്ത ബന്ധം വളർത്തിയെടുക്കുന്നതിന് കൂടുതൽ സമയവും ഊർജ്ജവും നിക്ഷേപിക്കുന്നതായി കണ്ടെത്തി. മറ്റൊരു ജീവനക്കാരൻ, മുമ്പ് ബാഹ്യ പ്രശംസയിലൂടെ അംഗീകാരം തേടിയിരുന്നയാൾ, ഇപ്പോൾ സർഗ്ഗാത്മകമായ പ്രവർത്തനവും വ്യക്തിഗത വളർച്ചയും പിന്തുടരാൻ തുടങ്ങി, അതിനോടുള്ള താൽപ്പര്യം കൊണ്ട്.

ഏറ്റവും ദീർഘകാലത്തിലുള്ള സമയപരിധിയെക്കുറിച്ച് അഥവാ നമ്മുടെ ജീവിതത്തിന്റെ അവസാനത്തെക്കുറിച്ച് ചിന്തിക്കുന്നത് എന്തുകൊണ്ട് സഹായകരമാണെന്ന് അവർ കാണിച്ചു തരുന്നു. നമ്മുടെ ലക്ഷ്യങ്ങളെയും പ്രവർത്തനങ്ങളെയും അർത്ഥവത്തായ അസ്തിത്വബോധവുമായി ബന്ധിപ്പിക്കാൻ കഴിയുമ്പോൾ നമ്മൾ തിരിച്ചറിഞ്ഞ പ്രചോദനം നിർമ്മിക്കുന്നു. പ്രശ്നം എന്തെന്നാൽ, നിങ്ങൾ അൻപത് പേരോട്, 'അർത്ഥവത്തായ ഒരു അസ്തിത്വം നിങ്ങൾക്ക് എങ്ങനെയാണ് കാണപ്പെടുന്നത്?' എന്ന് ചോദിച്ചാൽ, അവരിൽ രണ്ടുപേർ നിങ്ങൾക്ക് വ്യക്തമായ ഉത്തരം നൽകിയാൽ നിങ്ങൾ ഭാഗ്യവാനായിരിക്കും. ഇത് ഒരു പ്രയാസമുള്ള ചോദ്യമാണ്.

അവിടെയാണ് ലോസ് ആഞ്ചലസിലെ ആ ശാസ്ത്രജ്ഞർ തിരിച്ചറിഞ്ഞ രീതിയുടെ പ്രാധാന്യം. നിങ്ങളുടെ ജീവിതാവസാനത്തെക്കുറിച്ച് ചിന്തിക്കുക. എന്നിട്ട് അത് ഉപയോഗിച്ച് ഇവിടെ ഇപ്പോൾ എന്താണോ പ്രധാനം അവയെ വീണ്ടും വിലയിരുത്തുക.

പരീക്ഷണം 1 :
സ്തുതിപാഠ രീതി

ഭാഗ്യവശാൽ, അവസാനത്തെക്കുറിച്ച് ചിന്തിച്ചുകൊണ്ട് നിങ്ങളുടെ ജീവിതത്തെ സമീപിക്കാൻ, നിങ്ങൾ ഒരു വിനാശകരമായ ഭൂകമ്പത്തിൽ അകപ്പെടേണ്ടതില്ല – ലീ പെന്നിന്റെ ചരമവാർത്ത കാണിച്ചുതരുന്നതുപോലെ.

'ലീ പെൻ, സുരക്ഷിതരല്ലാത്ത യുവജനങ്ങളുടെ യോദ്ധാവ്, 90-ാം വയസ്സിൽ അന്തരിച്ചു,' അവളുടെ ജീവിതകഥയിൽ എഴുതിയിരുന്നു. 'അവസരങ്ങളുടെ വിടവ് നികത്താൻ ലീ ശക്തമായി പ്രവർത്തിച്ചു.' ഇത് അവളുടെ സമയത്തെ ഏറ്റവും ശ്രദ്ധേയമായ ലക്ഷ്യങ്ങളിൽ ചിലതിൽ അവളുടെ പങ്കാളിത്തം വ്യക്തമാകുന്നു, അത് നിരാലംബരായ യുവജനങ്ങൾക്ക് വിദ്യാഭ്യാസ അവസരങ്ങൾ നൽകുന്ന ഒരു നൂതനമായ ധനസഹായ സംഘടനയെ നയിക്കുന്നതോ, അല്ലെങ്കിൽ അമേരിക്കയിലുടനീളം താഴേക്കിടയിലുള്ള സമൂഹങ്ങൾക്ക് പരിശീലനം നൽകുന്നതിനുള്ള ഒരു പദ്ധതിയ്ക്കായി യുഎസ് നാവികസൈന്യത്തിനെ സഹായിക്കുന്നതോ ആകട്ടെ. എന്നാൽ ഇത്രയും ഉയർന്ന-അധികാരമുള്ള ഒരു ഔദ്യോഗികജീവിതം ഉണ്ടായിരുന്നിട്ടും, അവൾ ഒരിക്കലും അവളുടെ ബന്ധങ്ങളെ മറക്കില്ലായിരുന്നു.'എംബിഎയും സിഇഒയും ആയിരുന്നിട്ടും, ലീയുടെ പ്രിയപ്പെട്ട പദവി അമ്മ ആയിരുന്നു,' ചരമക്കുറിപ്പ് എഴുതി.

അത് ഒരു ശ്രദ്ധേയവും,'പ്രഭാവവുമുള്ള' ജീവിതം ആയിരുന്നു. എന്നാൽ, ഏതാനും പ്രശ്നങ്ങൾ ഉണ്ടായിരുന്നു. ഒന്നാമതായി, ചരമക്കുറിപ്പിൽ പറഞ്ഞിരിക്കുന്ന നേട്ടങ്ങളൊന്നും പെൻ യഥാർത്ഥത്തിൽ നേടിയിട്ടില്ല. രണ്ടാമതായി, അവൾ യഥാർത്ഥത്തിൽ തൊണ്ണൂറു വയസ്സുവരെ ജീവിച്ചിരുന്നില്ല. മൂന്നാമതായി, അവൾ യഥാർത്ഥത്തിൽ മരിച്ചിട്ടില്ല.

വാസ്തവത്തിൽ, പെൻ സ്റ്റാൻഫോർഡ് ബിസിനസ് സ്കൂളിലെ 'ലൈവ്സ് ഓഫ് കൺസീക്വൻസ്' എന്ന പ്രശസ്തമായ കോഴ്സ് പഠിക്കുന്ന വിദ്യാർത്ഥിനിയായിരുന്നു. പ്രൊഫസറായ റോഡ് ക്രാമർ, അദ്ദേഹത്തിന്റെ വിദ്യാർത്ഥികൾക്ക് അവരുടെ സ്വന്തം ചരമവാർത്തകൾ എഴുതാൻ നിർദ്ദേശിക്കുന്നു, അവർ ഒരു അനുയോജ്യമായ ജീവിതം നയിച്ചു എന്ന കണക്കെ – അവർക്ക് സങ്കൽപ്പിക്കാൻ കഴിയുന്നതിൽ വെച്ച് ഏറ്റവും മികച്ചത് – അതിന്റെ അവസാനം വരെ.

'നിങ്ങളുടെ ജീവിതത്തെക്കുറിച്ചും ലോകത്തിൽ അതിന്റെ സാധ്യമായ സ്വാധീനത്തെക്കുറിച്ചും നിങ്ങൾ ചിന്തിക്കുന്ന രീതി മാറ്റുക

എന്നതാണ് ഈ കോഴ്സിന്റെ ലക്ഷ്യം,' വിവരണം പറയുന്നു. പെൻ ഉൾപ്പെടെയുള്ള പലർക്കും ഇത് പരിവർത്തനാത്മകമായിരുന്നു. 'ഇത് എന്നെ നിർത്തി ചോദിക്കാൻ കാരണമായി, ഞാൻ എനിക്ക് പ്രിയപ്പെട്ട ആളുകൾക്കായി മതിയായ സമയം അനുവദിക്കുന്നുണ്ടോ? അതോ ഔദ്യോഗിക അതിജീവനത്തിൽ ഞാൻ അമിതമായി കുടുങ്ങിപ്പോയിട്ടുണ്ടോ?' അവൾ പിന്നീട് എഴുതി. മരണത്തെക്കുറിച്ച് ചിന്തിക്കുന്നത് എങ്ങനെ ജീവിക്കണം എന്നതിലേക്ക് വെളിച്ചം വീശി.

ഞാൻ പലപ്പോഴും സമാനമായ ഒരു സമീപനം സ്വയം ഉപയോഗിച്ചിട്ടുണ്ട്. ഞാൻ അതിനെ 'സ്തുതിപാഠ രീതി' എന്ന് വിളിക്കുന്നു. എന്റെ പതിപ്പ് നിങ്ങളുടെ ചരമവാർത്തയിലല്ല, മറിച്ച് നിങ്ങളുടെ ശവസംസ്കാരത്തിൽ ശ്രദ്ധ കേന്ദ്രീകരിക്കുന്നു. നിങ്ങളോടുതന്നെ ചോദിക്കുക : 'എന്റെ സ്തുതി ആരെങ്കിലും പറഞ്ഞാൽ എനിക്കെന്ത് സുഖാനുഭവമാണ് ഉണ്ടാവുക?' ഒരു കുടുംബാംഗം, അടുത്ത സുഹൃത്ത്, ഒരു അകന്ന ബന്ധു, സഹപ്രവർത്തകൻ, ഇവർ നിങ്ങളുടെ ശവസംസ്കാര ചടങ്ങിൽ എന്ത് പറയാനാണ് നിങ്ങൾ ആഗ്രഹിക്കുന്നതെന്ന് ചിന്തിക്കുക.

മറ്റുള്ളവരുടെ വീക്ഷണകോണിൽ നിന്ന് 'ഞാൻ എന്താണ് വിലമതിക്കുന്നത്?' എന്ന ചോദ്യം മനസ്സിലാക്കാൻ ഈ രീതി നമ്മെ സഹായിക്കുന്നു. നിങ്ങളുടെ ശവസംസ്കാര വേളയിൽ, നിങ്ങളുടെ സഹപ്രവർത്തകർ പോലും ഇങ്ങനെ പറയാൻ സാധ്യതയില്ല, 'അവൻ ഞങ്ങളെ ഒരുപാട് ദശലക്ഷം ഡോളർ ഇടപാടുകൾ നടത്താൻ സഹായിച്ചു.' ഒരു വ്യക്തിയെന്ന നിലയിൽ നിങ്ങൾ എങ്ങനെയായിരുന്നുവെന്ന് അവർ സംസാരിക്കും – നിങ്ങളുടെ ബന്ധങ്ങൾ, നിങ്ങളുടെ സ്വഭാവം, നിങ്ങളുടെ വിനോദങ്ങൾ. നിങ്ങളുടെ തൊഴിലുടമയ്ക്കായി നിങ്ങൾ എത്ര പണം സമ്പാദിച്ചു എന്നല്ല, ലോകത്തിൽ നിങ്ങൾ ചെലുത്തിയ നല്ല സ്വാധീനത്തെക്കുറിച്ചാണ് അവർ സംസാരിക്കുന്നത്.

ഇപ്പോൾ നിങ്ങൾ പഠിച്ച കാര്യങ്ങളെ നിങ്ങളുടെ ഇന്നത്തെ ജീവിതത്തിൽ പ്രയോഗിക്കുക. ഏതാനും പതിറ്റാണ്ടുകൾക്ക് ശേഷം ആളുകൾ ഓർമ്മിക്കണമെന്ന് നിങ്ങൾ ആഗ്രഹിക്കുന്ന ജീവിതത്തിനായി, നിങ്ങൾ ഇപ്പോൾ കെട്ടിപ്പടുക്കേണ്ട ജീവിതം എന്താണ് അർത്ഥമാക്കുന്നത്?

ഇങ്ങനെ ആനന്ദകരമായ സ്ഥലത്തു നിന്ന് ആരംഭിച്ചുകൊണ്ട്, കാര്യങ്ങളെ നമ്മുടെ ദൈനംദിന ജീവിതത്തിലേക്ക് കുറച്ചുകൂടെ അടുപ്പിക്കാം.

പരീക്ഷണം 2 :
ഒഡീസി പദ്ധതി

1990-കളുടെ തുടക്കത്തിൽ, ബിൽ ബർണറ്റ് ആപ്പിളിൽ പല വർഷങ്ങൾ ജോലി ചെയ്തു. ആദ്യത്തെ ആപ്പിൾ മൗസ് രൂപകൽപ്പന ചെയ്യാൻ സഹായിച്ചത് താനാണെന്ന് എപ്പോഴുമുള്ള അവകാശമാണ് അദ്ദേഹ

ത്തിന്റെ പ്രശസ്തി. എന്നാൽ വാസ്തവത്തിൽ, ബർണറ്റ് ഡസൻ കണക്കിന് വ്യത്യസ്ത പദ്ധതികളിൽ പ്രവർത്തിച്ച്, താമസിയാതെ ഡിസൈൻ ടീമിന്റെ അവിഭാജ്യ ഘടകമാവുകയായിരുന്നു. ഈ കാലഘട്ടത്തിലാണ് നല്ല രൂപകല്പനയും മനുഷ്യന്റെ ആവശ്യവും തമ്മിലുള്ള ബന്ധത്തെക്കുറിച്ച് അദ്ദേഹം നന്നായി മനസ്സിലാക്കാൻ തുടങ്ങിയത്.

ഒരു ദിവസം അദ്ദേഹത്തിന് കൗതുകകരമായ ഒരു ആശയം തോന്നി. ലോകത്തിലെ ഏറ്റവും മികച്ച ഹാർഡ്‌വെയർ രൂപകൽപ്പന ചെയ്യാൻ അദ്ദേഹം ഉപയോഗിച്ച ഉപകരണങ്ങൾ മനുഷ്യജീവിതത്തിലും ഉപയോഗിക്കാനാകുമോ?

അടുത്ത ഏതാനും വർഷങ്ങളെടുത്ത്, ബർണറ്റ് സന്തോഷകരവും കൂടുതൽ സംതൃപ്തവുമായ ഒരു അസ്തിത്വം രൂപപ്പെടുത്തുന്നതിന് ഒരു പുതിയ രീതി കണ്ടെത്തി; അദ്ദേഹം അതിനെ 'നിങ്ങളുടെ ജീവിതം രൂപകൽപ്പന ചെയ്യുക' (designing your life) എന്ന് വിളിച്ചു. വ്യക്തിഗത വികസനത്തിന് ഡിസൈൻ ചിന്തനത്തെ പ്രയോഗിക്കുന്നതിലൂടെ, കൂടുതൽ സത്യവും കൂടുതൽ ആധികാരികവുമായ രീതിയിൽ ജീവിക്കാൻ ആളുകളെ സഹായിക്കാമെന്ന് ബർണറ്റ് ചിന്തിച്ചു, ഈ സമീപനം പിന്നീട് സ്റ്റാൻഫോർഡ് സർവ്വകലാശാലയിലെ 'ഡിസൈൻ യുവർ ലൈഫ്'' കോഴ്സിന്റെ അടിസ്ഥാനമായി.

ഡിസൈൻ യുവർ ലൈഫ് രീതി ഞാൻ ആദ്യമായി കണ്ടെത്തിയപ്പോൾ അത് ഒരു വെളിപാടായിരുന്നു. ആ സമയത്ത് ഞാൻ പ്രസവ-സ്ത്രീരോഗ വിഭാഗത്തിൽ ജൂനിയർ ഡോക്ടറായി ജോലി ചെയ്യാൻ തുടങ്ങിയിട്ട് രണ്ട് വർഷം കടന്ന് ഏതാനും മാസങ്ങളായിരുന്നു, ലേശം കുടുങ്ങിപ്പോയതു പോലെ എനിക്ക് അനുഭവപ്പെട്ടു. ഞാൻ ആരാണെന്ന് എനിക്ക് വ്യക്തമായ ബോധമുണ്ടായിരുന്നു. എനിക്ക് വൈദ്യം ഇഷ്ടമാണ്, മെഡിക്കൽ വിദ്യാർത്ഥികളെ പഠിപ്പിക്കുന്നത് എനിക്ക് ഇഷ്ടമായിരുന്നു, എനിക്ക് ചെറുതും എന്നാൽ അടുപ്പമുള്ളതുമായ സുഹൃദ് വലയം ഉണ്ടായിരുന്നു, ശനിയാഴ്ച രാവിലെ കേംബ്രിഡ്ജിന്റെ ടൗൺ സെന്ററിലെ എന്റെ പ്രിയപ്പെട്ട കോഫിഷോപ്പിൽ ചെലവഴിക്കുന്ന പതിവ് ഞാൻ ആസ്വദിച്ചു എന്നെല്ലാം എനിക്ക് അറിയാമായിരുന്നു. പക്ഷേ, ജീവിതത്തിൽ നിന്ന് ഞാൻ ആഗ്രഹിച്ചത് എന്താണെന്ന് എനിക്ക് മനസ്സിലാക്കാൻ കഴിഞ്ഞില്ല.

അപ്പോഴാണ് ഒരു സുഹൃത്ത് എന്നോട് പറഞ്ഞത് *ഡിസൈൻ യുവർ ലൈഫ്* എന്ന പുസ്തകത്തിൽ നിന്നുള്ള ഒരു പ്രത്യേക വ്യായാമത്തെക്കുറിച്ച്. എന്റെ ആഗ്രഹമാകുന്ന അവ്യക്ത ആശയങ്ങളെ തെളിവുകൾ കൊണ്ട് പിന്തുണച്ച് ഒരു വ്യക്തമായ ചിത്രമാക്കി മാറ്റാമെന്ന് അത് വാഗ്ദാനം ചെയ്തു. ആ സമീപനത്തെ 'ഒഡീസി പദ്ധതി' എന്നാണ് വിളിച്ചിരുന്നത്.

വ്യായാമത്തിന്റെ ഹൃദയത്തിൽ ഒരു ലളിതമായ ചോദ്യമുണ്ടായിരുന്നു : അഞ്ച് വർഷത്തിനുള്ളിൽ നിങ്ങളുടെ ജീവിതം എങ്ങനെയായി

രിക്കണമെന്ന് നിങ്ങൾ ആഗ്രഹിക്കുന്നു? അതിൽ പ്രത്യേകിച്ച് ഗഹനമായ ഒന്നും ഇല്ല, ഞാൻ വിചാരിച്ചു; ഒരു സാധാരണ ജോലിക്കുള്ള അഭിമുഖം കഴിഞ്ഞ ഏതൊരാൾക്കും ആ ചിന്ത വന്നിരിക്കാം. എന്നാൽ ബർണറ്റിന്റെ ഡിസൈൻ ചിന്തനരീതി ചോദ്യത്തിന് ഉത്തരം നൽകാൻ അസാധാരണമായ ഒരു മാർഗ്ഗം വാഗ്ദാനം ചെയ്യുന്നു. ചിന്തിക്കാൻ അദ്ദേഹം നിങ്ങളെ ക്ഷണിക്കുന്നു :

- **നിങ്ങളുടെ നിലവിലെ പാത :** നിങ്ങളുടെ നിലവിലെ പാതയിൽ തുടർന്നാൽ അഞ്ച് വർഷം കഴിഞ്ഞ് നിങ്ങളുടെ ജീവിതം എങ്ങനെ യായിരിക്കുമെന്ന് വിശദമായി എഴുതുക.
- **നിങ്ങളുടെ ബദൽ പാത :** നിങ്ങൾ തികച്ചും വ്യത്യസ്തമായ ഒരു പാത സ്വീകരിക്കുകയാണെങ്കിൽ അഞ്ച് വർഷം കഴിഞ്ഞ് നിങ്ങളുടെ ജീവിതം എങ്ങനെയായിരിക്കുമെന്ന് വിശദമായി എഴുതുക.
- **നിങ്ങളുടെ വിപ്ലവകരമായ പാത :** പണം, സാമൂഹിക ബാധ്യതകൾ, ആളുകൾ എന്ത് വിചാരിക്കും എന്നിവ അപ്രസക്തമായ, തികച്ചും വ്യത്യസ്തമായ ഒരു പാതയിലൂടെ നീങ്ങുകയാണെങ്കിൽ അഞ്ച് വർഷം കഴിഞ്ഞ് നിങ്ങളുടെ ജീവിതം എങ്ങനെയായിരിക്കുമെന്ന് വിശദമായി എഴുതുക.

ഒഡീസി പദ്ധതി

നിങ്ങളുടെ നിലവിലെ പാത

നിങ്ങളുടെ ബദൽ പാത

നിങ്ങളുടെ വിപ്ലവകരമായ പാത

ഇവയിൽ ഏതെങ്കിലും ഒരു ഭാവി നിങ്ങളുടെ 'നിശ്ചിതമായ ആസൂത്രണം' (concrete plan) ആണെന്നതല്ല കാര്യം (ജീവിത ആസൂത്രണ ത്തിൽ നിശ്ചിതത്വത്തിന്റെ വ്യക്തമായ അഭാവമുണ്ട്). സാധ്യതകളി ലേക്ക് നിങ്ങളുടെ മനസ്സ് തുറക്കുക എന്നതാണ് കാര്യം.

ചില ആളുകൾക്ക്, ആദ്യ സാദ്ധ്യത തന്നെ അവർ യഥാർത്ഥമായും ആധികാരികമായും പിന്തുടരാൻ ആഗ്രഹിക്കുന്നതാണ്. അത് നിങ്ങളാ ണെങ്കിൽ, നല്ലവാർത്ത; നിങ്ങളുടെ ഭാവി സ്വയവുമായി നിങ്ങൾ ഇതിനകം പൊരുത്തപ്പെട്ടു കഴിഞ്ഞു. പക്ഷെ പലർക്കും, നിങ്ങളുടെ നിലവിലെ പാത നിങ്ങൾ ശരിക്കും ആഗ്രഹിക്കുന്ന പാതയല്ലെന്ന് തിരിച്ചറിയാൻ ഇത് സഹായകമാകുന്നു.

എന്റെ കാര്യത്തിൽ, ഒഡീസി പദ്ധതി എഴുതിയതോടെ, ഞാൻ പിന്തുടരുന്ന ഈ ജീവിതം – ഒരു മുഴുവൻ-സമയ ഡോക്ടറായിരിക്കുക എന്നത് – എന്നെ ആവേശഭരിതനാക്കുന്നില്ലെന്ന് തിരിച്ചറിഞ്ഞു.

'യുകെയിലെ അനസ്തേഷ്യോളജി റെസിഡൻസി പ്രോഗ്രാമിൽ പരിശീലനം' എന്നതുപോലുള്ള നിശ്ചിതമായ കാര്യങ്ങൾ കൊണ്ട് എന്റെ നിലവിലെ പാത നിറഞ്ഞിരുന്നു. ഈ എഴുതിയത് കണ്ടപ്പോൾ, വർഷങ്ങൾ നേരത്തേ തന്നെ ഞാൻ ഈ പാതയിലേയ്ക്കുള്ള യാത്ര ആരംഭിച്ചിട്ടുണ്ടെന്നും, എന്നാൽ ആ സമയം കൊണ്ട് എന്നിലുള്ള എന്തൊക്കെയോ മാറിയിട്ടുണ്ടെന്നും ഞാൻ തിരിച്ചറിഞ്ഞു – ഈ ഭാവി ഇനി ആവേശകരമല്ലാതായി തോന്നാത്ത തരത്തിലുള്ള മാറ്റം.

അങ്ങനെ ഞാൻ പാത മാറ്റി. ഒരു വൈദ്യശാസ്ത്ര വിദഗ്ധനാകാനുള്ള പാതയിൽ തുടരുന്നതിനുപകരം എന്റെ വ്യാപാരം വളർത്തുന്നതിൽ ശ്രദ്ധ കേന്ദ്രീകരിക്കാൻ ഒഡീസി പദ്ധതി എന്നെ പ്രചോദിപ്പിച്ചു. ഈ ദിവസം വരെ, എനിക്ക് എപ്പോഴെങ്കിലും ശങ്ക വരുകയാണെങ്കിൽ, ഞാൻ ഈ വ്യായാമം ആവർത്തിക്കുന്നു. മുന്നോട്ടുള്ള പാതകൾ വരച്ചുകാട്ടുന്നതിലൂടെ, നിങ്ങൾ ശരിക്കും ഏതാണ് സ്വീകരിക്കാൻ ആഗ്രഹിക്കുന്നതെന്ന് നിങ്ങൾക്ക് കണ്ടെത്താനാകും.

മധ്യകാല ചക്രവാളം

ദീർഘകാല ചക്രവാളത്തെക്കുറിച്ച് ചിന്തിക്കുന്നത്, ചുരുക്കത്തിൽ നമ്മൾ എന്താണ് വിലമതിക്കുന്നതെന്ന് കണ്ടെത്തുന്നതിന് വളരെ നല്ലതാണ്. എന്നാൽ ഇത് അൽപ്പം അസ്പഷ്ടമായി തോന്നിയേക്കാം. എല്ലാത്തിനു മുപരി, നിങ്ങൾ ഇരുപതുകളിലോ മുപ്പതുകളിലോ ആണെങ്കിൽ, അരനൂറ്റാണ്ടിലെ (പ്രതീക്ഷയോടെ) നിങ്ങളുടെ സ്ഥിതിപാഠം വിദൂരമായി കാണപ്പെട്ടേക്കാം. ഈ അമൂർത്തമായ ജീവിത പദ്ധതികളെ അടുത്ത വർഷം എങ്ങനെ ജീവിക്കാം എന്നതിനുള്ള ഒരു യോജിച്ച തന്ത്രമാക്കി മാറ്റുന്നത് എങ്ങനെയാണ്?

ശാസ്ത്രജ്ഞർ 'മൂല്യ സ്ഥിരീകരണ ഇടപെടലുകൾ' എന്ന് വിളിക്കുന്ന ഒരു ലളിതമായ രീതിയിൽ നിന്നാണ് ഉത്തരം വരുന്നത്, ഇപ്പോൾ നിങ്ങളുടെ പ്രധാന വ്യക്തിഗത മൂല്യങ്ങൾ തിരിച്ചറിയുന്നതിനും തുടർച്ച യായി അവയെക്കുറിച്ച് ചിന്തിക്കുന്നതിനുമുള്ള ഒരു ശാസ്ത്രീയ പദമാണിത്. കഴിഞ്ഞ വിഭാഗത്തിൽ, നാം ചില അനുയോജ്യമായ ജീവിത പദ്ധതികൾ ചിത്രീകരിച്ചു. ഈ മൂല്യങ്ങൾ സ്ഥിരീകരിക്കുന്നതിലൂടെ, അടുത്ത വർഷം നമ്മൾ എന്താണ് ചെയ്യാൻ ഉദ്ദേശിക്കുന്നത് എന്നതിനെക്കുറിച്ചുള്ള വ്യക്തമായ ആശയങ്ങളുടെ ഒരു കൂട്ടമായി അവയെ മാറ്റാൻ കഴിയും.

ദീർഘകാലാടിസ്ഥാനത്തിൽ നിങ്ങൾ ആഗ്രഹിക്കുന്നത് നേടാനുള്ള നിങ്ങളുടെ കഴിവിൽ ആത്മവിശ്വാസം കുറവാണെങ്കിൽ ഈ ഇടപെടലു കൾ പ്രത്യേകിച്ചും ശക്തമാണ്. *സയൻസ്* ജേർണലിൽ പ്രസിദ്ധീകരിച്ച ഒരു പ്രബന്ധത്തിൽ, ഒരു കൂട്ടം മനഃശാസ്ത്രജ്ഞർ മൂല്യങ്ങൾ സ്ഥിരീകരിക്കുന്ന ഇടപെടലുകൾ ഭൗതികശാസ്ത്രത്തിലെ നേട്ടങ്ങളിലുള്ള

ലിംഗ അസമത്വം നികത്താൻ ഉപയോഗിച്ചു, ഈ വിഷയത്തിൽ പുരുഷന്മാരുടെ ആധിപത്യം ഏറെയായിരിക്കെ. അകിര മിയാക്കെയും സഹപ്രവർത്തകരും നിയമിച്ച ക്ലാസിലെ 400 വിദ്യാർത്ഥികളിൽ, വിദ്യാർത്ഥിനികൾ ആൺകുട്ടികളേക്കാൾ മോശമായ പ്രകടനമാണ് കാഴ്ചവെച്ചത്; സ്ത്രീകളേക്കാൾ ഭൗതികശാസ്ത്രത്തിന് പുരുഷന്മാർ കൂടുതൽ അനുയോജ്യരാണെന്ന വിശ്വാസവും അവർ വെച്ചു പുലർത്തിയിരുന്നു.

മിയാക്കേയുടെ ഇടപെടൽ ഒരു വിശിഷ്ടമായ മൂല്യങ്ങൾ സ്ഥിരീകരിക്കുന്നതിനുള്ള വ്യായാമമായിരുന്നു. ഓരോ വിദ്യാർത്ഥിയേയും സാധ്യമായ പന്ത്രണ്ട് മൂല്യങ്ങളുടെ ഒരു പട്ടിക കാണിച്ചു :

1. കലാപരമായി നൈപുണ്യമുള്ളവരായിരിക്കുക
2. സർഗ്ഗവാസന
3. കുടുംബാംഗങ്ങളുമായും സുഹൃത്തുക്കളുമായും ഉള്ള ബന്ധം
4. സർക്കാർ അല്ലെങ്കിൽ രാഷ്ട്രീയം
5. സ്വാതന്ത്ര്യം
6. പഠിക്കുകയും അറിവ് നേടുകയും ചെയ്യുക
7. കായികശേഷി
8. ഒരു സാമൂഹിക സംഘത്തിൽ അംഗത്വം (നിങ്ങളുടെ സമുദായം, വംശീയ സംഘം അല്ലെങ്കിൽ സ്കൂൾ ക്ലബ് പോലുള്ളവ)
9. സംഗീതം
10. ഔദ്യോഗിക ജീവിതം
11. ആത്മീയമോ മതപരമോ ആയ മൂല്യങ്ങൾ
12. നർമ്മബോധം

ഏതൊക്കെ മൂന്ന് മൂല്യങ്ങളാണ് അവർക്ക് ഏറ്റവും പ്രധാനപ്പെട്ടതെന്നും എന്തുകൊണ്ടാണ് അവർ അവ തിരഞ്ഞെടുത്തതെന്നും എഴുതാൻ പകുതി വിദ്യാർത്ഥികളോട് ആവശ്യപ്പെട്ടു. മറ്റേ പകുതിയോട് അവർക്ക് തീരെ പ്രധാനപ്പെട്ടതല്ലാത്ത മൂന്ന് മൂല്യങ്ങൾ തിരഞ്ഞെടുക്കാനും അവ മറ്റൊരാൾക്ക് പ്രധാനമായേക്കാവുന്നത് എന്തുകൊണ്ടാണെന്ന് എഴുതാനും ആവശ്യപ്പെട്ടു. ഈ ലളിതമായ എഴുത്ത് വ്യായാമം അവരുടെ മധ്യ-കാല പരീക്ഷയിൽ വലിയ സ്വാധീനം ചെലുത്തി : ഈ ഇടപെടൽ പരീക്ഷാ മാർക്കുകളിലെ ലിംഗ വ്യത്യാസം ഗണ്യമായി കുറയ്ക്കുകയും സ്ത്രീകളുടെ പ്രകടനം മെച്ചപ്പെടുത്തുകയും ചെയ്തു. ഭൗതികശാസ്ത്രത്തിൽ സ്ത്രീകളേക്കാൾ പുരുഷന്മാർ മികച്ച പ്രകടനം കാഴ്ചവയ്ക്കുന്നു എന്ന യാഥാസ്ഥിതികബോധത്തെ അംഗീകരിക്കുന്ന സ്ത്രീകളുടെ കാര്യത്തിൽ ഇത് പ്രത്യേകിച്ചും സത്യമായിരുന്നു.

എന്തുകൊണ്ട്? സാധ്യമായ ഒരു വിശദീകരണം, അവരുടെ മൂല്യങ്ങൾ സ്ഥിരീകരിക്കുന്നതിലൂടെ, തങ്ങൾക്ക് ഏറ്റവും പ്രാധാന്യമുള്ളത്

ഓർക്കാനും പരീക്ഷാ സമയത്ത് അത് മനസ്സിൽ സൂക്ഷിക്കാനും ഈ സ്ത്രീകൾക്ക് കഴിഞ്ഞു.

മൂല്യങ്ങളുടെ സ്ഥിരീകരണങ്ങൾകൊണ്ട് നമ്മുടെ അമൂർത്ത ആശയങ്ങൾ യാഥാർത്ഥ്യമാകുന്നു. ഇങ്ങനെ അവ നമ്മുടെ ആത്മവിശ്വാസം വർദ്ധിപ്പിക്കുന്നു.

അതിനാൽ മൂല്യങ്ങളുടെ സ്ഥിരീകരണങ്ങൾ നമ്മുടെ ഏറ്റവും അമൂർത്ത മായ ആശയങ്ങളെ യാഥാർത്ഥ്യമാക്കുന്നു. അവ വഴിയിലുടനീളം നമ്മുടെ ആത്മവിശ്വാസം വർദ്ധിപ്പിക്കുന്നു. ഈ മൂല്യങ്ങൾ എങ്ങനെ കണ്ടെത്താം – അവ എങ്ങനെ ഉപയോഗിക്കാം എന്നതാണ് ഒരേയൊരു ചോദ്യം.

പരീക്ഷണം 3 :

ജീവിത ചക്രം

വൈദ്യശാസ്ത്ര വിദ്യാലയത്തിലെ അവസാനത്തേതിനു തൊട്ടുമുമ്പുള്ള വർഷത്തിലാണ് ഞാൻ മൂല്യങ്ങൾ സ്ഥിരീകരിക്കുന്നതിനെക്കുറിച്ച് ആദ്യമായി ചിന്തിച്ചത്. ചുട്ടുപൊള്ളുന്ന ഒരു വേനൽക്കാല ദിനത്തിൽ ഇടുങ്ങിയതും വീർപ്പുമുട്ടുന്നതുമായ ഒരു പ്രഭാഷണമുറിയിൽ, കുറച്ച് അതൃപ്തിയുമായി ഇരുന്നത് ഞാൻ ഓർക്കുന്നു. ഇത് ആഘോഷത്തിന്റെ സമയമാകേണ്ടതായിരുന്നു: എന്റെ അഞ്ചാം വർഷ പരീക്ഷകൾ കഴിഞ്ഞു, മുറിയിലുള്ള എല്ലാവരും ഒരു 'മെഡിക്കൽ ഇലക്ടീവി'നായി വിവിധ രാജ്യങ്ങളിലേക്ക് പറക്കാൻ തയ്യാറായിരുന്നു, ലോകത്തിൽ എവിടെ വേണമെങ്കിലും രണ്ട് മാസത്തെ വൈദ്യശാസ്ത്ര പരിചയം ലഭിക്കുന്ന ഒരു നിയമനം. ഞാനും എന്റെ സുഹൃത്തുക്കളായ ബെനും ഒലീവിയയും അടുത്ത ആഴ്ച കംബോഡിയയിലെ നോം പെനിലുള്ള കുട്ടികളുടെ ശസ്ത്രക്രിയാ കേന്ദ്രത്തിലേക്ക് പറക്കാൻ ഒരുങ്ങി.

പക്ഷെ ആദ്യം, ഒരാഴ്ചത്തേയ്ക്കു കൂടി ഏതാനും ചെറുതല്ലാത്ത അധിക ക്ലാസുകൾ ഉണ്ടായിരുന്നു 'എങ്ങനെ ഒരു വിജയകരമായ ഡോക്ടർ ആകാം' എന്ന പേരിൽ ഉള്ളതുൾപ്പെടെ. അത് കുറച്ചധികമായി തോന്നി. കഴിഞ്ഞ അഞ്ച് വർഷമായി ഞങ്ങൾ പഠിച്ചത് ഇതു തന്നെയായിരുന്നില്ലേ? അപ്പോൾ, ഞങ്ങളുടെ അദ്ധ്യാപകനായ ഡോ. ലില്ലിക്രാപ്പ്, വൈദ്യശാസ്ത്ര നിർവ്വാഹകന്റെ സന്തോഷങ്ങളെക്കുറിച്ചല്ല പ്രഭാഷണം, പക്ഷെ നമുക്ക് സ്വയം എങ്ങനെ 'വിജയം' നിർവ്വചിക്കാം എന്നതിനെക്കുറിച്ചാണ് എന്നു വെളിപ്പെടുത്തിയപ്പോൾ എനിക്കുണ്ടായ അതിശയം സങ്കൽപ്പിക്കുക.

വളരെയധികം വൈദ്യശാസ്ത്രവിദ്യാർത്ഥികൾക്ക്,'വിജയം' എന്നത് പലപ്പോഴും അക്കാദമിക അംഗീകാരങ്ങളും ആഡംബര ജോലി പദവികളും മാത്രമാണെന്ന് ഡോക്ടർ ലില്ലിക്രാപ്പ് വിശദീകരിച്ചു. വിജയം എന്നതിന് അതിനേക്കാൾ വലിയ അർത്ഥമുണ്ട്, അദ്ദേഹം ഊന്നി

പ്പറഞ്ഞു. എന്നിട്ട് അദ്ദേഹം ലളിതമായ ഒരു വ്യായാമം അടയാള പ്പെടുത്തിയ ചില കടലാസുകൾ കൈമാറാൻ തുടങ്ങി : 'ജീവിതചക്രം'.

ജീവിത ചക്രം, നമുക്ക് സ്വയം വിജയം നിർവ്വചിക്കാൻ ഉപയോഗി ക്കാവുന്ന ഒരു പരിശീലന ചട്ടക്കൂടാണെന്ന് ഡോ. ലില്ലിക്രാപ്പ് വിശദീ കരിച്ചു. നിങ്ങൾ ഒരു വൃത്തം വരച്ച്, അത് ഒമ്പത് ഭാഗങ്ങളായി ഭാഗിച്ചു കൊണ്ട് ആരംഭിക്കുന്നു. ചക്രത്തിലെ ഓരോ ഭാഗത്തിന്റെയും നേരെ, നിങ്ങളുടെ ജീവിതത്തിന്റെ പ്രധാന മേഖലകൾ നിങ്ങൾ എഴുതുന്നു. ഡോ. ലില്ലിക്രാപ്പ് ഒരു ആരംഭ ബിന്ദുവായി ശുപാർശ ചെയ്തവയാണ് ചുവടെയുള്ളത്, എന്നാൽ നിങ്ങൾക്ക് സ്വന്തമായവയും ഉണ്ടാക്കാം. ആരോഗ്യത്തിന് നമ്മുടെ പക്കൽ മൂന്ന് ഉണ്ട് (ശരീരം, മനസ്സ്, ആത്മാവ്); മൂന്ന് തൊഴിലിന് (ദൗത്യം, പണം, വളർച്ച), മൂന്ന് ബന്ധങ്ങൾക്കും (കുടുംബം, പ്രണയം, സുഹൃത്തുക്കൾ).

അടുത്തതായി, നിങ്ങളുടെ ജീവിതത്തിന്റെ ഓരോ മേഖലയിലും നിങ്ങൾ എത്രത്തോളം പൊരുത്തപ്പെട്ടിട്ടുണ്ടെന്ന് നിങ്ങൾ വിലയിരു ത്തുന്നു. നിങ്ങൾ സ്വയം ചോദിക്കുക :'എന്റെ നിലവിലെ പ്രവർത്തനങ്ങൾ എന്റെ വ്യക്തിപരമായ മൂല്യങ്ങളുമായി എത്രത്തോളം യോജിക്കുന്ന തായി/പൊരുത്തപ്പെടുന്നതായി എനിക്ക് തോന്നുന്നു?' അതിനനുസരിച്ച് ഭാഗങ്ങൾക്ക് നിറം നൽകുക – നിങ്ങൾക്ക് സംതൃപ്തി തോന്നുന്നുവെങ്കിൽ, അത് പൂർണ്ണമായും പൂരിപ്പിക്കുക; നിങ്ങൾക്ക് പൂർണ്ണമായും അസംതൃപ്തി തോന്നുന്നുവെങ്കിൽ, അത് ശൂന്യമായി വിടുക.

ജീവിതചക്രം

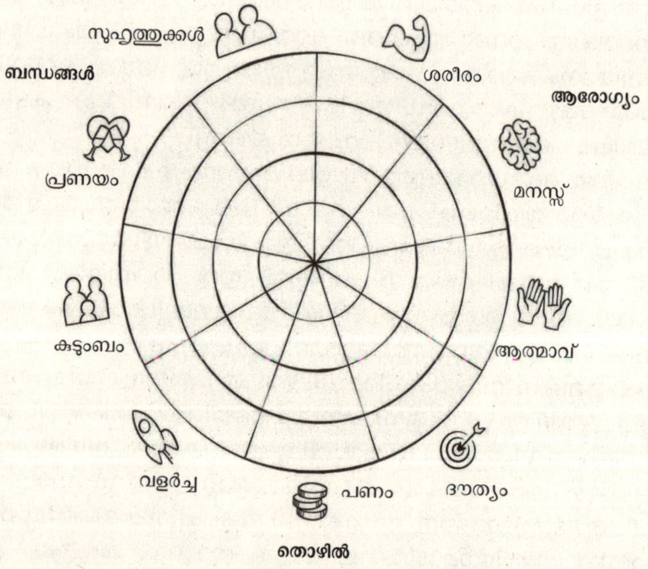

എന്റെ ജീവിതചക്രം രസകരമായ ചില ഉൾക്കാഴ്ചകൾ നൽകി. വിദൂര ഘടനാപരമായ രീതിയിൽ ജീവിതത്തിൽ നിന്ന് എനിക്ക് എന്താണ് വേണ്ടതെന്ന് ഞാൻ ആദ്യമായി ചിന്തിച്ചു. ഓരമായി ചില സാങ്കേതിക കാര്യങ്ങൾ ചെയ്യുന്ന ഒരു ഡോക്ടറാകുക എന്ന അവ്യക്തമായ ലക്ഷ്യം എനിക്ക് എപ്പോഴും ഉണ്ടായിരുന്നു, എന്നാൽ ജീവിത ചക്രം എനിക്ക് ജീവിതത്തെക്കുറിച്ച് കൂടുതൽ തന്ത്രപരമായി ചിന്തിക്കാനുള്ള പദാവലി നൽകി.

പ്രണയം (ബന്ധങ്ങളുടെ ഭാഗം), ശരീരം (ആരോഗ്യത്തിന്റെ ഭാഗം), ദൗത്യം (ജോലിയുടെ ഭാഗം) എന്നിവയായിരുന്നു എന്റെ മൂന്ന് പൊരുത്തം കുറഞ്ഞ മേഖലകൾ. അത് നടപടിയെടുക്കാൻ എന്നെ പ്രേരിപ്പിച്ചു. ഞാൻ പ്രണയബന്ധം ആരംഭിച്ചു. ഞാൻ വ്യായാമം ചെയ്യാൻ തുടങ്ങി. എന്റെ കച്ചവടം ആരംഭിക്കുന്നതിനെക്കുറിച്ച് ഞാൻ ഗൗരവമായി ചിന്തിക്കാൻ തുടങ്ങി; വാസ്തവത്തിൽ, കംബോഡിയയിൽ താത്ക്കാലിക ജോലിക്കായി പോയപ്പോൾ അവിടെ വെച്ച് എന്റെ ആദ്യ വിഡിയോ റെക്കോർഡു ചെയ്തു. നിമിഷങ്ങൾക്കുള്ളിൽ, ജീവിതചക്രം ഞാൻ ഏറ്റവും വിലമതിക്കുന്ന കാര്യങ്ങളെക്കുറിച്ച് എനിക്ക് വ്യക്തത നൽകി.

പരീക്ഷണം 4 :
12 മാസത്തെ ആഘോഷം

നിങ്ങളുടെ മൂല്യങ്ങളെ യോജിച്ച ലക്ഷ്യങ്ങളാക്കി മാറ്റുന്നത് എങ്ങനെയെന്ന് ജീവിത ചക്രം ചില വഴികളിലൂടെ വിശദീകരിക്കുന്നു. അതാണ് ആ ആദ്യ വീഡിയോ പങ്കിടാൻ എന്നെ പ്രേരിപ്പിച്ചത്. എന്റെ സഹപാഠികളിൽ കുറഞ്ഞത് രണ്ട് പേരെയെങ്കിലും വൈദ്യശാസ്ത്രം പൂർണ്ണമായും ഉപേക്ഷിക്കാൻ ഇത് പ്രചോദിപ്പിച്ചു (അതായിരുന്നില്ല ഡോ. ലില്ലി ക്രാപ്പിന്റെ ഉദ്ദേശ്യം).

എന്നാൽ അത് ഇപ്പോഴും വിദൂരമായി തുടരുന്നു : നിർദ്ദിഷ്ട ചുവടുവെപ്പുകളേക്കാൾ അമൂർത്തമായ മൂല്യങ്ങളെക്കുറിച്ചാണ് നമ്മൾ സംസാരിക്കുന്നത്. അവിടെയാണ് നമ്മുടെ അടുത്ത രീതി വരുന്നത്: ‘12 മാസ ആഘോഷം’. സ്വപ്നങ്ങളെ കർമ്മങ്ങളാക്കി മാറ്റാനുള്ള എന്റെ പ്രിയപ്പെട്ട രീതിയാണിത്. ആശയം ലളിതമാണ്. ഇപ്പോൾ മുതൽ പന്ത്രണ്ട് മാസം കഴിഞ്ഞ് നിങ്ങൾ നിങ്ങളുടെ ഉറ്റ സുഹൃത്തിനൊപ്പം അത്താഴം കഴിക്കുകയാണെന്ന് സങ്കൽപ്പിക്കുക. കഴിഞ്ഞ വർഷം നിങ്ങളുടെ പ്രധാനപ്പെട്ട ജീവിത മേഖലകളിൽ നിങ്ങൾ എത്രമാത്രം പുരോഗതി കൈവരിച്ചുവെന്നത് നിങ്ങൾ ആഘോഷിക്കുകയാണ്.

ജീവിത ചക്രത്തിൽ നിങ്ങൾ തിരിച്ചറിഞ്ഞ മൂല്യങ്ങളിലേക്ക് തിരിഞ്ഞു നോക്കുക. ഇപ്പോൾ, ഓരോ മൂല്യത്തിലുമുള്ള നിങ്ങളുടെ പുരോഗതിയെക്കുറിച്ച് നിങ്ങളുടെ ഉറ്റ സുഹൃത്തിനോട് എന്താണ് പറയാൻ ആഗ്രഹിക്കുന്നതെന്ന് എഴുതുക.

വിഭാഗം	ആഘോഷം
ആരോഗ്യം	**ശരീരം :** കഴിഞ്ഞ 12 മാസങ്ങളിൽ, എന്റെ ജീവിത ശൈലിയും മുൻഗണനകളുമായി പൊരുത്തപ്പെടുന്ന ഒരു വ്യായാമ ദിനചര്യ ഞാൻ കണ്ടെത്തി, 15 പൗണ്ട് ഭാരം കുറഞ്ഞു. **മനസ്സ് :** കഴിഞ്ഞ 12 മാസങ്ങളിൽ, പരിചരണം ആരംഭിച്ചുകൊണ്ട് ഞാൻ എന്റെ മാനസികാരോഗ്യത്തിന് മുൻഗണന നൽകി. കൂടുതൽ സ്വയം-ബോധമുള്ളവനാകാനും സമ്മർദ്ദം കൂടുതൽ ഫലപ്രദമായി നിയന്ത്രിക്കാനും ഇത് എന്നെ സഹായിച്ചു. **ആത്മാവ് :** കഴിഞ്ഞ 12 മാസങ്ങളിൽ, ഞാൻ ദിവസേനയുള്ള ധ്യാന പരിശീലനത്തിൽ ഏർപ്പെട്ടിട്ടുണ്ട്, കൂടാതെ ഒരു ആത്മീയ കൂട്ടായ്മയിൽ പങ്കെടുക്കുകയും ചെയ്തു.
തൊഴിൽ	**ദൗത്യം :** കഴിഞ്ഞ 12 മാസങ്ങളിൽ, എന്റെ കഴിവുകൾ ഉപയോഗപ്പെടുത്തുന്ന ഒരു പുതിയ തൊഴിലിലേക്ക് മാറാൻ കഴിഞ്ഞത്, എന്റെ ജോലിയെ കൂടുതൽ തൃപ്തികരവും ആസ്വാദ്യകരവുമാക്കി. **പണം:** കഴിഞ്ഞ 12 മാസങ്ങളിൽ, എന്റെ വിദ്യാർത്ഥി വായ്പയുടെ വലിയൊരു ഭാഗം ഞാൻ അടച്ചുതീർക്കുകയും ഒരു വീടിനായുള്ള പണം സ്വരുക്കൂട്ടാൻ ആരംഭിക്കുകയും ചെയ്തു. **വളർച്ച :** കഴിഞ്ഞ 12 മാസങ്ങളിൽ, എന്റെ കഴിവുകൾ വികസിപ്പിച്ച് എന്നെ കൂടുതൽ തൊഴിൽ യോഗ്യനാക്കുന്ന ഒരു ഓൺലൈൻ കോഴ്സ് പൂർത്തിയാക്കി.
ബന്ധങ്ങൾ	**കുടുംബം :** കഴിഞ്ഞ 12 മാസങ്ങളിൽ, പതിവ് സന്ദർശനങ്ങളും ഫോൺ വിളികളും ആസൂത്രണം ചെയ്തുകൊണ്ട് ഞാൻ എന്റെ കുടുംബത്തിനായി കൂടുതൽ സമയം കണ്ടെത്തി. **പ്രണയം :** കഴിഞ്ഞ 12 മാസങ്ങളിൽ, കൂടുതൽ തുറന്ന ആശയവിനിമയത്തിലൂടെ എന്റെ പങ്കാളിയുമായുള്ള ബന്ധം ഞാൻ ശക്തിപ്പെടുത്തി. സുഹൃത്തുക്കൾ: കഴിഞ്ഞ 12 മാസങ്ങളിൽ, പലപ്പോഴും പഴയ സുഹൃത്തുക്കളുമായി വീണ്ടും ബന്ധപ്പെടാനും പുതിയ ബന്ധങ്ങൾ കെട്ടിപ്പടുക്കാനും ഞാൻ ശ്രമിച്ചു, ഇത് കൂടുതൽ വൈവിധ്യമാർന്നതും പിന്തുണയുള്ളതുമായ ഒരു സാമൂഹിക വലയത്തിൽ എത്തിച്ചു.

അദ്ധ്യായം 4-ലെ (പേജ്105 കാണുക) സ്ഫടിക പന്ത് രീതിയുടെ കുറച്ച് നേർപ്പിച്ച പതിപ്പായി ഇതിനെ കരുതുക. അവിടെ, എല്ലാം എങ്ങനെ തെറ്റായി പോകുന്നു എന്നതിലായിരുന്നു ശ്രദ്ധ. ഇവിടെ, എല്ലാം എങ്ങനെ ശരിയായി നടക്കുന്നു എന്നതിലാണ് ശ്രദ്ധ കേന്ദ്രീകരിക്കുന്നത്. നിങ്ങളോടു സ്വയം ചോദിക്കുക : 'എനിക്ക് 12 മാസത്തെ ആഘോഷം ഒരു യാഥാർത്ഥ്യമാക്കണമെങ്കിൽ, അടുത്ത വർഷം അവിടെയെത്താൻ ഞാൻ എന്തു ചെയ്യണം? ആദ്യ പ്രവർത്തന ഘട്ടം എന്താണ് : ആ കായികാഭ്യാസ കളരിയിൽ ചേരുന്നത്? എന്റെ യോഗ്യതകൾ മിനുക്കിയെടുക്കുന്നതോ? എന്റെ അമ്മയുമായുള്ള പ്രതിവാര ഫോൺ ചെയ്യൽ ഡയറിയിൽ കുറിക്കുന്നതോ?'

പൊടുന്നനെ, നിങ്ങളുടെ മൂല്യങ്ങൾ വിദൂര ഭാവിയെക്കുറിച്ചല്ല. അവ വരും മാസങ്ങളിലെ നിങ്ങളുടെ ചുവടുകളെക്കുറിച്ചാണ്.

ഹ്രസ്വകാല ചക്രവാളം

ചിലർക്ക്, നിങ്ങളുടെ ജീവിതവുമായി നിങ്ങളുടെ ലക്ഷ്യങ്ങളെ പൊരുത്തപ്പെടുത്താനുള്ള ഈ ചുവടുവെപ്പുകൾ ഇപ്പോഴും വളരെ അകലെയാണെന്ന് തോന്നിയേക്കാം. അടുത്ത വർഷം നിങ്ങൾ ആരാണെന്നത് ഇപ്പോഴും ഭയാനകമാം വിധം ദൂരത്ത് അനുഭവപ്പെടും. നിങ്ങളുടെ പെരുമാറ്റം ഇപ്പോൾ, ഇന്നുതന്നെ പൊരുത്തപ്പെടാനുള്ള ഒരു മാർഗ്ഗം നിങ്ങൾ കണ്ടെത്തേണ്ടതുണ്ട്.

ഇവിടെ, നമ്മുടെ അഗാധമായ ആത്മബോധവുമായി പൊരുത്തപ്പെടുന്ന ദൈനംദിന തീരുമാനങ്ങൾ എടുക്കുക എന്നതാണ് നമ്മുടെ ലക്ഷ്യം. ഇത് നമുക്ക് ആശ്വാസം പകരുക മാത്രമല്ല ചെയ്യുന്നത്. സുഖ-അനുഭവ ഉൽപാദനപരതയുടെ ഏറ്റവും ശക്തമായ ചാലകങ്ങളിൽ ഒന്നാണിത്. ഒരു പഠനത്തിൽ, ന്യൂസിലാൻഡിലെ വൈക്കാറ്റോ സർവ്വകലാശാലയിലെ അന്ന സട്ടൺ 36,000-ലധികം അടിസ്ഥാന വിവരങ്ങൾ ഉപയോഗിച്ച് നിർമ്മിച്ച അമ്പത്തിയൊന്ന് പഠനങ്ങളിലൂടെ യഥാർത്ഥമായ ദൈനംദിന ജീവിതവും മൊത്തത്തിലുള്ള ക്ഷേമവും തമ്മിലുള്ള ബന്ധം പര്യവേക്ഷണം ചെയ്തു. അവളുടെ കണ്ടെത്തലുകൾ യഥാർത്ഥവും ക്ഷേമവും തമ്മിലുള്ള സകാരാത്മക ബന്ധം മാത്രമല്ല, യഥാർത്ഥവും അവൾ 'വ്യാപൃതം' എന്ന് വിളിക്കുന്നതുമായുള്ള ബന്ധവും കാണിച്ചുതന്നു. അത് ശ്രദ്ധേയമായ ഒരു കണ്ടെത്തലായി മാറി. ആളുകൾ അവരുടെ വ്യക്തിപരമായ മൂല്യങ്ങളോടും ആത്മബോധത്തോടും പൊരുത്തപ്പെടുന്ന തീരുമാനങ്ങൾ എടുക്കുമ്പോൾ, അവർ കൂടുതൽ സന്തോഷവാന്മാർ മാത്രമല്ല; അവർ തങ്ങളുടെ മുമ്പിലുള്ള ജോലികളിൽ കൂടുതൽ വ്യാപൃതരുമാണ്.

അതിനാൽ പൊരുത്തപ്പെടലിന്റെ അവസാന ചേരുവ മനോഭാവ

ത്തിൽ ഒരു മാറ്റം വരുത്തുന്നതാണ്: നാം ജീവിതകാലങ്ങളുടെയും വർഷങ്ങളുടെയും തലത്തിൽ നമ്മുടെ മൂല്യങ്ങളെക്കുറിച്ച് ചിന്തിക്കുന്നതിൽ നിന്ന്, നാം ദൈനംദിന തിരഞ്ഞെടുപ്പുകളുടെ തലത്തിൽ നമ്മുടെ മൂല്യങ്ങളെക്കുറിച്ച് ചിന്തിക്കുന്നതിലേയ്ക്കുള്ള മാറ്റം.

എങ്ങനെയെന്നതാണ് ചോദ്യം. നാം ഓരോ ദിവസവും നമ്മുടെ മൂല്യങ്ങളിൽ നിന്ന് അകന്നു പോകുന്ന തീരുമാനങ്ങൾ എടുക്കുന്നു. സ്വാതന്ത്ര്യത്തെ വിലമതിക്കുന്ന വ്യക്തി, എന്നാൽ സ്ഥാപനത്തിന്റെ ഓഹരികൾ ലഭിക്കുന്നതിനായി കാത്തിരുന്ന് ഒരു നിയന്ത്രണ വിധേയമായ ജോലിയിൽ തുടരുന്നു. അടുത്ത ബന്ധങ്ങളെ വിലമതിക്കുന്ന വ്യക്തി, എന്നാൽ ജോലിയിൽ കൂടുതൽ സമയം ചെലവഴിക്കുകയും കുടുംബാംഗങ്ങളോടും സുഹൃത്തുക്കളോടും ഒപ്പം സമയം ചെലവഴിക്കുന്നതിനെ അവഗണിക്കുകയും ചെയ്യുന്നു. നമ്മുടെ ദൈനംദിന തീരുമാനങ്ങൾ നാം ഏറ്റവും ആഗ്രഹിക്കുന്ന കാര്യങ്ങളുമായി പൊരുത്തപ്പെടാതെ വരുന്ന സന്ദർഭങ്ങൾക്ക് ഉദാഹരണങ്ങളാണ് ഇവ.

ശരിയായ ഉപകരണങ്ങൾ ഉപയോഗിച്ച്, സൂക്ഷ്മമായി ഏറ്റവും പ്രാധാന്യമുള്ള കാര്യങ്ങളിലേക്ക് നമുക്ക് സ്വയം മാറാൻ കഴിയും.

എന്നാൽ ശരിയായ ഉപകരണങ്ങൾ ഉപയോഗിച്ച്, നമുക്ക് ഏറ്റവും പ്രാധാന്യമുള്ള കാര്യങ്ങളിലേക്ക് സൂക്ഷ്മമായി സ്വയം മാറാനും, കൂടുതൽ കാലം നമ്മുടെ ഉൽപാദനക്ഷമത നിലനിർത്താനും (നമ്മുടെ ജീവിതത്തെ സമ്പന്നമാക്കാനും) കഴിയും.

പരീക്ഷണം 5 :
മൂന്ന് പൊരുത്തപ്പെടൽ അനുധാവനങ്ങൾ

ദൈനംദിന തീരുമാനങ്ങളിലേക്ക് ദീർഘകാല മൂല്യങ്ങളെ സമന്വയിപ്പിക്കുന്നതിനുള്ള എന്റെ പ്രിയപ്പെട്ട മാർഗ്ഗം ഒരു ലളിതമായ വസ്തുതയെ ഉൾക്കൊള്ളുന്നു: ഹ്രസ്വകാല ലക്ഷ്യങ്ങൾ ദീർഘകാല ലക്ഷ്യങ്ങളേക്കാൾ വളരെ എളുപ്പത്തിൽ നേടാൻ കഴിയുമെന്ന തോന്നൽ.

പതിറ്റാണ്ടുകളായി മനഃശാസ്ത്രജ്ഞർ മനസ്സിലാക്കിയ കാര്യമാണിത്. പ്രസിദ്ധമായ ഒരു പഠനത്തിൽ, ഗവേഷകർ ഗണിതശാസ്ത്രം ബുദ്ധിമുട്ടായിരുന്ന ഏഴോ പത്തോ വയസ്സുവരെയുള്ള കുട്ടികളോട് വരും ദിവസങ്ങളിൽ ലക്ഷ്യങ്ങൾ വെക്കാൻ ആവശ്യപ്പെട്ടു. അവരെ രണ്ട് സംഘങ്ങളായി വിഭജിക്കുകയും ഓരോന്നിനും സൂക്ഷ്മമായി വ്യത്യസ്തമായ നിർദ്ദേശങ്ങൾ നൽകുകയും ചെയ്തു. ആദ്യ സംഘത്തിനോട്, വരാനിരിക്കുന്ന ഏഴ് സെഷനുകളിലും ആറ് പേജുള്ള ഗണിത പ്രശ്നങ്ങൾ ലക്ഷ്യമിടാൻ പറഞ്ഞു; രണ്ടാമത്തേതിനോട്, എല്ലാ സെഷനുകളുടെയും

അവസാനത്തിൽ നാൽപ്പത്തിരണ്ട് പേജ് പ്രശ്നങ്ങൾ ലക്ഷ്യം വെക്കാനും പറഞ്ഞു.

തീർച്ചയായും, ഈ രണ്ട് കൂട്ടം ലക്ഷ്യങ്ങളും ഒരേ കാര്യം പറയാനുള്ള വ്യത്യസ്ത വഴികൾ മാത്രമാണ് – ഓരോ സാഹചര്യത്തിലും, കുട്ടികൾ നാല്പത്തിരണ്ട് പേജുകളും പൂർത്തിയാക്കി. ദൂരെയുള്ള ലക്ഷ്യത്തേക്കാൾ തൊട്ടടുത്തലക്ഷ്യത്തിൽശ്രദ്ധകേന്ദ്രീകരിക്കുന്നതിന്റെഫലങ്ങൾശ്രദ്ധേയ മായിരുന്നു. 'അടുത്തുള്ളത്' ലക്ഷ്യം വെച്ച കുട്ടികൾ മികച്ച പ്രകടനം കാഴ്ച വെച്ചെന്നു മാത്രമല്ല; അവർ മറ്റ് കുട്ടികളേക്കാൾ ഇരട്ടി പ്രകടനം കാഴ്ചവെച്ച്, 80 ശതമാനം പ്രശ്നങ്ങളും ശരിയായി പരിഹരിച്ചപ്പോൾ മറ്റേ സംഘം 40 ശതമാനമാണ് പരിഹരിച്ചത്. എന്തിനധികം, അവർക്ക് കൂടുതൽ ആത്മവിശ്വാസം തോന്നുകയും ചെയ്തു – സുഖം അനുഭവിക്കാനുള്ള നമ്മുടെ ഏറ്റവും പ്രധാനപ്പെട്ട പാതകളിൽ ഒന്ന്. സംഘടനാപരമായ മനഃശാസ്ത്രജ്ഞ ടാഷ യൂറിച്ച് സംഗ്രഹിച്ചതുപോലെ, 'അടുത്തുള്ള' ലക്ഷ്യങ്ങൾ ഈ കുട്ടികളെ പ്രശ്നങ്ങൾ പരിഹരിക്കാൻ മാത്രമല്ല സഹായിച്ചത് – അവർ ഗണിതത്തെ നോക്കിക്കാണുന്ന രീതിയും മാറ്റി.'

നിങ്ങളുടെ മൂല്യങ്ങൾക്കനുസരിച്ച് ജീവിക്കുന്നതുമായി ഇതിന് എന്ത് ബന്ധമുണ്ട്? നാം ഇപ്പോൾ ഉള്ള സ്ഥലവും നാം എത്താൻ ആഗ്രഹിക്കുന്ന സ്ഥലവും തമ്മിലുള്ള അകലം മറികടക്കാൻ ഇത് സഹായിക്കുന്നു.

12 മാസത്തെ ആഘോഷം എന്ന ആശയം അൽപ്പം ഭയപ്പെടുത്തു ന്നതായി തോന്നിയേക്കാം. എന്റെ മൂല്യങ്ങൾക്ക് അനുസൃതമായി ഒരു ദിവസം ജീവിക്കാൻ ഞാൻ പലപ്പോഴും പാടുപെടുന്നു, പിന്നെ ഒരു വർഷത്തിന്റെ കാര്യം പറയേണ്ടതില്ല. എന്നാൽ ഇവിടെയാണ് ഗണിതശാസ്ത്രപരമായി ചിന്തിക്കുന്ന ആ കുട്ടികളുടെ പ്രവൃത്തി അനുകരി ക്കുന്നത് സഹായകമാകുന്നത്. എല്ലാ ദിവസവും രാവിലെ, അന്നേ ദിവസത്തിനായി മൂന്ന് പ്രവർത്തനങ്ങൾ തിരഞ്ഞെടുക്കുക, അത് ഒരു വർഷത്തിനുള്ളിൽ നിങ്ങൾ എത്താൻ ആഗ്രഹിക്കുന്ന സ്ഥലത്തേക്കുള്ള ഒരു ചെറിയ ചുവടുവയ്പ്പിലേക്ക് നിങ്ങളെ കൊണ്ടുപോകും.

വ്യക്തിപരമായി, എന്റെ 12 മാസത്തെ ആഘോഷം ഞാൻ ഒരു ഗൂഗിൾ ഡോകിൽ സംരക്ഷിച്ച്, എന്റെ കമ്പ്യൂട്ടറിന്റെ വെബ് ബ്രൗസറിൽ പ്രത്യേകം അടയാളപ്പെടുത്തിയിട്ടുണ്ട്. ഞാൻ ജോലി തുടങ്ങാൻ ഇരിക്കുമ്പോഴെല്ലാം, എന്റെ 12 മാസത്തെ ആഘോഷം എങ്ങനെയുണ്ടെന്ന് എന്നെത്തന്നെ ഓർമ്മിപ്പിക്കാൻ ഞാൻ ആ ഗൂഗിൾ ഡോക് തുറന്ന് അതിലൂടെ കടന്നു പോകും. അതിനുശേഷം, ആരോഗ്യം, ജോലി, ബന്ധങ്ങൾ എന്നീ മേഖലകളിൽ നിന്ന് ഞാൻ ഒരു ഉപവിഭാഗം തിരഞ്ഞെടുക്കുന്നു. ഇന്ന് രാവിലത്തെ എന്റെ മൂന്ന് പൊരുത്തപ്പെടൽ അനുധാവനങ്ങൾ ഇങ്ങനെ കാണപ്പെട്ടു :

- ആരോഗ്യം (H) – കളരി സെഷൻ 15:30-16:30
- തൊഴിൽ (W) – അധ്യായം 9 എഴുതുന്നതിൽ പുരോഗതി കൈവരിക്കുക

- ബന്ധങ്ങൾ (R) – നാനിയെ (എന്റെ അമ്മാമ്മ) ഫോൺ ചെയ്യുക

ഈ രീതി എന്നെപ്പോലുള്ള സ്വാസ്ഥ്യം/എഴുത്ത്/അമ്മാമ്മ പ്രേമികൾക്ക് മാത്രമല്ല പ്രയോജനപ്പെടുന്നത്. നിങ്ങൾ ഗ്രേഡുകൾ മെച്ചപ്പെടുത്താനും ശാരീരികസ്വാസ്ഥ്യം നിലനിർത്താനും സൗഹൃദം ശക്തിപ്പെടുത്താനും ലക്ഷ്യമിടുന്ന ഒരു കോളേജ് വിദ്യാർത്ഥിയാണെന്ന് വെക്കുക. നിങ്ങളുടെ ദിവസത്തെ മൂന്ന് പൊരുത്തപ്പെടൽ അനുധാവനങ്ങൾ ഇങ്ങനെ കാണപ്പെട്ടേക്കാം :

- ആരോഗ്യം (H) – ക്ലാസ് കഴിഞ്ഞ് 30 നിമിഷം ഓടാൻ പോകുക
- തൊഴിൽ (W) – നാളത്തെ പരീക്ഷയ്ക്കായി ഒരു മണിക്കൂർ അധികമായി പഠിക്കുക
- ബന്ധങ്ങൾ (R) – പഠനത്തിന് ശേഷം കാതറിനോടൊത്ത് ഒരു കാപ്പി കുടിക്കുക

അല്ലെങ്കിൽ നിങ്ങൾ ജോലി, ആരോഗ്യം, കുടുംബജീവിതം എന്നിവയുടെ ആവശ്യകതകൾ ഒരേ സമയം കൈകാര്യം ചെയ്യുന്ന ഒരു രക്ഷിതാവാണ്. നിങ്ങളുടെ പൊരുത്ത അനുധാവനങ്ങളിൽ ഇവ ഉൾപ്പെടാം :

- ആരോഗ്യം (H) – എന്റെ ഉച്ചഭക്ഷണ ഇടവേളയിൽ 15 നിമിഷം നടക്കുക
- തൊഴിൽ (W) – ഉച്ചഭക്ഷണ സമയത്തിന് മുമ്പ് പദ്ധതി നിർദ്ദേശ കരട് പൂർത്തിയാക്കുക
- ബന്ധങ്ങൾ (R) – കുടുംബത്തിന് വേണ്ടി ആരോഗ്യകരമായ ഒരു അത്താഴം പാകം ചെയ്ത്, ഒരുമിച്ച് ഗുണമേന്മയുള്ള സമയം ചെലവഴിക്കുക

ഈ സമീപനത്തിന്റെ പ്രയോജനം, ഭീതി ഉളവാക്കുന്ന 12 മാസത്തെ വൻ ലക്ഷ്യത്തിന്റെ വലുപ്പം കുറയ്ക്കുന്നു എന്നതാണ്. വരുന്ന ഒരു വർഷത്തിന്മേൽ മുഴുവനായി ശ്രദ്ധ കേന്ദ്രീകരിക്കുന്നതിനു പകരം, അടുത്തുള്ള, ഹ്രസ്വകാല ചുവടുകളിന്മേൽ ശ്രദ്ധിക്കുമ്പോൾ, മൂല്യങ്ങളോടു കൂടിയുള്ള ജീവിതത്തെ നിങ്ങൾ തൽക്ഷണമാക്കി മാറ്റുന്നു. ഇത് കൈവരിക്കാവുന്നതായിട്ടും കാണാം.

പരീക്ഷണം 6 :
പൊരുത്ത പരിക്ഷണങ്ങൾ

ഒരു ദശാബ്ദം മുമ്പ് ഞാൻ സുഖ-അനുഭവ ഉൽപാദനപരതയെക്കുറിച്ചുള്ള എന്റെ ഗവേഷണം ആരംഭിച്ചപ്പോൾ, ഏറ്റവും ശക്തമായ വെളിപ്പെടുത്തൽ ഏതെങ്കിലും ഒരു പഠനമോ ഉൾക്കാഴ്ചയോ ആയിരുന്നില്ല. അത് ഒരു രീതി

ആയിരുന്നു. സന്തോഷം, സംതൃപ്തി, ഉൽപാദനക്ഷമത എന്നിവയെക്കുറിച്ചുള്ള ചോദ്യങ്ങളിൽ ഞാൻ മെഡിക്കൽ സ്കൂളിൽ പഠിച്ചുകൊണ്ടിരുന്ന ശാസ്ത്രീയ ചിന്താരീതി പ്രയോഗിച്ചതോടെയാണ് എല്ലാം ആരംഭിച്ചത്.

അതിനാൽ എന്റെ അവസാന വ്യായാമം നമ്മളെ പൂർണ്ണ വൃത്തത്തിലേക്ക് കൊണ്ടുവരുന്നു, കൂടാതെ ഒരു ശാസ്ത്രജ്ഞനെപ്പോലെ ഉൽപാദനക്ഷമതയെക്കുറിച്ച് ചിന്തിക്കാൻ പഠിക്കുന്നതും ഉൾപ്പെടുന്നു. നിങ്ങൾക്ക് അർത്ഥവത്തായത് എന്ത് എന്ന് പരീക്ഷിക്കുക. ഓരോ മണിക്കൂറിലും നിങ്ങൾ എടുക്കുന്ന തീരുമാനങ്ങളെ നിർണ്ണയിക്കാൻ ആ പരീക്ഷണങ്ങൾ ഉപയോഗിക്കുക.

'പൊരുത്ത പരീക്ഷണങ്ങൾ' നിങ്ങളുടെ ദൈനംദിന തീരുമാനങ്ങളിൽ എന്താണ് നിങ്ങളെ കൂടുതൽ പൊരുത്തത്തിലേക്ക് കൊണ്ടുവരുന്നതെന്ന് പരിശോധിക്കാൻ സഹായിക്കും. ഇത് മൂന്ന് ഘട്ടങ്ങളുള്ള ഒരു പ്രക്രിയയാണ്.

ആദ്യം, നിങ്ങളുടെ പ്രവർത്തനങ്ങൾ പ്രത്യേകിച്ചും അപ്രസന്നമായി തോന്നുന്ന നിങ്ങളുടെ ജീവിതത്തിലെ ഒരു മേഖല തിരിച്ചറിയുക. നിങ്ങളുടെ സ്തുതിപാഠ രീതി, ഒഡീസി പദ്ധതി, ജീവിത ചക്രം എന്നീ വ്യായാമങ്ങളുടെ ഫലങ്ങൾ ഇതിന് സഹായകമായിരിക്കും. എന്നാൽ ഇത്തരം വ്യായാമങ്ങൾ ഇല്ലാതെതന്നെ, നിങ്ങളുടെ ജോലി, അല്ലെങ്കിൽ നിങ്ങളുടെബന്ധങ്ങൾ,അല്ലെങ്കിൽനിങ്ങളുടെവിനോദങ്ങൾഎന്നിങ്ങനെ നിങ്ങളുടെ ജീവിതത്തിന്റെ ഒന്നോ അതിലധികമോ മേഖലകളിൽ നിങ്ങൾക്ക്പൊരുത്തക്കേടുണ്ടെങ്കിൽ അത് അനുഭവപ്പെടും. ആലോചിച്ചു നോക്കൂ – എവിടെയെങ്കിലും കാര്യങ്ങൾ നന്നായി നടക്കുന്നില്ല എന്ന് നിങ്ങൾക്ക് തോന്നുന്നുണ്ടോ?

ജോലിയിലെ ഉയർച്ചയ്ക്കു വേണ്ടി വർഷങ്ങളോളം ചെലവഴിച്ച ഒരു അഭിഭാഷകയെക്കുറിച്ച് ചിന്തിക്കുക, എന്നാൽ നീണ്ട മണിക്കൂറുകളും ഉയർന്ന സമ്മർദ്ദമുള്ള അന്തരീക്ഷവും അവളുടെ വ്യക്തിജീവിതത്തെ ബാധിക്കുന്നുണ്ടെന്ന് തിരിച്ചറിഞ്ഞ ഒരാൾ. അവളെ സംബന്ധിച്ചിടത്തോളം, ഒരു പൊരുത്ത പരീക്ഷണത്തിൽ അവളുടെ മൂല്യങ്ങളുമായി നന്നായി പൊരുത്തപ്പെടുന്ന ബദൽ ജോലി ക്രമീകരണങ്ങൾ പര്യവേക്ഷണം ചെയ്യുന്നത് ഉൾപ്പെട്ടേക്കാം. അല്ലെങ്കിൽ സ്വന്തം താൽപ്പര്യങ്ങൾക്ക് പകരം കുടുംബത്തിൽ നിന്നുള്ള സമ്മർദ്ദം പോലുള്ള ബാഹ്യ പ്രതീക്ഷകളെ അടിസ്ഥാനമാക്കി ഒരു ബിരുദം തിരഞ്ഞെടുത്ത ഒരു കോളേജ് വിദ്യാർത്ഥിയെ സങ്കൽപ്പിക്കുക. ക്ലാസുകളിൽ ഏർപ്പെട്ടിരിക്കുന്നതായി തോന്നാൻ അവൻ പാടുപെടുകയും തന്റെ ഭാവി ഔദ്യോഗിക ജീവിതത്തിന് ശരിയായ പാതയിലല്ലെന്ന് ആകുലപ്പെടുകയും ചെയ്തേക്കാം. ഈ സാഹചര്യത്തിൽ, ഒരു പൊരുത്ത പരീക്ഷണത്തിൽ ഇതര വിദ്യാഭ്യാസ പാതകൾ പരിശോധിക്കുന്നത് ഉൾപ്പെട്ടേക്കാം.

രണ്ടാമതായി, നിങ്ങളുടെ സിദ്ധാന്തം ഉണ്ടാക്കുക. നമ്മൾ ഇവിടെ ശാസ്ത്രജ്ഞരെപ്പോലെയാണ് ചിന്തിക്കുന്നത്, അതിനർത്ഥം ഒരു പരീക്ഷ

ണാത്മക മനോഭാവം സ്വീകരിക്കുക എന്നാണ്. എല്ലാ ശാസ്ത്ര പരീക്ഷണങ്ങൾക്കും ഒരു 'സ്വതന്ത്ര വ്യതിയാനം' ഉണ്ട്, അതായത്, ഒരു കാര്യത്തെ മാറ്റിയാൽ അത് എന്ത് ഫലമുളവാക്കുന്നു എന്ന് കാണുന്നത്. നിങ്ങളുടെ ജീവിതത്തിൽ ഒരു – ഒന്ന് മാത്രം – സ്വതന്ത്ര വ്യതിയാനം മാറ്റേണ്ടി വന്നാൽ, അത് എന്തായിരിക്കും? അത് നിങ്ങളുടെ അവസ്ഥയിൽ എന്ത് ഫലമുണ്ടാക്കുമെന്ന് നിങ്ങൾ കരുതുന്നു?

ഇതാണ് നിങ്ങളുടെ സിദ്ധാന്തം. നമ്മുടെ നിരുത്സാഹിയായ അഭിഭാഷകയുടെ സിദ്ധാന്തം ഇതായിരിക്കാം : 'എന്റെ പ്രവൃത്തി സമയങ്ങൾ ക്രമീകരിക്കുന്നത് ജോലി, വ്യക്തിപരമായ സംതൃപ്തി എന്നിവ തമ്മിൽ മികച്ചൊരു സന്തുലനം പ്രാപിക്കാൻ ഇടയാക്കും.' നമ്മുടെ സമ്മർദ്ദം അനുഭവിക്കുന്ന വിദ്യാർത്ഥിയുടെ സിദ്ധാന്തം ഇതായിരിക്കാം : 'എന്റെ വ്യക്തിപരമായ താൽപ്പര്യങ്ങൾക്കും മൂല്യങ്ങൾക്കും അനുയോജ്യമായ ഒരു കോഴ്സ് തിരഞ്ഞെടുക്കുന്നത്, എന്റെ അക്കാദമിക ജീവിതത്തിന് കൂടുതൽ സംതൃപ്തിയും പ്രചോദനവും നൽകും.'

മൂന്നാമത്തെ ചുവടുവെയ്പ്പാണ് ഏറ്റവും നിർണ്ണായകം : നടപ്പാക്കുക. ഒരു മാറ്റം വരുത്തുക. നിങ്ങൾ അങ്ങനെ ചെയ്യുമ്പോൾ, അത് നിങ്ങളുടെ സാഹചര്യത്തിലും നിങ്ങളുടെ പൊരുത്തബോധത്തിലും എന്ത് സ്വാധീനം ചെലുത്തുന്നുവെന്ന് കാണുക.

ഇത് ഒരു പരീക്ഷണം എന്ന നിലയിൽ പ്രവർത്തിക്കുന്നതിനായി, നിങ്ങളുടെ മാറ്റം ഒരു പരിധിയ്ക്കുള്ളിൽ ആയിരിക്കണം എന്നത് പ്രധാനമാണ്. നിങ്ങളുടെ ജീവിതത്തിന്റെ എല്ലാ മേഖലകളെയും നിങ്ങൾ നാടകീയമായി പരിവർത്തനം ചെയ്യുകയാണെങ്കിൽ, നിങ്ങളുടെ മാനസികാവസ്ഥയിലും പൊരുത്ത ബോധത്തിലും സംഭവിക്കുന്ന മാറ്റങ്ങൾക്ക് എന്താണ് കാരണമെന്ന് നിങ്ങൾക്കറിയാനാവില്ല. അതിനാൽ ആരംഭത്തിൽ, അത് ചെറുതായി സൂക്ഷിക്കുക. നമ്മുടെ അഭിഭാഷകയ്ക്ക് ഇത് അർത്ഥമാക്കുന്നത്, മൂന്ന് മാസത്തേക്ക് തന്റെ ജോലി പാർട്ട്-ടൈം ആയി ചെയ്യുകയോ അല്ലെങ്കിൽ കൂടുതൽ ഊർജ്ജസ്വലമായ പദ്ധതികളിൽ ശ്രദ്ധ കേന്ദ്രീകരിക്കുന്നതിന് ജൂനിയർമാരെ കൂടുതൽ ക്ഷീണിപ്പിക്കുന്ന പ്രവർത്തനങ്ങൾ ഏൽപ്പിക്കുകയോ ആണ് – ഉടനെ അവളുടെ ജോലി ഉപേക്ഷിക്കുന്നതിന് പകരം. നമ്മുടെ വിദ്യാർത്ഥിയ്ക്ക്, അത് മറ്റ് വിഷയത്തിലുള്ള ഒരു കോഴ്സിൽ ചേരാം എന്നതാണ് – ഉടനടി ബിരുദം പൂർണ്ണമായും മാറ്റാൻ ശ്രമിക്കുന്നതിനുപകരം.

പക്ഷെ നിങ്ങൾ അത് ചെയ്യുമ്പോൾ, ഫലങ്ങളെക്കുറിച്ച് ശ്രദ്ധിക്കുക. നിങ്ങളുടെ അനുഭവങ്ങളുടെ ഒരു കുറിപ്പ് അല്ലെങ്കിൽ പുസ്തകം സൂക്ഷിക്കാൻ ശ്രമിക്കുക, വഴിയിൽ നിങ്ങൾ നേടുന്ന ഏതെങ്കിലും വെല്ലുവിളികൾ, വിജയങ്ങൾ അല്ലെങ്കിൽ ഉൾക്കാഴ്ചകൾ എന്നിവ രേഖപ്പെടുത്തുക. ഈ പരീക്ഷണങ്ങൾ നടത്തുന്നത് വഴി, നിങ്ങൾ ഒരു ബദൽ പാത പര്യവേക്ഷണം ചെയ്യാനുള്ള അവസരം സ്വയം നൽകുന്നു – അതിനോട് ദീർഘകാല പ്രതിജ്ഞാബദ്ധത ഇല്ലാതെ. ഇതുവരെ ഇല്ല, എന്തായാലും.

ഈ ചെറിയ പരീക്ഷണങ്ങളിൽ, പൊരുത്തത്തിലേക്കുള്ള യാത്രയ്ക്ക് ഒരു വ്യക്തമായ അവസാന ലക്ഷ്യമില്ലെന്ന് തിരിച്ചറിയുന്നതും ഉൾപ്പെടുന്നു. അത് ഒരിക്കലും അവസാനിക്കാത്ത ഒരു പ്രക്രിയയാണ്. നാം നമ്മുടെ ജീവിതത്തിന്റെ പരീക്ഷണശാലയിൽ സഞ്ചരിക്കുമ്പോൾ, നാം പരീക്ഷണങ്ങളെ സ്വീകരിക്കാൻ തയ്യാറായിരിക്കണം – എന്നു മാത്രമല്ല പോകെപ്പോകെ പഠിക്കാനും.

സംക്ഷിപ്തമായി...

- നമ്മുടെ സ്വയം ബോധവുമായി പൊരുത്തപ്പെടാത്ത ലക്ഷ്യങ്ങളിൽ സമയം ചെലവഴിക്കുമ്പോൾ പൊരുത്തപ്പെടാത്ത അപചയം ഉണ്ടാകുന്നു. പൊരുത്തപ്പെടായ്മ മറികടക്കുക എന്നത് ആജീവനാന്ത ജോലിയാണ്; നമുക്ക് ശരിക്കും പ്രാധാന്യമുള്ളത് എന്താണെന്ന് നിരന്തരം കണ്ടെത്തുകയും അതിനനുസരിച്ച് നമ്മുടെ പെരുമാറ്റം മാറ്റുകയും ചെയ്യേണ്ട ഒന്ന്.
- ഇന്ന് നിങ്ങൾക്ക് പ്രധാനപ്പെട്ടത് എന്താണെന്ന് മനസ്സിലാക്കാൻ നിങ്ങൾക്ക് അതിശയകരമാംവിധം ലളിതമായ ചില വഴികളുണ്ട്. ഒന്നാമതായി, നിങ്ങളുടെ ദീർഘകാല ഭാവിയിലേക്ക് നോക്കുക. നിങ്ങളുടെ മരണക്കിടക്ക സ്വയം സങ്കൽപ്പിക്കാൻ ശ്രമിക്കുക. അസുഖകരമായി തോന്നിയേക്കാം, എന്നാൽ ഇപ്പോഴത്തെ നിങ്ങളുടെ ജീവിതത്തിൽ നിന്ന് നിങ്ങൾക്ക് എന്താണ് വേണ്ടതെന്ന് വ്യക്തമായി കാണാനുള്ള ഏറ്റവും നല്ല മാർഗ്ഗമാണിത്.
- അടുത്തതായി, നിങ്ങളുടെ മധ്യ-കാല ഭാവിയെക്കുറിച്ച് ചിന്തിക്കുക. ഒരുവർഷത്തിനുള്ളിൽ എന്ത് നേട്ടങ്ങളാണ് നിങ്ങൾ ആഘോഷിക്കാൻ ആഗ്രഹിക്കുന്നതെന്ന് പ്രതിഫലിപ്പിക്കുക. എന്നിട്ട് സ്വയം ചോദിക്കുക : ഈ ആഴ്ചയിലെ എന്റെ പ്രവർത്തനങ്ങൾക്ക് ആ 12 മാസത്തെ ആഘോഷം എന്താണ് അർത്ഥമാക്കുന്നത്?
- അവസാനമായി, നിങ്ങളുടെ ഹ്രസ്വകാല ഭാവിയെക്കുറിച്ച് ചിന്തിക്കാൻ നിങ്ങൾ തയ്യാറായിരിക്കണം. സന്തോഷവാർത്ത എന്തെന്നാൽ, നിങ്ങൾക്ക് ഇപ്പോൾ തന്നെ പൊരുത്തത്തിലേക്ക് ഒരു ചുവടുവെക്കാനാകും എന്നതാണ്. ഒരു വർഷത്തിനുള്ളിൽ നിങ്ങൾ ആഗ്രഹിക്കുന്ന ജീവിതത്തിലേക്ക് നിങ്ങളെ അൽപ്പം അടുപ്പിച്ചേക്കാവുന്ന ഇന്നത്തെ മൂന്ന് പ്രവർത്തനങ്ങൾ ഏതൊക്കെയാണ്?

അവസാന വാക്ക്

ഒരു ഉൽപാദനപരതാ ശാസ്ത്രജ്ഞനെപ്പോലെ ചിന്തിക്കുക

എന്റെ താമസം ലണ്ടനിലെ ഏറ്റവും വലിയ ആശുപത്രികളിൽ ഒന്നിൽ നിന്ന് പത്തു നിമിഷം അകലത്തിലാണ്.

ചില ദിവസങ്ങളിൽ, ഞാൻ ആഗ്രഹിച്ചത്ര ശ്രദ്ധ കേന്ദ്രീകരിക്കാൻ കഴിയാതെ വരുമ്പോൾ, ഞാൻ കിഴക്കോട്ട് അലഞ്ഞുനടക്കും – ഓക്സ്ഫോർഡ് സ്ട്രീറ്റിലെ കടകളിലെ തിരക്കിനിടയിലൂടെ മേരിലെബോണിലെ മഹത്തായ വിക്ടോറിയൻ ടെറസുകളും കടന്ന് – ഞാൻ ആ വിശാലമായ ആധുനിക പ്രവേശന ഹാളിൽ എത്തുന്നതുവരെ. റിസപ്ഷനിൽ നിന്ന് ഞാൻ ഒരു കാപ്പി വാങ്ങി, ഇടനാഴികളിൽ കയറിയും ഇറങ്ങുന്ന ഡോക്ടർമാരുടെ തിരക്കും നോക്കി കുറച്ച് മിനിറ്റ് ചിലവഴിക്കുന്നു. ആ നിർഭാഗ്യകരമായ ക്രിസ്തുമസ് ദിന ജോലിയ്ക്കു ശേഷം എത്രമാത്രം മാറിയെന്ന് ഞാൻ ചിന്തിക്കുന്നു; ഞാൻ ആ മെഡിക്കൽ സാമഗ്രികളുടെ താലം ഉപേക്ഷിച്ചിടത്ത് നിന്നും.

ആ ഡോക്ടർമാരെ അവരുടെ കുപ്പായങ്ങളിൽ കണ്ടുകൊണ്ട് – ആ ജോലിയിൽ ഉണ്ടെന്ന് ഞാൻ ഓർക്കുന്നതിനേക്കാൾ അതിശയകരമാം വിധം സമ്മർദ്ദം കുറവായി കാണപ്പെടുന്നു – ആ ദിവസം മുതൽ ഞാൻ എത്രമാത്രം പഠിച്ചുവെന്ന് ഞാൻ ചിന്തിക്കുന്നു. ആശുപത്രി വാർഡിലെ എന്റെ ആദ്യ ഓൺ-കോൾ അവധിദിവസത്തിലെ ആ ദുരന്ത സായാഹ്നത്തെക്കുറിച്ച് ഞാൻ ഓർക്കുമ്പോൾ, ഉൽപാദനക്ഷമതയെക്കുറിച്ച് ഞാൻ എന്ത് ചിന്തിച്ചു എന്നതിലല്ല എന്റെ തെറ്റ് എന്ന് ഞാൻ ഇപ്പോൾ മനസ്സിലാക്കുന്നു. ഞാൻ അതിനെപ്പറ്റി എങ്ങനെ ചിന്തിച്ചു എന്നതിലായിരുന്നു തെറ്റ്.

ആ സമയത്ത്, എനിക്ക് എല്ലാ അടിസ്ഥാന തന്ത്രങ്ങളും തെറ്റി. എന്നെ സന്തോഷിപ്പിക്കുന്ന കാര്യങ്ങളുടെ അടിസ്ഥാനത്തിൽ ഉൽപാദനക്ഷമതയെ കാണുന്നതിനുപകരം, അച്ചടക്കത്തിന്റെ അടിസ്ഥാനത്തിൽ ഞാൻ അതിനെ വീക്ഷിക്കുകയായിരുന്നു : കൂടുതൽ ചെയ്യാൻ എനിക്ക് സ്വയം എത്രമാത്രം സമ്മർദ്ദം ചെലുത്താനാകുമെന്ന്. ഓരോ വാർഡ് സന്ദർശനത്തിലും കളി, അധികാരം, ആളുകൾ എന്നിവയെ സംയോജി

പ്പിക്കാൻ ശ്രമിക്കുന്നതിനു പകരം, എന്റെ വിരസത, ശക്തിയില്ലായ്മ, ഏകാന്തത എന്നിവയെക്കുറിച്ചുള്ള എന്റെ ചിന്തയെ ഞാൻ പർവ്വതീകരിക്കുകയായിരുന്നു. ആ നിർബന്ധിത വയർ ഒഴിപ്പിക്കലിൽ സന്തോഷം കണ്ടെത്താൻ ശ്രമിക്കുന്നതിനുപകരം, അത് എത്ര ഭയാനകമായിരിക്കുമെന്ന് ഞാൻ മണിക്കൂറുകളോളം ആഴത്തിൽ ചിന്തിച്ചു. (നേര് പറഞ്ഞാൽ, അത് വളരെ ഭയാനകം തന്നെയായിരുന്നു.)

പിന്നീടുള്ള വർഷങ്ങളിൽ, എന്റെ ജീവിതം മുഴുവൻ മാറി. ഈ ദിവസങ്ങളിൽ, ഉൽപാദനക്ഷമത അച്ചടക്കമല്ലെന്ന് എനിക്കറിയാം; നിങ്ങളെ കൂടുതൽ സന്തോഷിപ്പിക്കുന്നതും സമ്മർദ്ദം കുറയ്ക്കുന്നതും കൂടുതൽ ഊർജ്ജസ്വലതയുള്ളതുമായ കാര്യങ്ങൾ ചെയ്യിക്കുന്നതിനെക്കുറിച്ചുമാണ് അത്. അലസതയിൽ നിന്നും അപചയത്തിൽ നിന്നും രക്ഷപ്പെടാനുള്ള ഒരേയൊരു മാർഗ്ഗം നിങ്ങളുടെ സാഹചര്യത്തിൽ സന്തോഷം കണ്ടെത്തുക മാത്രമാണ് എന്നെനിക്കറിയാം – നിങ്ങൾ 136 ഔഷധ കുപ്പികൾ താഴെയിട്ട് നിങ്ങളുടെ കുപ്പായത്തിൽ ഉടനീളം അത് തെറിച്ചാലും.

എന്നാൽ എന്റെ യഥാർത്ഥ പിഴവ് എന്റെ ഉൽപാദനക്ഷമത തന്ത്രത്തിലായിരുന്നില്ല. അത് എന്റെ ആകമാനമായ തന്ത്രത്തിലായിരുന്നു. എല്ലാ ഉൽപാദനക്ഷമത നുറുങ്ങുകൾ പഠിക്കുകയും എല്ലാ ഇന്റർനെറ്റ് ലേഖനങ്ങൾ വായിക്കുകയും ചെയ്താൽ, ഞാൻ ആഗ്രഹിച്ചത് നേടിയെടുക്കാമെന്ന് ഞാൻ വിശ്വസിച്ചു. എനിക്ക് ആവശ്യമായ സമീപനത്തിന് നേരെ വിപരീതമായിരുന്നു അത്: ഒരു ഉൽപാദനപരത ശാസ്ത്രജ്ഞനെപ്പോലെ ചിന്തിക്കാനുള്ള പഠനം.

അതുകൊണ്ടാണ് ഈ പുസ്തകത്തിലെ അവസാന ഉപകരണം ആ പൊരുത്ത പരീക്ഷണങ്ങളായിരിക്കണമെന്ന് ഞാൻ ആഗ്രഹിച്ചത്. കാരണം, ദീർഘകാലാടിസ്ഥാനത്തിൽ, ഒരു പരീക്ഷണാത്മക വീക്ഷണം സ്വീകരിക്കുന്നതിലൂടെ മാത്രമേ നിങ്ങൾക്ക് സുഖ-അനുഭവ ഉൽപാദനപരതയുടെ രഹസ്യങ്ങൾ പഠിക്കാൻ കഴിയൂ. ഈ പുസ്തകത്തിൽ, എനിക്ക് പ്രയോജനപ്പെട്ട ഏതാനും ഡസൻ പരീക്ഷണങ്ങൾ ഞാൻ പങ്കുവെച്ചിട്ടുണ്ട്. അവയിൽ ചിലത് നിങ്ങൾക്കും പ്രയോജനപ്പെടും. ചിലത് പ്രയോജനപ്പെടില്ല. അത് സാരമില്ല.

ഈ പുസ്തകം, ചെയ്യേണ്ട കാര്യങ്ങളുടെ ഒരു പട്ടികയല്ലെന്നത് ഓർമ്മിക്കുക. ഇതൊരു തത്ത്വചിന്തയാണ് – നിങ്ങളുടെ സ്വന്തം വ്യക്തിഗത ഉൽപാദനക്ഷമത ഉപകരണങ്ങൾ സൃഷ്ടിക്കുന്നതിനുള്ള ഒരു മാർഗ്ഗം. എല്ലാ ദിവസവും, ദീർഘകാലാടിസ്ഥാനത്തിൽ, സുഖാനുഭവത്തിന്റെ അത്ഭുതകരമായ എല്ലാ പ്രതിഫലങ്ങളും കൊയ്യാൻ നിങ്ങളെ അനുവദിക്കുന്ന ഒന്ന്. നിങ്ങളുടെ ദൈനംദിന പദ്ധതികളെയും പ്രവൃത്തികളെയും പരീക്ഷണത്തിന്റെ ആവേശത്തിൽ സമീപിക്കുന്നത് ഉൾപ്പെടുന്ന ഒന്ന്.

അതിനാൽ, ഞാൻ നിങ്ങളോട് അഭ്യർത്ഥിക്കുന്നു : നിങ്ങൾക്ക് കഴിയുന്നത്ര ശ്രമിക്കുക, എന്താണ് പ്രവർത്തിക്കുന്നതെന്ന് മനസ്സിലാക്കുക, ബാക്കിയുള്ളവ ഉപേക്ഷിക്കുക. ഓരോ പുതിയ സമീപന

ത്തെക്കുറിച്ചും സ്വയം ചോദിക്കുക : ഇത് എന്റെ മാനസികാവസ്ഥയിൽ എന്ത് സ്വാധീനം ചെലുത്തുന്നു? എന്റെ ഊർജ്ജത്തിൽ? എന്റെ ഉൽപാദനപരതയിൽ? മികച്ച ഉൽപാദനക്ഷമതയിലേക്കുള്ള നിങ്ങളുടെ വഴിയെക്കുറിച്ച് കാണാതെ പഠിക്കരുത്. നിങ്ങളുടെ വഴി പരീക്ഷിക്കുക.

ആത്യന്തികമായി, നിങ്ങൾക്കായി പ്രവർത്തിക്കുന്നത് എന്താണെന്ന് തുടർച്ചയായി വിലയിരുത്തുന്നതിലൂടെ മാത്രമേ ദീർഘകാലാടിസ്ഥാനത്തിൽ എങ്ങനെ മികച്ച അനുഭവം നേടാമെന്ന് കണ്ടെത്താൻ സാധിക്കൂ. ഉൽപാദനക്ഷമത പരിണമിച്ചുകൊണ്ടിരിക്കുന്ന ഒരു മേഖലയാണ്, നിങ്ങളും പരിണമിച്ചുകൊണ്ടിരിക്കുന്നു. ഇനിയും ഒരുപാട് കണ്ടെത്താനുണ്ട്. എന്നാലും ഈ തത്വങ്ങൾ നിങ്ങളുടെ ജീവിതത്തിൽ പ്രയോഗിക്കുമ്പോൾ, നിങ്ങൾക്ക് ഏറ്റവും മികച്ച രീതിയിൽ പ്രവർത്തിക്കുന്ന ഉൾക്കാഴ്ചകളും തന്ത്രങ്ങളും സാങ്കേതികതകളും നിങ്ങൾ കണ്ടെത്തും. അവ എന്റെ രീതികളേക്കാൾ കൂടുതൽ ഉപയോഗപ്രദമായിരിക്കാം, പ്രത്യേകിച്ചും അവ നിങ്ങളുടെ ഉള്ളിൽ നിന്ന് വന്നതിനാൽ.

നല്ല ഉൽപാദനപരത അനുഭവിക്കാനുള്ള നിങ്ങളുടെ വഴി മനഃപാഠമാക്കരുത്. നിങ്ങളുടെ വഴി പരീക്ഷിക്കുക.

അതിനാൽ പ്രക്രിയയെ ആസ്വദിക്കുക. നിങ്ങൾ മുന്നോട്ട് പോകവെ, ഈ പ്രക്രിയ പൂർണ്ണതയ്ക്കായി പരിശ്രമിക്കുന്നതിനു വേണ്ടിയല്ലെന്ന് ഓർക്കുക. ഇത് തന്ത്രപരമായി പ്രവർത്തിക്കുന്നതിലേക്കുള്ള നിങ്ങളുടെ ഇടറി വീഴ്ചയാണ്. നിങ്ങളുടെ പരാജയങ്ങളിൽ നിന്ന് പഠിക്കുകയും നിങ്ങളുടെ വിജയങ്ങൾ ആഘോഷിക്കുകയും ചെയ്യുക. നിങ്ങളുടെ ജോലിയെ നിങ്ങളുടെ വിഭവങ്ങളുടെ ഒരു ചോർച്ചയിൽ നിന്ന് ഒരു ഊർജ്ജ സ്രോതസ്സിലേക്ക് മാറ്റുക.

ഇത് സ്വീകരിക്കാൻ ബുദ്ധിമുട്ടുള്ള ഒരു മനോഭാവമാണ്. എന്നാൽ നിങ്ങൾ അത് സ്വീകരിക്കുമ്പോൾ, എല്ലാം മാറുന്നു. നിങ്ങൾക്ക് ഏറ്റവും ഊർജ്ജസ്വലതയും ജീവനും നൽകുന്ന കാര്യങ്ങളിൽ തൊടാൻ കഴിയുമെങ്കിൽ, നിങ്ങൾക്ക് എവിടെയും എത്തിച്ചേരാനാകും. ഒപ്പം ആ യാത്രയും ആസ്വദിക്കാം.

നിങ്ങളുടെ സാഹസികത നിങ്ങളെ ഇനി എവിടേക്കാണ് കൊണ്ടുപോകുന്നതെന്ന് കാണാൻ ഞാൻ കാത്തിരിക്കുന്നു.

Ali xx

നിങ്ങളുടെ യാത്രയുടെ അടുത്ത ഘട്ടം...

ഈ പുസ്തകം പൂർത്തിയാക്കിയതിന് നന്ദി എന്ന നിലയിൽ,
നിങ്ങളുടെ സുഖ-അനുഭവത്തിലേക്കുള്ള യാത്രയുടെ അടുത്ത ഘട്ടത്തെ
സഹായിക്കാൻ ഇതാ ഒരു സൗജന്യ സമ്മാനം ♥

www.feelgoodproductivity.com/gift

കൃതജ്ഞത

ആദ്യമായി, ഈ പുസ്തകം തിരഞ്ഞെടുത്തതിന് വായനക്കാരായ നിങ്ങൾ ഓരോരുത്തർക്കും എന്റെ ഊഷ്മളമായ നന്ദി. 2017 മുതൽ നിങ്ങൾ എപ്പോഴെങ്കിലും ക്ലിക്ക് ചെയ്താലും, കണ്ടാലും, കേട്ടാലും, വായിച്ചാലും, ലൈക്ക് ചെയ്താലും, കമന്റ് ചെയ്താലും, സബ്സ്ക്രൈബ് ചെയ്താലും, അല്ലെങ്കിൽ നിശബ്ദമായി പിന്തുടരുന്നുണ്ടെങ്കിലും, ഓരോ ഇടപെടലും ഒരു സമ്മാനമാണ്. ഞാൻ പ്രക്ഷേപണം ചെയ്യുന്ന കാര്യങ്ങൾ നിങ്ങൾ ശ്രദ്ധിക്കുന്നു എന്ന വസ്തുത എന്നെ സംബന്ധിച്ച് ഒരു ലോകം തന്നെയാണ്, ഒപ്പം അത് ഞാൻ ഇഷ്ടപ്പെടുന്ന കാര്യങ്ങൾ ചെയ്തുകൊണ്ട് ജീവിക്കാൻ എന്നെ അനുവദിക്കുന്നു അതായത് രസകരമായ കാര്യങ്ങൾ പഠിക്കുകയും അത് ലോകവുമായി പങ്കിടുകയും ചെയ്യുന്നു.

ഇപ്പോൾ, ഞാൻ നന്ദി പറയേണ്ടുന്ന ആളുകളുടെ ഒരു നീണ്ട പട്ടികയുണ്ട്. ജീവിതത്തിലെ എല്ലാ നല്ല കാര്യങ്ങളെയും പോലെ, ഒരു പുസ്തകവും ഒരു കൂട്ടായ പരിശ്രമമാണ്. പുറംതാളിൽ സാധാരണയായി ഒരു പേര് മാത്രമേ ഉള്ളുവെങ്കിലും, എല്ലാ പുസ്തകത്തിനും പിന്നിൽ ഒരു കൂട്ടം താരങ്ങളുണ്ട്. *സുഖ-അനുഭവ ഉൽപാദനപരത*-യുടെ പിന്നിലുള്ള കൂട്ടായ്മ തികച്ചും മികവുറ്റതായിരുന്നുവെന്ന് പറയുന്നതിൽ ഞാൻ കൃതാർത്ഥനാണ്.

റോവൻ ബോർച്ചേഴ്സിൽ നിന്ന് ആരംഭിക്കാം. റോവൻ, താങ്കളുടെ ആദ്യ ഇമെയിൽ ആണ് ഈ സാഹസികത മുഴുവൻ ആളിക്കത്തിക്കാൻ സഹായിച്ച തീപ്പൊരി. കഴിഞ്ഞ മൂന്നിലധികം വർഷങ്ങളായി, *സുഖ-അനുഭവ ഉൽപാദനപരത*-യെ യാഥാർത്ഥ്യമാക്കുന്നതിന്റെ സാങ്കേതികവും നിർവ്വഹണപരവും സാഹിത്യപരവും പ്രത്യേകിച്ച് വൈകാരികവുമായ വശങ്ങൾക്ക് വൈദഗ്ധ്യമുള്ള അശ്രാന്തമായ പിന്തുണ തന്ന ഒരു നെടുംതൂണായിരുന്നു താങ്കൾ.

അടുത്തതായി റയാൻ ഡോഹെർട്ടിയാണ്. റയാൻ, നിങ്ങൾ ഈ പദ്ധതിയിൽ ഒരു ഉത്തരവാദിത്തം ഏറ്റെടുക്കുകയും ഇതിന്റെ വടക്കേ അമേരിക്കൻ ഹൃദയസ്പന്ദനമായി മാറുകയും ചെയ്തു. താങ്കളുടെ പരിശ്രമമില്ലായിരുന്നെങ്കിൽ ഈ പുസ്തകത്തിന് ഈ തരത്തിലുള്ള സ്വീകാര്യത ലഭിക്കുമായിരുന്നില്ല.

മറ്റൊരു മികച്ച എഡിറ്ററായ റേച്ചൽ ജെപ്സൻ. നിങ്ങളുടെ വർഷങ്ങളുടെ വൈദഗ്ധ്യവുമായി വന്ന് എന്നെ സഹായിച്ചതിന് നന്ദി. എങ്ങനെ ഒരു എഴുത്തുകാരനാകണം എന്നതിനെക്കുറിച്ച് നിങ്ങൾ എന്നെ വളരെയധികം പഠിപ്പിച്ചു, നിങ്ങളോട് ഞാൻ കൃതജ്ഞതയുള്ളവനാണ്. നിങ്ങളുടെ മൃദുവായ സൂചനകൾ എന്നെ ഉത്തരവാദിത്തം ഓർമ്മിപ്പിച്ചു, ഇടയ്ക്കിടെയുള്ള അച്ചടക്ക നടപടികൾ വളരെ ഉപകാരപ്രദമായിരുന്നു. നമ്മൾ നടത്തിയ സംഭാഷണത്തിലെ നിങ്ങളുടെ ചോദ്യം ഞാൻ ഇപ്പോഴും ഓർക്കുന്നു : 'ഈ പുസ്തകം എഴുതുന്നത് നിങ്ങൾക്ക് യഥാർത്ഥത്തിൽ മുൻഗണനയാണോ? കാരണം നിങ്ങളുടെ കലണ്ടർ നോക്കുമ്പോൾ അങ്ങനെ തോന്നുന്നില്ല...' വ്യാപാരത്തിനിടയിലുള്ള എല്ലാ തിരക്കിനിടയിലും, പദ്ധതിയോടുള്ള നിങ്ങളുടെ പ്രതിബദ്ധത അതിന്റെ ആക്കം കൂട്ടി. നിങ്ങൾ ഇതിൽ ഏർപ്പെട്ടു എന്നതുതന്നെ ഈ പുസ്തകത്തെ അളക്കാനാകാത്ത വിധം മികച്ചതാക്കി.

അസാധാരണമായ കഴിവുകളുള്ള എന്റെ ഏജന്റ് കേറ്റ് ഇവാൻസിനെ മറക്കാൻ സാധിക്കില്ല. കേറ്റ്, നിങ്ങളുടെ ഉത്സാഹവും വിമർശനങ്ങളും എനിക്ക് മാർഗ്ഗദർശനമായിരുന്നു. എപ്പോഴെല്ലാം എന്റെ ബാറ്ററി തീരാൻ തുടങ്ങിയോ അപ്പോഴൊക്കെ നമ്മുടെ സംഭാഷണങ്ങൾ അവയെ പൂർണ്ണമായി റീചാർജ് ചെയ്തുകൊണ്ടിരുന്നു.

അടുത്തത് എന്റെ ടീമിലെ ഒരു സുപ്രധാന അംഗമാണ്, ഇനെസ് ലീ, പദ്ധതിയുടെ പ്രധാന ഗവേഷകയായി ശ്രദ്ധേയമായി സേവനമനുഷ്ഠിച്ചു, അതേസമയം കേംബ്രിഡ്ജ് സർവ്വകലാശാലയിൽ റിസർച്ച് ഫെല്ലോയായും, യോർക്ക് സർവ്വകലാശാലയിലെ അധ്യാപികയായുമുള്ള തന്റെ വേഷങ്ങളിൽ സമതുലനം പാലിക്കുകയും ചെയ്തു. ഇനെസ്, ശാസ്ത്രീയ തെളിവുകളുടെ ഒരു വലിയ ലൈബ്രറി സമന്വയിപ്പിക്കാനുള്ള നിങ്ങളുടെ കഴിവ് അതിശയം എന്നല്ലാതെ ഒന്നും പറയാനില്ല. ഈ പുസ്തകത്തിലേക്ക് മാത്രമല്ല, ഞങ്ങളുടെ വീഡിയോകളിലേക്കും പോഡ്കാസ്റ്റുകളിലേക്കും നിങ്ങൾ അത്തരം ഉയർന്ന നിലവാരമുള്ള സൃഷ്ടികൾ സംഭാവന ചെയ്യുന്നു എന്ന വസ്തുത എന്നെ വിസ്മയിപ്പിക്കുന്നു.

ജാക്ക് എഡ്വേർഡ്സ്, അദ്ദേഹത്തിന്റെ ഗവേഷണം പുസ്തകത്തിന്റെ രൂപീകരണ ഘട്ടങ്ങളിൽ നിർണ്ണായകമായിരുന്നു. ജാക്ക്, നിങ്ങളുടെ സ്വന്തം പുസ്തകത്തിന്റെ പണി, അഭിവൃദ്ധി പ്രാപിക്കുന്ന ഒരു കച്ചവടം നോക്കിനടത്തുക, സ്ഫോടനാത്മകമായ സാമൂഹ്യ മാധ്യമ സാമ്രാജ്യത്തിൽ നിലനിൽക്കുക എന്നിവയുടെ ഇടയിലും, നിങ്ങളുടെ പ്രതിബദ്ധതക്ക് ആത്മാർത്ഥമായും നന്ദിയുണ്ട്. രൂപരേഖ ഒരുക്കുന്നതിലുള്ള നിങ്ങളുടെ സംഭാവന തുടർന്നുള്ള എല്ലാത്തിനും വേദിയൊരുക്കി.

ലോറൻ റസാവിയെ ഞാൻ എങ്ങനെ മറക്കും? ഞങ്ങളുടെ ബന്ധം യാദൃച്ഛികമായി ഒരു ട്വിറ്റർ ഡിഎമ്മിൽ തുടങ്ങിയതായിരിക്കും, പക്ഷേ അത് ചെലുത്തിയ സ്വാധീനം വളരെ വിപുലമായിരുന്നു. ലോറൻ, യാത്രയിലുടനീളമുള്ള എഴുത്തിന്റെ മാർഗ്ഗനിർദ്ദേശത്തിനും കേറ്റ്

ഇവാൻസിനെയും റേച്ചൽ ജെപ്സനെയും പരിചയപ്പെടുത്തിയതിനും വളരെ നന്ദി. ഈ പുസ്തകത്തിന്റെ സഞ്ചാരപഥത്തെ ഗണ്യമായി രൂപപ്പെടുത്തിയത് ഓർക്കാപ്പുറത്തുണ്ടായ ഒരു ബന്ധമായിരുന്നു.

അസുൽ ടെറോണസ്, എന്റെ എഴുത്ത് പരിശീലകൻ, നിങ്ങളുടെ വാക്കുകൾ പദ്ധതിയുടെ ആദ്യ ഘട്ടങ്ങളിൽ ഒരു ജീവനാഡി ആയിരുന്നു. 'കുപ്പിയുടെ ഉള്ളിൽ നിന്ന് നിങ്ങൾക്ക് ലേബൽ വായിക്കാൻ കഴിയില്ല' തുടങ്ങിയ വാക്യങ്ങൾ എന്റെ ആദ്യകാല ഇംപോസ്റ്റർ സിൻഡ്രോമിലൂടെ (ആന്തരിക ഉത്കണ്ഠയും ആത്മവിശ്വാസക്കുറവും) എന്നെ നയിക്കുകയും എഴുത്തിന്റെ യാത്രയെ സ്വീകരിക്കാൻ എന്നെ സഹായിക്കുകയും ചെയ്തു. നിങ്ങളുടെ സുവർണ്ണ ഉപദേശം ഞാൻ മറക്കുന്നില്ല : 'ഒരു ഗുരു ആകണമെന്നില്ല, ഒരു വഴികാട്ടി മാത്രമാകുന്നതിൽ കുഴപ്പമൊന്നുമില്ല' (ഈ ആശയം പിന്നീട് പുസ്തകത്തിൽ ഉൾപ്പെടുത്തി).

ഡേവിഡ് മോൾഡവർ, നിർദ്ദേശ ഘട്ടത്തിലെ നിങ്ങളുടെ ശാസനകളാണ് ഈ പദ്ധതിയ്ക്ക് ആവശ്യമായിരുന്നത്. പ്രഥമ നിർദ്ദേശത്തെ എടുത്ത് മാറ്റിയത്, പുസ്തകത്തിന്റെ കാതലായ സന്ദേശം എത്രമാത്രം വ്യക്തമായിരിക്കണമെന്ന് എന്നെ മനസ്സിലാക്കാൻ നിർബന്ധിച്ചു. എന്റെ സുഹൃത്തും സഹ രചയിതാവുമായ ഹസൻ കുബ്ബയെയും മറക്കാനാവില്ല. നിരവധി മസ്തിഷ്കോദ്ദീപന സെഷനുകളിൽ അയാളുടെ സംഭാവനകൾ നിർണ്ണായകമായിരുന്നു, ഒപ്പം ആ വലിയ കഥയെ രൂപപ്പെടുത്താൻ സഹായിച്ചതും. അതുപോലെ, ഞങ്ങളുടെ എല്ലാ ചിത്രരചനകളും സംഭവ്യമാക്കിയ അവിശ്വസനീയമായ സ്റ്റെഫാൻ കുൻസ് എന്ന ചിത്രകാരനെയും നന്ദിയോടെ ഓർക്കുന്നു. സ്റ്റെഫാൻ, നിങ്ങളുടെ കലാപരമായ സ്പർശം ഈ പുസ്തകത്തിലെ ദൃശ്യങ്ങൾക്ക് അവ അർഹിക്കുന്ന സൂക്ഷ്മത നൽകി.

കോർണർസ്റ്റോണിലെയും സെലാഡോണിലെയും തളരാത്ത ടീമുകളോട് : ഈ ഉദ്യമത്തിലെ അറിയപ്പെടാത്ത യോദ്ധാക്കൾക്ക് എന്റെ ഹൃദയത്തിൽ നിന്ന് അഗാധമായ നന്ദി അറിയിക്കാനും ഞാൻ ആഗ്രഹിക്കുന്നു. ആദ്യമായി, കോർണർസ്റ്റോൺ ടീമിന് ഒരു വലിയ നന്ദി : ആലീസ് ഡ്യൂവിംഗ്, എറ്റി ഈസ്റ്റ്വുഡ്, സാറാ റിഡ്‌ലി, മാർഗരിറ്റ സൺറ്റ്സേവ, അനൗസ്ക ലെവി, റോസ് വാഡിലോവ്, എബിയാൻ ഈഗൽ, കൂടാതെ തിരശ്ശീലയ്ക്ക് പിന്നിൽ പ്രവർത്തിക്കുന്ന എല്ലാവർക്കും.

അതുപോലെ, സെലാഡൺ ടീമിന് ഹൃദയംഗമമായ അഭിനന്ദനങ്ങൾ : ഡെബ് ഫട്ടർ, റേച്ചൽ ചൗ, ജെന്നിഫർ ജാക്സൺ, ജെയിംസ് നോവൻ, അന്ന ബെല്ലി ഹിൻഡൻലാംഗ്, ക്രിസ്റ്റീൻ മൈകിറ്റിഷിൻ, ലിസ ബ്യൂൽ, ഫെയ്ത്ത് ടോംലിൻ, എറിൻ കാഹിൽ, ആൻ ടുമി, റെബേക്ക റിച്ചി. നിങ്ങളുടെ അശ്രാന്ത പരിശ്രമങ്ങൾ *സുഖ-അനുഭവ ഉൽപാദനപരത*-യെ ഇന്നത്തെ നിലയിലേക്ക് രൂപപ്പെടുത്തുന്നതിൽ നിർണ്ണായകമായിരുന്നു. അവസാനമായി, ആകർഷണീയമായ കവർ ശിൽപി ഹാരി ഹെയ്ഡന് നന്ദി.

അലക്സ് റെയ്മെന്റ്, ലെസ്ലി വുഡ്, ലണ്ടനിലെ ഐഡി ഓഡിയോ

യിലെ ഞങ്ങളുടെ അവിശ്വസനീയമായ ഓഡിയോ പ്രൊഡ്യൂസർമാർക്ക്, ഇത്രയും നിലവാരവും നല്ല നർമ്മവും കോർത്തിണക്കിക്കൊണ്ട് ഓഡിയോബുക്ക് നിർമ്മിക്കാൻ സഹായിച്ചതിന്.

സാഹിത്യലോകം മനോഹരവും ആരോഗ്യകരവുമായ ഒരു സമൂഹ മാണെന്നും *സുഖ-അനുഭവ ഉൽപാദനപരത* അതിന്റെ വിപുലമായ കുടുംബത്തിൽ നിന്ന് വളരെയധികം പ്രയോജനം നേടിയിട്ടുണ്ടെന്നും ഈ പുസ്തകം എഴുതിയ വർഷങ്ങളിൽ ഞാൻ മനസ്സിലാക്കിയിട്ടുണ്ട്. മാത്യു ഡിക്സ്, ഡെറക് സിവേഴ്സ്, റയാൻ ഹോളിഡേ, കാൽ ന്യൂപോർട്ട്, ജെയിംസ് ക്ലിയർ, മാർക്ക് മാൻസൺ, ജൂലി സ്മിത്ത്, ടിയാഗോ ഫോർട്ട്, നോഹ കഗൻ, ജോൺ സെറാറ്റ്സ്കി, ലോറൻസിയോ, ചാർലി ഹൂപെർട്ട്, നിക്കോളാസ് കോൾ, സ്കോട്ട് യംഗ്, നിർ ഇയാൽ, ആൻ-ലോർ ലെ കൻഫ്, പാറ്റ് ഫ്ലിൻ, ഖേ ഹൈ, ഓഗസ്റ്റ് ബ്രാഡ്‌ലി തുടങ്ങിയ ശ്രദ്ധേയമായ സൗഹൃദമുള്ള വ്യക്തികൾ, സഹ എഴുത്തുകാർ, സ്രഷ്ടാക്കൾ, സംരംഭ കർ എന്നിവർക്കെല്ലാം പ്രത്യേക അനുമോദനങ്ങൾ. നിങ്ങളുടെ കൂട്ടായ ജ്ഞാനം, അത് പുസ്തക രൂപരേഖകൾ, കൈയെഴുത്തുപ്രതി അവലോക നങ്ങൾ, മാർക്കറ്റിംഗ് തന്ത്രങ്ങൾ, Zoom കോളുകൾ, അല്ലെങ്കിൽ ചില നല്ല പഴയ രീതിയിലുള്ള ഉത്സാഹവാക്കുകൾ തുടങ്ങി ഏതു രൂപത്തിൽ ലഭിച്ചിട്ടുണ്ടെങ്കിലും, വിലമതിക്കാനാവാത്തതാണ്. എന്നിൽ എന്തെങ്കിലും കണ്ടതിനും, എന്നെ സഹായിക്കാൻ നിങ്ങളുടെ സ്വന്തം തിരക്കേറിയ പരിപാടികൾക്കിടയിൽ നിന്ന് സമയം കണ്ടെത്തി യതിനും നന്ദി.

പിന്നെ തീർച്ചയായും, എന്റെ സ്വന്തം ടീം : എന്നോടൊപ്പം ദിവസവും ജോലി ചെയ്യുന്ന ആളുകൾ, അവർ മൂലം ഞങ്ങളുടെ വായനക്കാർക്കും കാഴ്ചക്കാർക്കും ശ്രോതാക്കൾക്കും അവർ ഇഷ്ടപ്പെടുന്ന ജീവിതം കെട്ടിപ്പടു ക്കാൻ സഹായിക്കുന്ന പ്രചോദനാത്മകവും വിദ്യാഭ്യാസപരവുമായ ഉള്ളടക്കം സൃഷ്ടിക്കാൻ കഴിയുന്നു.

ആദ്യം, ആംഗസ് പാർക്കർ, എന്റെ ജനറൽ മാനേജരും കച്ചവടം കൃത്യമായി പാളത്തിൽ നിർത്തുവാൻ ഞാൻ വിശ്വസിക്കുന്ന വ്യക്തിയും. ആംഗസ്, നിങ്ങൾ ഒരു യന്ത്ര പ്രവർത്തകനാണ്, ഞാൻ എഴുതാനും വായിക്കാനും എന്റെ ഗുഹയിൽ പതുങ്ങിയിരിക്കുമ്പോൾ, കച്ചവടമാകുന്ന യന്ത്രത്തിൽ നന്നായി എണ്ണയിട്ട് പ്രവർത്തിപ്പിക്കുന്നു. നിങ്ങൾ ഞങ്ങളുടെ ദൈനംദിന പ്രവർത്തനങ്ങൾ നിയന്ത്രിച്ചില്ലായിരുന്നുവെ ങ്കിൽ, ഈ പദ്ധതിയിലേക്ക് പൂർണ്ണമായി പ്രതിജ്ഞാബദ്ധമാകാനുള്ള മാനസികാവസ്ഥ എനിക്ക് ഉണ്ടാകുമായിരുന്നില്ല.

ഭാവ് ശർമ്മയും ഡാൻ ആൻഡർട്ടണും, ഇരുവരും വിവിധ ഘട്ടങ്ങളിൽ എന്റെ സഹായികളായി സേവനമനുഷ്ഠിച്ചിട്ടുണ്ട്, എന്റെ വ്യക്തിപരവും തൊഴിൽപരവുമായ ജീവിതത്തിലെ കുഴപ്പങ്ങൾ ക്രമീകരി ച്ചതിന് നന്ദി. നിങ്ങളുടെ സംഭാവനകൾ ഈ ജാലവിദ്യയെ കൂടുതൽ നിയന്ത്രണവിധേയമാക്കി.

ഒപ്പം എന്റെ സമർപ്പിത ടീമിലെ ബാക്കിയുള്ളവർക്കും ഹൃദയം നിറഞ്ഞ നന്ദി : ടിൻടിൻ, ബെക്കി, ആംബർ, ഗാരെത്ത്, ജാക്കുബ്, അലിസൺ, ആദി, സാഫ്, കൂടാതെ സഹായിച്ച എല്ലാ അവിശ്വസനീയമായ സ്വതന്ത്ര പ്രവർത്തകർക്കും. നിങ്ങളുടെ കൂട്ടായ കഠിനാധ്വാനവും സർഗ്ഗാത്മക ചാതുര്യവും ഇല്ലായിരുന്നെങ്കിൽ, ഞങ്ങൾക്കുള്ള സ്വാധീനം ഉണ്ടാക്കാൻ ഞങ്ങൾക്ക് കഴിയുമായിരുന്നില്ല. കലം വോർസ്ലി, പോൾ ടെർൺ, ഷീൻ ഗുരിബ്, അഹമ്മദ് സാദി, പാബ്ലോ സിംകോ, എലിസബത്ത് ഫിലിപ്സ്, കോറി വിൽക്സ് എന്നിവർക്കും നന്ദി; പ്രാരംഭ ഘട്ടത്തിൽ നിങ്ങളുടെ വിലമതിക്കാനാവാത്ത അഭിപ്രായങ്ങൾക്ക് നിങ്ങൾക്കെല്ലാവർക്കും ആത്മാർത്ഥമായ നന്ദി.

ഈ യാത്രയിൽ ഉടനീളമുണ്ടായിരുന്ന എന്റെ വൈകാരിക മൂലക്കല്ലിനെ എനിക്ക് മറക്കാൻ കഴിയില്ല, ഇസി സീലി. പ്രത്യേകിച്ചും ബുദ്ധിമുട്ടുള്ള അദ്ധ്യായങ്ങളിൽ എന്റെ വിക്ഷോഭ പങ്കാളി എന്ന നിലയിലുള്ള നിങ്ങളുടെ കഴിവുകളും, എഴുതാനുള്ള നിങ്ങളുടെ നിരന്തരമായ പ്രോത്സാഹനവും സ്ഥിരമായ വൈകാരിക പിന്തുണയും എനിക്ക് അത്യന്താപേക്ഷിതമായിരുന്നു. എന്നെ പലപ്പോഴും പാളത്തിൽ നിർത്തിയ യുക്തിയുടെയും പ്രചോദനത്തിന്റെയും ശബ്ദമായിരുന്നു നിങ്ങൾ.

എന്റെ ക്രമക്കേടും ചുഴലിക്കാറ്റും സഹിച്ച എന്റെ സഹോദരൻ തൈമൂർ അബ്ദാലിനും സഹോദര ഭാര്യ ലൂസിയ കോൾട്ടറിനും ഒരു പ്രത്യേക അനുമോദനം, പ്രത്യേകിച്ചും ഞങ്ങൾ എല്ലാവരും ഒരുമിച്ച് താമസിച്ചിരുന്ന ആ അവസാന വർഷം. നിങ്ങളുടെ ക്ഷമ, കുടുംബപരമായ കടമ മാത്രമല്ല; പുസ്തകം അതിന്റെ പൂർത്തീകരണത്തോടടുക്കുമ്പോൾ അത് ഒരു ജീവൻ രക്ഷിക്കുന്ന കൃപയായിരുന്നു.

പക്ഷേ, എന്റെ കുടുംബത്തിന്റെ സ്നേഹവും പിന്തുണയും ഇല്ലായിരുന്നെങ്കിൽ ഇതൊന്നും സാധ്യമാകുമായിരുന്നില്ല. എന്നെ ഇംഗ്ലീഷ് ഭാഷ പഠിപ്പിക്കുകയും പഠിക്കാനുള്ള അഭിനിവേശം പകരുകയും ചെയ്ത എന്റെ അമ്മാമ്മ നാനി പ്രത്യേക പരാമർശം അർഹിക്കുന്നു. നിങ്ങളുടെ പ്രചോദനവും സ്നേഹവും അനന്തമായ പ്രോത്സാഹനവും എന്റെ ജീവിതത്തിന്റെ വലിയൊരു ഭാഗത്തിന്റെയും അടിസ്ഥാനമായിരുന്നു.

ഒടുവിൽ, എന്നാൽ തീർച്ചയായും അവസാനമല്ല, എന്റെ അമ്മ, മിമി : ഒരു സിംഗിൾ പേരന്റായ അവർ, തൈമൂറിനും എനിക്കും മികച്ച വിദ്യാഭ്യാസം നൽകുന്നതിനായി അവരുടെ ജീവിതം ത്യാഗനിർഭരമായി ചെലവഴിച്ചു. നിങ്ങളുടെ ത്യാഗങ്ങൾ, തൊഴിൽ നൈതികത, അതിരുകളില്ലാത്ത സ്നേഹം എന്നിവയാണ് ഞാൻ ചെയ്യുന്ന എല്ലാ കാര്യങ്ങളുടെയും അടിയൊഴുക്ക്.

ഗ്രന്ഥകാരനെക്കുറിച്ച്

അലി അബ്ദാൽ – ഡോക്ടർ, സംരംഭകൻ, അമച്വർ മജീഷ്യൻ, ലോകത്തിൽ ഏറ്റവും കൂടുതൽ പിന്തുടരപ്പെടുന്ന ഉൽപാദനപരതാ വിദഗ്ധൻ. കേംബ്രിഡ്ജ് സർവ്വകലാശാലയിൽ മെഡിക്കൽ പരിശീലനത്തിന്റെ ആവശ്യങ്ങൾ നിറവേറ്റുകയും, ഒപ്പം തന്റെ വ്യാപാരം പടുത്തുയർത്തുകയും ചെയ്തുകൊണ്ടിരിക്കെ അലി, ഉൽപാദനപരതയുടെ ശാസ്ത്രത്തിൽ ആകൃഷ്ടനായി. യുകെയിലെ ദേശീയ ആരോഗ്യ സർവ്വീസിൽ ഡോക്ടറായി ജോലി ചെയ്യുമ്പോൾ, ആരോഗ്യകരമായ, സന്തോഷകരമായ, കൂടുതൽ ഉൽപാദനക്ഷമമായ ജീവിതത്തിലേക്കുള്ള തന്റെ യാത്രയെക്കുറിച്ച് തന്റെ യൂട്യൂബ് ചാനലിലും മറ്റ് സാമൂഹ്യ മാധ്യമ പ്ലാറ്റ്ഫോമുകളിലും രേഖപ്പെടുത്താൻ അലി ആരംഭിച്ചു. ഈ സമയം വരെ, മനുഷ്യ മനസ്സിന്റെ ഉൾക്കാഴ്ചകൾ പങ്കിടുന്ന അലിയുടെ തെളിവുകളോട് കൂടിയുള്ള വീഡിയോകൾ, പോഡ്കാസ്റ്റുകൾ, ലേഖനങ്ങൾ എന്നിവ ലോകമെമ്പാടുമുള്ള ദശലക്ഷക്കണക്കിന് ആളുകളിലേക്ക് എത്തിയിട്ടുണ്ട്. മനുഷ്യന്റെ വളർച്ചയും ഉയർന്ന പ്രകടനവും സംബന്ധിച്ച ശാസ്ത്രത്തെ പ്രചരിപ്പിക്കുന്ന ജോലിയിൽ മുഴുവൻ സമയവും ശ്രദ്ധ കേന്ദ്രീകരിക്കുന്നതിനായി അലി, 2021-ൽ തന്റെ വൈദ്യശാസ്ത്ര പരിശീലനത്തിൽ നിന്നും അവധിയെടുത്തു. ഈ പുസ്തകത്തിൽ, മെച്ചപ്പെട്ട അനുഭവങ്ങളും കൂടുതൽ നേട്ടങ്ങളും കൈവരിക്കുന്നതിന് ഒരു ദശാബ്ദം കൊണ്ട് താൻ പഠിച്ച രഹസ്യങ്ങൾ മുഴുവനും അദ്ദേഹം വെളിപ്പെടുത്തുന്നു.

കിരൺ സദാനന്ദൻ

1978-ൽ മുംബൈയിൽ ജനനം. കേരള യൂണിവേഴ്സിറ്റിയിൽ നിന്ന് ബി.കോം ബിരുദം. തമിഴ് നാട്ടിൽ തിരുവണ്ണാമലയിൽ കുടുംബത്തോടൊപ്പം താമസം.

kiransadanandanekm@gmail.com